இறுதி எச்சரிக்கை

டாக்டர் மு. கன்னியப்பன்

தொகுப்பு : அ.ப. காரல் மார்க்ஸ் சித்தார்த்தர்

இறுதி எச்சரிக்கை

டாக்டர் மு. கன்னியப்பன்

தொகுப்பு : அ.ப. காரல் மார்க்ஸ் சித்தார்த்தர்

முதல் பதிப்பு : 2013

இரண்டாம் பதிப்பு : 2020

உள்ளடக்கம்

வாழ்த்துரை

ஆசிரியர் உரை

கடவுள்!

வேதங்கள் தந்த வேதனைகள்

ஆத்திக அப்யோக்கியர்கள்

மூன்று பீடைகள்

ஆயிரங்கால வியாதி

பகுத்தறிவின் விதைகளே!

பகுத்தறிவின் கல்விக்கூடம்

இருபெரும் பெரியார்கள்

ஆட்டுவிக்கும் குரங்காட்டி ஆடும் குரங்குகள்

சாற்றக்கேண்மின்!

புத்தரின் வழியில் வள்ளுவர்

இருட்டடிக்கப்பட்ட கபிலர் அகவல்

வாழ்த்துரை

ஆசிரியர் திரு.மு.கன்னியப்பன் அவர்களை வாழ்த்துவதிலும் வணங்குவதிலும் நான் பெருமகிழ்ச்சி அடைகிறேன்.

ஆசிரியர் திரு.கன்னியப்பனுக்கும் எனக்கும் ஏறத்தாழ நாற்பதாண்டுகள் உறவு. இந்த உறவு பணத்தாலோ, செல்வத்தாலோ ஏற்பட்ட உறவல்ல. மாறாக புரட்சியாளர் பாபாசாகேப் டாக்டர் அம்பேத்கரின் அரும்பணியினையும் அருளாளர் புத்தர் போதித்த போதனைகளையும் ஊர்தோறும் பணிஓய்வுக்கு முன்பும் பின்பும் எடுத்துறைப்பதினால் ஏற்பட்ட உறவு.

இவருடைய சமூக பணிக்கு உறுதுணையாய் இருப்பவர் இவருடைய துணைவியார் ஆசிரியர் திருமதி P.K.சமுத்திரம்மாள் என்பது பெருமைக்குறியதும் போற்றுதலுக்குரியதாகும். பிள்ளைகளுக்கு பெயரிடும் போது வீட்டுக்கு வீடு சாமி, சாமி என்று பெயரிடும் இக்காலத்தில், திரு. கன்னியப்பன் தன் பிள்ளைகளுக்கு இட்டப் பெயர்களோ, சித்தார்த்தர், ஔவையார், கபிலர், யஸ்வந்ராவ் இங்கர்சால், அரிஸ்டாட்டில் அம்பேத்கர். என்னே இவரின் அறிவுக் கூர்மை.

ஆண்டாண்டு காலம் அடக்கி ஒடுக்கப்பட்ட மக்களுக்காக குரல் கொடுப்பவர் இவர். கடவுள் நம்பிக்கைக்கும், மூட நம்பிக்கைக்கும் எதிரானவர் இவர்.

பௌத்தத்திற்கும் பார்ப்பீனியத்திற்கும் நடந்த போரின் விளைவே “சாதிய அமைப்பு முறை” என்கிற புரட்சியாளர் அம்பேத்கரின் கருத்துக்களை ஊர்தோரும் பேசும் அறிவு ஜீவி இவர்.

பாபாசாகேப்பின் “கற்பி, கிளர்ச்சி செய், ஒன்று சேர்” என்ற உன்னத இலட்சியத்தை ஏற்றுக் கொண்டவர் இவர். பாபாசாகேப் டாக்டர் அம்பேத்கரின் அரும்பெரும் பணியினை ஆதாரத்தோடு பாடல்களாக பாடும் பண்பாளர் இவர்.

கடவுள் மறுப்பே தன் மக்களின் தன்மானத்தை உயர்த்தும் என்பதில் உறுதியாய் நிற்பவர் இவர்.

82 அகவை கடந்த இவரை வாழ்த்தும் நான் இவரின் 92 அகவையிலும் மீண்டும் வாழ்த்துவேன் எனக்கூறி வணங்குகிறேன். வாழ்க இவர் புத்தகப்பணி. வெல்க இவர் சமூகப்பணி. ஜெய்பீம்! ஜெய்புத்தம்!

பொன் தேசராஜ் IRSC (Retd.)

ஆசிரியர் உரை

82 அகவையை கடந்து இருக்கும் நான் 1958 முதல் 1989 வரை அரக்கோணம் வட்டம் காவேரிப்பாக்கம் ஒன்றியத்தில் பழையபாளையம் மேட்டூர், மங்கலம், வேகாமங்கலம், காவேரிப்பாக்கம் தெற்கு, சிறுகரும்பூர், சிறுவளையம், குருவராஜப்பேட்டை, குன்னத்தூர், ஐயம்பேட்டைசேரி, பாணாவரம் ஆகிய ஊர்களில் தலைமை ஆசிரியராக பணி புரிந்து ஓய்வு பெற்றேன். ஆசிரியர் பணி செய்துக் கொண்டே பௌத்தமார்க்கத்தின் கொள்கைகளை இரவில் பாடகர் V. மூர்த்தியோடு பாடல் மூலம் பிரச்சாரம் செய்து, சிறு, சிறு புத்தகமாகவும் எழுதி வெளியிட்டு இருக்கின்றேன். இப்பொழுது 50 ஆண்டு காலமாய் நான் மக்களிடம் எடுத்துக் கூறிய கருத்துக்களை இறுதி எச்சரிக்கையாய் இப்புத்தகத்தில் பதிவு செய்துள்ளேன்.

மூடப்பழக்கவழக்கங்களை அழித்தொழிக்கும் பகுத்தறிவுச் சொற்களை ஆத்திக கூட்டங்கள் மறைத்து விட்டனர். அப்படி இருட்டடிப்பு செய்யப்பட்ட கபிலர் அகவலை புத்தக இறுதியில் இணைத்துள்ளேன்.

தீண்டாமை கொடுமைகளால் கேவலமாய் நடத்தப்பட்ட மக்களின் மனித உரிமைக்காக அல்லும் பகலும் அயராது கிராமங்கள் தோறும் கால்நடையாகவே சென்று சமுதாயப் புரட்சி செய்து மறைந்த பள்ளிக்கொண்டா அண்ணார் M. கிருஷ்ணசாமி, ஆம்பூர் K.M. சாமி, குடியாத்தம் T. தனப்பால், செட்டிக்குப்பம் குப்புசாமி, வேலூர் N. பால

கிருஷ்ணன், L. சுப்பிரமணி, திரு. லோகநாதன், A.T. வேலாயுதம், S.R. முனிசாமி (Ex. M.L.A.), உலகாசி மகாதேவன், மூச்சூர்பட்டு பாவலர் ரத்தினம், G. மூர்த்தி (Ex. MLA), புலவர் ராமசந்திரனார், அரக்கோணம் P. தாமஸ் மற்றும் மறைந்த சமுதாய தொணடர்கள் பலருக்கும், ஐம்பது ஆண்டுகாலமாக என்னுடன் கிராமங்கள் தோறும் பௌத்த பாடல்கள் மூலம் அறிவுப் பிரச்சாரம் செய்து, 16.03.2013ல் மறைந்த அகரம்சேரி சமூக தியாகி V.மூர்த்தி, எனது தந்தை முனிசாமி, தாயார் முனியம்மாள், தம்பி வில்லிவாக்கம் K. வெங்கடேசன், பேரப்பிள்ளை சித்துவின் நினைவாக இப்புத்தகத்தை வெளியிடுகின்றேன். ஜெய்பீம்! ஜெய்புத்தம்!

06.05.2013 **இடையஞ்சாத்து டாக்டர் மு. கன்னியப்பன் (த.ஆ.ஓ)**

பாணாவரம்.

ஆத்திக ஜோடர்களாய் வாழும்

என் மனைவி, பிள்ளைகள், பேத்திகள்,

பேரன்கள், மற்றும் இவர்களைப் போன்ற

மனிதர்கள் படித்து சிந்திக்க...

கடவுள்!

உங்கள் அனைவருக்கும் என்னுடைய பகுத்தறிவோடு வணக்கம் செலுத்துகிறேன்!

குடும்பம், ஊர், வட்டம், மாவட்டம், மாநிலம், நாடு என்ற பெயரில் தான் ஆட்சிமுறை மக்களால் நடத்தப்படுகிறது. மக்களாக பிறந்து விட்ட பிறகு உண்ண உணவு கட்டாயம் தேவைப் படுகிறது. உணவு இல்லாமல் பசியை போக்க முடியாது. உணவை சாதாரணமாக பெற முடியாது. நமது முன்னோர் அனுபவ ரீதியாக கண்டுப் பிடித்தான். எப்படி கண்டான் என்றால் இயற்கையின் விளைவே பயிர். இயற்கையால் உண்டான பொருள்களை எதை சாப்பிட்டால் உயிருக்கு ஆபத்து இல்லை? நன்மை உண்டாகிறதா? தீமை உண்டாகிறதா? தானிய வகைகளையும் பழவகைகளையும் காய்கறிகளையும் சாப்பிடலாம் என்று நமது முன்னோர்கள் சாப்பிட கற்றுக் கொடுத்ததைத் தான் நாமும் செய்து வருகிறோம். நாம் எப்படி நம் குழந்தைகளுக்கு கற்றுக் கொடுக்கிறோமோ அதன்படி தான் நமது குழந்தைகளும் செய்யும். "பெரியோர் எவ்வழி அவ்வழி சிறியோர்". இப்படி தான் இயற்கையின் சக்தியை பயன்படுத்திக் கொண்டு மனித சமுதாயம் வாழ்ந்து வந்திருக்கிறது. நாமும் வாழ்ந்து வருகிறோம்.

பிறப்பு, இறப்பு இயற்கையின் சக்தியினால் ஏற்படும் நிகழ்ச்சிகள். பிணி, மூப்பு, சாக்காடு மூன்றும் மனிதர்கள், பிராணிகள், தாவரங்களுக்கு உண்டு. எத்தனையோ கோடி ஆண்டுகளுக்கு முன்னால் நடந்தது, நடந்துக் கொண்டு வருகிறது. இயற்கையின் செயல்களை எந்த சக்தியாலும் தடுக்க முடியாது. இக்கால விஞ்ஞானிகள், விளக்கமாக தெளிவாக எத்தனையோ விஞ்ஞான கருவிகள் மூலம் மக்கள் சுலபமாக நன்மைகள் பெறவும் கருவிகள் கண்டுப்பிடித்து இன்று நடைமுறையில் பலவழிகளில் நன்மைகள் பெற்று வருகிறோம். நாகரிகம் இன்னது என்று தெரியாமல் ஊமையாய் காடுகளிலும், மரபொந்துகளிலும், குகைகளிலும் வாழ்ந்த மனிதர்கள், இலைகள், மரப்பட்டைகளை உடலுக்கு துணியாக பயன்படுத்திக் கொண்டு, பேசக் கற்றுக்கொண்டு, நாளடைவில், மக்கள், தொகை அதிகரிக்க பிழைப்புக்காக இடம் விட்டு இடம் குழுக்குழுக்களாக வாழத் தெரிந்துக் கொண்டு வாழ்ந்த இடத்திற்கு பெயர் சூட்டிக்கொண்டு, பலமொழிகளில் பேசவும், பிறகு எழுத படிக்கவும், நாகரீகமாக வாழவும் கற்றுக் கொண்டதினால் தான், அவர்கள் வழியில் இன்று நாம் வாழ்ந்து வருகிறோம். நமது முன்னோர்கள் குழுக்காளாக வாழ்ந்தபோது, இயற்கையின் சக்தியால் தான் அனைத்தும் நடைபெறுகிறது. நிலம், நீர், நெருப்பு, காற்று, ஆகாயம் இவைகளை கடவுள் என்ற ஒரு சக்தியால் தான் உண்டாக்கப்பட்டிருக்க வேண்டும் என்று எண்ணி, நன்றிக் கடனாக, கடவுளுக்கு உருவம் தந்து ஆடு, மாடு, கோழி, பன்றி ஆகியவற்றை பலியிட்டு வணங்க ஆரம்பித்து, பின்னாளில் சாதிப்பிரிவுகளாக பிரிந்து, மதங்களாக சொல்லிக் கொண்டு, பகைமையால் போரிட்டு, கடவுள் பிரிவை மக்களுக்குள் போதித்து இதிகாச புராணங்கள் மூலம் பொய்புரட்டுகதைகளை பரப்பி, பின்பற்ற தொடங்கி, இந்நாள்வரை மூடநம்பிக்கையில், மூடக்கொள்கைகளை முட்டாள்தனமாக நம்பிக்கொண்டு, விஞ்ஞான விர்ப்பனர்கள் கூட ஆண்டவன் பெயரால் அடிமைகளாக, இல்லவே இல்லாத கணிக்க முடியாத கடவுளை, கட்டையால், செம்பால், பித்தளையால் மண்ணால் உருவம் செய்து விழாக்கள் செய்து, கூடங்கள் கட்டி, கடவுளை மக்கள் வணங்க செய்வதும், நீதியாகுமா? கடவுளை உணர செய்வதாய் சொல்லும் கயவர்களை மனிதர்கள் என்று எப்படி சொல்ல முடியும்? கட்டடம் கட்டும் தொழிலாளியால் கோயில் கட்டப்படுகிறது. சிற்பியால் உருவங்கள் செய்யப்பட்டு,

கோவிலுக்குள் வைத்து இது தான் கடவுள் என்று ஏமாற்ற வேண்டாம் என்றுதான் பௌத்தம் போதிக்கிறது. கடவுள் இல்லவே இல்லை என்ற கூறியவர் தான் புத்தர். அதே வார்த்தையை தந்தை பெரியார் கோபத்தோடு கடவுள் இல்லை என்று மக்களிடம் போதித்ததோடு கடவுள் சிலைகளை உடைத்து காட்டினார்.

கடவுள் விஷயத்தில் குருடர்களாகவே வாழையடி வாழையாக, முன்னோர்கள் சொன்னார்கள், செய்தார்கள், நாமும் அப்படியே செய்யலாமே என்று மூன்று குருடர்களில் முதல் குருடன் கம்பை நம்பி தட்டி தட்டி செல்ல, இரண்டாவது குருடன் அவன் தோளையும், மூன்றாவது குருடனும் இரண்டாவது குருடனை நம்பியும் செல்கிறார்கள். உண்மையில் மூன்று பேரும் கடவுள் உருவத்தை காணப்போவது இல்லை. வேண்டுமானால் வாயளவில் கடவுளை பார்க்க போகிறோம் என்று சொல்லிக் கொண்டு திரியாலாம்.

இல்லாத கடவுளை இழுத்து, நல்லதோ, கெட்டதோ, மக்களின் துன்பமோ, இன்பமோ, பிறப்பும் இறப்பும் எல்லாம் அவன் விதி, கடவுள் செயல், கடவுள் மேல் பாரத்தைப் போட்டு வாழ்க்கை நடத்திப்பார் என்று தான் நமது முன்னோர்கள் கற்றுக்கொடுத்தார்கள். ஆசையால் தான் அனைத்து நிகழ்ச்சியும் நடைபெறுகிறது. Each and every person is responsible for his own action. ஒவ்வொரு மனிதன் செய்கின்ற நிகழ்ச்சிக்கு அவன் அவனேதான் பொறுப்பு ஆவான்.

உலகில் உள்ள ஜீவராசிகள் நல்லது எது? கெட்டது எது? நன்மை எது? தீமை எது? என்று தெரியாமல் ஐந்து அறிவோடு வாழ்கின்றன. ஆனால் மனிதனுக்கு மட்டும் ஆறறிவு உண்டு. அதனால் பேசுகிறான். நீதி எது? அநீதி எது என்று அறிந்துக் கொள்ளும் சக்தி மனிதனுக்கு மட்டும் தான் உண்டு. மனிதன் இருப்பதைக் கண்டு கடவுளை ஏற்படுத்த முடியாது. மனிதன் எங்கிருந்து வருகிறான்? அவனுடைய ஆரம்பம் என்ன? அணுக்களின் சேர்க்கையால் உண்டானவனா மனிதன்? இயற்கை எல்லாவற்றையும் உண்டாக்கியது போலவே மனிதனையும் உண்டாக்கி இருக்கிறது என்பது எனது அபிப்பிராயம். முதல்

கற்கள் எங்கிருந்து வந்தன? முதல் மரங்கள் எங்கிருந்து வந்தன? முதல் யானைகள், முதல் எறும்புகள், முதல் ஆடுகள், முதல் மாடுகள் எங்கிருந்து வந்தன என்பவைகளுக்கு என்ன பதில் சொல்ல முடியுமோ, அதே பதிலைத் தான் முதல் மனிதன் எப்படி வந்தான் என்பதற்கும் சொல்ல முடியும். நமது மனித இயந்திரத்தை உண்டாக்கிய ஒரு அபார சக்தியுடைய தொழிலாளி (கடவுள்) யைப்பற்றி நினைக்க முடியாமல் இருக்க முடியுமா? என்று சொல்லுகிறார்கள். மனித இயந்திரத்தை எண்ணிப் பார்த்தால் ஆச்சரியமாகத் தான் இருக்கிறது. மறுக்க முடியாது தான். ஆனால் மனிதனும் இயற்கைப் பொருள்களில் ஒன்றாக இருக்கும் போது மனிதன் மாத்திரம் இயற்கை அல்லாத ஒன்றினால் உண்டாக்கப்பட்டிருக்கிறான் என்பது கொஞ்சமும் பொருந்தாது. இன்றும் கண்ணில்லாத, காலில்லாத, கையில்லாத, வாயில்லாத, ஒரு பேச்சுமூச்சில்லாத ஒரு சக்தி அதாவது கடவுள், சிறிது மண்ணை எடுத்து அதன் மேல் வாயால் ஊதி, மனிதனை உண்டாக்கினார் என்று சொல்வது எவ்வளவு பொய்யாயிருக்கிறது என்பதை யோசித்துப் பாருங்கள். பராக்வே என்ற இடத்திலுள்ள காட்டு மிராண்டி ஜனங்கள் தாங்கள் சந்திரனிலிருந்து வந்ததாக சொல்லிக் கொண்டிருக்கிறார்கள். பாவம் அவர்களை நாம் அறிவில்லாத பாமர மக்கள் என்று சொல்லுகிறோம். இதே போலதான் ஐரோப்பாவிலுள்ள மதக்காரர்கள் எல்லாம் தாங்கள் ஒரு பரிசுத்த ஆத்மாவிலிருந்து உண்டானதாக சொல்லுகிறார்கள். பராக்வே ஜனங்களுக்கும் இவர்களுக்கும் அறிவு சம்மந்தமட்டில் என்ன வித்தியாசமிருக்கிறது என்று வாசகர்களாகிய நீங்கள் சிந்தித்து உண்மையான பதிலை கூறுங்கள். பொதுவாக எல்லா மக்களுக்கும் பகுத்தறிவு ஏறக்குறைய சமமாகவே இருக்கிறது. இந்த கடவுளைப் பற்றிய சாஸ்த்திரத்தை மட்டும் ஜனங்களுக்கு நன்கு விளக்கப்படாமல் இருப்பதற்கு என்ன காரணம் என்பதை எண்ணிப்பார். அதிக நாகரிகமடைந்த தேச மக்களும், படித்த அறிஞர்களும், இவ்விஷயத்தில் காட்டுமிராண்டிகள் அறிவீனர்கள் முதலியவர்கள் போலவேதான் இருக்கிறார்கள். இந்த விஷயங்களை ஆராய்ந்து பார்க்க பார்க்க கடவுள் சாஸ்திரமானது வெறும் கற்பனைக் கதைகளாலும் மனோராஜ்யத்தாலும் கட்டப்பட்டிருக்கிறது என்பது தெளிவாக தெரிகிறது. மதங்கள் என்றால் கேள்வியைக் கேட்கவே கூடாது என்னும் முறையில்லாத

தர்க்கத்தையே அஸ்திவாரமாகக் கொண்டுள்ளது. அதாவது இல்லாத, நடக்காத ஒரு விஷயத்தைக் கற்பித்துக் கொண்டு அதிலிருந்து தர்க்கம் செய்து முடிவு செய்வதென்பதே மதத்தலைவர்களின், கடவுள் தூதுவர் என்று சொல்பவர்களின் வேலையாகும்.

Things do not change, but we change.

பொருள்கள் மாறுவதில்லை. நாம் தான் மாறுகிறோம்.

தானிய வகைகள் மாறுவதில்லை. மரம், செடி, கொடிகள் மாறுவதில்லை. அவற்றை மாற்றுவது நாம் தான். நாமும் சொல் செயலில் மாறுபடுகிறோம். அரிசி இவ்வளவு, மரம் இவ்வளவு, மாடு இவ்வளவு என்று தான் நாம் விலை சொல்லி வாங்குகிறோம். விற்கிறோம். அவைகள் சொல்லவில்லை. கடவுள் என்ற வார்த்தையின் நேரடியான பொருளினை இதுவரை யாரும் சொன்னதில்லை. சொல்லவும் முடியாது. காரணம் அவரவர் மனதில் ஏற்படும் எண்ணங்களை யூகத்தினால் மற்றவர்களை நம்பிட செய்ய இறைவன் என்றும், கடவுள் என்றும் உண்டாக்கி விட்டனர். கடவுள் ஒரு சக்தி. கடவுள் என்ற சக்தி ஒன்று இல்லையேல் பொழுது போகாது. பொழுது விடியாது என்பார்கள். ஆவதும் அழிவதும் எல்லாம் அவன் செயலே. சுருக்கமாக சொல்ல வேண்டுமானால் அவனன்றி ஓர் அணுவும் அசையாது என்று ஒவ்வொறு மதத்தலைவரும் காணாத கடவுளைப் பற்றி தன்னுடைய நாவான்மையால் குழுக்களாக கூடிக் கொண்டு கத்துவார்கள். அவர்களுடைய சப்தத்தைக் கேட்டு கடவுளே! கடவுளே என்று கத்திக் கொண்டு பிரார்த்தனை முட்டிப் போட்டுக் கொண்டு ஆரவாரம் பக்தர்கள் செய்வார்கள். எல்லா மக்களையும் ஆசீர்வதித்து, உணவு, உடை எல்லாமே தினம் தினம் அவர்தான் நமக்கு தந்துக் கொண்டிருக்கிறார். அவரை நம்பி விடுங்கள். உன்னை என்றும் கைவிட மாட்டார். உன்னை காப்பாற்றுவார். நீர் செய்த பாவத்தை எல்லாம் அவர் ஏற்றுக் கொள்வார். தண்டனை உனக்கு அல்ல! என்று இன்றும் மதப்பித்தர்கள் மக்களை ஏமாற்றிக் கொண்டு வருகிறார்கள். இம்மாதிரியான பொய் கூற்றுகளை ஏன்? எப்படி?

எதற்கு? என்று கேட்க வேண்டும். இனியும் எந்த மக்களும் ஏமாறக் கூடாது. எவரையும் எமாற்றக் கூடாது.

ஒரு உண்மையை பரந்த நோக்கத்தோடு விருப்பு, வெறுப்பு இல்லாமல் ஆராய்ந்து பார்க்க வேண்டும். நடைமுறை அனுபவத்தில் நம் கண்ணெதிரில் பார்க்க வேண்டும். காட்ட வேண்டும். உதாரணமாக சொல்லுகிறேன். முட்டை முதலிலா? கோழி முதலிலா? ஆண் முதலில் பிறந்தானா? பெண்முதலில் பிறந்தாளா? விதையா? செடியா? இப்படியாக உயிரினங்கள் எத்தனையோ பிரிவுகளாக பாாக்கிறோம். மரம், செடி, கொடிகளை பார்க்கிறோம். இவைகளில் எது முதலில் பிறந்தது என்று கேட்கும் போது பதில் எப்படி சொல்வார்கள். ஆண்தான் முதலில் பிறந்திருக்க வேண்டும் என்று சொன்னால் பெண் இல்லாமல் ஆண் எப்படி பிறக்க முடியும் என்றும், பெண் தான் முதலில் பிறந்திருக்க வேண்டுமே என்று பதில் சொன்னால் ஆண் இல்லாமல் பெண் எப்படி பிறந்திருக்க முடியும் என்றும் கேள்வி வரும். நன்றாக சிந்தித்துப் பார்த்தால் ஆணும் பெண்ணும் இருவர் இல்லாமல் குழந்தைகள் பிறக்க சந்தர்ப்பமே இல்லை என்பது தெளிவாக உள்ளது அல்லவா! இந்த மாதிரியான கேள்விக்கு பதில் சொல்ல முடியாத காரணத்தால் கடவுள் ஆணையும் பெண்ணையும் படைத்தார் என்று சொல்லி இருக்க வேண்டும்.

காட்டுமிராண்டி காலத்தை கடந்து நவநாகரீக காலத்தை படைத்து வாழ்ந்து வருகிறோம். உங்களை நீங்கள் எண்ணிப்பாருங்கள்.

1. ஏன் நாம் இங்கு வாழ்கிறோம்?
2. நீ ஏன் பிறக்க வேண்டும்?
3. நீ ஏன் சாக வேண்டும்?
4. நான் ஏன் பிறக்கவேண்டும்?
5. நான் ஏன் சாக வேண்டும்?

இந்த கேள்விகளை திரும்ப திரும்பக் கேட்டு கொண்டே இருப்போமானால் நமக்கு உண்மை புலப்படும். சாதாரணமான சிற்றின்பங்களை நம்பி ஏற்படும் ஒரு சாதாரண மனித நிகழ்வு வாழ்க்கை என்பது. இடையே தெய்வம் எங்கிருந்து நுழைந்தது? முட்டையை கையில் எடுத்து பாருங்கள். இது எப்படி உண்டானது என்று சிந்தித்து பார்த்தால் சேவல் பெட்டைக் கோழியுடன் சேர்வதால் தான் முட்டை உண்டாகிறது. இதில் சந்தேகமே இல்லை. ஒன்று மட்டும் உறுதியாக நம்பலாம். நமது மாபெறும் தலைவர் டாக்டர் அம்பேத்கரின் வரலாற்றை இன்னும் 500 ஆண்டுகளுக்குப் பிறகு மக்களோடு சேர்ந்த அதிசய மனிதர், பேராற்றல் கொண்டவர், அந்த கடவுள் பிறப்பை நாம் வணங்கிட வேண்டும், கோயில்கட்டி ஆராதனை செய்ய வேண்டும் என்றும் அய்யோக்கிய ஆத்திகர்கள் சொல்லலாம். பகுத்தறிவாளரான புத்தர், நான் சாதாரண அப்பாவுக்கும் அம்மாவுக்கும் பிறந்தவன். என்னை பிற்காலத்தில் தேவதூதன் என்றோ, கடவுள் குமாரன் என்றோ யாராவது சொல்வார்களானால் நீங்கள் நம்பாதீர் என்று கூறினார். ஆனால் தற்போது பெருமாளின் அவதாரமாய் அவரை மாற்றிவிட்டனர். புத்தரைப் போலவே கடவுள் நம்பிக்கையற்றவரான மாமேதை டாக்டர் அம்பேத்கரை எதிர்காலத்தில் இந்து மதவாதிகள் அவர்காட்டிய பகுத்தறிவு பாதையை சாங்கிய சடங்குகளால் மாற்றி விடுவார்கள். மேலும் அறிவு ஆசான் அண்ணல் அம்பேத்கரைக்கூட தாழ்த்தப்பட்டவர்களை காக்க வந்த கடவுள் அவதாரம் என்று கற்பனை கதைகள் மூலம் எதிர்கால மக்கள் சமுதாயத்தை நம்ப வைக்கலாம். ஆகவேதான் முன்னெச்சரிக்கையாக உங்களுக்கும், எதிர்கால மக்கள் சமுதாயத்திற்கும் புத்தர் வழியில் வந்த பகுத்தறிவாதி அம்பேத்கர் என்பதை நினைவுப்படுத்துகின்றேன். நடக்காத நிகழ்ச்சிகளை நடந்ததாக மக்களை நம்பிட செய்த சமூக துரோகிகளைப் போல் எதிர்காலத்தில் எவறும் பொய் கதைகள் உருவாக்க கூடாது என்பதற்காக உங்களுக்கு அன்பான எச்சரிக்கை விடுகிறேன்.

எத்தனையோ கோடி ஆண்டுகளுக்கு முன்னால் நிலம், நீர், நெருப்பு, காற்று, ஆகாயம் ஆகிய ஐந்தும் தோன்றி இருக்க வேண்டும். இந்த ஐந்து மூலங்கள் (Elements)

நம் கண்களுக்கு தெளிவாக தெரிகிறது. இவற்றில் நிலத்து சக்தி, நீர், நெருப்பு, காற்று ஆகிய நான்கு மூலங்கள் நமது உடலில் உள்ளதால் பிறப்பு உண்டாக காரணமாக உள்ளது. இவை நான்கும் நமது உடலில் உள்ளவரை நம்மால் எல்லா செயல்களையும் செய்ய முடிகிறது. அதாவது உயிர் வாழ்கிறோம். பிறப்பும் உண்டாகிறது. இந்த நான்கு மூலங்களும் நமது உடலை விட்டு வெளியேறி விட்டால் இறப்பு உண்டாகிறது. இது தான் உண்மை. இந்த நான்கு மூலங்கள் அதாவது (Earth) பூமி பூமிக்குள், (Water) நீர் நீரோடும், (Fire)உஷ்ணம் உஷ்ணத்தோடும், (Air) காற்று காற்றுடனும் சேர்ந்து விடுகிறது. நமது உடலை மட்டும் தான் புதைக்கிறோம் அல்லது நெருப்பில் உடலை சுட்டு எரித்து விடுகிறோம். இந்த உண்மையை எந்த மதத்துக்காரனும், அறிவியல் ஆசிரியனும் மக்களுக்கு போதிக்கவில்லை.

இயற்கை ஒருபக்கம் உயிர் வாழ உதவுகிறது. மறு பக்கம் பனி, புயல் காற்றால், மழையால், தீயால் விபத்துக்களோடு உயிர் சேதமும் ஏற்படுத்துகிறது. இயற்கையின் செயல்களை நம்மால் தெளிவாக சொல்ல முடியவில்லை. ஆனால் நிகழ்ச்சிகள் நடைபெற்று வருகிறது. தடுக்கவும் முடிய வில்லை. நாம் காணும் பூமிதான் உண்மை. நாம் காணும் சூரியன், சந்திரன், நட்சத்திரம் தான் உண்மை. நாம் காணும் ஆறுகள், கடல்கள் தான் உண்மை. நாம் காணும் உணவும், வெப்பமும், காற்றும், தண்ணீரும்தான் உண்மை. இவைகள் அனைத்தும் இயற்கையாகும். இயற்கை சக்தியை யாரும் படைக்க வில்லை. நிலம், நீர், நெருப்பு, காற்று, ஆகாயம் என்றும் அழியாது என்பது தான் உண்மை. பகுத்தறிவில்லாமல் சேற்றில் புரண்டு மலத்தை தின்னும் பன்றிக் கூட்டங்களைப் போல் வாழாதே. இயற்கையின் சக்தியால் இடி, மின்னல், புயல் காற்றால், வெள்ளத்தால் வரும் விபத்துகளும் ஆபத்துகளையும் பார்த்து இந்த விபத்துகளையும் ஆபத்துகளையும் நீக்க ஒரு சக்தி உள்ளது அந்த சக்தி தான் ஆண்டவன் என நம்பிக் கொண்டு கை எடுத்து வணங்கி இருக்க வேண்டும். இந்த விபத்துகள் ஏற்படாமல் இருக்க ஆண்டவனை வேண்டிக் கொண்டால் எந்த ஆபத்தும் வராது போலும் என்று அன்று வாழ்ந்த மனிதர்களுக்கு தெரிந்ததால் கடவுளுக்கு உருவம் தந்து வணங்கும் முறைகளில்

நம்பிக்கை கொண்டு வாழ்ந்திருக்கிறார்கள். கடவுள் தான் உலகத்தை படைத்தார் மனிதனையும் படைத்தார் என்று முதல் முதல் எந்த மனிதன் சொன்னானோ அந்த மனிதன் வார்த்தையை தான் இந்நாள் வரை சொல்லிக் கொண்டு இருக்கிறோம். கடவுளை கண்டவனும், காட்டியவனும் எவருமே இல்லை.

உலகம் இயற்கை என்பது தெளிவாக தெரிகிறது. அன்றும் இன்றும் என்றும் மனிதர்கள் பிறந்துக் கொண்டும், வாழ்ந்துக் கொண்டும், இறந்துக் கொண்டும் தான் இருக்கிறார்கள். உலகம் முழுவதும் ஒரே குடும்பம் (The whole world is one family) என்பதை தெளிவாக புத்தர் மக்களுக்கு எடுத்துக் கூறினார், மனிதர்கள், உயிரினங்கள், தாவரங்கள், நீர்வாழ்வன, ஊர்வன, பறப்பன எல்லாமே நிலம், நீர், நெருப்பு, காற்று, ஆகாயம் (Earth, Water, Fire, Air, Sky) ஆகியவற்றால் தான் உயிர் வாழ்கின்றன. இந்த ஐந்து மூலங்களில் நான்கு மூலங்களால்தான் உடல் ஆக்கப்பட்டுள்ளது. இவ்வைந்து மூலப்பொருட்களும் பஞ்ச பூதங்கள் என்று அழைக்கப்படுகின்றன. பௌதிகம் என்ற சொல் மருவி பூதம் என ஆயிற்று. விண் (ஆகாயம்) களின் கூட்டே மற்ற நான்கு பௌதிக பொருட்கள். விண் என்பது தன்னை தானே சுற்றிக் கொண்டிருக்கும் சிறிய துகள். உயிரினங்களில் விண் துகள் உயிர் என அழைக்கப்படுகிறது. விண்களின் காற்றோட்டமே உயிரோட்டம் எனப்படுகிறது. நிலம் எலும்பாகவும் சதையாகவும் நீர் இரத்தமாகவும் நெருப்பு உடற்சூடாகவும் (98.6 F) காற்று மூக்கின் வழி சுவாசமாகவும் விண் உயிர் ஆற்றலாகவும் அமைந்துள்ளன. உடலுக்கும் உயிருக்கும் நட்பு நீடித்தால் வாழ்க்கை. உடலுக்கும் உயிருக்கும் மூன்று ஓட்டங்கள் உள்ளன.

1. இரத்த ஓட்டம்
2. வெப்ப ஓட்டம்
3. காற்றோட்டம்

காற்று, வெப்பம், இரத்தம் இவற்றை வாதம், பித்தம், கபம் என்று மருத்துவர்கள் கூறுவர். காற்று (வாதம்), சூடு (பித்தம்) நீர், (கபம்) ஒருவரது உடம்பில் ஏற்ற அளவில்

அமைந்திராவிடில் அவை மிகுந்தாலும் குறைந்தாலும் நோயை உண்டாக்கும். உயிர் எங்கே உள்ளது என்று நமக்கு தெளிவாக தெரிகிறது. நமது உடலை விட்டு உடம்பில் உள்ள சக்திகள் நீர் அதாவது இரத்தம் உறைந்துவிட்டால், சூடு (உடற்சூடு) இல்லாமல் உடம்பு குளிர்ந்து விட்டால், காற்று மூக்கின் வழியாக செல்லவில்லை என்றால் மரணம் ஏற்படுகிறது.

பிறப்பு ஆண் பெண் சேர்க்கையால் உண்டாகிறது. நோய்கள் நாம் உண்ணும் உணவினால் உண்டாகிறது. இந்த உண்மையை அறிவு ஞானி புத்தர் தான் கடவுள் செயல் என்று எதுவும் இல்லை. எல்லாமே இயற்கையின் செயல் என்று தெளிவாக கூறுகிறார். பகுத்தறிவை பயன்படுத்துங்கள். பக்தியின் பெயரால் பரலோகம் உண்டென்று வெட்கமில்லாமல் சொல்லிக் கொண்டு திரிய வேண்டாம். கற்றவர்களே! பட்டங்கள் பெற்றவர்களே! குருமார்களே! போதகர்களே! இருபால் ஆசிரியர்களே! விஞ்ஞானிகளே! மருத்துவர்களே! அறிவியல் பட்டதாரிகளே! கிணற்று தவளையைப் போன்று இருக்காதீர்கள். தவளை தான் இருக்கும் கிணற்றைக் காட்டிலும் பெரியதும், மேன்மையானதும், வேறொன்றும் இல்லை என்று நினைக்கிறது. அதுப்போல பிடிவாதமும் மூடப்பழக்கவழக்கமும் உடையவர்கள் தங்கள் மதத்தை தவிர மற்றவை எல்லாம் பொய் என்று கருதுகின்றனர். தினதந்தியில் ஆன்மீக சிந்தனை 02.04.2008 செவ்வாய் 4ம் பக்கத்தில் பகவான் ராம கிருஷ்ண பரமஹம்சர் அவருடைய சீடர் விவேகானந்தர் நாத்தீகர் என கூறப்பட்டிருக்கிறது. இவர்கள் புத்தருடைய கொள்கைகளையே முழுமையாக ஏற்றுக்கொண்டு மக்களுக்கு போதித்தனர். ஆனால் அத்தீகவாதிகள் அனைவரும் புத்தரின் கொள்கைகளைப் பின்பற்றி அவற்றோடு கடவுள் உண்டு என்றும் அறிவு பிரச்சாரம் செய்தார்கள். கடவுள் உண்டு, அவர் உலகத்தை படைத்தார், பிறவிகள் எடுத்தார், அவதாரங்கள் செய்தார், கடவுள் குமாரனாக பிறந்தார். தேவ தூதனாக கடவுள் அனுப்பி வைத்தார். கடலின்மீது நடந்தார். இரண்டு அப்பத்தை ஐயாயிரம் பேருக்கும், இரண்டு குடம் திராட்சையை ஐயாயிரம் பேர் குடிக்கவும் செய்தார். இதுப்போன்று கூறவதெல்லாம் பகுத்தறிவுக்கு முரண்பாடாக உள்ளது. புறாவுக்காக எடையில்

சிபிசக்கரவா்த்தி அரசா் தன் உடம்பு தசையை அறுத்து நிறுத்தியும் எடை போதவில்லை என்று தராசில் உட்கார்ந்தாராம். கடவுள் தோன்றி அரசனின் பக்தியை மெச்சி ஆசீர்வதித்தாராம். பசுவின் கன்றை தோ்சக்கரத்தில் கொன்றதாக தாய் பசுவின் மணியோசையை கேட்டு தன் மகன் என்றும் பாராமல் கன்று இறந்த அதே இடத்தில் மகன் மீது தேரை ஓட்டி சாகடிக்க, கடவுள் தோன்றி மகனையும், கன்றையும் உயிா்ப்பித்திட செய்து ஆசீர்வதித்து மறைந்தாராம். கடவுள் கண்ணீா் விட்டழுதாா் என்று தன் ஒரு கண்ணை தோண்ட மீண்டும் இன்னொரு கண்ணில் கண்ணீா் வர இன்னொரு கண்ணையும் கத்தியால் தோண்ட போகும் போது, கடவுள் தோன்றி கண்ணையும் கொடுத்து ஆசீர்வாதம் செய்தாராம். சூரியனுக்குப் பிறந்தவன், மானுக்கும் பிறந்தவன், இப்படி எத்தனையோ பொய் புரட்டு கதைகளை பக்தியின் பெயரால் நம்புங்கள். இரண்டு பெண்டாட்டி கடவுள்களுக்கு திருமணம் செய்து விழா எடுங்கள், இவ்வளவையும் நம்பியாயிற்று என்றால் முட்டாள்களே! இதனையும் படியுங்கள்.

சாக்ரடீஸ் விஷக்கோப்பை வைத்துக்கொண்டு நான் செய்த அறிவுப்பிரச்சாரம் வீண் போகாது. இளைஞா்கள் உண்மையை உணா்ந்து கொள்வாா்களானால் எந்த சக்தியாலும் அவா்களை தடுத்திட முடியாது என்றாா். பாடப்புத்தகங்களில் நீதிபோதனையின் பெயரால் அறியாமை அறிவை பிள்ளைகளிடம் கற்பிக்கலாமா? சிந்திக்க வேண்டும் என்று சீறி எழுந்தவா்தான் சாக்ரடீஸ். சாக்ரடீஸ் திருடவில்லை, கொலை செய்யவில்லை, பொய் சொல்லி மக்களை ஏமாற்றவில்லை, கற்பழிக்கவில்லை, சூதாடவில்லை, குடிக்குடித்து கும்மாளம் அடிக்கும் கூட்டத்தை அவா் வளா்க்கவில்லை, காணாத காண்பிக்க முடியாத கடவுளைப்பற்றி பொய் பிரச்சாரம் செய்து மக்களுக்கு பக்தியை போதிக்கவில்லை. கோயில் குளங்களுக்குச் சென்று குட்டைகளில் மொட்டை அடிக்க வைத்து, குளித்துவிட்டு, கொட்டைகளைக் கட்டிக் கொண்டு, உண்டிகளில் பணத்தைப் போட்டு, பகுத்தறிவு இல்லாத எந்த வழியிலாவது எப்படியாவது கடவுள் கருணை செய்வாா் பணம் தருவாா் என்று மூலைக்கு மூலை, கோயில்களை கட்டிப்பாருங்கள் என்று மதவாதிகள் பிராா்த்தனை மூலம் ஜெபிக்க கேட்டுக் கொள்வதைப்

போல் சாக்ரடீஸ் அறிவுரை கூறவில்லை. எனக்குப் பின் இளைஞர்கள் தோன்றுவார்கள். மன்னர் ஆட்சியை நீக்கி மக்கள் ஆட்சியை ஏற்பார்கள் என்று சாக்ரடீஸ் சொல்லிக்கொண்டே விஷத்தை குடித்தார் என்பதை மக்கள் மறக்க மாட்டார்கள். மேல்நாட்டில் மூடப்பழக்கவழக்கங்களை ஒழித்த சீர்திருத்த சிந்தனையாளன் சாக்ரடீசை விஷம் கொடுத்து சாகடித்ததின் பலன் சிந்தனையாளர்கள் தோன்றாமலா போனார்கள் ?

மதகுருக்களே! போதகர்களே! மதகுருவின் மகனான இங்கர்சால் அறிவுப் போர் செய்தது எப்படி தெரியுமா?

மேடையிலே இங்கர்சால் ஏறிவிட்டால்
மின்னுகின்ற இடியேறும் கொட்டும் ஆறு
பீடை என்றான் சமயத்தை அந்த பீடை
பின்னுக்கே உலகத்தை தள்ளுதென்றான்
பாடைக்கட்டி ஆத்தீகத்தை மூடி, மேலே
பகுத்தறிவு ஆணிகளை அடிப்பீர் என்றான்
ஆடைக்குள் மறைந்திருக்கும் குருமார் எல்லாம்
ஆற்றுக்குள் மறைந்திருக்கும் முதலை என்றான்.

சித்தர்கள் வீதிகள் தோறும், பாடல்கள் மூலம் பகுத்தறிவை பரப்பினார்கள். நீதி தேவை என்று கேட்டதிற்காக சித்திரவதைப்பட்டு உயிர் தியாகம் செய்த உத்தமர்கள் ஏராளம் என்பதை யாரும் மறந்திட முடியாது. முகமது நபி உருவ வழிப்பாட்டை எதிர்த்தார். பல உருவங்களை செய்து நாளுக்கு நாள் ஒரு கடவுள் என்று 365 கடவுளர் இருந்தனர்கள். முகமது நபி காலத்தில் காபா உலகத்திலேயே பிரமாதமான கோயிலாக இருந்தது. 365 மூர்த்திகள் அனைத்தையும் முகமது நபி உடைத்தெரிந்தார். பக்தியோடு போட்டிகள் போட்டுக்கொண்டு கடவுளுக்கு பெயர் சூட்டி பரம சிவன் என்றும், விஷ்ணு என்றும், கிருஷ்ணன் என்றும், இந்திரன் என்றும், முருகன் என்றும், விநாயகர் என்றும்,

ஐயப்பன் என்றும், வெங்கடேஸ்பெருமாள் என்றும், கிராம கடவுள்கள் என்றும் மக்களை வணங்க வைத்து விட்டார்கள்.

ஏமாற்றாதீர்! ஏமாறாதீர்! முன்னோர்களின் முட்டாள் தனத்தை கூறிக் கொண்டு காலத்தைக் கழிக்காதே. மதத்தலைவர்களும், அனைத்து பள்ளிக் கூடங்களையும், கலாசாலைகளையும் தங்களுக்கு உரிமைகளாக்கிக் கொண்டு மூடக்கொள்கைகளையும், இல்லவே இல்லாத நிரூபித்துக் காட்ட முடியாத கடவுளையும், கடவுள் உண்டு என்ற நம்பிக்கையையும் பரப்பிக்கொண்டு ஆசிரியர்களையும் ஆண்டவன் பெயரில் அடிமைகளாக்கிக் கொண்டு குருடர்களாக ஏமாற்றிக் கொண்டு திரிகிறார்கள்.

A person may fool some of the people some of the time but not all the people all the time.

ஒருவன் சில மக்களை சில நேரங்களில் ஏமாற்றி மடையர்களாக ஆக்கலாம். ஆனால் எல்லா மக்களையும் எல்லா நேரங்களில் மடையர்களாக ஏமாற்ற முடியாது.

கடவுள் என்ற பெயரை வைத்தவனே மனிதன் தான். மனிதன் கடவுளை நம்ப வேண்டுமானால் உருவம் வேண்டாமா? ஆகவே தான் காலத்திற்கேற்ப ஓவியங்கள், சிற்பங்கள், சிலைகள் மூலம் கற்பனை கடவுளை படைத்தான். இரண்டு நீண்ட கயிற்றைக் கட்டி இருபக்கமும் நூற்றுக்கணக்கான பக்தர்கள் மூலம் தேரில் கடவுள் சிலையை வைத்து இந்துக்கள் தெருவில் ஊர்வலமாக செல்லும் காட்சிகளை பார்த்திருப்பீர்கள். புராண கட்டுக்கதைகள் மூலம் கடவுளை மக்களிடம் கற்பித்தார்கள். ஒரு கடவுளா? இரு கடவுளா? மனிதனுக்கு போட்டியும் பகைமையும் ஏற்பட்டதால் இஷ்டத்திற்கு கடவுளை உருவாக்கிக் கொண்டு சாதாரண மனிதனை எல்லாம் அதாவது மக்களுக்கு போதிப்பவனை எல்லாம் தலைவனாக ஏற்றுக் கொண்டு அவனையே 100 ஆண்டு 200 ஆண்டுகளுக்குப் பிறகு கடவுளாகவும் மாற்றி விட்டான். தலைவனையே வணங்கும் முறைகளும் அதற்கு பின்னால் வந்த மக்கள் முன்னோர் சொன்ன செய்த முறைகளையே கடவுள் நம்பிக்கையில் பேசவும் எழுதவும் வணங்கவும் ஆரம்பித்தார்கள். இப்படித்தான் சாதாரண

மனிதன் எல்லாம், இல்லாத, காட்டாத கடவுளைப் பற்றி மக்களிடம் போதித்தும், மந்திரம் சொல்வதாகச் சொல்லி நோய் நொடிகளை மூலிகை மூலம் சொஸ்த்தமாக செய்து, எல்லாம் கடவுள் செயலால் தான் என ஏமாற்றி கடவுளை வணங்கும் முறைகளை மக்களை ஏற்க சொன்னான். இல்லாத கடவுளை போதிக்கிறான். நம்ப வைக்கிறான். தேவன் மகனாக என்னை அனுப்பி வைத்தார் என்று பொய் கூறுகிறான். மூலிகைகளை மருந்தாக பயன்டுத்தி நோய்களை தீர்த்தான் என்று சொல்லாமல் குருடனுக்கு கண்ணைக் கொடுத்தார், தொழு நோய்க்காரனை சொஸ்த்தப்படுத்தினார் என்று கூறுவது எல்லாம் பொய். பரிசுத்த ஆவியில் பிறந்தார் என்பதெல்லாம் பொய். தண்டனை கொடுத்து மரக்கட்டையால் நிற்க வைத்து ஆணிகள் அடித்து ஏசுவை சாகடித்தார்கள் யூதர்கள். மூன்றாம் நாள் உயிரோடு எழுந்தார் என்று விழாவாக கொண்டாடுகிறார்கள். அதேப் போல் புராண பொய் புரட்டு கதைகளை சொல்லிக் கொண்டே கடவுளை வணங்க வைத்துள்ளார்கள். ஆத்தீகவாதிகள் ஆத்திரம் பொறுக்க முடியாமல் விஷத்தை கொடுத்து சாக்ரடீசை சாகடித்தார்கள். அவர் செய்த தவறு என்ன? இல்லாத கடவுளை கற்பிக்க வேண்டாம் என்று பேசியதற்காகவா மரண தண்டனை? புத்தருடைய போதனையில் பொய் இல்லையே. அப்பட்டமாக தேவகுமாரன் என்று புளுகலாமா? தேவன் குழந்தை என்றும் தேவதூதன் என்று சொல்லிக் கொண்டு திரியும் மதப்பித்தர்களுக்கு ஏன் மரண தண்டனை கொடுக்கக்கூடாது?

கடவுள் ஒன்று இருந்தால் நேரில் காட்சி தர வேண்டும். நான் தான் கடவுள் உங்களுக்கு ஏன் சந்தேகம் ஏற்பட வேண்டும். கடவுள் உண்டு என்றோ இல்லை என்றோ சந்தேகம் வேண்டாம். இதோ உங்கள் முன் நிற்கிறேன் பாருங்கள் பார்த்துக் கொள்ளுங்கள் என்று எல்லா மதத்தினர் மக்கள் முன் தோன்ற வேண்டாமா? காட்சி அளிக்க வேண்டாமா? டி.வி. போன், செல்போன் மூலம் நேருக்கு நேர் பேச விஞ்ஞான கருவிகளைக் கண்டு பிடித்தவனால் கூட கடவுளைப் பற்றி ஆராய்ச்சி செய்ய முடியவில்லையே ஏன்? இல்லாததை எப்படி இருப்பதாக சொல்ல முடியும்? ஆராய்ச்சி செய்ய முடியும்?

மனிதனுக்கும், மிருகத்திற்கும் வித்தியாசம் என்ன என்பதை அறிய வேண்டாமா? விளக்க வேண்டாமா? மார்க்கங்கள் பல உண்டு. சேருமிடம் ஒன்று அல்லவா? அது போல தெய்வங்கள் பல ஆனாலும், வணங்கினாலும் எல்லாமே ஒரே கடவுள் தான் என்று கூறுபவரை சிந்திக்கும் மனிதன் என்பதா? மிருகம் என்பதா? கரடி வித்தை என்பதா? அந்த கடவுள் வித்தை என்பதா? உலகம் இயற்கை. மனிதன் உள்பட நடப்பன, பறப்பன, நீந்துவன, ஊர்வன ஆகியவைகளுக்கு பிறப்பும், இறப்பும் இருந்தே தீரும். பகல் இரவு இருந்தே தீரும். இடி, மின்னல், மழை, புயல்காற்று இருந்தே தீரும். இவற்றிற்கெல்லாம் ஆதிக்கம் செலுத்துபவன் மனிதனே! கடவுள் அல்ல.

பேச்சுரிமை உண்டு என்பதால், மூச்சு வாங்க மெய்யை பொய்யாக்க, மூடநம்பிக்கைகளை அரசு ஆதரவுப்பெற்று ஆத்திகவாதிகள் விளம்பரப்படுத்திக் கொண்டே எதிர்கால சமுதாய மக்களை கெடுத்துக் கொண்டு வருகிறார்கள். புரிந்தவர், புரியாதவற்கு புரியும் படி எடுத்துரைக்கும் குணம் உள்ளவர்கள் மிகச் சிலரே. பலராக இருக்க வேண்டும். ஏன் எல்லோருமே இருக்கக்கூடாது? சிந்தித்துப் பாருங்கள். ஒன்றுக்கூடி, கூட்டறிக்கை விடுங்கள். அறிவு போர் துவக்கிடும் நன்நாளே மக்கள் துக்கத்திலிருந்து விடுபடும் நன்நாளாகும். ஆகவே இளைஞர்களே! காலத்திற்கேற்ப பல அறிஞர்கள், கவிஞர்கள், புலவர்கள் தோன்றி, ஆத்தீகத்தைப் பற்றியும் பேசினார்கள். இந்நாளிலும் பேசுகிறார்கள். நாத்தீகமும் ஆத்தீகமும் வடதுருவம் தென்துருவம் போன்று உலகில் செயல்பட்டு வருகிறது. ஆத்திகத்தை யார் நம்பி செயல்பட்டார்களோ அன்று முதலே நாத்தீகமும் உண்டானது. நாட்டையும் வீட்டையும் கெடுப்பவர் ஆத்திகர்கள். நல்வழி கூறி நாட்டையும் வீட்டையும் காப்பவர்கள் நாத்தீகர்கள்.

வேதங்கள் தந்த வேதனைகள்

முன்னோர்களின் மூடக்கொள்கைகளின் மூலம் தலையாட்டி பொம்மைகளாக்கி சுற்றத்தாரை உறவினர்களை விழாக்கள் மூலம் சந்திக்க வைத்து, சமைத்த உணவை அனைவரும் அமர்ந்து உண்ணும் காட்சியே தனிச் சிறப்பு என்று எல்லோராலும் ஏற்றுக் கொள்ளப்பட்டு நடைமுறைக்கு கொண்டு வந்து விட்டார்கள். ஆனால் விழாக்கள் பெயரால் கடவுளை கற்பித்து செய்யும் சடங்குகளையும், அதைவிட எருமைகடாவை, எருதுகளை, ஆடுகளை, கோழிகளை கொலை செய்து, வந்தவர்களுக்கு விருந்து வைப்பதே இந்நாளிலும் பார்க்கிறோம். அய்யோக்கியர்களின் மூடக்கொள்கைகளை நிலைநிறுத்த வேண்டும் என்பதற்காக தான் கடவுள் தேவைப்படுகிறார். இதோ பார் இவர் தான் கடவுள் என்று காட்ட வேண்டாமா? காட்ட முடியாது. ஏனென்றால் நமது கண்கள் எதிரில் காணக்கூடியவை, காணப்படுபவை இயற்கைச் சின்னங்களே! அதாவது நிலம், நீர், நெருப்பு, காற்று, ஆகாயம். இந்த இயற்கையின் நிகழ்ச்சிகளுக்கு அழிவே இல்லை. இவையாவும் விஞ்ஞானத்தின் அடிப்படையில் நடந்தன. நடந்து வருகின்றன. நடக்கும். ஆனால் ஆத்தீகவாதிகள் எல்லாமே கடவுள் செயல் என்றும், அந்த கடவுளுக்கு

கட்டையாலும், மட்டையாலும், பித்தளை, செம்பு, இரும்பினாலும் சிலைகள் செய்து கடவுள் என்று மக்களை நம்ப செய்தார்கள். நம்பிக்கை என்பதை கருவியாய் கொண்டு முன்னோர்கள் அதாவது தாய் தந்தையர் எந்த முறையில் வாழ்ந்தார்களோ, சாங்கிய சடங்கு செய்து வந்தார்களோ, அவற்றையே உடும்பு பிடியாக பிடித்துக் கொண்டு இன்றும், விஞ்ஞானத்தின் விளைவு என்பதை ஒத்துக் கொள்ளாமல், எல்லாமே கடவுள் செயல் என்று போதித்து விட்டார்கள். அதை தான் மூடநம்பிக்கை என்கிறோம். அன்றுப் போல் இன்றும் மக்களிடையே கடவுள் உண்டு என்போர் ஒரு பிரிவு, இல்லை இல்லவே இல்லை என்போர் மறுபிரிவாகவும் இருப்பது இல்லாமல் இல்லை. நமது பெற்றோர்கள் பின்பற்றிய கொள்கைகள் சரியா? தப்பா? என்ற கேள்விகள் கேட்டு பதிலை சொல்ல வைக்க வேண்டும். மூடக்கொள்கைகளுக்கு முற்றுப் புள்ளி வைக்க வேண்டும். உதாரணமாக சொல்லுகிறேன். கடவுள் கடவுள் என்று எல்லோரும் எல்லா மதத்தாரும் சொல்லிக் கொண்டு திரிகிறார்கள். இது வரையில் எவனாவது கடவுளை காட்டி இருக்கிறானா? நாம் தான் கடவுளைப்பற்றி பேசுகிறோம். ஆனால் கடவுள் இதுவரையில் நேரில் வந்து பேசியது உண்டா? உருவத்தைக் காட்டியது உண்டா? நேரில் பார்க்கிறோம். கட்டத்துக்குள் ஓவியம் வரைவதும், கட்டையாலும், கல்லாலும் உருவங்கள் செதுக்குவதும் மனிதன் தானே. மனிதனால் செய்யப்பட்டது, வரையப்பட்டது எல்லாமே நமது கண் எதிரில் பார்க்கிறோம். பிறகு அவரவர் வழியில் கடவுள் வழிபாடு என்று கொண்டாடுகிறார்கள். ஒரு வேடிக்கை என்ன தெரியுமா? நாம் பார்க்காவிட்டாலும் தேவகுமாரனாகவும், தேவதூதனாகவும் அனுப்பி வைத்தவர் கடவுள் தான் என்று மக்களிடம் பெருமையாக கூறி பொய் புரட்டு கதைகள் மூலம் அற்புதங்கள் அவர்கள் செய்தனர் என்றும், இன்னும் என்னென்ன வழிகள் உருவாக்க முடியுமோ அந்த வழிகளிலெல்லாம் வஞ்சகர்கள், ஆட்சியாளர்கள், சுயநல சோம்பேறிகள், பக்தியைக் காட்டி, மக்களின் புத்தியை அன்று முதல் இந்நாள் வரை கெடுத்துவிட்டார்கள். கெடுத்துக் கொண்டும் வருகிறார்கள். ஆத்தீகவாதிகள் தான் முட்டாள்கள். கடவுள் நம்பிக்கை உள்ளவர்கள் தான் முட்டாள்கள். எனது பெற்றோர்கள் தான் மூடக்கொள்கையில் வளர்ந்து விட்டார்கள். நான் அப்படி இருக்க போவதில்லை. எந்த ஒரு நிகழ்ச்சிகளுக்கும் காரணங்கள் இருந்தே

ஆகவேண்டும். நம் கண்ணால் பார்ப்பது தான் உண்மை. சொன்னார்கள், பேசினார்கள், எழுதப்பட்டுள்ளது, சொல்லப்பட்டிருக்கிறது. நம்புவதும், நம்பிக்கை கொள்வதும் எவரால் என்பதை எண்ணிப்பார். என் பெற்றோர் உன் பெற்றோர் எப்படி செயல்பட்டார்களோ, அவற்றையே நாமும் நம்புகிறோம். கடவுள் நம்பிக்கை கொள்கிறோம். எண்ணிப் பாருங்கள். இருவரால் (தாய் + தந்தை) பிறப்பும், வளர்ப்பும் உண்டாகிறது. ஆசிரியரால் கல்வி போதிக்கப்படுகிறது. மதகுருக்களால் இல்லாத கடவுளை போதிக்க பக்தியால் நம்ப வைக்கிறார்கள். இந்நால்வரும் பகுத்தறிந்து வாழ பிள்ளைகளுக்கு கற்றுக் கொடுத்தாலே இனிவரும் உலகத்தில் துன்பம் இருக்காது. உன் செயல்களை செய்ய தூண்டுவதும் உமக்கு தினம் உணவை தருவதும் கடவுள் செயலால்தான் நடைறுெகிறது என்று மக்களிடம் கூட்டங்கள் மூலம், டி.வி மூலம், பாடல்களை ஆவேசமாக பாடுவதும், நீங்களும் பாடுங்கள் என்பதும், நன்கொடை வசூலிப்பதும், தாங்களே காணிக்கை அளிப்பதும், இலவசமாக பிள்ளைகளுக்கு கல்வி புகட்டுவதும், உணவு அளித்து பக்தர்களாக நம்ப வைப்பதும் யார்? யார்? என்று இனியாவது நீங்கள் தெளிவாக தெரிந்துக் கொள்ளுங்கள். நல்ல செயல்களும் தீய செயல்களும் ஒருவரைப்பார்த்து ஒருவர் செயல்படுத்துகிறார்கள், கற்றுக் கொள்கிறார்கள். முன்னோர்களின் மூடநம்பிக்கையின் கொள்கைகளால், முட்டாள்களாய் பிரிவினை மனப்பான்மைகளோடு ஒற்றுமை இல்லாமல் வாழ்ந்ததைப் போல் இனியும் வாழக்கூடாது.

மூடபழக்கங்கள், ஆடம்பர சடங்குகள், கடவுள் பெயரில் உயிர் பலியிடுதல் போன்ற கொடிய வழக்கம் இந்து சமயத்தில் வேரூன்றியது. மதியை மயக்க போதையூட்டும் சோமபானத்தை அருந்தினர். வரதட்சணை, சாதிக் கொடுமை இந்து சமயத்தில் தலைவிரித்தாடியது. சூத்திரர்கள் மட்டுமின்றி சத்திரியர்களும், வைசியர்களும் பிராமணர்களால் தரக்குறைவாக மதிக்கப்பட்டனர். பார்ப்பனர்களும் சாதி இந்துக்களும் இந்து மதத்திற்கு தூண்களாக இருந்து வருகிறார்கள். நடைமுறைக்கு ஒத்துவராத நிகழ்ச்சிகளை எல்லாம் நம்ப வேண்டும். ஆறு முகம் உள்ள கடவுளும் உண்டு நான்கு முகம் உள்ள கடவுளும் உண்டு என்று பார்ப்பனர்கள் கற்பித்தவன்னம்

இருக்கிறார்கள். அதை உண்மை என்று வணங்குபவனை மடையன் என்று சொன்னதில் தவறா? சரியா? என்று வாசகர்களாகிய நீங்கள்தான் பதில் கூறவேண்டும்.

பக்தியின் பெருமைகளை மக்களுக்கு புரிய வைக்கும் சூட்சிகளை பாருங்கள். கிருஷ்ணன் பிறந்தான். வெண்ணெயை திருடினான். குளத்தில் குளிக்கும் போது கோபிஸ்தீரிகளின் புடவைகளை எடுத்து மறைத்து வைத்துக் கொண்டான். மரத்தில் உட்கார்ந்துக் கொண்டு இரு கைகளைக் கூப்பி வணங்கினால் தான் உங்கள் புடவைகளை கொடுப்பேன் என்று சொன்னான். ஒரு பசுவின் பாலை கிருஷ்ணன் குடித்துவிட்டான். அந்த பசுவின் பாலை கறக்கும் போது பால் வராமல் இருப்பதை ஐயரிடம் சொல்ல, வேலைக்காரனாகிய நீ, மாடு மேய்க்கும் போது பாலை கறந்து விற்றுவிட்டு கிருஷ்ணன் குடித்து விட்டான் என்று பொய்யா சொல்லுகிறாய். நேற்று ஒரு பசுவின் பாலைக் குடித்து விட்டான் என்கிறாய் இன்று நான்கு பசுக்களின் பாலைக் குடித்து விட்டான் என்று பொய்யா சொல்லுகிறாய் என்று கோபத்தோடு வேலைக்காரனின் கையின் மேல் துடிக்க துடிக்க சூடு வைத்து விட்டு கிருஷ்ணனுக்கு ஆராதனை செய்யும் போது, பையன் கையில் வைத்த சூட்டின் வடு, சிலையாக இருக்கும் கிருஷ்ணன் கையிலும் இருந்ததைக் கண்டு ஐயோ! நான் தெரியாமல் பையன் சொன்னது பொய் என்ற நம்பி, சூடு வைத்தேனே! கிருஷ்ணா! நான் உண்மையான பக்தன் என்று நினைத்து வணங்கி வந்தேன். என்னை விட உன் மீது அந்த பையன் தான் உண்மையான பக்தி வைத்திருக்கிறான் என்று எனக்கு புரிய வைத்து விட்டாய் கிருஷ்ணா! என்னை மன்னித்து விடு என்றும், வேலைக்காரன் காலில் வீழ்ந்து மன்னிப்புக் கேட்டதாக மக்களுக்கு டி.வி. யின் மூலம் விளம்பரப்படுத்துவதையும் நிகழ்ச்சிகள் என்று மக்கள் பார்க்கின்றனர். இந்த விஞ்ஞானக் காலத்திலும் ஆத்தீகவாதிகளான மதப்பித்தர்கள் பணம் செலவு செய்து பௌத்த நெறிக்கு புறம்பாக இவற்றை சாத்தியமாக்கிக் கொண்டு வருகிறார்கள். உங்களுடைய வாழ்க்கையை நடத்த தெரியாமல் கண்மூடித்தனமாக சிந்திக்கும் திறனற்று வாழ்வீர்களானால் ஐந்தறிவுள்ள மிருகங்களுக்கு சமமாக உங்களை தூற்றும் காலம் வெகுதூரத்தில் இல்லை. யானை முகத்தைக் காட்டி, பானை வயிற்றை வரைந்து

பிள்ளையார் கடவுள் என்றும், ஆறு முகத்தைப் படைத்தவனை ஆறுமுகம் என்றும், அவனே முருகன் என்றும், முருகனுக்கு இருமனைவிகள் உண்டு என்றும், வெட்கம் இல்லாமல், மதவாதிகள் காலட்சேபம் செய்யும் காட்சிகள் உண்மைதானா? எண்ணிப்பாருங்கள். சூதாடிகள் நல்ல அறிவுள்ள மக்களால் போற்றப்படுகிறார்களா? சூதாட்டத்தில் மனைவியை வைத்து சூதாடியது பாண்டவரை தவிர வேறு யாராவது உண்டா? உங்களால் சொல்ல முடியுமா?

ஒரு பொய்யை திரும்ப திரும்ப சொன்னால் எப்படி உண்மை என்று நம்புவார்களோ, அதைப் போலவே புராணக் கதைகளான கட்டுக் கதைகளை அடுக்கடுக்காக பணம் பலத்தால், அரசு அதிகாரங்களால் உரிமைகள் கொடுக்கப்பட்டு, தெருக்கூத்தாடிகள் மூலம் பரவிட செய்து, பிறகு அதே தெருக்கூத்துகளை மக்களுடைய மனதிலே பதிய வைக்க நாடகமாகவும், நாடகங்களையே சினிமாவாகவும் பழைய கட்டுக்கதை நிகழ்ச்சிகளையே விளம்பரப்படுத்திக் கொண்டு வருகிறார்கள். வண்டிச்சோற்றை தின்றான் என்றும், இந்திரன் சேவலாக மாறி கூவினான் என்றும், முனிவனின் மனைவியுடன் சேர்ந்தான் என்றும், தன் மனைவியை கற்பழித்தவனை அவன் கண்ணுக்கு மட்டும் உடம்பெல்லாம் பெண் குறிகள் தெரிய வேண்டும் என முனிவர் சபித்தார் என்றும் நடித்துக் காட்டுகிறார்கள். மேலும் நான் உங்களுக்கு கோடிட்டுக் காட்டுகிறேன் கவனியுங்கள். சந்திரமண்டலத்திற்கு மனிதன் காலடி எடுத்து வைத்து விட்டான். பெருமை! பெருமை!! விஞ்ஞானிகள் புகழ்ந்து பாராட்டப்பட்டார்கள் என்பதை நீங்கள் அறிவீர்கள். நான் படித்தவர்களிடமும், படிக்காத மக்களிடமும் மனிதன் சந்திர மண்டலத்திற்கு போய்விட்டான். அடுத்து மனிதன் சூரியமண்டலத்துக்கு கூலிங் கண்ணாடியை அணிந்துக்கொண்டு போகப் போகிறானாம் என்று சொன்னால் அதுதான் முடியாது. சூரியன் ஒரு நெருப்புக்கோள். நெருங்க முடியாது. அப்படியே எறிந்து விடுவார்கள் என்று உடனே கூறுவார்கள். இப்போது நீங்கள் கேளுங்கள். 6 கல்லை சேவை செய்ததின் காரணமாக குரு குந்திக்கு கொடுத்ததாகவும், குந்தி ஒரு கல்லை வாயில் போட்டுக் கொண்டு சூரியனை நினைத்தவுடன், சூரியன் குந்தியிடம் வந்து, அடி

பெண்ணே! என்னை ஏன் நினைத்தாய்? என்று கேட்க, சுவாமி! என்னை மன்னித்துவிடு, நான் பணிவிடை செய்த குருவானவர் 6 கல்லைக் கொடுத்தார், யாரை நினைத்து கற்களை வாயில் போட்டுக் கொள்ளுகிறாயோ அப்போது அவர்கள் வந்து உனக்கு குழந்தை கொடுப்பார்கள். சந்தோஷமாக வாழ்வாயாக என்று சொன்னார், பகவானே! சோதனை செய்து பார்க்கவே உன்னை நினைத்தேன் என்று சொல்ல, ஆ! அப்படியானால் நான் உன்னிடம் சேருவேன், வா கண்ணே! என்று சூரியன் சொல்ல, நான் சிறுமி வயதுக்கு வரவில்லை என்று குந்தி பயந்து நடுங்க, பயப்படாதே! உன்னை பெரியவளாக்கி உன்னிடம் சேர்கிறேன் என்று சொல்லி, சூரிய பகவான் சேர்ந்தானாம். குந்தி கர்ப்பம் ஆனாள். குழந்தையும் பெற்றாள். கன்னிப் பெண் கணவன் இல்லாமல் குழந்தையை பெற்றால் என்று காரிதுப்புவார்களே என்று ஆற்றில் போட்டு விட்டாள். அவன் தான் கர்ணன் என்ற கதையை மறக்காமல் ஆண்டு முழுவதும் கூத்தாடிகள் நடித்துக் காட்டுகிறார்கள் அல்லவா? சூரிய பகவான் பூமிக்கு வந்து குழந்தையை குந்திக்கு கொடுக்கும் போது விஞ்ஞானிகள் சூரியனிடம் போனால் மட்டும் எப்படி எறித்து விடுவார்கள் என்றால் அது கற்பனைக்கதை என்பார்கள். இப்போது நீர் யோசித்துப்பார். அறிவில்லாதவனிடம் கதையைச் சொல்லி நம்ப வைத்துவிட்டு அவனிடமே பகுத்தறிவோடு கேள்வி கேட்டால் அது கற்பனைக் கதைகளாக அன்று எழுதினார்கள் என்று அவனே கூறுகிறான்.

யோசித்துப் பாருங்கள். மனித சமுதாயத்தில் நிகழ்ச்சிகள் நடக்காமல் இருக்க முடியாது. நடந்த நிகழ்ச்சிகளை உள்ளவாறு கூறி எழுதி இருக்க வேண்டும். இயற்கையின் செயல்களை எவறாலும் கூட்டியோ குறைத்தோ சொல்ல முடியாது. ஏன் என்றும்? எப்படி என்றும்? எதற்கு என்றும்? ஒருவர் கேள்வி கேட்டால் உண்மையாக இருந்தால் மறுத்துக் கூற முடியாது. நம்பிக்கையற்ற நிகழ்ச்சிகளை சொல்லும் போது தான் அறிவீலிகள் நம்பி விடுவார்கள். அறிவாளிகள் கேள்விகள் கேட்பார்கள். அறிவாளிகள் வார்த்தைகளில் என்றும், எப்போதும் உண்மைகள் இருக்கும். நாவன்மையாலும், எழுத்து வன்மையாலும் பொய்யும் புரட்டுகளையும் எழுத முடியும். அரசியல்வாதி சொன்னால் அரசியல் தந்திரம்

என்றும், கவிஞன் எழுதினால் கவிதை என்றும் சொல்லலாம். பகுத்தறிவாதிக்கு எப்போதும் உண்மை நிகழ்ச்சிகள்தான் தெரியும். அரசன் அநீதியாக கொலை செய்து விட்டான் என்பதற்காக, கோபம் கொண்ட கண்ணகி மார்பகத்தை திருகி எறிந்தாள், மதுரை மாநகரம் எரிந்தது என்று எழுதியதை இன்னும் புலவர்கள் மாணவர்களுக்கு போதிப்பதோடு, கணவனுடன் கண்ணகியும் மோட்சலோகத்திற்கு போக தேவர்கள் புமாரி பொழிந்தார்கள் என்று கதையை முடிக்கிறார்கள். கேட்டால் நடக்காமலா சொல்லப்பட்டது என்பார்கள். அனுமன் என்ற குரங்கு கடலை தாண்ட ஆகாயத்தில் பறந்தான் என்றும், மனிதன் மான் உருவம் எடுப்பதும், கல்லாக சாபம் பெற்றவளை இராமன் கால் அடிபட்டதும் சாபம் நீங்கி சுயஉருவம் பெற்ற கதைகளையும், தேவர்களிடம் சாகாவரங்களை பெற்றுக் கொண்டதாகவும், அவனுடைய உயிர் வண்டுகளிலும், கிளிகளிலும் உள்ளதாகவும், வண்டை கண்டுபிடித்து கொன்றால் இவன் இறந்துவிடுவான் என்றும், கிளியின் காலை முறித்தால் இவன் கால் முறிந்து விடும், கழுத்தை திருகினால் இவன் இறந்து விடுவான் என்றும் காலட்சேபம் செய்வது பொய் என்று இன்னும் உங்களுக்கு விளங்கவில்லையா?

அண்ணனுக்கு பதில் செருப்பை சிம்மாசனத்தில் வைத்து தம்பி ஆண்டானாம். தருமர் நாயோடு மோட்சலோகம் போனார். புல்லால் லவ குசேலன் என்ற வீரர்கள் பிறந்து, அப்பனோடு சண்டை செய்தார்களாம். மனைவியை வைத்து சூதாடுதல், ஐவருக்கு ஒரு பத்தினி, தந்தையின் சொல் தட்டாமல் மகன் காட்டுக்குப்போதல், இவற்றிற்கெல்லாம் ஒரே காரணம் அவனவன் தலைவிதிப்படி ஆண்டவன் கூத்தாட செய்துவிட்டான் என்று நாடகம் மூலம் நடத்திக் காட்டுகின்றனர். இறந்தவர் எப்படி அப்பா மீண்டும் எழுந்திருக்க முடியும்? ஆனால் இந்து மதத்தில் அது சாத்தியம்.

என்னை திருமணம் செய்துக் கொள்ள விருப்பம் என்றால் நான் என்ன செய்தாலும் கேட்கக்கூடாது. அப்படி கேட்டால் அந்த நேரமே உன்னை விட்டு பிரிந்துபோவேன் என்றாளாம். மன்னவனும் ஒப்புக்கொண்டானாம். முதல் குழந்தை பிறந்ததாம். உடனே அந்தக் குழந்தையை கொன்று விட்டாளாம். இப்படி ஏழு குழந்தைகளை அரசன் முன்

கொன்றதை கண்டு மிகவும் வேதனைப்பட்டான். ஏன் கொன்றாய்? என்றால் மனைவியாக இல்லாமல் பிரிந்துப் போய் விடுவாள். கொடுத்த வாக்கை மீறக்கூடாது என்று துக்கத்தோடு மௌனமாக இருந்தான். 8வது குழந்தையான பீஷ்மரை கொல்லும் போது அரசன் கொல்ல கூடாது என்று தடுக்க அந்த பெண் அப்பொழுதே உன்னோடு வாழ முடியாது என்று பீஷ்மரை கொல்லாமல் கணவனை விட்டு பிரிந்து போய் விட்டாளாம். போனவள் தான் கங்கையாம்!

குரங்கு மரத்திற்கு மரம் தாவும். மனிதன் நடப்பான், பறவை பறக்கும். ஆனால் புராண கதையில் ஆகாயத்தில் குரங்கையும் பறக்க விடுவார்கள். உடன் பிறந்தோர் நூறுபேரு. சகோதரர்கள் ஒன்றாக சேர்ந்துவிட்டால் நமக்கு ஆபத்து என்று எண்ணி பாதாள சிறையில் அனைவரையும் வைத்து, ஒரு கொட்டாங்கச்சியில் கூழை மட்டும் உணவாக கொடுத்தானாம் ஒருத்தன். தம்பிமார்களே! நீங்கள் இறந்தாலும் பரவாயில்லை என்று அந்த அனைத்து கொட்டாங்கச்சி கூழையும் தானே குடித்து சகுனி உயிர் பிழைக்க மற்ற 99 தம்பிகளும் இறந்துவிட்டார்களாம். பழிக்குப்பழியாய் அண்ணன் தம்பி விரோதத்தை உண்டாக்கி, அமைச்சனாக இருந்து சாகடித்தானாம். புராணக்கதையின் புளுகைப் பார்த்தீரா? பகிரங்கமாக பெண்ணை வைத்து சூதாடிய அறிவுள்ள ஆடவர்களை பார்த்திருக்கிறீர்களா? ஐவரக்கும் ஒரு மனைவியை வைத்த குடும்பம் நடத்தியதை பாத்திருக்கிறீர்களா? குளித்துக் கொண்டிருக்கும் பெண்கள் என் முன் வந்து இரு கை கூப்பி வணங்கினால் தான் புடவையைக்கொடுப்பேன் என்று கலகலவென்று சிரித்துக்கொண்டே சொன்னானாம் கண்ணன். அக்கால பெண்கள் எப்படியோ! இக்கால பெண்கள் எதை எடுத்து அடித்திருப்பீர்கள் என்று எண்ணிப் பாருங்கள். கடலை தாண்ட ஆகாயத்தில் பறந்து சென்று அசோகவனத்தில் சீதையை கண்டு கணையாழி மோதிரத்தை தந்து பேசியதோடு, சீதைக்கு உண்மையை புரிய வைக்க தன்னுடைய மார்பை விரித்துக் காட்டி இராமன் உருவத்தைக் காட்டினானாமே அனுமன்!

உண்மையான, நேர்மையான செயல்களை போதிக்காமல், ஒழுக்கமற்ற முறையில் தேவலோகத்திலிருந்த இந்திரன் பூலோகத்திலுள்ள முனிவரின் மனைவி மீது

காதல் கொண்டானாம். எப்படியும் அவளை அடைய வேண்டும் என்று எண்ணினான். அவளுடன் கணவன் இருக்கிறானே! என்று எண்ணி சூட்சியால் தந்திரம் ஒன்று செய்தானாம். முனிவர் காலை வேலை 5 மணிக்கு எழுந்து ஆற்றங்கரைக்குச் சென்று குளித்துவிட்டு கடவுளை தியானிப்பாராம். ஆகவே தேவேந்திரன் சேவல் உருவம் எடுத்து, கொக்கரக்கோ கோ என்று கூவிட, முனிவர் எழுந்து ஆற்றங்கரைக்குச் செல்ல, முனிவர் உருவத்தில் இந்திரன் பெண்ணிடம் கூடி இருந்த சமயத்தில் இன்னும் பொழுது விடியவில்லை என்று முனிவர் திரும்பி வந்துவிட்டார். தேவேந்திரன் ஊடலில் இருப்பதைக் கண்டு வெகுண்டான். முனிவர் வேதனையோடு, அடே தேவேந்திரா! சேவல் உருவம் எடுத்து என்னை ஏமாற்றினாய். உன் உடம்பெல்லாம் யோனியாக தெரியட்டும் என்று சாபம் கொடுத்தாராம். தேவேந்திரன் அழுதானாம். கண்ணீர் விட்டானாம். பார்ப்பவர் எல்லாம் என்னை கேலி செய்வார்கள். அய்யோ! வேண்டாம் இந்த சாபம் . தேவலோகத்தில் என்னை மற்ற கடவுள்கள் காரி துப்புவார்கள். ஆகவே என்னை மன்னித்து தண்டனையை மாற்றிக்கொடுங்கள் என்று வேண்டி முனிவர் காலில் விழுந்து மன்னிப்பு கேட்டானாம். அடே தேவேந்திரா, இப்போது அழுது என்ன பிரயோஜனம். சாபம் கொடுத்தது கொடுத்தது தான். வேண்டுமானால் உன் உடம்பெல்லாம் யோனியாக உன் கண்ணுக்கு மட்டும் தெரியட்டும் என்று சாபத்தை மாற்றினானாம். இந்த கதையை எடுத்து கூறுகிறேன் என்று கோபம் என் மீது வருகிறதா? கோபம் வரும். இப்படியும் கடவுளே முனிவரின் மனைவியை கற்பழித்து இருப்பாரா. பொய் கதை என்று ஆத்திகர்கள் ஒத்துக்கொள்ள மறுக்கிறார்களா?

அன்பானவர்களே! இந்த கதைகளை வெட்கம் இல்லாமல் சொல்லிக்கொண்டு திரியும் மத போதகர்களை போய் கேட்டுப்பார். இதைப்போல யானை முகத்தான் கதை, பரம சிவனுக்கும் பார்வதிக்கும் மான் உருவத்தில் ஊடல் செய்ய ஆசை வந்த கதை, குதிரைக்கு பிறந்தவன் கதை, பெண்ணாக மாறி அரக்கனைக் கொன்ற கதை போன்றவைகளும் அவர்கள் கைவசம் உள்ளது. ஐவர்க்கும் மனைவியாம், அழியாத திரௌபதியாம் என்று அறுவெறுப்பு இல்லாமல் பக்தியால் தெருகூத்து மூலம் கூட ரசிக்க

வைத்துவிடுவார்கள் மதகுருக்கள். மூன்றடி மண் கேட்டான். இந்த உலகம் என்னுடையது என்றான். வரம் தந்தானாம். வரம் தந்த கடவுளின் மீதே கை வைக்க ஓட, கடவுள் ஓட, இவன் ஓட இந்த நிகழ்ச்சிகளை பார்த்த பரந்தாமன் பெண் வேடம் பூண்டான். அரசன் முன் நின்று அழகாக ஆட, அரசன் காதல் கொள்ள நான் வேண்டுமானால் குளித்து விட்டு வா என்று சொல்ல, கையை தொட்டு தலைமுழுக போனானாம். இதெல்லாம் கடவுள் இல்லை என்பவர்களுக்கு பாடமாக இருக்கட்டும் என்பதற்காக புராண புளுகு கதை. அப்பப்பா! டாக்டர் அம்பேத்கருக்கு மட்டும் சைவர்கள் கதைகள் தெரிந்திருந்தால் காரி துப்புற அளவில் ஆங்கிலத்தில் எழுதி இருப்பார். என்ன கேவலம், கண்ணப்பன் கதை, நாரதரை பெண்ணாக மாற்றி 60 குழந்தைகள் தந்த கதை. சிபிசக்கரவர்த்தி கதை, மனுநீதிசோழன் கதை, மாறுவேடமாக சேவலாக மாறிய கதை, உடம்பெல்லாம் யோனியான கதை, குரங்கு கதை, யானை கதை, தலையில் வைப்பாட்டி கதை, மக்களை வணங்கும் கடவுள்களுக்கு இரண்டு பெண்டாட்டி, பனைமரத்தால் பல்லை துலக்கினான், வண்டிச் சோற்றை தின்ற கதை. ஆறுமாதம் தூங்கியவன் கதை. காந்தாரி வயிற்றில் குத்தியதும் உடலில் இரத்தம் வந்ததாம். நூறு குழந்தைகளாக மாறியதாம். இராமாயனம் இதிகாசம் மகாபாரதம் கதைகள் ஆபாசமாக இருந்தாலும் புத்தருடைய கொள்கைகளை சேர்த்துக் கொண்டு காலட்சேபம் செய்து, நல்ல கருத்துக்கள் சொல்லி இந்து மதத்தின் குறைபாடுகளை உட்கார்ந்து கேட்போர் தவற்றை மறக்கும் அளவுக்கு கடவுள் பக்தியை பார்பன பிரசங்கி ஏழை எளிய மக்களின் உள்ளத்தில் பதிய செய்து நாடகங்கள் மூலம் கூத்தாடிகளைக் குதிக்க வைத்து, மக்களுக்குள் அண்ணன் தம்பி (பங்காளிகள்) சண்டைகளை நடித்தே காட்டுவார்கள்.

என் மனசாட்சி உண்மைகளை எடுத்துக் கூற தயங்காது. உண்மையை எந்த கொம்பனாலும் மறைக்கவோ, மறுத்துக்கூறவோ முடியாது.

கடவுளை கட்டாயம் வணங்க வேண்டும். கோவிலுக்கு போக வேண்டும். கடவுளை நம்பி வணங்குவோரை கடவுள் மோட்ச லோகத்துக்கு அழைத்துக் கொள்வார். கடவுள் நம்பிக்கை இல்லாவிட்டால், கடவுள் உண்டு என்று நம்பாவிட்டால், நரகலோகம் தான்

கிடைக்குமாம். ஆகவே தான் ஆத்தீகவாதிகள் மதப்பித்தர்கள் அடிக்கடி கடவுளை மறக்ககூடாது என்பதற்காக தினம் தினம் கோவிலுக்கு செல்ல வேண்டும், கடவுள் பக்தி கொள்ள வேண்டும் என்று கற்று கொடுத்து விட்டனர். அதன் பலனாய் நீர் இறந்த பிறகு உனக்கு பரலோகம் அதாவது மோட்ச லோகத்திற்கு அழைத்துச் செல்ல தூதர்கள் காத்துக் கொண்டிருப்பார்கள். ஆகவே நல்லவனாய் இரு, நன்மைகள் செய்பவனாய் இரு, தெரியாமல் பாவம் செய்தாலும் பாதிரியாரிடம் போய் மன்னிப்புக் கேள், கடவுளை வணங்கி செய்த தவற்றை மனதுக்குள்ளே சொல்லி பாவ மன்னிப்பு கேட்டால் என்றும் எப்பொழுதும் மோட்சலோகம கிடைக்கும். பக்தியை மறக்கக்கூடாது. நீ பக்தனாய் கடவுள் பித்தனாய் இல்லாவிட்டால் எமதூதர்கள் நீர் செய்த குற்றத்தை எல்லாம் எழுதி வைத்து கடவுளிடம் படித்துக்காட்டி பீப்பாயில் கொதிக்கும் எண்ணெயில் தூக்கிப் போடுவார்கள். ஆனால் மோட்ச லோகத்திலோ மோகினிகள் முத்தமிடுவார்கள். வரவேற்று மடியில் படுக்க வைத்து உறங்க வைப்பார்கள். ஆகவே துன்பம் பட பீப்பாயில் கொதிக்கும் எண்ணெயில் விழ போகிறாயா? ரம்பை ஊர்வசியோடு உல்லாசமாய் மோட்ச லோகத்தில் என்றென்றுமும சுகமாய் படுத்துறங்க போகிறாயா? இறந்த பிறகு மனித உடல் உன் கண்முன். எதிரில் என்ன நடக்கிறது என்று உனக்கே தெரியும். எந்த லோகமும் இல்லை. எல்லாம் பொய். நீர் வாழும் உலகம் தான் உண்மை. கண்ணெதிரில் பார்க்கிறாய். வாழ்கிறாய். இன்பம் துன்பம் அடைகிறாய். எல்லாச் செயல்களுக்கும் நீயே தான் காரணம். பொய்யான மோட்சலோகத்தை மெய்யென்று நம்பாதே. உன்னை நீ அறி. மரணம் அடைந்தும் (இறந் ததும்) வருக வருக என வரவேற்க கடவுள் காத்திருப்பார் என்ற நம்பிக்கை மக்களிடத்தில் இன்றும் இருந்து வருகிறது. மாற்று நீ அதனை.

பக்தியை போதித்த ஆத்தீகவாதிகளான ஆரியர்கள் அதிகாரத்தில் அமர்ந்த அரசர்களை வெளி உலகம் தெரியாமலே மாதுக்கள் மூலம் மதுவைக் கொடுத்து, சுகபோகத்திலே அவரையும், அவருடைய பிள்ளைகளையும் மூழ்க செய்து, பெயருக்கு அரசன் பதவியைக் கொடுத்து பெண்களை கூட்டிக்கொடுத்தே பொய் புரட்டு கதைகளோடு, நாடகங்கள், தெருகூத்துகள் மூலம் இவர்களையே கதாநாயர்களாக்கி கடவுள் பக்தியால்

மகனே தந்தையைக் கொல்லும் காட்சியை முதன் முதலில் அறிமுகப்படுத்தினா். அவற்றில் ஒன்றை மட்டும் உங்களுக்கு நினைவுப்படுத்துகிறேன். அந்த கதைதான் இரணியன் - பிரகலாதன் கதையாகும்.

இரணியன் என்ற ராஜா கடவுள் பெயரை சொல்லக்கூடாது என்று மகன் பிரகலாதனுக்கு சொன்னாா். தகப்பன் பேச்சைக் கேட்காதவன் தருதலை அல்லவா? மகன் பிரகலாதன் நமோ நாராயணா என்று மகாவிஷ்ணுவின் பெயரை சொன்னானாம். இரணியன் ஆவேசம் கொண்டு, துரோகியின் பெயரை சொல்லாதே, என் பெயரை சொல்லி வணங்கு என்று சொல்ல, தந்தையின் பெயரை சொல்ல மாட்டேன், கடவுள் பெயரைத் தான் செல்வேன் என்று நமோ நாராயணா என்று சொன்னானாம் பிரகலாதன். தந்தையின் சொல்லை கேட்காத தருதலை பிள்ளையை கொன்று விடுங்கள் என்று ஆணையிட்டானாம் இரணியன். கடலில் வீசி எரிந்தாா்களாம். பிள்ளை சாகவில்லை. யானையின் காலில் மிதிக்க வைத்தாா்களாம். கொடிய நாகத்தை விட்டு கடிக்க வைத்தாா்களாம். கொதிக்கும் எண்ணெய்யில் தூக்கிப் போட்டாா்களாம். கடவுள் எல்லா ஆபத்திலிருந்து பிரகலாதனை காப்பாற்றி விட்டாராம். அப்பனுக்கு பொல்லாத கோபம் வந்து அந்த கடவுள் எங்கே இருக்கிறான், காட்டடா என்றான். அந்த கடவுள் தூணிலும் இருப்பான் துரும்பிலும் இருப்பான் என்று மகன் சொல்ல இந்த தூணில் இருப்பானா? என்று ஆவேசமாக கத்திக்கொண்டு ஓங்கி தண்டாயுதத்தால் இரணியன் அடிக்க தூணுக்குள் மறைந்திருந்த கடவுள் இரணியனை கொன்று விட்டானாம். இடையே நடந்த இன்னொரு நிகழ்ச்சியையும் சொல்ல வேண்டும். பிரகாலாதனின் சகோதரி ஹோலிகா எரியாத தன்மையை பெற்றிருந்தாளாம். அவள் மடிமீது உட்கார வைத்து பிரகலாதனை நெருப்பிலிட்டு கொளுத்தினானாம் இரணியன். விஷ்ணு கடவுளின் கருணையால் பிரகலாதன் மீது எந்த தீயும் படவில்லை. அவன் மகிழ்ச்சியோடு தீயில் உட்காா்ந்ததிருந்தானாம். ஆனால் ஹோலிகா எரிந்து சாம்பலானாள். பிரகலாதன் மகிழச்சியோடு வெளியே வந்தானாம். தா்மம் வென்றது என்பதற்காக அப்பனைக் கொன்ற மகனுடைய கதையின் நினைவாக அதனை வெளிக்காட்ட ஹோலி பண்டிகை

கொண்டாடப்படுகிறதாம். எவ்வளவு ஆணவ திமிர் இருந்தால் ஆத்தீவாதிகளான ஆரியர்கள் கட்டுக்கதைகளை எழுதி இருப்பார்கள். உனக்கு ஏது சொந்த புத்தி? என்று ஹோலியை கொண்டாடுபவர்களை நான் கேட்கின்றேன். உனக்கு பகுத்தறிவு உண்டு. சிந்திக்கும் திறனுண்டு. உனக்கு உணர்வு உண்டு. பேசும் திரணுண்டு. உப்பு போட்டுத்தான் உணவு உண்கிறோம். புளுகுவதிலும் அர்த்தம் வேண்டும். மிருகங்கள் எதைப்பற்றியும் நினைக்காது. மேயும், தின்னும். மனிதன் அதனை எப்படி வேண்டுமானாலும் பயன்படுத்திக் கொள்ளலாம். அடித்தாலும், அணைத்தாலும் தாங்கும். ஆனால் நீ அப்படி அல்ல. இல்லாத கடவுளை வணங்கு என்கிறான். களிமண்ணால் செய்த உருவத்தை கடலில் எரிய ஆயிரக்கணக்கில் போலீஸ் காவலுடன் ஊர்வலமாக வண்டிகளில் ஏற்றிக் கொண்டு கோஷங்கள் போட்டுக் கொண்டு போவதும் கடலில் போடுவதும் பக்தியாம்.

அது மட்டுமா! ஒரு தாய்க்கு நூறு குழந்தை பிறக்குமா? குந்திக்கு ஆண் குழந்தைகள் பிறந்து விட்டதே என்று பொறாமைப்பட்டு ஐயோ! என்று தன் வயிற்றில் காந்தாரி அடித்துக்கொள்ள குத்த ரத்தம் வெளியே வந்து நூறு குழந்தைகளாக மாறிவிட்டதாம். ஒரு பெண் ஒரே பிரசவத்தில் பெற்ற 100 குழந்தைகளும் கௌரவர்களாம். தூர்வாசர் முனிவரிடம் பணிவிடை செய்ததால் 6 கல் கொடுத்து நீர் யாரை கணவனாக நினைத்து வேண்டினாலும் அவரால் உனக்கு குழந்தை பிறக்கும் என்று வரம் தந்தாராம் குந்திக்கு. அதன்படி பரிசோதிக்க முதலில் சூரியனை நினைத்து கர்ணனை பெற்றாளாம். யமதர்மனை நினைக்க தருமரும், வாயு தேவனை நினைக்க பீமன், இந்திரனுக்கு அர்சுணன், அசுவணி தேவர்களை நினைக்க நகுலன் சதாதேவன் பிறந்தார்களாம். பாண்டுவும் குந்தியும் சேர்ந்த ஒரு பிள்ளைகூட பெறவில்லை. ஆனால் மந்திர கல்லை வாயில் போட்டதும் குழந்தைகள். அக்குழந்தைகளே பாண்டவர்களாய் பிறந்தார்களாம். இவர்களின் கதைதான் மகாபாரதம். கதைகளை சொல்லியே, நாடகம் ஆடியே கடவுள் நம்பிக்கையை உண்டாக்கி விட்டார்கள். கிருஷ்ணன் - 16008 மனைவிகள், முருகன் - இரண்டு மனைவிகள், வெங்கடேஸ்பெருமாள் - இரண்டு மனைவிகள், பரம சிவனுக்கு

வைப்பாட்டி தலைமுடியில், வினாயகர் பார்வதியின் அழுக்கில் பிறந்தவன், ஐயப்பன் சுவாமி - ஆணுடன் ஆண் சேர்ந்து பிறந்தவன். இந்திரனுக்கு உடம்பெல்லாம் யோனியாக தெரிய வேண்டுமாம். நான்கு தாய்மார்களும் குதிரையுடன் சேர்ந்து நான்கு பிள்ளைகளை பெற்று இராமாயணக்கதையை உருவாக்கி, நம்ப முடியாத நிகழ்ச்சிகளை எல்லாம் கதைகளாக சொல்லிக் கொண்டு கோயில் குளங்களை அரசர்கள் மூலம் கட்ட வைத்து கடவுள்களுக்கு திருமணம் வருடந்தோறும் செய்வதுமாய் உள்ளான் ஆத்திகன். வெட்கமில்லாமல் ஆணுக்கு ஆண் பிறந்தவன் ஐயப்பன் என்று சொல்லுகிறான். கடாகன்று போட்டது பிடித்துக்கட்டுங்கள் என்றதும் இதோ நான் சென்று கட்டிவிட்டு வருகிறேன் என்று ஒருவன் சென்றால் அவனைப் பற்றி நீர் என்ன நினைப்பாய்? சிந்தித்துபார். கடவுள் என்றும், சக்தி உள்ளவன் என்றும், அவனை நினைத்து பாடினால் போதும், பாவம் பறந்திடும், பணக்காரனாக ஆகலாம் என்றும் புளுகிறான். ஆயிரக்கணக்கில் கடன் வாங்கி கடவுளை தரிசிக்க இந்தியாவிலுள்ள அத்தனை கோயில்களுக்கும் சுற்றி வருகிறான். மக்களுக்கு கடவுள் நம்பிக்கையை உணடாக்கிவிட்ட ஆரியர்களில் ஒரு பார்ப்பனாவது காவடி தூக்குவதும் தேங்காயை தலையில் சுமந்து சாமியே அய்யப்பா என்று கத்துவதையும் நீ பார்த்திருக்க மாட்டாய். நீ மாடு. ஆகவே ஆடு என்றால் ஆடுகிறாய். பாடு என்றால் பாடுகிறாய். இவ்வளவு நிகழ்ச்சிகளையும் ஏன் நினைவுபடுத்துகிறேன் தெரியுமா? (85 வயதில் என் கோபத்தை யார் மீதும் காட்ட முடியவில்லை) பெற்றோர் எல்லோரும் பிள்ளைகளை ஆத்திக பிரகலாதன்களாக மாற்றிவிடுகிறார்கள். அதனால்தான்.

தேவகுமாரனாகவும் தூதுவனாகவும் உண்மையில் அவர்கள் பிறந்தார்கள் என்றால் மக்களுக்குள் மதப்போர் தேவையா? கடவுள் போர் தேவையா? சாதி போர் தேவையா? கொலை வெறி தேவையா? கொலை செய்வோர், திருடுவோர் தேவையா? ஏன் ஏழை மக்களாய் வாழ வேண்டும்? ஏன் பணக்காரனாய் வாழ வேண்டும்? இல்லாத கடவுளை உண்டு என்று பிரார்த்தனை செய்பவர் ஒரு குருவா? தீராத நோய்கள் எல்லாவற்றையும் தீர்த்து விட்டால், நீங்கிவிட்டால் வைத்திய சாலைகள் அடுக்கடுக்காக கட்ட தேவை இல்லையே. டாகடர்கள் தேவையில்லையே. பிரார்த்தனை மூலமே

எல்லாவற்றையும் நீக்க ஜெபிப்பதை பாருங்கள். ஆயிரக்கணக்கான மக்கள் கூட்டமாக சேர்ந்து மூலஸ்தானத்தில் கடவுள் சிலையை வைத்து வரிசையாக மலை மீது ஏறி வணங்கி பிரார்த்தனை செய்யுங்கள். எனக்கு ஆண் குழந்தை பிறந்தால் எடைக்கு எடை பணத்தை உண்டியலில் போடுகிறேன் என்றும் சிலர் பிரார்த்தனை செய்வது உண்டு. போதகர்களுக்கும், குருக்களுக்கும் வெண்மையான உடையோடு மூன்று வேலையும் பால் பழத்தோடு சாப்பிட்டு விட்டு ஏழை மக்களிடம் இதைத்தான் சொல்லுகின்றனர். கடவுளை கண்டு அவரவர் பாவங்களை மன்னிக்கும் இடம் கோயில்களே, ஆண்டவரே! இந்த ஏழை மக்களை ஆசீர்வதியுங்கள், இவருடைய நோய் நொடிகளை தீருங்கள், அப்பனே! நீ குருடனுக்கு பார்வை அளித்தாய், முடவனை எழுந்திருக்க வைத்தாய், சாப்பானியை நடக்க வைத்தாய், தண்ணீரில் நடந்து காட்டினீர், ஐந்து அப்பத்தை ஐயாயிரம் பேருக்கும் அளித்தீர். இவர்களுக்காக ஜெபிக்கிறேன், இவர்கள் கஷ்டங்களை நீக்குங்கள், அப்பா! பாவிகளை மன்னித்து இவர்களை பரலோகத்தில் வரவழைத்துக் கொள்ளுங்கள். இப்படி கத்திக்கொண்டு முழங்காலிட்டு வேண்டுவதும், பக்தியின் பெயரால் எல்லாமே ஆண்டவன் செயல், கடவுள் பார்த்துக் கொள்வார்கள் என்றும் உயர்ந்த உத்தியோகத்தில் உள்ளவர்கள் முதல் ஏழை எளிய மக்கள் வரையில் பிரார்த்தனை செய்து பாவமன்னிப்பை பெருவதாய் நினைத்துக் கொண்டு முட்டாள்களாய் வாழ்கின்றார். வேடிக்கையின் உச்சக்கட்டம் என்வென்றால், சமபந்தி என்ற பெயரில் மூன்று மதத்தாரும் இலையில் சோறு போட்டு 8 வகை பதார்த்தங்களுடன் சாப்பிட்டு விட்டால் இந்து, முஸ்லீம், கிறித்தவம் ஆகிய மூன்று மதத்தாரும் ஒற்றுமையாக வாழ்கிறார்கள் என்று நினைத்துக் கொள்ள வேண்டுமாம். சாப்பிட்டு விட்டு மீண்டும் அவரவர் பழக்கவழக்கங்களை விட மாட்டார்கள். அன்று ஒருநாள் சாப்பிட்டதோடு சரி. மதப்போர், கடவுள் போர், சாதிப்போர் நீங்கிய பாடில்லை. உலகில் மக்களுக்குள் சமதர்ம கொள்கை வேண்டுமா? உலக மக்கள் சகோதரத்துவத்துடன் வாழ வேண்டுமா? ஆண்களும் பெண்களும் அந்தந்த மதங்களையும், கடவுளையும், சாதிப்பிரிவுகளையும் மறந்து கலப்பு திருமணங்கள் செய்துக் கொள்ளும் உரிமைகளை குருமார்கள் பெற்றோர்களுடன் சேர்ந்து கொடுப்பார்களானால் உலக மக்கள் சுதந்திரம், சமத்துவம், சகேதாரத்துவம் ஆகிய

கொள்கைகளுடன் பெருமையோடு பிறந்தும் வாழ்ந்தும் இறந்தும் மனித சமுதாயம் வாழும் என்பது தான் உண்மை! உண்மை! அதைவிட பெரிய உண்மை கடவுள் இல்லை என்பதுதான். அதனை மறவாதீர்!

ஏறத்தாழ 4000 ஆண்டுகளுக்கு முன் ஈராக் நாட்டில் இப்ராஹீம் பக்தியை சோதிப்பதற்காக கடவுள் கனவில் தோன்றி ஒரே மகனான இஸ்மாயிலை பலியிட சொன்னாராம். உடனே கடவுள் கேட்டார் என்பதற்காக மகனை பலியிட அழைத்துச் செல்ல சாத்தான் குறுக்கிட்டு உன் அப்பன் உன்னை கொல்வதற்காக அழைத்து செல்கிறார் என்று இஸ்மாயிலிடம் சொல்ல, எனக்கு சம்மதம் என்று பிசாசை கல்லால் எரிந்தானாம் இஸ்மாயில். முடிவில் மகனை மலையில் படுக்கவைத்து கத்தியால் வெட்ட, மகன் வெட்டுப்படவில்லை. மகன் வெட்டப்பா என்ற சொல்ல, அதற்குள் கடவுள் செம்மறி ஆட்டை மகன் படுத்த இடத்தில் படுக்க வைக்க, இப்ராஹீம் வெட்ட, ஆடு தலை தனியாக விழ, கடவுள் காட்சி தர, மகன் பக்கத்தில் நிற்க இப்ராஹீம்! உன் பக்தியை மெச்சினேன் என்று கடவுள் ஆசீர்வதித்தாராம். இப்படிப்பட்ட இஸ்லாம் மதத்தில், இறைதூதரின் வாழ்வை நினைவூட்டும் பெருநாள் தான் பக்ரீத் என்று விழாவாக கொண்டாடுகிறார்கள். மதத்தை நம்புவோர் கட்டாயம் கடவுள் நம்பிக்கையை ஏற்றுக் கொள்ள வேண்டும். கற்பனைக் கதைகளை உண்மை என்று ஏற்றுக் கொள்ள வேண்டும். கடவுள் பன்றி அவதாரம் எடுத்தார் என்றால் நம்ப வேண்டும். முனிவரை ஏமாற்றி சேவல் உருவம் எடுத்து அவன் மனைவியைக் கெடுத்தான் என்றால் நம்ப வேண்டும். சூரியனுக்கு பிறந்தான் கா்ணன் என்றால் நம்ப வேண்டும். நாரதா் பெண்ணாக மாறி 60 குழந்தைகளை பெற்றெடுத்தான் என்றால் நம்ப வேண்டும். ஏசுவை பெற்றேடுக்கும் கருவியாக அன்னை மரியாளையும், வளா்ப்பு தந்தையாக சூசையப்பரையும் கடவுள் பயன்படுத்திக் கொண்டாராம். கன்னி கருவுற்று ஒரு ஆண்மகனைப் பெற்றெடுத்தார். அதாவது, மரியாள் கடவுள் குமாரன் இயேசுவை பெற்றெடுத்தாள். குழந்தைக்கு இம்மானுவேல் என்று பெயரிட்டனர். இம்மானுவேல் என்றால் கடவுள் நலமுடன் இருக்கிறார் என்பது பொருள்.

மக்களை காப்பதற்காக கடவுள் குமாரனாக அனுப்பி வைத்தார் என்றும் சொல்லப்பட்டிருக்கிறது.

ஒரு பெண்ணுக்கு நூறு குழந்தை பிறந்ததாகவே இருக்கட்டும். அந்த பெண்ணுக்கு நூறு வயது இருக்க வேண்டும். உண்மையான கணக்குப்படி 83 வருடம் 4 மாதம் கற்பமாகி இருக்க வேண்டும். உன்னையே நீ அறிந்துப்பார். ஒரு பெண்ணுக்கு தொடர்ந்து எந்த வயது முதல் குழந்தை பிறக்கும்? எந்த பெண்ணுக்கும் மாதவிடாய் நிற்காமல் ஆகிக் கொண்டே இருக்கும் என்று மருத்துவர்கள் சான்றிதழ் தருவார்களா? கேட்டுத்தான் பாருங்கள். உனக்கு மட்டும் ஆயிரம் மனைவிகள் உள்ளார்களே! எனக்கு ஒரு பெண்ணை கொடுக்க மாட்டாயா? என்று கேட்டதற்காகவே கோபம் கொண்டு கேட்டவனை பெண்ணாக்கி அவளுடன் சேர்ந்து 60 குழந்தைகளை பிறக்க வைத்தவனை கடவுள் அவதாரம் என்று சொல்வது நீதியாகுமா?

பாண்டியன் மகள் மீனாட்சிஅம்மை அரச பொறுப்பை ஏற்றப் பிறகு உலகம் முழுவதையும் தன் ஆளுகைக்குள் கொண்டுவர நினைத்தாள். திசையெட்டும் போரிட்டாள். இறுதியில் இமயமலை சென்று சிவபெருமானை போருக்கு சந்தித்தாள். அப்பொழுது தன் மணவாளன் தான் சிவபெருமான் என்பதை உணர்ந்து நாணி தலைகுனிந்தாள். பின்னர் சிவபெருமான் மதுரை வந்து மீனாட்சியை திருமணம் செய்தார் என்று புராண வரலாறு கூறுகிறது. இந்த கதையை நம்பியவர்கள் இன்று இதைத்தான் செய்துக் கொண்டிருக்கிறார்கள் மதுரையில்: மதுரை மீனாட்சி அம்மனுக்கு இன்று பட்டாபிஷேகம். நாளை மறுநாள் திருக்கல்யாணம். 50 ஆயிரம் பக்தர்களுக்கு விருந்து பரிமாறப்படுகிறது. தண்ணீர் பாக்கெட், பழங்கள், பச்சடி, இனிப்பு, பூந்தி, வடை, அப்பளம், பாயாசம், வாழைப்பழம், பூசணி கூட்டு, கோஸ் பொறியல், உருளைக்கிழங்கு வருவல், சாம்பார், ரசம், மோர், ஊறுகாய், வெற்றிலை, பாக்கு, இவை அனைத்திற்கும் தேவையான பொருட்கள் மற்றும் அருவாள்மனை, கத்தி, தாம்பல தட்டுடன், வியாபாரிகள், நண்பர்கள், பக்தர்கள், காய்கள் நறுக்கும் பக்தர்கள் மேற்கு ஆடிவீதி பசுமடத்திற்கு நேரில் வரவும்

என அறிக்கை விடுகிறார்கள் கோயிலை நிர்வாகிக்கும் முட்டாள்கள். மன்னனின் உயிரை காப்பாற்ற என்று கோட்டைகள் கட்ட செய்து கோட்டைக்குள் மதுரை அரசன் மங்கையர்களின் மடியில் படுத்துறங்கிட செய்து ஆத்தீக பார்ப்பனர்கள் அரசனின் அதிகாரத்தை பெற்ற அமைச்சர்களாக கோயில்களைக் கட்டி, பக்தியின்பெயரால் குடி மக்களை விழாக்கள் எடுத்து கடவுளை வணங்கிட செய்து விட்டார்கள் என்பது தான் வரலாறு.

புத்தர் காலத்திற்கு பிறகு ஆத்தீகவாதிகள் மூடக்கொள்கைகளை மக்களிடம் துளிர்விட செய்தார்கள். ஒரு பொய்யை பலமுறை சொன்னால் மெய்யாகி விடும் என்று முறையை சர்வாதிகாரி ஹிட்லர் கடைபிடித்தார். பிரச்சாரம் செய்தார். ஆத்தீகவாதிகளும் பொய்புரட்டு இதிகாச புராணகதைகள் மூலம் பௌத்த பிக்குகளைப் போல் நடித்து நாட்டு மக்களை கடவுள் நம்பிக்கையில் மூழ்கச் செய்தனர். தேவர்களும், அசுரர்களும் பார் கடலில் பாம்பை கயிறாக்கி அமுதம் எடுத்தார்களாம். அந்த அமுதம் விஷமாக மாறியதாம். பரமசிவன் அந்த விஷத்தை குடித்தாராம். பார்வதி சிவனின் வயிற்றில் விஷம் தங்காத படிக்கு கழுத்தை கெட்டியாக பிடிக்க விஷம் நெஞ்சோடு நின்று விட்டதாம். உடபெல்லாம் எரிச்சல் ஏற்பட சிவபெருமான் துடியாய் துடிக்க தேவர்களும் மக்களும் பக்தர்களும் இளநீர், தேன், பால், மோர், தயிர் ஆகியவற்றால் சிவபெருமான் உடலில் கரைத்து கழுவினார்களாம். இந்த நிகழ்ச்சியை இன்றும் நம்பிக்கொண்டு கன்னியாகுமரியில் உள்ள 12 ஊர்களில் சிவன் கோயிலைக் கட்டி, சிவராத்தரி என்ற பண்டிகையின் பெயரால் ஒவ்வொரு கோயில்களுக்கும் பல மைல் தூரம் நடந்தும் ஓடியும் சென்று வணங்குவார்களாம். இப்படி ஒரு நிகழ்ச்சி!

ஒவ்வொரு கோயில்களிலும் கணக்கற்ற கடவுள் சிற்பங்கள் செதுக்கப்பட்டு ஒவ்வொரு உருவச் சிலைக்கும் கற்பனைக் கதைகளை எழுதி வைத்து, அதனை நம்பிட குருக்கள் மூலம் பூசைகள் தினம் செய்து கொண்டு, கடவுளை வணங்குவதில் சீருடை பல உடுத்த வைத்து வரிசையாக பாடிக் கொண்டும் ஆடிக் கொண்டு, காளி வேடம், புலி

வேடம் என வேஷங்கள் போட்டுக் கொண்டும்,இரும்பு கொக்கியை முதுகில் குத்திக் கொண்டு, கயிற்றில் காரை, லாரியைக் கட்டி இழுத்து பக்தியின் பெருமைகளை காட்டுவது திறமையாம். இனிமேல் பெட்ரோல் ஊற்றாமலே பக்தியில் மதி மயங்கி வடத்தில் கட்டியே பக்தர்களை டிக்கெட் ஏதும் வாங்காமலே ஊர்பயணம் அழைத்துச் செல்ல அரசாங்கமே அரசு பக்தர்களின் மோட்டார் டிரான்ஸ்போர்ட் என்று நூற்றுக்கணக்கில் பஸ்விடலாமே. மனிதனுக்கு மனிதன் ஏமாற்றுகின்றானே தவிர, மிருகங்கள் ஏமாற்றுவது இல்லை. மூன்று வேளை சாப்பாட்டை ஒருவேளையில் சாப்பிட்டு பக்தி பாடல்களை பாடிக் கொண்டு கடவுள் கோஷங்களைப் போட்டுக் கொண்டு, அனைத்துக் கோயில்களுக்கும் கற்பூரம், தேங்காய், குடம் குடமாக பால் அபிஷேகம் செய்து, கடவுளுக்கும் கடவுளச்சிகளுக்கும் கலியாணம் செய்தல் என்று நடப்பது ஏன் என்று சிந்தித்து பாருங்கள். நீ வணங்கும், போற்றும் கடவுள்களுக்கு இரண்டு பெண்டாட்டிகள். வைப்பாட்டி வேறு. உண்மையா? இல்லையா? என்று உங்கள் பக்தியுள்ள கணவன்மார்களை கேட்டுப் பாருங்கள். நீங்கள் உண்மையில் கணவன் பக்தி உள்ளவர்களானால் பெண்களே! இன்று முதல் உங்கள் கணவருக்கு உதவியாக இன்னொரு பெண்ணை திருமணம் செய்து வைக்க வேண்டும். கணவன்மார்களும் இன்னொரு மனைவியை எனக்கு கட்டி வைக்க வேண்டும் என்று கருணை மனுவை அவரவர் மனைவிமார்களுக்கு போட்டு விடுங்கள்.

ஆண்களை விட பெண்கள் கடவுள் நம்பிக்கையில் பக்தியோடு வணங்குவார்கள். பெண்களின் பிரசவ வலியைக் காட்டியே கடவுள் பக்தியை பெண்களிடம் உண்டாக்கி விட்டார்கள். மனிதர்களுக்கு ஒருமுறை தான் தாலிகட்ட வைத்து பிள்ளைகளை பெற்று தர வாழ்த்துகிறார்கள். ஆனால் கடவுளுக்கோ வருடாவருடம் திருமணம் செய்து வைக்கிறார்கள். நவகிரகமாம் 9 சுற்று சுற்றிவரவேண்டுமாம். எல்லாமே நம்பிக்கைத்தான். பருவப்பெண்கள் தினம்தினம் சுற்றிவந்தால் அவர்கள் நினைத்தப்படி திருமணம் ஆகுமாம். அருமையானவர்களே பருவம் வந்ததும் யாருடைய உதவியும் தேவையில்லை. ஒரு பெண் தன்னுடைய துணையை தானே முடிவு செய்ய வேண்டும்.

அருமை சகோதரிகளே! உங்களுக்கு கோபம் பொத்திக் கொண்டு வருகிறதா? கடவுளுக்கு இரண்டு பெண்டாட்டி இருக்கும் போது, உன் கணவனுக்கும் அதுப்போல் இருந்தால் உனக்கும் உதவியாக இருக்கும் அல்லவா? இப்போது உங்களுக்கு பகுத்தறிவு கொஞ்சம் வேலை செய்யும் என்று நினைக்கின்றேன். மேலும் சிந்தித்துப்பார். போட்டிகள் போட்டுக் கொண்டு பொங்கலுக்காக வீரவிளையாட்டு விழா என்று கடவுள் பெயரால் விழாவாக கொண்டாடுகிறார்கள். கண்ணுக்கு தெரிந்தே ஆபத்தும் விபத்தும் உண்டு என்று அறிந்தும், மாடுவிடும் விழாவிற்கு வீர விளையாட்டு என்று சொல்லிக் கொண்டு, காளைகளை விரட்டுவதும், அதன் கழுத்தை பிடித்து கீழே தள்ளுவதும், விழுவதும், காளை மாட்டின் கொம்புகளால் குத்தப்பட்டு அடிபடுவதும், பல விளையாட்டு வீரர்கள் இறப்பதையும், அடிப்பட்டு மருத்துவமனையில் சேர்ப்பதும், இவ்வளவு பட்டும் ஒவ்வொரு ஆண்டும் குறிப்பிட்ட மாவட்டங்களில் மாடு விடும் விழாக்கள், கோழி சண்டைகள், ஆடு சண்டைகள் போட வைத்து, ஆயிரக் கணக்கில் பணத்தை பந்தையம் கட்டுகிறார்கள். தங்களுக்கு தேவையான உதவிகளைக் கேட்டு தோப்புக்கரணம் போட்டு, தரையில் படுத்துக் கொண்டும், தலையில் கொட்டிக்கொண்டும், கன்னத்தில் கைகளால் தட்டிக் கொண்டும் கடவுள் சிலைகளை வணங்குகிறார்கள்.

டாக்டர்களுடைய முயற்சியால் மருந்துகளின் உதவியால் உடல் நலம் பெற்று வீடு வந்தததும் திருப்பதி மலையான் வெங்கடேசபெருமாளை வணங்க மதிக்கெட்ட மக்கள் போகிறார்கள். தன்னை கல்லாலும் தடியாலும் அடித்து பூமியில் புதைத்தும் 3ம் நாள் உயிரோடு எழுந்தார் என்று விஞ்ஞானக்காலத்தில் மக்களிடம் புளுகிக் கொண்டு இருப்பவனும் மனிதனே. முகத்தில் பட்டையாக நாமம் போட்டு, மனைவிகள் என இருவரை உட்கார வைத்து, இவர்தான் வெங்கடேச பெருமாள் என்றும் இவரிடம் எல்லா சக்திகளும் உண்டு, தீராத வியாதிகளை எல்லாம் தீர்த்து விடுவார், நீர் நினைத்ததெல்லாம் நிறைவேறும். இவருக்கு வருடா வருடம் நாங்கள் திருமணம் செய்வோம். வாருங்கள் பக்தியோடு வந்து பாருங்கள் உங்கள் கோரிக்கைகளை எல்லாம் கேளுங்கள் கேட்பவர்களுக்கு இல்லை என்று சொல்லமாட்டார் என்று கூறும்

பைத்தியக்கார உலகம் இது. மதத்தின் பெயரால் மோட்சலோகத்தை அடைய கழுத்தில் கொட்டைகளைக் கட்டிக் கொண்டு, தலைக்கு மொட்டை அடித்து வணங்கிடும் முறைகள் மனிதனுக்கு தகுமா?

ஆயிரக்கணக்கில் பணத்தை கொடுத்துவிட்டு சாமியார்கள் தரும் தாயத்துக் கட்டியை கட்டிக்கொண்டால் எல்லாமே சரியாகி விடும். செங்கற்களில் மஞ்சள், குங்குமம் பூசினால் கடவுள் சக்தி வந்துவிடும் என்ற நம்பிக்கையை அழிக்க வேண்டும். உருவங்கள் செய்து, தேருக்குள் வைத்து, மாலையில் ஜோடிப்பு செய்து ஆடல் பாடல் மூலம், பொய்க்கால் குதிரை ஆட்டம், புலி வேடம் பூண்டு, கோலாட்டங்கள் ஆடிக்கொண்டு, தேரை இழுத்துச்செல்ல, மஞ்சள் துணி காவி துணி, சிகப்பு போன்ற சீருடையில், கோவிந்தா! கோவிந்தா! நாராயணனுக்கு ஜே! பத்திரகாளிக்கு ஜே! போன்ற வார்த்தைகள் மூலம் கோஷங்கள் போட்டுக்கொண்டு, ஆயிரக்கணக்கான மக்களும் பக்தியில் நாங்கள்தான் சிறந்தவர்கள், உயர்ந்தவர்கள் என்றும், எங்கள் மத தொகையை பாருங்கள் என்றும் ஊர்வலமாக போலீஸ் காவலுடன் தெருத்தெருவாக சிலைகளை இழுத்துச்செல்வதும், வீட்டுக்கு வீடு, கற்பூரம் கொளுத்துவதும், தேங்காயை உடைப்பதும் மனித நாகரீகமாகுமா? சற்று எண்ணிப்பார். மூடக்கொள்கைகளால் முட்டிப்போட்டுக்கொண்டு கண்ணுக்குத் தெரியாத கடவுளை உண்டு என்று எப்படி நம்புவது என்று எண்ணிப்பார்.

ஆண் குழந்தை பிறந்தால் குழந்தையின் எடை எவ்வளவு உள்ளதோ அந்த எடைக்கு ரூபாய் நாணயம் போடுவதை நீங்களும் செய்திருப்பீர்கள். கேள்விப்பட்டும் இருப்பீர்கள். இன்று வேடிக்கை என்ன தெரியுமா? ஆத்தீகவாதிகளாகிய அதிகாரிகளில் 100க்கு 90 பேர் பக்தியில் மூழ்கி கடவுள் வெறிக்கொண்டு, தங்களுக்கு பதவிஉயர்வு கிடைக்க கடவுளை வேண்டிக் கொள்வதும், சந்நியாசிகளையும் சாஸ்திரகாரர்களையும் ஜோஷியக்காரர்களையும் நம்பி கோயில் குளங்களுக்கு போவதும், உன்னை சனி பிடித்திருக்கிறது, நீ செய்த பாவத்தை ஒழிக்க வேண்டுமானால் ஒரே வழி திருநல்லாறு

குளத்தல் மூழ்கி விட்டால் உன்னை பிடித்த சனி நீங்கி விடும் என்ற வார்த்தையை நம்பி, தீருநல்லாற்றில் (தென்நாட்டில்) குளித்து, தான் வாங்கிய லஞ்ச பணத்தில் ஆயிரக்கணக்கில் குருதட்சனையாக அளித்து மாலையை கழுத்தில் போட்டுக் கொண்டு 9 சுற்று சுற்றுவதும், சிலபேர் தங்கள் காரியம் வேண்டிக்கொண்டதைப் போல் நடந்துவிட்டது என்ற மகிழ்சியில் நூறு (100) தேங்காய் ஆயிரம் (1000) தேங்காய்களை உடைப்பதும் பக்தியின் பெருமையை வெளிக்காட்டுவதுமாய் உள்ளார்கள். கோயில்களில் அன்னதானம் சாப்பிடும் மக்களை எல்லாம் பக்தர்கள் பட்டியலில் சேர்த்து மதத்தின் பெருமையை வெளிப்படுத்திக் கொண்டும் உள்ளார்கள். தங்களை பிடித்த சனியனை நீக்க கோயில் குளங்களுக்கு சென்று குளத்தில் தலைமூழ்கி பாவங்களை கழுவலாமா?

எல்லா தீய செயல்களையும் செய்து விட்டு கடவுளிடம் பாவ மன்னிப்பு கேட்டு விட்டால் போதும். மன்னிப்பு கிடைக்கும் என்பதற்காகத்தான் கோயில், குளம், பிரார்த்தனை கூட்டங்கள் வேண்டுதல் எல்லாம். விசுவாசியுங்கள், உனக்கு என்னென்ன தேவையோ அதை எல்லாம் கேளுங்கள். தாராளமாக கேளுங்கள். கொடுப்பார். விசுவாசத்தோடு யார் கேட்கிறார்களோ இல்லை என்று சொல்ல மாட்டார். கொடுப்பார். பாவம் செய்து விட்டாயா? பயப்படாதே. முழங்கால் போட்டுக் கொண்டு கண்ணீர் விட்டு பாவத்தை சொல்லி அழு. நீ ரட்சிக்கப்படுவாய். நேசிக்கின்றேன் உம்மையே அல்லேலூயா, நாள்தோறும் துதிப்பாடி கொண்டாடுவோம், ராஜாவை ராஜாவை கொண்டாடுவோம், வந்தாரே! வந்தாரே! என்னை வாழ வைக்கும் ஏசுவே வந்தாரே! மகன்களைப் பற்றியோ மனைவியைப் பற்றியோ கணவனைப் பற்றியோ குறைகள் இருந்தால் குறைகளை ஏசுவிடம் சொல்லுங்கள். ஏசு வந்த வீட்டில் சண்டை இல்லையே. சண்டை ஒன்றும் இல்லையே. இப்படி தினம் தினம் டி.வி.யில் பாமர மக்களை பக்தியின் பெயரால் பைத்தியங்களாக கைகளை தட்டிக் கொண்டும் தலையை ஆட்டிக் கொண்டும் பாடல் பாடலாமா? வெட்கம்! வெட்கம்! மானங்கெட்டவர்கள்!

உங்கள் பாவ மன்னிப்பை மறப்பார் மன்னிப்பார். கடவுளை மட்டும் மறக்க வேண்டாம். தொலைபேசி மூலம் கூட தொடர்பு கொள்ளுங்கள். உங்கள் குடும்பம் மட்டும்

அல்ல, மற்றவர்களுக்காகவும், ஏன் உலகமக்கள் அனைவருக்காகவும் கண்ணீர் விட்டு ஜெபிக்கிறோம். தொடர்பு கொள்ளுங்கள் 76843561 என்று எண்களை விளம்பரப்ப டுத்துகிறார்கள். என்றும் கடவுள் பிள்ளைகளாக இருங்கள் என்று மதவெறியர்கள் ஏமாற்றி விட்டார்கள் ஏமாற்றிக் கொண்டு இருக்கிறார்கள். பிதாவே பிதாவே எங்கள் கஷ்டத்தை தீர்க்க வாருங்கள் என்று பிரார்த்தனை மூலம் பித்தர்களை போல் பினாற்றுவதை பார்க்கிறோம். ஏசுவே! ஏசுவே! என்றாலும் அல்லாவே! அல்லாவே! என்றாலும் கடவுளே! கடவுளே! என்றாலும், முருகா! முருகா! என்றாலும் காளியே! காளியே! என்றாலும் மக்களுடைய கஷ்டங்கள் தீர போவதில்லை.

பிள்ளையில்லாதோர் பிள்ளையை பெற்றெடுக்க மூடப்பழக்கத்தால் கோயிலை சுற்றி மரத்தில் தொட்டில் கட்டிவிட்டு குழந்தை பிறந்தால் எடைக்கு எடை பணத்தை காணிக்கையாக உண்டியலில் போடுகிறேன் என்று கணவனும் மனைவியும் பிரார்த்தனை செய்யும் பழக்கத்தை இன்றும் காணலாம். ஜாதகம், சாஸ்த்திரம், மந்திரம், சூன்யம், ராசிபலன், குறிச்சொல்லுதல் போன்றவற்றை நம்பிக் கொண்டு பண வரவு, செலவுகள் உண்டு, எதிர்பாராமல் ஊர் பயணம் இருக்கும், நண்பர்களால் நன்மை உண்டு, நினைத்த காரியம் ஜெயமாகும், சில ராசிகளுக்கு தோல்வி ஏற்படலாம், நீர் எந்த காரியத்தையும் மூன்று மாதம் கழித்து தான் செய்ய வேண்டும், தற்போது ஜான் ஏறினால் முழம் சறுக்கும், இந்த சாமி படம் வந்துள்ளது ஆகவே வெற்றிக் கட்டாயம் உண்டு என்று ராசி பலனை எழுதுவார்கள். மந்திரவாதிகள் உன்னுடைய காலடி மண்ணை எடுத்து செய்துள்ளார்கள். உயிர் பலிக்கு சேவல் ஒன்றும் சாராயம் ஒரு பாட்டிலும் எடுத்துக்கொண்டு இரவு 12 மணிக்கு சுடுகாட்டிற்குச் சென்று ஓம், ரீம் என்று தரையில் எழுதி 108 மந்திரத்தை சொல்லி ஜெபித்தால் உனக்கு வைத்த சூன்யம் நீங்கிவிடும். இப்படி எத்தனையோ வழிகளில் பாதிக்கப்பட்ட மக்களை பக்குவமாக ஏமாற்றும் சொற்களால் பணத்தைப் பறித்து மக்களுக்குள் ஏற்பட்டிருக்கும் அறியாமையை வளர்த்தது போதும். ராவு காலம், எமகண்டம் என்று ராசி பலன்களை சொல்லிக் கொண்டும் முதலமைச்சரையும் முட்டாளாக்கி அமைச்சர்களையும், தொண்டர்களையும் முட்டாளாக அரசு விழாக்கள்

எடுக்க செய்யலாமா? என்பதை எண்ணிப் பாருங்கள். பேய் ஓட்டுதல் என்பதை எல்லா மதத்திலும் நம்பிக்கை வைத்து செய்து வருகிறார்கள். வெள்ளி, பொன்னால், தாயத்துக்கள் கட்டிக்கொண்டால் நினைத்த காரியங்கள் எல்லாம் நடைபெறுமாம். கடன்களை வாங்கியாவது பக்தியின் பெயரால் முக்தி அடையலாம் என்று இந்நாள் வரை ஏமாந்து வருகிறார்கள். சிலைக்கு எதிரில் இரு கை கூப்பி வணங்குவது, தவடையில், கன்னத்தில் தட்டி கொள்வதும், கை விரல்களை மூடிக்கொண்டு தலையில் கொட்டிக்கொள்வதும், தோப்புக்கரணம் போடுவதும், அப்படி வேண்டிக்கொண்டால் தான் நினைத்த காரியம் எல்லாம் வெற்றியாகுமாம் என்று தினம் சேஷ்டைகள் செய்துவிட்டு வேலைக்கு போகிறார்கள். இரும்பு கொப்பரையில் கொதிக்கும் எண்ணெயில் தூக்கிப் போடாமல் என்னை காப்பாற்றுங்கள் என்று வேண்டிக் கொண்டு, என்றோ இறந்த எனது முன்னோர்களுடன் நான் இறந்த பிறகு சேர்ந்து வாழ மோட்சலோகத்தில் எங்களை அழைத்துக் கொள்ளுங்கள் என்று தினம் தினம் பாடல்கள் மூலம் பக்தியாய் வேண்டுவதும் பகுத்தறிவுக்கு முரண் ஆகும்.

இவ்வளவு பேசுகிறாயே! உன்னால் தானிய வகைகைள உண்டாக்க முடியுமா? என்பார். ஐயா அது சாதாரணமாக நெல்லில், கோதுமை கேழ்வரகு, சோளம் ஆகியவற்றிலிருந்து தானே உண்டாகும் என்றால் அந்த சோளத்தை, நெல்லை, கோதுமையை உண்டாக்கியது யார் தெரியுமா? கடவுள் தான் படைத்தார் என்பார். உணவு தேவை என்றால் நிலத்தை பண்படுத்த வேண்டும். நிலத்தை பண்படுத்தி விதைகள் போட வேண்டும். தண்ணீர் ஊற்ற வேண்டும். நீர் பாய்ச்சி பயிராக வளர்ந்து தானியங்களாக முற்றிட, பலரால் அறுவடை செய்து, தனித்தனியாக பிரித்து, பதம் செய்து உணவாக தயாரிக்க விறகை தேடுகிறோம். அடுப்பை அமைக்கிறோம். பாத்திரங்களை பயன்படுத்துகிறோம். நீர், காய்கறிகள், எண்ணெய், மிளகாய், மிளகு, சீரகம் இப்படி உணவை சமைக்க பொருள்களை பயன்படுத்தி, அரிசி, கோதுமை, கேழ்வரகு, சோளம், கம்பு, ஓட்ஸ் இப்படி எத்தனையே உணவு வகைகளை தினம் தினம் சாப்பிடுகின்றனர் மனிதர்கள். அனைவரும் நிலத்தில் உழைத்தது மூலம் தான் வாழ வேண்டும்.

சாதியை படைத்தவன் கடவுள்தான் என்று சாதிப்பிரிவை ஏற்படுத்தியவர்கள் சொல்லிவிட்டார்கள். ஆகவேதான் கடவுளை ஒழிப்போம், அவன் சிலையை உடைப்போம், கடவுள் இல்லவே இல்லை, அவன் எப்படி சொல்லமுடியும், முற்றிலும் பொய் என்று திரு. பொன் தேசராஜ் நினைத்துவிட்டார். அவர் ஊரில் கடவுள் பெயரால் திருவிழாக்கள் செய்ய எல்லா வீட்டிலும் பிரிவு போட்டு ரூபாய் வசூல் செய்து கடவுளை வணங்குவது வழக்கம். ஊர் மக்கள் பொன் தேசராஜ்-யை பிரிவு பணம் கேட்டார்கள். திரு பொன் தேசராஜ் யார் கேட்டாலும் பணம் கொடுக்கக்கூடாது என்று எண்ணிவிட்டார். அம்பேத்கர் பட்ட சாதி துன்பத்தைப் படித்த அவர் இதற்கெல்லாம் கடவுள்தான் காரணம் என்றால் நாம் கிராம திருவிழாவுக்கு பணம் கொடுக்கக்கூடாது என்று எண்ணிவிட்டார். ஐயா, பள்ளிக்கட்டிடம் கட்டுவதற்காகவோ, பொது நன்மைகள் ஏற்படும் நிகழ்ச்சிகளுக்கோ வேண்டுமானால் கேளுங்கள், ரூபாய் கொடுப்பேன். காளிவேஷம் போட்டுக்கொண்டு, தெய்வம் ஆடிக்கொண்டு திரிவது எனக்கு பிடிக்காது. ஆகவே நான் ரூபாய் கொடுக்கமாட்டேன் என்று திரு. தேசராஜ் அவர்கள் சொல்லிவிட்டார். ஊர் மக்களுக்கு கோபம். பத்து பேரோடு ஒத்துழைக்கமாட்டேன் என்கிறான். காளி வாயில் கோழியை கடித்துக்கொண்டு ஆடுவது, எகிரி எகிரி குதிப்பது பிடிக்கவில்லை என்கிறான். பள்ளிக்கட்டிடம் கட்ட ரூபாய் கொடுப்பானாம். கடவுள் இல்லை என்று சொல்கிறான். அவன் ஒருவன் என்ன செய்வான். அவனை ஊரைவிட்டு தள்ளிவைக்க வேண்டும். அவன் வீட்டிற்கு யாரும் போகக்கூடாது. பேசவும் கூடாது. இரண்டில் ஒன்று பார்த்திடுவோம் என்று விழாவை இன்னும சிறப்பாய் செய்ய ஆரம்பித்தார்கள். ஊர்மக்கள் ஒன்று சேர்ந்து வைராக்கியமாக, இன்னும் வசூல்செய்து, ஆடம்பரமாக குறிப்பிட்ட நாளில் விழாவை நடத்தினார்கள். தெருவெல்லாம் காளி வேஷம் பூண்டு, வாயில் கோழியைக் கடித்துக்கொண்டு, மக்கள் கடவுள் என்று நம்மை வணங்குவதைக் கண்டு, மேலும் மேலும் ஆட ஆரம்பித்தார் பூசாரி. தெருவெல்லாம் ஆடினார். பொன் தேசராஜ் வீடு வந்தது. இவன் கடவுள் இல்லை என்று சொன்னான் அல்லவா. பிரிவு பணமும் கொடுக்கவில்லை. இவன் நான் யார் என்று தெரிந்துக்கொள்ளட்டும் என்று காளி அங்கும் இங்கும் ஓடி ஆட, நம் வீட்டின் எதிரில் நீண்ட நேரம் ஆடுவதைப்பார்த்து ஒரு சொம்பில் பாலை அன்போடு தெய்வத்திடம் பொன்

தேசராஜ் கொடுக்க, பரவாயில்லை மனிதன் பயந்துவிட்டார். நமக்கு பாலை கொடுக்கிறார் என்று சொம்பு பாலைக்குடித்து மேலும் அதிகமாக குதித்து ஆட கொஞ்ச நேரத்திற்கெல்லாம் பூசாரி இரண்டு விரல் நீட்ட, ஒன்றும் புரியாத மக்கள் என்ன தாயே! என்ன வேண்டும்? இரண்டு விரல் காட்டுகிறாயே. ஏதாவது குறையா? வாய்விட்டு சொல் தாயே என்று உடுக்கை அடித்துக்கொண்டு கேட்க, இரண்டு விரலை நீட்டி மைதானமாக இருந்த கிழக்கு திசையைக் காட்ட, எல்லோரும் சாமி பின்னாலே ஓட, சாமி வேகமாக ஓடி ஒரு மரத்தடியில் புடவையை தூக்கி உட்கார, படபட, படபட, கடகடா சத்தத்துடன் பேதி ஆனது. சாமிக்கு மயக்கம். பேதி ஆக ஆக சாமி சோர்ந்து படுத்துக்கொண்டது. ஐயோ! சாமிக்கு ஏன் பேதி ஆகிறது, அந்த பொன்தேசராஜ் கொடுத்த சொம்பிலுள்ள பாலை குடித்தப்பிறகுதான் சாமிக்கு பேதி ஆகிறது என்று சில பேர் சொல்ல, ஆமாம், இருக்கலாம், வேண்டும் என்றே ஏதாவது பாலில் கலந்துக்கொடுத்திருப்பான். வாங்கடா போகலாம் சாமிக்கு ஏதோ செய்துவிட்டான் போல் தெரிகிறது. தடிகளோடு ஓடினார்கள். வாய்யா வெளியே! சாமிக்கு பாலில் என்ன கலந்துக்கொடுத்தாய். சாமிக்கு பேதியாகி களைத்து படுத்துக்கொண்டே இருக்கிறது. நீர் பாலில் ஏதோ கலந்து கொடுத்திருக்கிறாய். பாலை குடித்தப்பிறகுதான் பேதி ஆகிறது. சொல்லய்யா! என்ன கொடுத்தாய்? சொல்லாவிட்டால் அடிங்கடா தலைமேலே போடுங்கடா தலைமேலே என்று கூச்சலிட்டார்கள். அன்பானவர்களே! நான் ஒரு இராணுவ வீரன். நான் சொல்வதை கேளுங்கள். பாலை குடிக்கச் சொன்னது உண்மைதான். உண்மையான சாமிக்கு பேதி ஆகாது. மனிதசாமி என்றால் பேதி ஆகும். ஆகவேதான் பேதி மாத்திரை கலந்துவிட்டேன் என்றார். உண்மை சாமி இல்லை என்று நீங்கள் தெரிந்துக்கொண்டீர்கள். இதோ மோர் கொடுங்கள் பேதி நின்றுவிடும் என்று சொன்னார்.

முன்னோர்களைப் போல் மூடநம்பிக்கையால் முட்டாள்களாய் வாழாதே. இல்லாத கடவுளை நம்பாதே.

மதப்போரை மற.

கடவுள் போரை மற.

சாதிப்போரை மற.

கடவுளை மற, மனிதனை நினை.

இயற்கையின் சக்திகளை நடைமுறையில் கண்டான். ஆச்சரியப்பட்டான். காரணங்களை அறிந்துக் கொள்ள முடியாத அக்கால மனிதர்கள் ஆச்சரியப்பட்டு, மக்களுக்குள் காணப்படாத ஒரு சக்தி உண்டு. அந்த சக்தியால் பகல் இரவு, இருட்டு வெளிச்சம், நிலவு, சூரியன், நட்சத்திரம், மழை, காற்று, பனி, பிறப்பு, இறப்பு எல்லாமே நடைபெறுகிறது. இவற்றிற்கு எல்லாம் ஏதோ ஒரு சக்தியால் தான் நன்மைகளும் தீமைகளும் உண்டாகின்றன. அந்த சக்திதான் கடவுளாக இருக்கும். ஆகவே அந்த கடவுள் சக்திக்கு உருவத்தை அமைக்கலாம் என்றும், உருவச் சிலைகளைச் செய்து விழாக்கள் செய்து கடவுளாக நினைத்து வணங்கலாம் என்றும் செய்தவர்கள் மனிதர்கள் தான். நாகரீகமற்ற முறையில் வாழ்ந்த நமது முன்னோர்கள் இயற்கையை தெய்வமாக வணங்கி இருக்கிறார்கள். பின்னர் வந்தவர்கள் இயற்கைக்கு உருவத்தை உண்டாக்கி வணங்கினார்கள். யாரோ ஒருவன் இயற்கையின் சக்திகளை தன்னுடைய பகுத்தறிவால் அறிந்துக் கொள்ள முடியாமல் அந்த சக்திதான் கடவுள் என்ற பெயர் சூட்டிவிட்டான்.

கோயில்களை அலுவலகங்களாக மாற்றிடுவோம். பக்தர் மூலமே பணத்தை வசூல் செய்து தினந்தோறும் கோயில்கள் அனைத்திலும் அன்னதானம் போடும் முறைகளை மறக்க வேண்டும். முன்னோர்கள் காலத்தில் கடவுள் உண்டு என்று கற்பனை கதைகளை எழுத வைத்து, கடவுள் வேடத்தை போட வைத்து, நாடகங்கள் மூலம் (தெரு கூத்து) ஆடி, கடவுள் நம்பிக்கையை பரப்பினார்கள். இன்று சினிமா, டி.வி. மூலம், ரேடியோ மூலம் மனிதர்களை கடவுள் வேடத்தில் நடிக்க வைத்து கடவுள் உண்டு, நம்புங்கள் வணங்குங்கள் என்று கதை எழுதுபவர் ஒருவர், பாடல் எழுதுபவர் ஒருவர், பாடுபவர் ஒருவர், இசை அமைப்பவர் ஒருவர், கதாநாயகனாக நடிப்பவர் ஒருவர் என ஆத்திக மடையர்கள் பலர். கதாநாயகனாக நடித்துக் காட்டிவிட்டால், நடிப்பவர்களை நம்பி நாட்டை ஆளும் உரிமைகளை தருபவர்களை மனிதர்கள் என்று சொல்லலாமா? மதப்பித்தையும், கடவுள் பித்தையும், சாதிப்பித்தையும் மத குருக்களையும் நம்பி மக்கள்

அவா்கள் சொல்வதை உடும்பு பிடியாக பிடித்துக் கொண்டு, உலகில் கோயில்களை கட்டி, குளங்களை வெட்டி, தலை முழுகி பின் கோயிலுக்கு சென்றால் அங்கே பூசாரியும் சிலைகளுக்கு மாலைப்போட்டு, அதனை வணங்க வைத்து திருநீரையும், மஞ்சளையும் நெற்றியில் பூசிக்கொள்ள தருகிறாா். பக்தியோடு இரு கைகளைக் கூப்பி, தான் நினைத்த காரியங்கள் ஜெயமாக வேண்டும் என்று வேண்டிக் கொண்டு ஆயிரக்கணக்கில் மக்கள் கோயிலுக்கு உள்ளே போகும் காட்சிகளை பாா்க்கிறோம்.

பட்டிமன்றங்கள் போட்டு பல தலைப்புகளில் கற்றவா்கள், பட்டங்கள் பல பெற்றவர்கள் இருபிரிவுகளாக பிரித்து நடுவா் முன்னிலையில் பேச வைக்கும் நிகழ்ச்சிகள் பாா்க்கிறீா்கள். ஏன் பேசுகிறாா்கள்? எதற்காக பேசுகிறாா்கள் தெரியுமா? மக்கள் மகிழ்ச்சியோடு இருக்க தங்கள் கருத்துக்கள் நல்லதாக இருக்கிறதா? கெட்டதாக இருக்கிறதா? நன்மை தருமா? தீமை தருமா? உண்மையா? பொய்யா? இப்படி கேள்விகள் கேட்டு பொது மக்களையே சிந்திக்க வைக்க இருவா் பேசுவதை நடுவா் இவா் சொல்வதும் சரியாகத்தான் இருக்கிறது அவா் சொல்வதும் சரியாகத்தான் உள்ளது. இருந்தாலும் உண்மை தான் வெல்லும் என்று முடிப்பாா். காலத்திற்கேற்ப, சந்தா்பங்களுக்கேற்ப, சூழ்நிலைக்கேற்ப சூழ்ச்சியாளா்கள் குறிப்பாக ஆத்திகவாதிகள் உடும்பு பிடிவாதம் செய்வாா்கள். அவா்கள் வாதம் வெற்றிப்பெற யாா் தூற்றினாலும் சரி, போற்றினாலும் சரி, அவமானமாக பேசினாலும் சரி, கடவுள் நம்பிக்கை உண்டா என்றால் ஆம் உண்டு என்பான். அவா் எங்கு இருக்கிறாா் தெரியுமா என்று கேட்டால் கடவுள் எங்கும் இருப்பாா் என்பான். உன்னால் காட்ட முடியுமா என்றால் அவா் எங்கும் இருப்பாா். அவா் பக்தா்களுக்கும் கடவுள் நம்பிக்கை உள்ளவா்களுக்கும் தான் காட்சி தருவாா். காற்றில் இருப்பாா். பாட்டில் இருப்பாா். அவா் யாா் கண்ணுக்கும் தெரிய மாட்டாா். சக்தி உள்ளவா். நடப்பதும், உட்காருவதும், ஆடுவதும், பாடுவதும் எல்லாம் அவன் செயலே. அவன் இல்லாமல் எதுவுமே நடக்காது. மறுபடியும் உன்னால் காட்ட முடியுமா என்றால் நம்பினவனுக்கு நடராசன், நம்பாதவனுக்கு எமராசன். பகல் இரவு உண்டாகிறது. யாரால்? மழை, காற்று, மின்னல், இடி யாரால்? யாரோ ஒருவா் இருக்க வேண்டும். அவா் தான்

கடவுள். ஒரு சக்தி உள்ளது. அந்த சக்தி தான் கடவுள் என்றும் கூறுவார்கள். ஆண்டவனை காண காண்பிக்க முடியாத முட்டாள் கூட்டத்தினர் செய்த தவறு இன்று தினம் தினம் மதத்திலும் ஒற்றுமை இல்லாமல் மதத்துக்குள் பல சாதிப்பிரிவுகள் வணங்கும் கடவுள்கள் எராளம் என ஏற்படுத்தியதுதான். திருமணங்கள் அந்தந்த மதத்தில் சாதியில் தான் செய்துக் கொள்ள வேண்டும். மத கட்டுபாடு, சாதி கட்டுப்பாடு என்ற பேரால் வெட்கமில்லாமல் சண்டைகள் தினம் போடுவது நீதியா?

மனிதர்கள் அனைவருமே நடிகர்கள் தான். எல்லோரும்தான் தினம் தினம் வாழ்க்கையில் நடித்துக் கொண்டிருக்கிறார்கள். நடிகர்கள் சினிமாவில் நடித்துக் காட்டியதைப் போலவே நாட்டு மக்களை நடிக்க கற்றும் கொடுத்துவிட்டார்கள். எங்கே நீதி? எங்கே மதம்? எங்கே கடவுள்? எங்கே சாதி? என்று காலமெல்லாம் பாடி, பாடி, ஆடி, ஆடி ஒலிபெருக்கி மூலம் கேட்டு கேட்டு, காது தான் செவிடானதே தவிர நாகரிகம் வளரவில்லை. தெரியாத காலத்தில் மூடக்கொள்கையில் மூழ்கிய பெரியோர்கள் அரசனைக் காப்பாற்ற கோட்டையாக கட்டினான். கோட்டைக்குள் கோவிலைக் கட்டினான். பகைவர்களிடமிருந்து தப்பிக்க சுரங்கப் பாதைகளை வெட்டினார்கள். அரசன் ஆட்சி முடிந்தது. கோட்டையை கோயில்களாக மாற்றிக் கொண்டார்கள். வந்தவர்களுக்கு வழிவிட்டான். அவன் ஆட்சி செய்யும் உரிமையில் கோயில் கட்டினான். எங்கள் அரசன் கட்டியக் கோயிலில் எங்களுக்குத்தான் உரிமை உண்டு. வணங்க வழிவிடுங்கள் என்று கேட்பது நீதியா? சுதந்திரம் பெற்று பல ஆண்டுகள் ஆகியும் வெட்கமில்லாமல், சூடு சுரணை இல்லாமல் மதுரை மாவட்டத்தில் உசிலம்பட்டி அருகே உத்தமபுரத்தில் தீண்டாமை சுவர் கட்டினார்கள். கேவலமாக உள்ளது. அரசாங்கமே! பாதை வேண்டும் என்று ஒரு சாரார் கேட்கிறார்கள். பொதுவாக எல்லோரும் போகவும் வரவும் முடியும் என்று 10 அடி சுவர் இடித்து வழிவிட்டதற்காக மறியல் போராட்டம் தேவையா? எங்கே நீதி? திருடனாக பார்த்து திருந்தாவிடடால் திருட்டை ஒழிக்க முடியாது. மக்கள் அனைவரும் மனிதர்களே என்று தலைவர்கள் நீதி கூற வேண்டும். ஆரிய கும்பலுக்கு புத்தி வர வேண்டும்.

1. கடவுள் பெயரால் யாகம் செய்து உயிர்பலியிடாதே.
2. மற்றவர் பொருளை திருடாதே.
3. பலாத்கார காம இச்சை கொள்ளாதே.
4. பொய் சொல்லாதே.
5. மதியை மயக்கும் மதுபானங்களை அருந்தாதே.

என்ற ஒழுக்கமுறைகளால் மனித சமுதாயம் மிகச் சிறப்போடு ஒற்றுமையுடன் வாழ முடியும். ஆனால் மேற்கூறிய ஐந்து செயல்களையும் செய்து விட்டு, முழங்கால் இட்டு, தெரியாமல் பாவம் செய்துவிட்டேன், என்னை மன்னித்து விடு என்று பிரார்த்தனை செய்தால் போதும். மன்னிக்கப்படுவாய். ஆண்டவர் ஆசீர் தந்து உன்னை நல்ல பிள்ளையாக ஏற்றுக் கொள்வார் என்ற மூடநம்பிக்கையோடு மதங்கள் போதிப்பதால் தவறுகள் செய்து விட்டு செய்து விட்டு, மன்னிப்பு கேட்டு, கண்ணீர் விட்டு அழுது புலம்புவதும், வழக்கமாகிவிட்டது.

புத்தர் அறிவுரைகளை எடுத்துக்கூறுவதற்கு முன்னால் உட்கார்ந்து கேட்போர்கள் அனைவரும் உணவை சாப்பிட்டு பசியற்றவர்களாக இருக்க வேண்டும். ஆகவே முதலில் சாப்பிட்ட பிறகு தான் சொற்பொழிவு. அப்போது தான் சோர்வும் பசியும் இருக்காது. ஆகவே கூட்டத்தை கூட்டுபவர் வருகின்றவர்களுக்கு உணவு அளிக்க வேண்டும் என்று சீடர்களுக்கு போதித்தார். ஆண்களும் பெண்களும் சில மணி நேரம் காத்திருந்து சொற்பொழிவை கேட்டார்கள். இந்த முறையை புத்தர் காலத்துக்குப்பிறகு கடவுள் நம்பிக்கைகையை உண்டாக்கி மக்களை திசை திருப்ப கல்லால் செய்த கடவுள் உருவத்தை பார்த்து அவர்களை வரிசையாக இரு கைகளை கூப்பி வணங்கினால் போதும் என்பதற்காக உணவு மட்டும் வழங்கப்பட்டது. அறிவுரை வழங்குவது இல்லாமல் போய்விட்டது. தினம் ஒவ்வொரு கடவுளை வணங்கிவிட்டு, பாவமெல்லாம் நீங்கி விட்டது, மகளுக்கு திருமணம் இந்த ஆண்டு முடிந்து விடும், ஆண்டவன் அருள்புரிவான் என்று நம்பிக்கையோடு கூட்டம் கூட்டமாக உணவை உண்டு பெரியோர்கள் புசித்தார்கள். இன்றும் கோவிலுக்கு சென்று சாப்பிட்டு கடவுளை வணங்கி விட்டோம், நமது துன்பம்

நீங்கி விட்டது என்று மகிழ்ச்சியோடு மனிதர்கள் வாழ்கிறார்கள். தான் சாதாரண அப்பா, அம்மாவுக்கு பிறந்தவர் என்று புத்தர் தெளிவாக கூறினார் என்று பௌத்த உபாசகர்கள் கூறுகிறார்கள். புத்தர் சொல்லாத வார்த்தைகளை ஏசு நாதரும், முகமது நபியும் ஏதாவது சொன்னார்களா? மக்களுக்கு தேவன் மகன் என்றும் கடவுள் தூதன் என்றும் சொன்னால் தான் மக்கள் நம்புவார்கள் என்ற நோக்கத்தில், அப்போது தான் மக்கள் அனைவரும் அவர்கள் கொள்கையை பின்பற்றி நம்புவார்கள் என்று நினைத்து அன்றிருந்தவர்கள் சொல்லி இருக்க வேண்டுமே தவிர மற்ற காரணம் இருக்காது. இறைச்சியில்லாமல் உணவு சாப்பிட மாட்டான் என்று தெரிந்துக் கொண்டு, கடவுள் முன்னிலையில் பலியிட்டு (காவு கொடுத்து) சாப்பிடும் பழக்கத்தை உண்டாக்கிக் கொண்டனர். இமயம் முதல் கன்னியாகுமரி வரை வீட்டுக்குவீடு, ஊருக்கு ஊர், வட்டம், மாவட்டம், மாநிலங்கள் தோறும் கடவுளுக்கு பலியிட்டு சாப்பிடும் முறைகளை ஏற்படுத்தி விட்டார்கள். இது முட்டாள்தனம். ஆகவே கடவுள் பெயரில் உயிர் பலி இட வேண்டாம் என்று புத்தர் சொன்னார். ஆட்டை பலியிடுவதைப் போல் மத நம்பிக்கையால் கடவுள் நம்பிக்கையால் மக்களை கொன்று வரும் கொலைக்காரர்களை மனிதர்கள் என்று எப்படி சொல்ல முடியும். ஆடு, மாடு, பன்றி, கோழிகளை பலியிடாமல் போனாலும் போகலாமே தவிர அணுகுண்டு, வெடிக்குண்டு, துப்பாக்கிக்குண்டு, கண்ணி வெடி மூலம் மக்களை கொல்லாமல் விட மாட்டோம் என்கிறார்கள்.

புத்தர் கறி சாப்பிடக் கூடாது என்று சொல்லவேவில்லை.

Not to kill, will to kill.

தேவையாக இருந்தால் கொன்று சாப்பிடு, தேவை இல்லை என்றால் வேண்டாம் என்று தான் நாம் அவருடைய கொள்கையிலிந்து அறிகிறோம். ஆனால் ஆரியர்கள் மூடப்பழக்கவழக்கத்தால் சோம பானம் குடித்து ஆடிக்கொண்டும், பாடிக்கொண்டும், ஆடு மாடுகளின் கழுத்தில் பூமாலை போட்டு தெருவில் கூட்டமாக ஆண்களும் பெண்களுமாக பின் தொடர்ந்து, மனிதனால் கட்டப்பட்ட கோயிலில் கடவுள் சிலையை வைத்து அந்த சிலை எதிரில் வெட்டுவதற்கு என்று தனி ஆளாக இருப்பவன் கையில் உள்ள பெரிய

கூர்மையான கத்தியை கொண்டே வெட்ட, தலை துண்டாக விழும். சில சிறுவர்கள் பெரியவர்கள் யார் மீதிலாவது தெய்வம் வந்து ஆட, அதில் ஒரு பம்பைக்காரன் அம்மா! ஏழைகள் ஆகிய நாங்கள் பூசையாக இந்த காவு கொடுத்தோம். ஏதாவது குறை இருக்கிறதா? சொல்லுங்கள் தாயே என்று கேட்க, அதற்கு அந்த பெண் சாமி, எனக்கு நீங்கள் கொடுத்த காவு போதும்டா என்று சொல்ல, தாயே! ஊர்ல மாடுகன்றுகளுக்கு நோய் நொடி வராமல் பாதுகாப்பாயாக என்று வேண்ட, அப்படியே ஆகட்டும் மகனே என்று பெண்சாமி சொல்லிக் கொண்டே தரையில் விழும் போது கெட்டியாக யாராவது பிடித்துக் கொள்ள, சாமி மலையேறி போய் விடும். ஒவ்வொரு ஊரிலும் மக்கள் போட்டிகள் போட்டுக் கொண்டு திருவிழா செய்வார்கள். இந்த மாதிரியாக கூழ் ஊற்றும் திருவிழா செய்து மக்களை மடையர்களாக்க வேண்டாம். பெரியோர்களே! தாய்மார்களே! உங்களுடைய வயதில் மனிதர்களால் கட்டப்பட்ட கோயில்களுக்கு, மனிதனால் செய்யப்பட்ட சிலை உருவத்தை சாமி என்று நீர் கும்பிடுவதோடு சிறு குழந்தைகளுக்கும் சாமி என்று சொல்லி, அவர்களுக்கும் கற்றுக் கொடுத்து வணங்க செய்யலாமா? குருடன் குருடனுக்கு வழிக்காட்டியாக அழைத்துச் சென்றாலும் அந்த குருடனும் வெளிச்சத்தை பார்க்க போவதில்லை. அதுப்போல இவர்களும் கடவுளை பார்க்க போவதில்லை. பார்க்காத கடவுளை வணங்க செய்வது எவ்வளவு முட்டாள்தனம் என்று சொன்னால் கோபம் வருகிறது. இந்நாளிலும் இஸ்லாம் மதத்தை தோன்றுவித்த முகமது நபி பிறந்த ஊராகிய சவுதி அரேபியாவில் மிருகங்களை பலிக்கொடுத்து முஸ்லீம் நாடுகளில் உள்ள ஏழைகளுக்கு தானமாக வழங்கப்படுவதை பக்தி என்கிறார்கள். ஆண்டு ஒன்றுக்கு 6 லட்சத்து 37 ஆயிரம் ஆடு, மாடு, ஒட்டகம் பலியிட்டதாக கணக்கு கொடுக்கிறார்கள்.

நீதியா, அநீதியா என்று சீர்தூக்கி பார்க்கும் திறமை இல்லாத காரணத்தால், உண்மை நிகழ்ச்சிகள் மறைக்கப்படுகிறது. வீட்டுக்குள், ஊருக்குள், நாட்டிற்குள், உலகிற்குள், மக்களுக்குள் மாறுபட்ட கருத்துக்கள் தோன்றுவது எதனால்? எண்ணிப் பார்த்தால் பௌத்த மார்க்கத்தில் விடை காண முடியும். கோயில் என்றும், கடவுள் என்றும், எல்லா சக்திகளும் உண்டு என்றும் நம்பிக்கையால் விரதங்களும் செய்து

பக்தியின் பெருமைகள் மக்களிடம் பேசப்பட்டு கடவுள் கஷ்டங்களிலிருந்து காப்பாற்ற வேண்டி உண்டியலில் கணக்கில்லாமல் போடப்படும் பணம், நகைகள் திருடப்படுகிறது. உண்டியல்கள் உடைக்கப்பட்டுள்ளது. லட்சக்கணக்காண மதிப்புள்ள நகைகள் கடவுளின் காணிக்கைக்காக போடப்பட்டு மனிதனால் திருடப்பட்டது. கடவுளால் திருடனை காட்டிக் கொடுக்க முடியாமல் போய்விடுகிறது. இறுதியில் மோப்ப நாயின் உதவியை தான் மனிதன் தேடுகிறான். ஆகவே வாய்ச்சொல் வீரர்களாக மூன்று மதத்தாரும், பாவங்களையும், புண்ணியங்களையும் காட்டிக் கொண்டு எமலோகத்தையும், பரலோகத்தையும், நரகலோகத்தையும் சொல்லிக் கொண்டு மக்களுக்கு இன்னும் கடவுளை காட்டாமல் வருவார், போவார், காப்பார் என்று பக்தியின் பெயரால் மக்களை ஏமாற்றிக் கொண்டு வருகிறார்கள். தவளை கத்துவதுப் போல் கத்துகிறார்கள். அந்த நேரத்தில் மட்டும் நிரந்தர ஆறுதல் கிடைக்காமல் தற்காலிக ஆறுதலாக தலைவலி என்ற துன்பம் நீங்கியதாக எண்ணம் ஏற்படும். கடவுள் பக்தி என 63 நாயன்மார்களும் பாடிய பாடல்களை பாடி மக்களை அறியாமை அறிவில் அழைத்துச் சென்றுக் கொண்டிருக்கிறார்கள். ஒரு சொம்பில் கோமியத்தை எடுத்து வாருங்கள் என்று மதகுரு சொல்ல இதோ போகிறேன் என்று சொல்லிக் கொண்டு திரிவது பக்தனுடைய வேலையாகும். கோயில்களை கட்டி, கல்லை கடவுள் என்று மருத்துவமனைகளுக்கு முன்பாகவும், இரயில்வே ஸ்டேஷன்களின் முன்பும் வைத்து இரயிலை விட்டு இறங்குகிறவர்களும் காலையில் வேலைக்கு போகிறவர்களும் கல்லென்று தெரிந்தும் கடவுள் என்று வணங்கி விட்டு போவதை பார்க்கிறீர்கள் அல்லவா. ஆண்டவரே! என்னுடைய குழந்தை பிணியிலிருந்து சுகமாகி விட்டால் உன் சந்நிதானம் வந்து மொட்டை அடித்து குழந்தையின் உயிரைக் கொடுத்த உங்களுக்கு கோழியின் உயிரைக் கொடுத்து பொங்கல் விடுவோம் என்று நோயாளிகளின் உறவினர்களும் மருத்துவமனையில் வேண்டிக்கொள்வர்.

இந்திய சரித்திரத்தை வேதகாலத்திலிருந்துதான் ஆரம்பிக்கின்றார்கள். புத்தருடைய சரித்திரத்தைப் படித்துப் பாருங்கள். உண்மை புலப்படும். அன்று முதல்

இன்று வரை கடவுளை நம்புகிறவா்கள் குருடா்களாகவே இருந்துக்கொண்டு குருடா்களை உண்டாக்குகிறாா்கள். கண்ணுக்குள் லென்ஸ் வைத்து பாா்வையை உண்டாக்குகிறாா் டாக்டா். அதே டாக்டா்கள்கூட எல்லாம் கடவுள் செயலால் தான் குணம் ஆனது என்று கூறி, கடவுள் நம்பிக்கையை உண்டாக்கி வருகிறாா்கள். வறுமை வயிற்றுப்பசியை கில்லுகிறது. கோவிலுக்குள் போகிறான். அவனும் சாமியை கும்பிட்டுக்கொண்டே சிலையை தூக்கிச்செல்லுகிறேன் ஆண்டவரே எனக்கு துணை புரிவீராக. என் குடும்பத்தின் வறுமை எல்லாம் நீக்கவே உன்னை திருடிக்கொண்டு போகிறேன் என்று திருடுகிறான். அந்த சிலையை விற்று பணமாக்கி, கோயிலுக்கும் காணிக்கை கொடுக்கிறான். கோரிக்கை நிறைவேறுகிறவரையில் தாடியை தலை முடியை வளா்க்கிறாா்கள். பின் குடும்பத்தோடு சென்று மொட்டை அடித்து வருகிறாா்கள். பலவா்ண ஆடைகள் அணிந்து ஆண்டவனை தேட ஆடிக்கொண்டும், பாடிக்கெண்டும் குதித்துக்கொண்டும் கோயில்களுக்கு வருடந்தோறும் போகிறாா்கள். வருமானம் வரவேண்டும் என்பதற்காக, விற்பனை ஆகவேண்டும் என்பதற்காக செய்திதாள்களில் எங்கெங்கு கோயில் திருவிழா, எந்தெந்த ஊரில் சாமி ஊா்வலம், தினம் தினம் எங்கு கடவுள் தரிசனம் என்றும், பக்தா்கள் குளத்தில் குளிக்கும் காட்சியை போட்டோ எடுத்து போடுவதோடு, டி.வி.யில் கோயில்களில் பக்தா்கள் வணங்கும் காட்சிகளையும், காலை வேளையில் மூன்று மதத்தாரும் மாறி மாறி அவரவா் கடவுள் பெருமைகளை பாடலாக பாடி காட்டுவதும் வழக்கமாகி விட்டது.

எனக்கு நான்கு மகன்கள். மூன்று பிள்ளைகளுக்கு கலப்பு திருமணம். நான்கு திசையிலிருந்து வந்த மருமகள்களைப் பாா்த்து, மனித வாழ்க்கையை பாா்த்தீா்களா? எங்கோ பிறக்கின்றோம். எங்கெங்கோ படிக்கின்றோம். வேலை செய்கின்றோம். கடைசியில் திருமணம் நடைபெறுகிறது. வாழ்க்கை நடத்துகிறோம். நீங்கள் எல்லாம் இப்படி நடக்கும் என்று எதிா்பாா்த்தீா்களா? என்பேன். அதற்கு அவா்கள் இதுதான் அப்பா விதி என்று சொல்வாா்கள். அம்மா! அதுதான் தப்பு. பருவத்தின் கோளாறுகள். எப்படியும் எங்கேயாவது பெண்களை ஆண்களுக்கு பிடித்து போகிறது. எங்களைப்போல நீங்களும்

குழந்தைகளை பெற்றெடுத்து பேணி வளர்த்து ஆளாக்கவேண்டும். ஆகவேதான் திருமணம் என்ற பழக்கத்தை நமது முன்னோர்கள் வழிகாட்டிவிட்டார்கள். எல்லாமே விதி என்று சொல்லி இன்னும் கொஞ்ச நாளைக்கு கடவுள்விட்ட வழிப்படி நடக்கட்டும். மரம் வைத்தவன் தண்ணீர் ஊற்றாமலா போவான் என்ற பழமொழி சொல்லிக்கொண்டே மக்களை கெடுத்து விட்டார்கள். வயதான பொற்றோரை கவனிக்காமல் சாப்பாடு போடாமல் பிச்சையெடுக்கும் சூழ்நிலைகளை உருவாக்கியது கடவுளா? இல்லை விதியா? என்றால் அவன் அப்பன் முற்பிறப்பில் செய்த வினைப்பயன் இப்போது மகன் மருமகள் மூலம் கடவுள் தண்டனைக் கொடுக்கிறார் என்று ஆறுதல் அடைந்து மற்றவர்களிடம் ஆறுதல் சொல்லலாமா? மனித குலத்தில் ஒற்றுமை இல்லாமல் செய்து வருகின்ற கொலைகள், வீடுகளுக்கு தீ வைத்துக் கொல்லும் நிகழ்ச்சிகள் இவையெல்லாம் சான்றாக தெரிந்தும் எல்லாம் கடவுள் செயலாம். எல்லாமே தலைவிதியாம். ஏழையாக பிறப்பதும் பணக்காரனாய் பிறப்பதும் எல்லாமே கடவுள் செயல் என்ற எண்ணத்தை நம்பாதே. மனிதனாகப் பிறந்த ஒவ்வொருவருக்கும் எண்ணத்திலும், எழுத்திலும், பேச்சிலும் தன் வாழ்க்கையில் ஏற்படும் நிகழ்ச்சிகளுக்கு காரணம் யாது? என்று அறிந்துக் கொள்ளும் எண்ணம் ஏற்படவில்லை. மாறாக கடவுள் என்ற வார்த்தை ஒவ்வொரு மனிதனுடைய வாயிலிருந்தும் உச்சரிக்கப்படுகிறது. எப்படி அந்த வார்த்தை பசுமரத்தாணியைப்போல் மக்களுடைய உள்ளத்தில் பதிவானது என்று எண்ணிப் பாருங்கள். விஞ்ஞான அறிவால் மனிதனின் கண்டுப்பிடிப்பால் தரை, கடல், ஆகாயம் (பஸ், கப்பல், விமானம்) என்று எங்கேயும் போக நம்மை நாமே ஆச்சரியப்படும்படியான சாதனைகளை மனித முயற்சியினால் நடைப்பெற்று வருவதை கண்கூடாக பார்க்கிறோம் அல்லவா? விசித்திரங்கள், வேடிக்கைகள், அதிசயங்கள் எல்லாம் மனிதனுடைய முயற்சியினால் உலகில் நடைமுறைப்படுத்தப்பட்டு வருகிறது. மாற்றங்கள கண்ட மனிதன் இந்நாள்வரை இல்லாத, காணாத கடவுள் என்ற பெயரால் ஏற்பட்ட பிடிவாத குணத்தையும் மூடக்கொள்கைகளையும் மட்டும் மாற்றிக் கொள்ள பயப்படுகிறான். காரணம் என்ன என்று எண்ணிப் பாருங்கள். அதோ பார் தம்பி என்றால் எதை என்று தான் கேட்பான். உனக்கு தெரியவில்லையா தம்பி? எனக்கு நன்றாக தெரிகிறதே. உனக்கு

தெரியவில்லை என்று சொல்லுகிறாயே என்று மீண்டும் சொல்வானானால் அவனைப் பற்றி என்ன நினைப்பாய். கண்ணிருந்தும் குருடன் என்பதா? பக்தி உள்ளவனுக்குத் தான் காட்சி அளிப்பான். பாவம் செய்தவன் கண்களுக்கு கடவுள் தெரிய மாட்டான் என்று சொல்லி தப்பித்துக் கொள்வது எந்த விதத்தில் நீதியாகும் என்பதை எண்ணிப்பாருங்கள்.

1. நீங்கள் கேட்டது என்பதற்காக எதையும் நம்பாதீர்கள்.
2. தலைமுறை தலைமுறையாக நடந்து வருகிறது என்பதற்காக எதையும் நம்பாதீர்கள்.
3. உமது ஆசிரியர்கள் பெற்றோர்கள் கற்றுக் கொடுத்தார்கள் என்பதற்காக எதையும் நம்பி விடாதீர்கள்.
4. உமது மதநூல்களில் கூறி இருப்பதற்காகவே கண்மூடிதனமாக எதையும் ஏற்றுக் கொள்ளாதே.

பின் எதைத்தான், யாரைத் தான் நம்புவது என்று கேட்பீர்களானால், ஒரு சங்கதியை உற்று கவனித்து, சிந்தித்து, ஆராய்ந்து பார்த்தால் உமது பகுத்தறிவுக்கு ஏற்றதென்றும் நடைமுறை அனுபவத்திற்கு தெளிவாக உள்ளது என்றும் உங்களுக்கு தோன்றுமானால் அதன்படி நட.

மனித பிறவி என்பது ஒரு சாதாரண நிகழ்ச்சி. அதாவது ஒரு சிறு சம்பவமே தவிர வேறொன்றும் கிடையாது. உலகம் இயற்கையானது. கடவுள் என்ற வார்த்தையே வெறும் கற்பனை கதைகளால் உண்டாக்கப்பட்டது. பிறப்பு என்றால் இறப்பு உண்டு. மனிதனும், மற்ற உயிர் ஜீவராசிகள் அனைத்துமே இன்றும், நாளையும், பிறப்பதும், இறப்பதும் உறுதி. பிறப்பு, இறப்பு ஒரு சிறு சம்பவம். மாறுதல் என்பது வாழ்க்கையின் சட்டம். நடக்காத நிகழ்ச்சிகளை நடந்ததாக கூறுவது தான் பொய். பார்க்காததை பார்த்ததாக கூறுவது தான் பொய். பேசாத வார்த்தைகளை, சொல்லாத சொற்களை சொன்னான் என்பது தான் பொய். இனி மேலாவது உண்மை எது பொய் எது என்று தெளிவாக தெரிந்துக் கொள். நீ யாரால் பிறந்தாய் என்று கேள். என்னுடைய தாய்தந்தையருக்கு என்பான். அவர்கள் யாருக்கு பிறந்தார்கள் என்று கேள். அவர்கள் தாய் தந்தையருக்கு என்று பதில் வரும். இப்படியே

கேள்விகள கேட்டுக் கொண்டே போனால் பதில் ஆணுக்கும் பெண்ணுக்கும் அதாவது பெற்றோருக்கு தான் பிறந்திருக்க வேண்டும். இந்த பிறப்புக்கு ஆணும் பெண்ணும் தான் காரணமே தவிர கடவுள் படைப்பு அல்ல. குழந்தை எப்படி பிறக்கிறது என்பதை கண்கூடாக அனுதினம் பார்க்கின்றோம் அல்லவா? 500, 1000 ஆயிரம் ஆண்டுகளுக்கு முன்னால் குழந்தை இக்காலத்தில் பிறந்ததைப் போல் அல்லாமல் கழுதைக்கும், குதிரைக்கும், குரங்குக்கும் பிறந்திருப்பான் என்று எவனாவது ஒருவன் சொல்வானானால் நம்பமுடியுமா? உண்மையாக இருக்கும் என்று ஒத்துக் கொள்வீர்களா? மனிதன் யாரால் படைக்கப்படுகிறான். எல்லோருக்கும் நன்றாக வெட்டவெளியாக (வெளிப்படையாக) தெரிகிறது. ஆணும் பெண்ணும் உடல்உறவு கொண்டதால் குழந்தை பிறக்கிறது என்பது அனைவரும் அறிந்ததே. விஞ்ஞான காலத்தில் சேர்க்கையில்லாமல் ஊசியின் மூலம் பெண்ணின் கருவரையில் குழந்தை பிறக்கும் என்ற செய்முறையில் அறிவியலறிஞர்கள் வெற்றிக்கனியை கண்டுள்ளார்கள். அப்போதும்கூட ஆணின் விந்துவை ஊசியின் மூலம் பயன்படுத்தி இருக்கிறார்கள் என்று பத்திரிகை வாயிலாக அறிகிறோம். உலகம் தோன்றிய முதல் இந்நாள்வரை மனித குலம் இயங்கி வருகிறது. அனைத்துப் பிரிவு உயிரினங்களும் ஒன்றை ஒன்று நம்பியே வாழ வேண்டி இயற்கையின் சூழல் அமைக்கப்பட்டுள்ளது. உலகம் இயற்கை நிலம், நீர், நெருப்பு (சூரியன்), காற்று, ஆகாயம் ஆகிய ஐந்தால் தான் உருவாக்கப்படுகிறது. ஐந்தால் தான் பிறப்பு இறப்பு உண்டாகிறது என்று எல்லா தலைப்புகளிலும் அடிக்கடி நினைவுப்படுத்தி எழுத்து மூலம் எழுதி வருகிறேன். உயிர் எங்கு உள்ளது என்றால் அது கடவுள்குத்தான் தெரியும். அந்த உயிரை எமதர்ம ராஜாதான் பாசக்கயிரைப்போட்டு யாருக்கும் தெரியாமல் இழுத்துக்கொண்டு போவான் என்றுதான் விஞ்ஞான அறிவை போதிப்பவர்கள்கூட, வைத்தியர்களும்கூட நம்பிக்கொண்டு வருகிறார்கள்.

நிலம், நீர், நெருப்பு, காற்று, ஆகாயம் ஆகிய ஐந்தும் தான் முக்கியம். இதில் ஏதாவது ஒன்று இல்லாமல் உயிர் வாழ முடியாது? எப்படி என்று விளக்கம் தேவையா? நிலம் அதாவது பூமி இருந்தால் நடக்கவும், உணவு வகைகளை பயிர் செய்யவும் முடியும்.

மனிதா்களுக்கு உணவு பயிரிட நீா் தேவை. நீா் இல்லையேல் என்ன நிகழ்ச்சி ஏற்படும் என்று நீங்களே சிந்தித்துப் பாா்த்தால் புரியும். உடம்பு சூடாக இருக்க கூடாது. மிக சில்லென்றும் இருந்தால் இறப்புதான். காற்று இல்லையேல் சுவாசிக்காமல் இறந்து விடுவோம். காற்றைத்தான் கண்ணால் பாா்க்க முடியாது. ஆகாயம் இல்லையேல் மழை, இடி, மின்னல் ஏற்படாது. ஆகவே தான் புத்தா் அழகாக, தெளிவாக, உண்மையாக, யாருக்கும் சந்தேகம் ஏற்படாதவாறு உலக மக்களுக்கு பொதுவாகவே சொல்லிவிட்டாா். உலகில் நடக்கும் எல்லா நிகழ்ச்சிகளுக்கும் காரணம் இயற்கையே என்று. நாம் கண்ணெதிரில் நிலத்தைப் பாா்க்கிறோம். நிலத்தை மனிதா்களாகிய நாம் எப்படி எல்லாம் பயன்படுத்துகிறோம். நிலத்தினால் நாம் என்ன பயன் அடைகிறோம். இயற்கையாக மரம், செடி, கொடிகள் உண்டாகிறது. மிருகங்கள் வாழ்கின்றன. மனிதா்களுக்கு என்றென்னும் இறக்கும் வரையில் தேவைப்படுவது நிலத்தில் விளையும் உணவே ஆகும். அடுத்து நீரின் பெருமைகளை நாம் கண்கூடாக அறிகிறோம். நிலத்தில் நீா் எப்படி நிலைத்து நிற்கின்றன என்பதையும், நீரில் வாழும் எண்ணில் அடங்கா உயிா் பிராணிகள் நீரிலேயே வாழ்ந்து இறந்துவிடுகின்றன என்பதையும் பாா்க்கின்றோம். இயற்கையான நிலத்தின் அடியில் நீா் நிரம்பி இருக்கின்றன. அந்த குடிநீரை மனிதனுடைய முயற்சியினால் பயன்படுத்திக்கொண்டு வருகிறோம். நீா் சூரியனுடைய வெப்பத்தினால் ஆவியாக மாறுகிறது. அந்த ஆவி ஆகாயத்திலிருந்து நிலத்திற்கு வருகின்றன. அதைதான் நாம் மழை என்கிறோம். மழையினால் மனிதா்களுக்கு நன்மைகள் உண்டாகின்றன. நீரில்லையேல் நாம் உயிா் வாழமுடியாது. நீரின் உதவியால்தான் நமக்கு விளைப்பொருள்களும், காய்கறிகளும், பழவகைகளும் கிடைக்கின்றன. நீரின் நன்மைகளை நாம் தெளிவாக தெரிந்துக்கொள்ளுகிறோம். காற்று இல்லையேல் மனிதா்கள் உள்பட அனைத்து ஜீவராசிகளும் உயிா்வாழ முடியாது. காற்றின் மூலம்தான் புயல் உண்டாக்கப்படுகிறது. மழையும் பெய்கிறது. காற்றால் நமக்கும், பிராணிகளுக்கும் நன்மைகளும், தீமைகளும் ஏற்படுகின்றன. நெருப்பு அதாவது உஷ்ணம் நமக்கும் அனைத்து உயிா்களுக்கும் தேவைப்படுகிறது. நமது உடலுக்கு உஷ்ணமும், குளிா்ச்சியும் அளவோடு இருக்கவேண்டும். அதிகரித்தாலும் ஆபத்து, குறைந்தாலும்

ஆபத்து. பச்சை காய்கறிகளையும், பச்சை மாமிசத்தையும் சாப்பிட்ட மனிதன் வேகவைத்து சாப்பிடும் முறைகளை அறிந்த நாள் முதல் இன்று வரை நாம் நெருப்பை பயன்படுத்திக்கொண்டு வருகிறோம். நெருப்பை உண்டாக்க தெரிந்துக்கொண்டப்பின் சமைக்க கற்றுக்கொண்டான். ஆகாயம், அதாவது வானத்தை தலை நிமிர்ந்து பார்க்கிறோம். மேகங்கள் தான் நம் கண்ணுக்கு தெரிகிறது. சூரியன், சந்திரன், விண்மீன்களை பார்க்கிறோம். வெளிச்சம் இல்லையேல் மனிதர்களாகிய நாம் என்ன செய்ய முடியும். வெளிச்சம் தெரியும் நேரத்தை பகல் என்றும், வெளிச்சம் மறையும் நேரத்தை இரவு என்றும் ஆகாயத்தின் மூலம் நாம் அறிந்துக்கொண்டு வருகிறோம். பௌத்த மார்க்கத்தின் அடையாள அறிவுக்கொடி எது தெரியுமா? நிலம், நீர், நெப்பு, காற்று, ஆகாயம் ஆகிய ஐந்தே ஆகும்.

ஆண்டவன் படைப்பு என்கிறார்கள். ஆண்டவன் படைப்பில் ஏழையாகவும், கொலைக்காரனாகவும், கற்பழிப்பவனாகவும், ஏமாற்றுக்காரனாகவும், பொய்யனாகவும், குடிசைகளை கொளுத்துபவனாகவும், வஞ்சகனாகவும், சூட்சிக்காரனாகவும், தீவிரவாதியாகவும், பணக்காரனாகவும், குடிசை வீட்டில் வாழ்பவனாகவும், மாடமாளிகைளில் வாழ்பவனாகவும், பிச்சைக்காரனாகவும் ஏன் பிறக்கவேண்டும். இப்படிப்பட்ட மக்களை படைக்காமல் எல்லோரும் நல்லவர்களாவும் பொய்புரட்டு சொல்லாதவர்களாவும் உண்மை பேசுபவர்களாகவும் எல்லோரும் பொதுநலவாதிகளாவும் எல்லோரும் ஏற்ற தாழ்வற்ற சமுதாய மக்களாகவும் எல்லோரும் கற்றவர்களாகவும் ஏன் படைக்கக்கூடாது. இப்படி கேள்விகள் கேட்டால் உனக்கு கோபம் வருகிறது. என்ன? கடவுளின் திருவிளையாடல் தான் இது என்று கூறப்போகிறாயா? இப்படித்தான் இருக்க வேண்டும் என்று கடவுள் கட்டளையிட்டு இருக்கிறார் என்று ஆறுதல்தான் சொல்லப்போகிறாயா? நேரில் பார்த்துதான் கடவுளை, ஆண்டவனை எனது முன்னோர்கள் வணங்கி இருக்கிறார்கள். பார்க்காமல் சொல்லி இருக்கமாட்டார்கள் என்று என்றாவது உறுதிப்பட கூறமுடியுமா? பிறப்பு, இறப்பு , துன்பம், மகிழ்ச்சி, வறுமை, வஞ்சனை, பிடிவாதம், ஆத்திரம், போர், கொலை, திருடு, கொள்ளை, கற்பழிப்பு,

உறவினர்களுக்குள் உட்பகை வெளிப்பகை ஏன் ஏற்படுகிறது? மேற்கூறிய அத்தனை நிகழ்ச்சிகளுக்கும் காரணம் கடவுள் மக்களை ஆட்டிப்படைக்கிறார். அவனவன் விதிப்படி ஆண்டவன் அளந்தபடி இருக்கிறார் என நான் நம்ப வேண்டுமா? அணுகுண்டை தயாரிக்கும் அறிவை கடவுளே நீயா தந்தீர்கள்? இராணுவ தளபதிகளுக்கும் இராணுவ வீரர்களுக்கும் அணுகுண்டை போடும் சக்தியையும், துப்பாக்கியால் சுடும் சக்தியையும் தரவேண்டாம் என்று கடவுளிடம் பிரார்த்தனை செய்து, கடவுளின் தூதர்களை அனுப்பி, போரிட வேண்டாம், என கட்டளையிட சொல்லுங்களேன். போர் நிற்கிறதா என்று பார்ப்போம். இலங்கை அரசே! இலங்கை அரசே! தமிழினத்தை சாகடிக்காதே! என்று ஆண்டவரை கட்டளை இடுமாறு சொல்ல வேண்டாமா? இனிமேல் ஒருவர் நாட்டின் மீது ஒருவர் போரிடக்கூடாது, போர் நிறுத்தம் செய்யுங்கள் என்று சொல்ல வேண்டாமா? இராணுவவீரர்கள் போரிட போகும்போது கடவுளே! எங்கள் பக்கம் வெற்றியை தாருங்கள் என்று வேண்டிவிட்டு சண்டை செய்ய துப்பாக்கியை தூக்குகையில் கடவுள் என்ன செய்யவேண்டும்? போரிட்டு சாவதும் வீர விளையாட்டு என்று மக்கள் எண்ணிவிட்டார்கள். மனிதனுடைய அறிவியல் அறிவு ஆக்கத்தொழிலாக பயன்படுத்த வேண்டுமே தவிர அழிவுப்பாதைக்கு பயன்படுத்தக்கூடாது என்ற எண்ணம் ஒவ்வொரு அறிவியல் அறிஞர்களும், விஞ்ஞானிகளும் அறிந்திட வேண்டும். சிந்திக்கும் ஆற்றல் படைத்தவன் மனிதன். சிக்கல்களை தீர்த்துக்கொள்ளும் அறிவுபடைத்தவன் மனிதன். நன்மை தீமைகளை புரிய வைக்கும் சக்தி உடையவன் மனிதன். அன்பினால் ஏற்படும் நன்மைகளை விளங்க வைப்பவன் தான் மனிதன்.

உலகில் உயரமான புத்தர் சிலையை அமைத்தார்கள். புத்தருடைய கொள்கை இஸ்லாம் மதத்திற்கு எதிராக உள்ளது என்பதை அறிந்துக்கொண்டு தாலிபான் தீவிரவாதிகளால் புத்தர் சிலையை வெடிகுண்டு மூலம் சிலையை உடைத்தார்கள். உடைத்த மூன்று மாதங்களிலேயே ஒசமாபின்லேடன் நியூயார்க்கையும், வாஷிங்டன் நகர கட்டிடங்களையும் குண்டுகள் மூலம் அழித்தான். அமெரிக்கர்கள் கொதித்தெழுந்தனர். அமெரிக்காவில் நியூயார்க், வாஷிங்டன் கட்டடங்களை தற்கொலை படை

ஒசமாபின்லேடன் அய்யோக்கியனால் அழிக்கப்பட்டபோது உயிர்களை காக்க எந்த கடவுளும் வரவில்லையே. அந்த மதவெறி அய்யோக்கியனைக் கூட எந்த கடவுளும் தடுக்க வரவில்லையே. சுலபமாக அழிக்கக் கூடிய காரியங்களைத் தான் தீவிரவாதிகள் நினைக்கிறார்களே தவிர அவர்கள்உண்மைகளை போதிக்கவும் அன்பு புரட்சியை பிரச்சாரம் செய்யவும் மறந்து விட்டார்கள். மத போதையில் முன்னோர்களின் வார்த்தைகளில் மயங்கிட செய்தார்கள். ஏழை முதல் பணக்காரன், கற்றவர் முதல் கல்லாதவர், கூலிவேலை செய்வோர் அரசுவேலை செய்வோர் முதல் நீதிபதிகள் வரை, தொண்டர்கள் வழக்கறிஞர்கள் முதல் தலைவர்கள் வரை, ஏன் நானும் நீயும் வரை, கடவுளை, இறைவனை, ஆண்டவனை, தேவனை, தேவ தூதனை பார்த்தவர் யாராவது உண்டோ? புலவர்களும், கவிஞர்களும் 63 நாயன்மார்கள் பக்தியைப்பற்றி எழுதி இருக்கிறார்கள். கடவுளைப்பற்றி பாடி இருக்கிறார்கள். அந்த மடையர்களாவது பார்த்தார்களா? நேரில் உங்கள் முன் தோன்றி பக்தா! உன் பக்தியை மெச்சினேன். நீ கேட்கும் வரம் யாது? என்று எந்த கடவுளாவது உன் எதிரில் வந்து கேட்டதா? வரம் தந்தது உண்டா? நீர் நேரில் பார்த்தது உண்டா? கடவுள் இல்லை என்று என் பக்தர்களிடம் சொல்லும் போது எனது தேகம் எரிகிறது. மூடர்கள் முட்டாள்கள் என் பக்தர்களிடம் உன் கடவுளை காட்டு என்று கேட்கிறார்களாம். என்னைப் போல் உருவம் செய்து உடைக்கிறார்களாம். எங்கே கடவுள்? என்று கேட்கும் போது நான் யார் கண்ணுக்கும் தெரியமாட்டேன். பக்தியோடு என்னை பாலாபிஷேகம் செய்து, விரதம் இருந்து, என்னை நினைத்து வணங்கும் பக்தர்களுக்கு தான் காட்சி அளிப்பேன். கடவுள் எங்கே? என்று பக்தி இல்லாமல் என் பக்தர்களை கேட்பவர்களுக்கு காட்சி தரமாட்டேன் என்று பக்தர்களுக்கு சொல்லி இருக்கிறேன் என்று முன்னாள் முதல் இந்நாள் வரை கடவுள் சொன்னதாக சொல்லிக் கொண்டு திரிகிறார்கள். ஆத்தீகர்கள் எப்போதும் ஏமாற்றுகாரர்கள். கடவுள் எங்கே? கடவுளைக் காட்டு என்று சிலர் கேட்கிறார்கள். அதனால் பக்தர்கள் விழிக்கிறார்கள். ஆகவே அவர்கள் என்ன செய்தார்கள் தெரியுமா? புராண கற்பனைக் கதைகளில் பொய்யும் புரட்டும் கலந்த நிகழ்ச்சிகளை இதிகாசங்கள் என்ற பெயரில் அரசர்களை கடவுள் பக்தர்களாக நம்ப வைத்து நாடகங்கள், பாட்டு, நடனங்கள் மூலம்

மக்களிடம் நடித்துக் காட்டினார்கள். கடவுள் வேடத்தை போட்டுக் கொண்டு தெருக்கூத்துகள் மூலம் மனிதர்களே அரசன் வேடமும், அரசி வேடம், கடவுள் வேடமும் கடவுளச்சி வேடமும், வேலைக்காரன், வேலைக்காரி வேடங்களையும், ஆண்களையே பெண்வேடம் போட வைத்து, விழாக்கள் நடத்தி பக்தியுடன் வணங்கும் முறைகளை பின்பற்ற வைத்தார்கள். ஊமை படம் மூலம் பிறகு பேசும் படமாக ஆண்கள் நடிகர்களாகவும் பெண்கள் நடிகைகளாகவும் நடித்தார்கள். பிறகு தான் சினிமா உலகில் தியாகராஜ பாகவதர் போன்றோர் பக்தி வேடம் பூண்டு, ஆண்களும் பெண்களும் பக்தியில் கோயில் குளங்களுக்கு போகும் வணங்கும் நிகழ்ச்சிகளை காட்டி மக்களிடம் பக்தி ஆர்வத்தை அதிகரித்தார்கள். பிறகு தந்தை பெரியார், அறிவுலக மாமேதை டாக்டர் அம்பேத்கர் போன்றோர் தீண்டாமைக் கொடுமையால் ஏற்பட்ட சீர்கேட்டை சீர்திருத்த பகுத்தறிவுப் போரை துவக்கினார்கள். கதை வசனம் எழுதி மக்களிடத்தில் மூடப்பழக்கத்தால் ஏழை மக்களை எப்படி எல்லாம் ஏமாற்றி கோயில் பூசாரிகள் பக்தியின் பெயரால் கெடுக்கிறார்கள் என்றும், பகுத்தறிவுக் கொள்கைகளை பாடல் மூலம் பாடி நாத்தீகவாதிகளாக நடித்துப் பேரும் புகழும் பெரியாரால் பெற்றவர்களும் பலர். தந்தை பெரியாரின் முதல் மாணவனான அறிஞர் அண்ணா அவர்கள் ஆரிய மாயை என்ற புத்தகத்தால் கடவுளின் ஆபாச கதைகளை எல்லாம் எழுதி மக்களின் செல்வாக்கைப் பெற்றார். கடவுள் வேடங்களிலும் நடித்து பின் நாத்தீகவாதிகளாகவும், அதன் பின் ஆத்தீகவாதிகளாகவும் நடிப்பவர்களை என்ன என்று அழைப்பது என்று கேட்டால், எங்களுக்கு வேண்டியது மக்களிடமிருந்து புகழும், பணமும். நாங்கள் நடிகர்கள். எங்களுக்கு எந்த வேடம் கொடுத்தாலும் நடிப்போம், கவிதை பேசுவோம், பாடல் பாடுவோம் என்று சொல்லி, உட்பகையால் நடிகர் இரு கட்சியிலிருந்து மூன்றாவது கட்சியாக அம்மையாரை அடையாளம் காட்டிவிட்டு பிறகு தலைவர்களுக்கு தொண்டர்களாக இருந்தவர்களுக்குள் இரு பிரிவுகளாக பிரித்துக் கொண்டார்கள். அரசியலைப் பிடித்தார்கள் மாறி மாறி மக்களும் வாக்குகளைப் போட்டு ஆட்சி நடத்தும் முறைகளை ஏற்படுத்தினார்கள். சாதி ஒழிப்பு மாநாடு போட்டு சமூக புரட்சி செய்து கடவுள் சிலைகளை உடைத்து, அறிஞர் அம்பேத்கரின் பௌத்தமார்க்க கொள்கைகளை முழு

மனத்தோடு ஏற்றுக் கொண்ட தந்தை பெரியார் வழி வந்தவர்கள் எல்லாம் சூத்திரன் என்றால் ஆத்திரம் கொண்டு அடி என்பதை மறந்து, மதத்துக்கு அடிமைகளாகவும் தொண்டர்களை பிரித்து, தலைவர்களாக பிரிந்து, மீண்டும் நடிகர்களை நடிகைகளை மதப்பித்தர்களுக்கு அடிமைகளாக்கி ஆட்சி அமைக்க துடியாய் துடித்துக் கொண்டு சினிமா மூலம் அரசியலை நடத்திக் கொண்டும் வாலிபர்கள் சினிமாவில் நடிப்பதைப் போல் நாட்டில் நடித்திக் கொண்டும் வருகிறார்கள். நடக்கும் நிகழ்ச்சிகளைக் கொண்டு சமூகப்புரட்சியில் வளர்ந்து ஆட்சியில் அமர்ந்தவர்களும் மதப்பித்தைவிடாமல் இரு வேடங்கள் பூண்டு, தொண்டர்களும் பணத்துக்கு அடிமைகளாகி பகுத்தறிவு பாதைக்கு நேர்மாறாக தலைவர்களிடம் நடித்துக் கொண்டு, நாட்டு மக்களை கெடுத்துக் கொண்டு, தேர்தல் வருமா? என்ற ஏக்கத்தில் இவர்கள் எண்ணிக் கொண்டிருக்கிறார்கள். ஆட்சியாளர்கள் முதல் படித்துப் பட்டங்கள் பெற்றவர்கள் வரை எல்லோருமே ஆண்டவன் செயல். கடவுள் விட்ட வழி. அவனவன் தலைவிதிப் போல் தான் நடக்கும் என்று சொல்லிக் கொண்டு திரிகிறார்கள்.

அதோ மின்சார கம்பியை பார். அதை தொட்டுப்பார். அதனுள் மின்சார சக்தி இருப்பது தெரிகிறதா? தொட்டால் தெரிகிறது. அதைப் போலத்தான் சக்தி வாய்ந்த கடவுளும். நம் கண்களுக்கு தெரியாது. கடவுள் எல்லா இடத்திலும் இருக்கிறார் என்று தான் பிடித்த முயலுக்கு மூன்றேக்கால் என்று சொல்லும் முட்டாள்களைப் போல் அல்லவா இல்லாத, நடக்காத, காணாத, பேசாத உருவங்களை (மண், கல்லு, கட்டை, உலோகங்களாக) செய்து கடவுளாக சொல்லிக்கொண்டு திரிகிறார்கள். உண்மையை எடுத்துச் சொன்னாலே என்னை கொன்றுவிட துணிவோடு கத்தியை தீட்டுகிறாயே! கத்தியை தீட்டுவதற்கு முன், இல்லாத கடவுளை உண்டு என்று காலட்சேபம் செய்து, பக்தியோடு வாழுங்கள் பரமாத்மாவை காணலாம் என்று காலமெல்லாம் பொய்யை சொல்லிக் கொண்டிருக்கும் (இராமாயணம், மகாபாரதம்) மதகுருக்களை நம்பும் பக்தர்களுக்கும் எதிராக உண்மைவாதிகள் கத்தியை எடுத்தால் என்னவாகும்? ஆனால் உண்மைவாதிகள் கத்தியை தூக்க மாட்டார்கள். துடித்தெழு அடித்தெழு என்று சொல்ல

மாட்டார்கள். அவர்கள் அனைவரும் சித்தர்களைப்போல், பாடல்கள் மூலமும், எழுத்து மூலமும் தான் தங்கள் கருத்துக்களை வெளிப்படுத்துகிறார்கள். அறிவில்லாத பக்தர்களே!

கோயிலாவதேதடா குளங்களாவதேதடா
கோயிலும் குளங்களும் கும்பிடும் குலமாரே
கோயிலும் மனதுக்குள்ளே, குளங்களும் மனதுக்குள்ளே
ஆவதும் அழிவதும் இல்லை இல்லை இல்லையே
நட்டக்கல்லு தெய்வமென்று நாலு புட்பம் சாத்தியே
சுற்றி வந்து மொனமொன என்று சொல்லும் மந்திரம் ஏதடா
நட்ட கல்லும் பேசுமோ நாதன் உள்ளே இருக்கையில்
சுட்ட சட்டி கட்டுவதும் சரிச்சுவை அறியுமே.

என்று சாஸ்த்திரங்களையும், இராவுக்காலம், எமக்கண்டம், ராசிபலன்கள், 12 நட்சத்திரங்களையும் எழுதி வைத்து மக்களை ஏமாற்றுகிறார்கள் என்று கத்தியை தூக்காமலே தைரியமாக பாடல் மூலம் பாடிய சித்தர்களை கொன்றார்கள். புலவர்களின் கற்பனை கதைகளை போற்றி புகழ்ந்த காலங்கள் உண்டு. அரசனுடைய பரிசுகள் பெற்று பெருமை அடைந்த புலவர்களும் உண்டு. உண்மையை உள்ளபடி எழுதின, எழுதுகின்ற புலவர்கள் இல்லாமல் இல்லை.

முடியாது தெரியாது என்பதும், எல்லாம் தலைமுறை தலைமுறையாக நடந்து வரும் பழக்கங்கள் என்று சொல்வதும், புராண புளுகு கதைகளை ஆசிரியர்கள், பெரியோர்கள் கற்றுக் கொடுத்ததால் நம்புவதும், உலகில் ஆண் பெண் இரண்டு இனம் தான் என்று தெரிந்தும், சாதிப்பிரிவுகள் உண்டு என்று சண்டை போடுவதும், தேர்தலில் சாதி பேரால் தலைவர்கள் மக்களை பிரிப்பதும், ஓட்டுகள் கேட்பதும், பெண்களுக்கு இட ஒதுக்கீட்டில் சமஉரிமை தராமல் தாய்நாடு என்று கூறுவதும், மதம் உண்டு, கடவுள் உண்டு, சாதி உண்டு, மோட்சலோகம், எமலோகம், நரக லோகம், பரலோகம் உண்டு என்று நம்ப வைப்பதும் முட்டாள்களின் கூற்றே. அவை முட்டாள்களின் செயலே. அறிவுலக

மாமேதை டாக்டர் அம்பேத்கரை போல் யாராவது தேசிய தலைவர்கள் என்ற முறையில் கடவுள் இல்லை என்று சொல்லி இருக்கிறார்களா? புத்தர் சொன்னார். புத்தருக்குப்பின் சித்தர்கள் சொன்னார்கள். அவர்களை சித்ரவதை செய்து கொன்றார்கள் என்ற வரலாற்றை மறைக்க முடியுமா?

நாட்டை ஆளும் அரசர்களுக்குள் போராட்டம், தலைவர்களுக்குள் மட்டுமல்லாமல் அப்பா அம்மா, மகன் தந்தை, மகன் தாய், உடன் பிறந்த சகோதரர் சகோதரி, உற்றார் உறவினர், நண்பர்களுக்குள் போராட்டம் சண்டை ஏன்? என்று கேள்வி கேட்டு முடிவில் விடையை கண்டவர்தான் புத்தர். அந்த விடை என்ன தெரியுமா? நாட்டை ஆளும் அரசர்கள் (தலைவர்கள்) ஒவ்வொரு மனிதனுக்கும் தேவையான உணவு, உடை, உறைவிடம் ஆகிய மூன்றையும் பெற்றிடும் வழிகளை செய்து தந்திட்டால் உலகில் மக்கள் ஒற்றுமையாக வாழ முடியும் என்பது தான். புத்தர் காலத்தில் மக்கள் ஒற்றுமையாக வாழ்ந்தார்கள். அவர் ஆத்திகத்தையும் வெறுத்தார். சாதிப்பிரிவினையையும் மறுத்தார். புத்தருடைய போதனைகளை உலக மக்கள் அறிய செய்த அரசன் தான் அசோக மன்னர். முன்னோர்களின் மூடப்பழக்கவழக்கத்தை நீக்கவும், விடவும் முடியாது என்பதை நீங்கள் நினைக்கக் கூடாது. முடியாது என்பது முட்டாள்கின் கூற்று என்பதை நீங்கள் முதலில் புரிந்துக் கொள்ள வேண்டும். மூடக்கொள்கைகளுக்கு முற்றுப்புள்ளி வைப்போம். சிதர்களைப் போல் சிந்தித்து செயல்படுவோம். அசோக மன்னனைப் போல் ஆட்சியாளர்களை ஆள செய்வோம்.

ஆத்திக அயோக்கியர்கள்

உலகம் இயற்கை. அதாவது நிலம், நீர், நெருப்பு, காற்று, ஆகாயம் ஆகிய ஐந்தும் நிலையாக இருந்து வருகிறது. இயற்கை சக்தியால் உண்டான உருவாக்கப்பட்ட உயிரினங்கள் பிறக்கின்றன. பின்பு இறக்கின்றன. எதிர்பாராத விபத்துக்களால் அடிக்கடி மனிதர்கள் இறக்கின்றார்கள். உலகம் எங்கு, எப்படி, எங்கே தோன்றியது, யாரால் உருவாக்கப்பட்டது என்று எவராலும் இந்நாள்வரை சொல்வதற்கு முடியவில்லை. ஆனால் மதகுருமார்கள் போட்டிகள் போட்டுக் கொண்டு மக்களிடம் பொய்புரட்டு கதைகள் மூலம் எங்கள் கடவுளால் தான் உண்டானது என்போரும், இல்லை இல்லை எங்கள் ஆண்டவனால்தான், எங்கள் தேவனால்தான், எங்கள் அல்லாவால் தான் உண்டாக்கப்பட்டது என்றும் உலக முழுவதும் பேசப்பட்டு வருகிறது. பக்தியால் மூடப்பழக்க வழக்கங்களை பின்பற்றும் வழிகளை வீட்டுக்குள் தந்தை, தாய் மூலம், பள்ளிக்கூடங்களில் ஆசிரியர்களால், இப்படி ஆத்திகம் கற்று தருபவர்கள் வழியில் தான் ஆண்டி முதல் அரசன் வரை பார்க்காத கடவுளை பார்த்ததாகவும், அற்புதங்கள் செய்துக் காட்டினார் என்றும், இறந்தவர்களை பிழைக்க வைத்தார் என்றும், ஐந்து அப்பத்தை 5000

பேருக்கு பங்கிட்டார் என்றும் இவர் நேரில் பார்த்தவர் போல் அல்லவா சொல்லிக் கொண்டு திரிகிறார்கள். ஒரு நிமிடம் நினைத்துப்பார். மனிதர்கள் ஜீவராசிகள் அனைத்தும் யாரால் எப்படி உருவாக்கப்படுகிறது. சிந்தித்துப்பார். இயற்கையின் சக்தி அதாவது நிலத்தின் சக்தி, நீரின் சக்தி, உஷ்ணத்தின் சக்தி, காற்றின் சக்தி ஆகிய நான்கும் அளவோடு கூட்டுப் பொருளாக இணையும் போது உயிர் (பிறப்பு) உண்டாகிறது. இறப்பு (மரணம்) எப்படி நிகழ்கிறது என்று எண்ணிப்பார். நான்கு மூலங்களும் நமது உடலைவிட்டு நீங்கும் போது உடல் செயலற்றுப் போகிறது. உணர்வற்ற உடலைத்தான் மரணம் என்கின்றோம். உடலில் உணர்வு உள்ள போது தான் பேசுகிறோம், ஆடுகிறோம், பாடுகிறோம், கணவன் மனைவியாக குடும்பத்ததில் வாழ்க்கை நடத்துகிறோம், தந்தை தாய் பட்டத்தை பெறுகிறோம். சில சமயம் விபத்துக்கள் ஏற்பட்டால் நான்கு மூலங்களும் செயலிழக்கும் போது நம் உடலை விட்டு உயிர் வெளியேறுகிறது. நம்முடைய உடல் மட்டும் செயலற்றுப் போகும். அது தான் மரணமாகும். நமது உடல் அழிகிறது. நான்கு மூலங்களும் அதாவது நான்கு சக்திகள் நிலம், நீர், நெருப்பு, காற்று ஆகிய நான்கும் அதனதன் இயற்கை சக்தியோடு சேர்கிறது. தாய் தந்தையின் சேர்க்கையால் குழந்தையாக பிறந்து, வளர்ந்து, வாழ்ந்து, வாரிசுகளை மீண்டும் உருவாக்கி இறக்கிறோம். உலகம் முழுவதும் பிறப்பு இறப்பு இயற்கையின் சக்தியால் இயங்கிக் கொண்டு தான் வருகிறது. என்றென்றும் இயங்கும். இயற்கை நிகழ்ச்சிகளால், பூகம்பத்தால், மழை வெள்ளத்தால், எரிமலையால் ஆயிரக்கணக்கில் மக்கள் மரணமடைவதைப் பார்க்கிறோம். சுகத்தால் சந்தோஷம் ஒருபுறம் சோகக் காட்சிகளால் மக்களிடம் துக்கக் கண்ணீர் மறுபுறம் என மாறி மாறி நிகழ்ச்சிகள் நடைபெறுகிறது. எந்த நேரத்திலும் எந்த காலத்திலும் எந்த நாட்டிலும் எந்த விதத்திலாவது இப்படி நிகழ்ச்சிகள் நடந்துக் கொண்டுதான் இருக்கும்.

சமுதாயத்தில் மக்கள் சுபிட்சமாக வாழவும், ஒற்றுமையுடன் ஒன்றுபட்டு வாழவும் தடைகற்களாய் மத கோட்பாடுகளை வகுத்துக்கொடுப்பவர்கள் மதக்குருக்களே! மதக்குருக்கள் எப்படி ஆகிறார்கள்? அவர்களும் சாதாரணமாக படிக்கிறார்கள்.

மனப்பாடம் செய்கிறார்கள். பிரார்த்தனை செய்கிறார்கள். ஆசிரியர்கள் பயிற்சியைப்போல் காவல்துறை பயிற்சியைப்போல் ஆன்மீக துறைகளில் பயிற்சியைப் பெற்று பிறகு படிப்படியாக மேலே வருகிறார்கள். வயிற்றுப் பிழைப்புகாக கண்மூடிதனமாக அறியாமை அறிவை போதிக்கவேண்டாம். தயவுகூர்ந்து யோசியுங்கள். இது விஞ்ஞானக் காலம். தனக்குத்தானே முதலில் கேட்க வேண்டிய கேள்விகளை கேட்டால் மதபோதகர்கள் உருவாக மாட்டார்கள். மக்களுக்குள் பக்தர்கள் என்று எவருமே இருக்க மாட்டார்கள். வெட்கம் வேண்டாமா? இந்நாளிலும் வெட்கமில்லாமல் கடவுள் பிரச்சாரம் என்று கூலிக்காக குழுக்களாக கூடி பாடல்கள் பாடிக் கொண்டு அறிவாளிகள் என்ற நினைப்பில் பாமர ஏழை பாட்டாளி மக்களை ஏமாற்றி திரியலாமா? இவர்களுக்கு மதப்பித்துக் கொண்ட தலைவன் என்ன பெயர் கொடுத்துள்ளான் தெரியுமா? கடவுள் ஊழியர்களாம். ஊழியத்தின் பெயரால் பொய்யும் புரட்டு கதைகளையும் சொல்லி நம்ப வைப்பது கடவுளுடைய கட்டளையாம். கடவுள் உண்டு என்போரும், கடவுளுக்கு ஊழியம் செய்கிறேன் என்போரும், வாரத்திற்கு ஒருமுறையோ அல்லது இருமுறையோ உடல் நலம் இல்லாமல் படுக்கையில் உள்ள நோயாளிகளிடம் சென்று பிரார்த்தனை மூலம் ஆண்டவரே! பாவிகளாகிய நாங்கள் உங்களை கெஞ்சுகிறோம். இதோ இவ்விடம் படுத்திருக்கும் அப்பாசாமிக்காக உங்களிடம் கெஞ்சுகிறோம். இவர் உடல் நலம் இல்லாமல் படுத்த படுக்கையாய் உள்ளார். பிள்ளைகளும், மனைவியும் துக்கத்தில் உள்ளார்கள். அவர் உடல் நலம் தேர வேண்டும். எங்களைப் போல் நடக்கவும், ஆகாரத்தை சாப்பிடவும் நல்ல பலத்தை தாரும். உம்மை எந்த நேரமும் வேண்டி கேட்டுக் கொள்ளுகிறோம். தேவமகனே! எங்கள் பிதாவே! என்று கத்திக்கொண்டே அப்பாசாமியின் தலைமேல் கை வைத்து, மகனே! தைரியமாக இரு. தேவன் இப்பொழுதே உன் நோயை நீக்கி விட்டார். எல்லாம் வல்ல இறைவனே உன்னை ஆசீர்வதித்தார். இப்படி ஐந்து ஆறு பேர் முட்டிப் போட்டுக் கொண்டு ஜெபம் செய்து விட்டு டிபன் காப்பி சாப்பிட்டு போவதை பழக்கமாக கொண்டுள்ளவர்கள் தான் இந்த ஊழியர்கள்.

ஒவ்வொரு மனிதனுக்கும் ஒரு தனிபட்ட முறையில் ஒரு திறமை உண்டு. அந்த திறமையை பயன்படுத்தும் முறைகள் சூழ்நிலைகளால் மாறுபடுவதற்கு காரணம் வறுமையே. மதவாதிகள் மக்களை சிந்திக்க விடாமல், சோம்பேறிகளாக உட்காரவும், நடக்கவும் செய்கிறார்கள். ஒரு கிராமத்தை எடுத்துக் கொள்ளுங்கள். ஒவ்வொரு வீட்டிலுள்ளவர்களையும் ரூபாய் என்பதற்கு பதிலாக காணிக்கை தாருங்கள் என்று கேட்க, அந்த வருவாயைக் கொண்டு கடவுள் நம்பிக்கையை உண்டாக்க பல பிரிவுகளாக பிரிந்து வறுமையில் வாடும் ஏழைகளிடம் அன்பாக பேசி அவர்களுக்கு உணவு மற்றும் தேவையானதை தருகிறார்கள். பிள்ளைகளை இலவசமாக பள்ளியில் சேர்க்கிறார்களாம் என்று சொன்னதும் ஏழை மக்கள் வேண்டாம் என்று சொல்வார்களா? மேல் நாடுகளில் மதவாதிகள் எப்படியாவது தங்கள் மதத்தை பரவிட செய்ய வேண்டுமென்று மக்களுக்கு தேவையான உதவிகளை செய்து அருமையான மக்களே! நாமெல்லாம் கடவுளுடைய பிள்ளைகள் இந்த உலகில் யார் யார் கஷ்டபடுகிறார்களோ அவர்களுக்கு எல்லாம் மோட்சலோகத்தில் எல்லா வசதிகளும் காத்திருக்கிறது. நீங்கள் மனம் திருந்துங்கள்! ஆண்டவர் பெயரை சொல்லி துதியுங்கள். உங்களுக்கு எல்லா நன்மைகளும் கிடைக்கும். தேவனை நினைக்கும் போது சாத்தான் வருவான். சந்தேகத்தையும் முரன்பாடான கருத்துக்களையும் எண்ணிட செய்வான். அவன் தீயச் செயல்களை செய்ய தூண்டிடுவான். தேவனை துதியுங்கள். ஜெபியுங்கள். விசுவாசத்தோடு தேவனை வாய்விட்டு அழையுங்கள் சாத்தான் நம்மை விட்டு ஓடிடுவான் என்று போதனைகளை சொல்லிக் கொண்டு பிள்ளைகளுக்கு கல்வி கற்க உணவும் தங்கி படிப்பதற்கு இடவசதியும் இலவசமாக தருவதும் உதவி செய்துக் கொண்டே தங்கள் பக்கம் நாளைய இளைஞர்களை இழுக்க சூழ்ச்சி செய்கின்றனர். போட்டிகள் போட்டுக் கொண்டு காலை 5 மணிக்கு பிரார்த்தனை செய்வதற்கு அப்பிள்ளைகளை எழுப்பி அவன் மதப்பித்து உள்ளவனாகவும், எங்கள் தெய்வம் தான் சக்தி உள்ளது என்பதை எடுத்துக் காட்ட போட்டிகள் போட்டுக் கொண்டு திருவிழாக்கள் எடுப்பவனாகவும் கற்று கொடுத்து விட்டார்கள். பண்டிகை என்று சொல்லும் போதே புது துணிகளும், உணவோடு வடை, பாயாசம், பொரியல்கள் பலவகையில் செய்து சாப்பிடும் பழக்கத்தை மக்களுக்கு

மதத்தைலைவர்கள் கற்றுக் கொடுத்து விட்டார்கள். இல்லாத கடவுளை இருப்பதாக போட்டிகள் போட்டுக் கொண்டு கல்விச் சாலைகளில் பக்தியை பரப்பி வருகிறார்கள்.

சிறு சிறு உதவிகள் ஏழை மக்களுக்கு செய்து கடவுள் பக்தியால் மக்களுக்குள் மதச்சண்டையை உண்டாக்கியவர்கள் மதத்தலைவர்கள். ஏழைக்கேற்றது எலந்தம்பழம் என்பதைப் போல், ஏழைகளிடம் தான் இறைவன் இருப்பான் என்ற பொய்யான பிரச்சாரத்தை மதவாதிகள் பரப்பி விட்டார்கள். அதோடு குருட்டு நம்பிக்கையில் மிகவும் பயபக்தியோடு 40 நாள் விரதம் இருந்து வட்டிக்கு கடன்பட்டாவது கடன்காரனாக இருந்தாலும் பரவாயில்லை என யாத்திரை சென்று கடவுளை வணங்கும் முறை ஏழை மக்களிடமிருந்து நீங்கவே இல்லை. பக்தி உள்ளவனுக்குத்தான் பரலோகம் காத்திருக்கும் பாவம் செய்தவனுக்கு நரகலோகம் காத்திருக்கும். பெரிய பெரிய பீப்பாய்களில் எண்ணெய் கொதித்துக் கொண்டிருக்குமாம். அது எந்த எண்ணெய் என்று சொல்ல மாட்டார்கள். ஒவ்வொரு மனிதனின் உயிரை பாசக்கயிறுப் போட்டு எமதர்ம ராஜா விசாரனைக்கு அழைத்துச் செல்வானாம். பாவம் செய்தவனுக்கும், குற்றம் புரிந்தவனுக்கும் பாம்புக்குழி, பல்லிக்குழி, அரனைக்குழிகளில் தள்ளப்பட்டும் நெருப்பிலோ அல்லது கொதிக்கும் எண்ணெயிலோ அலர அலர தூக்கிப் போடுவானாம். பரிதாபத்துகுரிய ஆண்களும் பெண்களும் தரையில் படுத்து வணங்கும் முறைகளை போய் பாருங்கள். பெரிய உத்தியோகத்தில் பணி செய்கிறவர்களில் சில பேர் கடவுள் பக்தி முற்றிவிட்டதாக மற்றவர்கள் நினைக்க வேண்டும் என்று தாடியை வளர்த்துக் கொண்டு அரைமணி நேரம் மனபாடம் செய்த மந்திரத்தை தினம் தினம் மணி பார்த்து சொன்னால் அவர் நினைத்த எல்லா காரியங்களும் வெற்றி பெறுமாம். இதனால் பக்தியாய் இருந்த மனைவிமார்கள் கூட பக்தியை மறந்துவிட்டு ஐயா! கன்னியப்பன் சொல்வது உண்மைதான் என்று சொல்கிறார்கள். இது என் வீட்டு கதை!

படித்து பட்டங்கள் பெற்றவர்களே! அறிவியல் பாடத்தை போதிப்பவர்களே! எந்த கடவுளாவது எதாவது ஒரு டிகிரி படிப்பு படித்து உள்ளதா? ஆண் பெண் சேர்க்கை இல்லாமல் பிறப்பு இல்லை என்று உங்களுக்குக் கூடவா தெரியவில்லை. முன்னோர்கள்

போன்று கோயில் குளங்களை கட்டியும் வெட்டியும், ஆண்டு முழுவதும் ஊருக்கு ஊர் விழாக்கள் எடுத்து கடவுளை மறக்கக்கூடாது என்பதற்காக ஆத்திக முட்டாள்கள் வேலை செய்கிறார்கள். ஏழை எளிய மக்கள் பக்தி பரவசத்தால் கூட்டங்கூட்டமாக கோவிலுக்கு செல்கின்றனர். ஆயிரக்கணக்கான பக்தர்கள் வந்தாலும் சாப்பாடு போட்டு தினம் தினம் அவர்களை ஆதரித்து ஆண்டவருடைய ஆசீர்வாதத்தையும் கொடுத்து அனுப்பும் முறைகள் கோயில் குருமார்களுக்கு உண்டு. கடவுள் பெயரால் ஏழை மக்களை ஏமாற்றி வருகிறார்கள். இரவு பன்னிரெண்டு மணி இருக்கும். காட்பாடி ரயில்வே நிலையத்தில் அமைதியாக உட்கார்ந்துக்கொண்டு இருந்தேன். படுத்துப்பார்த்தேன். ரயில் வண்டிகளின் சத்தம் தூக்கத்தை கலைத்தது. எனக்கு பக்கத்தில் இரண்டு வயதான உருவங்கள் உட்கார்ந்துகொண்டு இருந்தன. அதில் ஒருவர், அண்ணே! ஆண்டவன் படைப்பு பார்த்தீரா? வீடுவாசல் இல்லாமல் நம் தலை எழுத்து இப்படி ரயில்வே ஸ்டேஷனில் படுத்து உறங்கும் அளவுக்கு நம்மை கடவுள் படைத்துவிட்டான் என்று சொன்னார். டேய் முனியா! உனக்கு அறிவு இருக்கிறதா? மொட்ட தலைக்கும் முட்டிகாலுக்கும் முடிச்சிபோடுறியே. உனக்கு புத்தி இருக்கிறதா? கடவுள் படைத்தாருன்னு சொல்வது அத்தனையும் பொய் என்றார் உடன் இருந்தவர். ஏழை ஏழையாக மட்டுமின்றி முட்டாளாயும் இருப்பதற்கு கடவுள் என்ற நினைப்பு காரணம் என்று நினைத்துக் கொண்டேன்.

ஏழ்மையின் காரணமாக, ஏழையர்களுக்கு கடவுள் அருளால் குறைகள் தீரும் என்று கடவுள் நம்பிக்கை உண்டாக்க பெற்றோர்களுக்கும், பிள்ளைகளுக்கும் நோய்வாய் பட்டிருக்கும் போது இலவச மாத பிரார்த்தனைகள் செய்வதும், பிள்ளைகள் படிப்பதற்கு உதவிகள் செய்துக் கொண்டே மதத்தை பரப்பிக் கொண்டு பொய்புரட்டு கதைகள் மூலம் சாதாரண மனிதர்களை எல்லாம் கடவுளாக்கப்பட்டு வணங்கிட செய்தார்கள். குதிரைக்கு பிறந்தவன் என்றும், 60 ஆயிரம் மனைவிகளை அனுபவித்தவன் என்றும், நாரதனை பெண்ணாக்கி 60 குழந்தைகள் பெற செய்து தமிழ் வருடத்திற்கு அப்பெயர் சூட்டியதாகவும், ஆணும் பெண்ணும் சேராமல் பரிசுத்த ஆவியினால் பிறந்தார் என்றும்,

தேவனே தூதுவனாக மனிதனை அனுப்பி வைத்து போதனைகள் செய்திட செய்தார் என்றும், இப்படி எத்தனையோ கதைகளை அறிவுக்குப் பொருந்தாத முறையில் வெட்கம் இல்லாமல் பணபலத்தால் விளம்பரங்கள் செய்துக் கொண்டு வருகிறார்கள் என்றால் இவர்களா மனிதப்பிறவிகள்? பணபலத்தைக் கொண்டு பக்குவமாக கடவுள் பக்தியை உண்டாக்கிக் கொண்டு உலக மக்களை ஏமாற்றி வருகிறார்கள் என்பதை புத்தர் போதித்த பௌத்த நெறியால் தான் அறிய முடியும். மனிதனை ஆண்டவன் என்றும், கடவுள் என்றும், கர்த்தர் என்றும், அல்லா என்றும் இறைவன் என்றும் சொல்லிக் கொண்டு திரிவது உண்மை அல்ல என்று அண்ணல் அம்பேத்கர் வழியில் பௌத்த நெறியை புரிந்துக் கொண்டால் புலப்படும். எல்லாமே மனித சக்தியால் தான் நடைபெறுகிறது என்பது வெளிப்படையாக விளங்கும். புத்தருடைய கொள்கை எல்லாம் விஞ்ஞான அறிவைக்கொண்டு பகுத்தறிவோடு உண்மைகளை அறிய செய்தலாகும். ஏன் என்றும் எதற்கு என்றும் எங்கே என்றும், எப்படி என்றும் கேள்விகள் கேட்டு உண்மைகளை அறிந்து மற்றவர்களுக்கு விளக்கம் தருவதுதான் பௌத்தம். சிந்திக்கும் அறிவுரைகளை கூறி நன்னெறியாளர்களை உருவாக்குவது பௌத்த நெறிதான். அவ்வையார் ஆத்திச்சூடி கொன்றைவேந்தன் போன்ற செய்யுள்கள் மூலம் பௌத்தமார்க்க நெறிகளை கூறுகிறார். கபிலரும் வள்ளுவரும் முழுவதுமாக பௌத்த மார்க்க கொள்கைகளைத்தான் செய்யுள் மூலம் எழுதி இருக்கிறார்கள்

நாம் அனைவரும் அவருக்கு நன்றி செலுத்தும் ஒரே வழி ஜெபம் செய்வதே. சொல்லிக் கொடுத்தவருக்கு தான் புத்தியில்லை என்றால் கேட்பவனுக்குமா புத்தி இருக்கக்கூடாது? நீங்கள் பாவத்தை செய்தாலும் கடவுள் உன்னை மன்னிப்பார். எப்பொழுது தெரியுமா? முட்டி போட்டுக்கொண்டு கடவுளை தான் செய்த குற்றத்தை மன்னியுங்கள் என்று பக்தியோடு வேண்டினால், கோயில்களுக்குச் சென்று வணங்கினால், உங்கள் குற்றங்களும் மன்னிக்கப்படும். மற்றவர்கள் செய்தது குற்றமாக இருந்தாலும் அவர்கள் உடல் நலமில்லாமல் இருந்தாலும் அவர்களுக்காக கடவுளிடம் வேண்டினால் அவர் குற்றங்களையும் மன்னிப்பார். நோயுற்றவர்களும் சுகமடைவார்கள். நினைத்ததை

எல்லாம் தருவார். ஏழைகள் முதல் பணக்காரர்கள் வரையில் கடவுள் வழிபாட்டில் மட்டும் மதப்பித்தர்களாகி, மதபோதகர்கள் ஒற்றுமையாக பாடவும், ஆடவும், விழாக்கள் எடுக்கவும் மக்களை வாரந்தோறும் கூட்டி, வெறும் சிலைகளை காட்டி, கடவுளை மறக்கக் கூடாது என்பதற்காக உணவும் அளித்து, மதங்களை விட்டு போகாமல் இருக்க உதவிகள் செய்வதும், இலவசமாக கல்வி கூடங்களில் சேர்ப்பதும் வாடிக்கையாயிற்று.

மாயமந்திரம், சூன்யம், ராசிபலன்கள்படி நடக்கும் நிகழ்ச்சி என்பது எல்லாமே பொய். சாஸ்திரம், குறிசொல்லல், ஜாதகம் எல்லாமே மனிதனால் எழுதப்பட்ட பொய்கள். விஞ்ஞானக் காலத்திலும் கடவுள் சக்தி உடையவர்கள் சாமியார்கள் தான் என்றும் நம்பும் மக்கள் ஏராளமாக உள்ளார்கள். ஆகவே சுயநலவாதிகள், கோடிக்கணக்கான சொத்துக்களை சம்பாதிக்கும் வழி சாமியார் வேடத்தில் உள்ளது என்று அறிந்து பித்தலாட்டத்தில் ஈடுபட்டதின் பலன் இன்று போலிசாமியார்கள் சிறையில் சிக்கி இருக்கிறார்கள்.

கடவுளை காட்டும் சக்தி சாமியார் வேடம் போடும் சாமியார்களுக்கு மட்டும்தான் உண்டு என்பதை மக்களை நம்ப வைக்க காவி உடை அணியும் சாமியார் கூட்டமும் சிவப்பு, மஞ்சள் நிறத்தில், கருப்பு நிறத்தில், வெள்ளை நிறத்தில் ஆடையையும், கழுத்தில் உத்திராசனைக் கொட்டைகளையும், அழகான முகத்திற்கு பட்டையாக நாமங்களையும், மஞ்சள், குங்குமங்களையும் பூசிக் கொண்டு, மந்திரங்களை சொல்வதும், இம்முட்டாள் உலகிற்கு பக்தியாய் தெரிகிறது. சூட்சியால் பெண்களை கற்பழித்தது காவல் துறையினர் மூலம் கண்டுபிடித்து சிறையில் தண்டனை பெற்று வரும் போலிசாமியார்கள் ஏராளம் என்று தெரிந்தும் இன்றும் சாமியார்களையும், மந்திரவாதிகளையும், சாஸ்திரக்காரனையும், கிளி ஜோஸியக்காரனையும் நம்பிக் கொண்டு பிள்ளையார் பாலைக் குடிக்கிறது என்று சொன்ன உடன், குடங்குடமாக பக்தியின் பெயரால் பாலையும் ஊற்றும் மனிதர்களை பார்த்திருக்கிறோம் அல்லவா? மந்திரத்தை சொல்லிக் கொண்டு சாமியார் வேடம் பூண்டுக் கொண்டால் நினைத்த காரியங்கள் நடக்கும் என்று ஏமாந்து காலத்தை கழிக்கும் மனிதர்களையும் பார்க்கிறோம்.

மலடி தன்மையை நீக்கி குழந்தைகளை பெற்றெடுக்க மூன்று நாள் இரவு பூசையில் அமரவேண்டும். யாருமே இருக்கக்கூடாது என்று சொல்லி, மதியை மயக்கும் மருந்துகளை பிராந்தியில் கலக்கி உட்கொள்ளச்செய்து, உடலுறவுக்கொண்டு, வாழ்த்தி பணத்தைப் பறித்துக்கொண்டு அனுப்புவதும், சூட்சிகளை புரிந்துக்கொண்டு, இசையாதவர்களை கொலைசெய்து தோட்டத்தில் புதைப்பதும், காவல்துறையினா் துருவிபார்த்து, ஆயுள் தண்டனைகளை நீதிபதி அளித்தும் இன்னும் இந்த மரமண்டைகளுக்கு புத்திவரவில்லையே! மனிதர்களாக இருந்தால் சிந்திப்பர். அன்ன அறச்சாலைகள் பெயரில் கோடிக்கணக்கான கோவில் சொத்துக்கள் நிர்வாகிங்கள் மூலம் நடத்தப்படுகிறது. கோயில் குருக்களுக்குள் கோவில் சொத்து அனுபவிப்பதில் பொறாமையால் கொலை செய்து நீதிமன்றம், உயர்நீதிமன்றங்களில் அளிக்கும் தண்டணையிலிருந்து விடுபடவும் வழக்கறிஞர்கள் வாதாட முன் வருவார்கள்.

சாமியார் சினிமா நடிகையுடன் கணவன் மனைவியாக உடலுறவு கொள்வதை சன் டி.வி மூலம் காட்டியதால் இந்து மத பக்தர்கள் போராட்டங்கள் செய்து கடவுள் பெயரால் பக்தியின் பெயரால் மக்களை ஏமாற்றிய சாமியார் ஒழிக என்று தமிழ்நாடு முழுவதும் 04.03.2010-ல் போராட்டங்கள் செய்ததை பார்த்தும் மக்களுக்கு புத்திவரவில்லையே. ஆரியர்களால் உருவாக்கப்பட்ட பேதங்களில் ஒன்று ஆணுக்கு ஒரு நீதி பெண்ணுக்கு ஒரு நீதி என்பது. ஆணுக்கு பெண் அடிமையாகவே நடந்துக் கொள்ள வேண்டும். கல்லானாலும் கணவன், புல்லானாலும் புருஷன் என்று நம்பிக் கொண்டு கட்டாயம் வாழ வேண்டும். கணவன் இறந்தால் மனைவியை கணவனோடு எரித்திட வேண்டும் என்ற பழக்கத்தை பயன்படுத்தி சட்டமாக மக்களிடத்தில் பரவிட செய்து மோட்ச லோகத்தின் பெருமைகளைக்கூறி, பகுத்தறிவின் பாதைகளை தடுத்து, பார்ப்பன விஷப்பாம்புகள் பயத்தைக் காட்டி திசைதிருப்பி விட்டார்கள். நாட்டு மக்களுக்கு கடவுளின் பெயரைச் சொல்லியே, அவரின் ஆற்றலைப் பற்றியும், நெற்றிக் கண்ணைத்திறந்து எரியவைத்த நிகழ்ச்சிகளையும், ஆணை பெண்ணாக்குவதும், பெண்ணை ஆணாக்குவதும், பன்றி அவதாரம், பெருச்சாளி உருவம், கழுத்திலே பாம்பை சுற்றிக்

கொண்டிருப்பது, தலைமுடியில் வைப்பாட்டியாக மனைவி பார்வதிக்கு தெரியாமல் வைத்திருப்பது பற்றியும் கட்டையால் கட்டிக் கொண்டு தெருகூத்து நாடகங்கள் ஆடுவதை பார்த்து, பாமர மக்களும், கல்லாத மக்களும், அப்படியே உண்மையாக நம்பி, கடவுளை வணங்கிடும் வழக்கத்தை உண்டாக்கிவிட்டனர் அக்கால ஆரியர்கள்.

கடவுளை காண்பதற்கும், கடவுளுடைய உதவிகளை பெறுவதற்கும் ஆசீர்வாதம் கிடைப்பதற்கும் கோயில்களுக்கு செல்ல வேண்டும். எல்லா மனிதர்களும் கடவுளை காண முடியாது. பார்ப்பனர்கள் குருக்கள் என்ற பெயரை வைத்துக் கொண்டு, பக்தர்களுக்கு தங்கள் மூலம் தான், தாம் சொல்லும் மந்திரங்கள் மூலம் தான் கடவுளை அடைய முடியும் என்ற எண்ணங்களை உருவாக்கி விட்டார்கள்.

Each and every person is responsible for his own action.

ஒவ்வொருவரும் செய்கின்ற செயலுக்கு அவரவர் தான் பொறுப்பு ஆவர்.

இந்த உண்மையை புரிந்துக் கொள்ளாமல் ஆண்டவன் செயலால் தான் மக்களுக்கு இந்த பிரச்சனைகள் உண்டாகிறது. பிரச்சனைகள் கோவிலுக்கு சென்றால் தீரும். சாமியார்கள் மூலமும் தீர்த்துக் கொள்ளலாம். மந்திரவாதிகள் மூலமும் தீர்க்க முடியும் என்ற எண்ணத்தை மக்களிடம் உருவாக்கி விட்டார்கள். நினைத்த இடத்தில் கோயில்கள் கட்ட செய்து மக்களை நம்பிட செய்த மூடர்கள் யார் தெரியுமா? தந்தை பெரியரால் பகிரங்கமாக சொல்லப்பட்ட பார்பனர்கள் தான் காரணம். இதுதான் உண்மை.

மஞ்சள் உடை சாமியார் வேடம், சிகப்பு உடை சாமியார் வேடம், காவி உடை சாமியார் வேடம் கொண்டு மூலிகைகள் மூலம் பிணிகளை நீக்க தெரிந்துக்கொண்டு, கடவுள் பெயரால் குறி சொல்பவனாகவும், சூன்யம் எடுக்கும் மந்திரவாதியாகவும், கைரேகையைப் பார்த்து குரு எப்போது வருவான், சனியன் எப்போது தொலைவான், நல்ல காலம் கெட்ட காலம் எனக்கு எப்போது வரும் என்று விஞ்ஞான காலத்திலும் ஏமாற்றும் கடவுள் பக்தி சாமியார்களை பார்க்கிறோம். பகுத்தறிவாதிகள் அவர்களை திருட்டு பக்தர்கள் என்று அழைக்கின்றார்கள். அதைப்போல கடவுள் ஊழியர் என்ற பெயரில் சாது

பட்டத்தில் கடவுள் பக்தியை பரப்பி பெரிய குருமார்கள் தேர்தலை நடத்திக் கொண்டு வருகிறார்கள். உங்கள் அனைவருக்கும் ஒரு முடிவான வேண்டுதலோடு பணிவாக சிந்தித்துப் பார்க்க அழைக்கிறேன். பரலோகம், எமலோகம், மோட்சலோகம், நரகலோகம் இல்லவே இல்லை. குருடன் குருடனுக்கு வழிகாட்டுவதைப்போல் குருக்கள் சிறு குழந்தைகள் கண்களை மூடிக் கொண்டு பிரார்த்தனை மூலம் கடவுள் நம்பிக்கை உண்டாக்கிக் கொண்டு திரிகிறார்கள். பிரார்த்தனை மூலம் குருடர்களாக (கண்களை கட்டிக் கொண்டு) குழந்தைகளுக்கு பக்தியை போதிக்கிறார்கள். சத்திய சாய்பாபா போன்றவர்கள் அன்றுமுதல் புத்தருடைய கொள்கைகளைத்தான் சொல்லுகிறார்கள். சொன்னார்கள். சொல்லிக்கொண்டே சாமியார் வேடங்களில் திரிந்தார்கள். இல்லாத கடவுளை கற்பிக்கிறார்கள். கடவுள் என்றும், அவதாரம் என்றும் வாயிலிருந்து லிங்கம் எடுப்பதும், விபூதி, மோதிரம், வாட்ச் வரவழைப்பதும் என்று சர்க்கஸ் காண்பிக்கின்றனர். ஆனால் கடவுள் சக்தியால் செய்துக் காட்டுகிறார் என்றும், இவரிடம் கடவுள் சக்தி உள்ளது என்றும் நம்பும் முட்டாள் கூட்டமும் குறையவில்லை. சாமியார்கள் சிறைக்கு சென்றும் கூட மனம் தளராமல் பக்தியால் முக்தி அடையலாம் என்று மக்களை தலையாட்டி பொம்மைகளாக கடவுள் பித்தர்களாக பிரார்த்தனை மூலம் தயார் செய்து மதத்தை வளர்த்து வருகிறார்கள். அவர்கள் மனம் தளரான்மைக்கு காரணம் மக்களின் முட்டாள்தனம் மீது அவர்களை வைத்த நம்பிக்கை ஆகும். காமவெறி கொண்ட சாமியார்களையும் மனமுவந்து குருவாக ஏற்றுக் கொள்ளும் முட்டாள் உலகம் இது என்று அவர்கள் நன்று அறிவார்கள்.

ஆனால் எதிர்காலத்தில் அறிவாளியால் மூடக்கொள்கைகளை முடிறயடிக்கும் காலம் வரும்.

A person may fool some of the people some of the time but not all the people all of the time.

கடவுள் உண்டு என்று நம்ப வைக்க அறக்கட்டளை, கல்லூரிகள், வைத்தியசாலைகள் கட்டி மக்களுக்கு சேவை செய்தல் என்று சொல்லிக்

கொண்டிருக்கிறார்கள். ஒவ்வொரு பள்ளிக்கூடத்திலும் கண்களுக்கு காட்டாமலே கண்களை மூடிக்கொண்டு, கடவுளை தியானிக்க இந்த மதவாதிகள் செய்துவிட்டார்கள். செய்துக்கொண்டும் திரிகிறார்கள். பக்தியின் பெயரால் கடவுளின் பெயரால் மதவாதிகள் பணத்தை வசூல் செய்து ஏப்பம் விட்டது போதும் என்று வீரிட்டு எழு.

மருத்துவமனைகளில் நோய்வாய் பட்டு படுக்கையில் படுத்திருக்கும் போதும் குருக்களே! வாருங்கள் என் அப்பாவுக்காக ஜெபம் செய்யுங்கள் என்று அழைத்து டாக்டர் வருவதற்கு முன் ஜெபம் செய்து, பைபிள் புத்தகத்தை தலைமீது வைத்து ஆண்டவரே! என் மகனை உயிர் பிழைக்க செய்யுங்கள் என்று ஆசிர் கூறி வழி செலவுக்கு ரூ. 100 பெற்றுக்கொண்டு ஆறுதல் ஜெபம் கூறியே பிழைக்கும் குருமார்களை நம்பும் மக்களும் இருக்கிறார்கள். ஒருவர் இறந்த பிறகு அவர் ஆண்டவரோடு சேர்ந்துவிட்டார். ஆண்டவர் அவர் உயிரை எடுத்துக்கொண்டார். துன்பம் பட வேண்டாம். கண்ணீர் விட வேண்டாம். கவலையை போக்குவார் ஆண்டவர். கண்ணீர் விட்டு அழும் இந்த குடுமபத்தாரையும் உறவினர்களையும் ஆசீர்வதிக்கும்படி பிதாவே வேண்டிக்கொள்கிறோம். ஆமென். இப்படி கூறும் குருமாருக்கு வந்துசேரும் இன்னும் கொஞ்சம் பணநோட்டு! மதக்குருக்கள் பெயரில் மக்களை சுரண்டும் மகா அய்யோக்கியர்கள் அவர்களே. ஏராளமாக பண உதவிகள் கொடுப்பதற்காக முன் வருகின்ற ஆத்தீகவாதிகளும் உண்டு. தங்கள் பெயரை கல்வெட்டு மூலம் விளம்பரப்படுத்திவிட்டால் போதும், நன்கெடையாளர்களான தங்கள் பாவம் நீங்கும், கடவுள் நமக்கு மோட்சம் அளிப்பார் என்ற எண்ணத்தில் பணத்தைக்கொடுக்கும் பழக்கத்தில் உள்ளவர்களும் உண்டு. பக்தியின் பெயரால் கோயில்களைக் கட்டி தினசரி காலை மாலையில் பூசை செய்ய ஒரு பார்ப்பானை ஏற்படுத்திக்கொண்டு கடவுள் வேண்டுதலுக்காக பணத்தைக் காணிக்கையாக அளித்ததின் மூலம், பெரிய கோயில்களில் 10, 20, 30, 40, 50, 100 பார்ப்பன குருக்களாக, குழு அமைத்துக் கொண்டு மாறுபட்ட வழியில் திருடும் கூட்டமாய் உருவெடுத்து கோயில்களை தங்கள் தலைமை இடமாக ஆக்கிக்கொண்டு வருகின்றனர். அது மட்டுமா? மூன்று சாதிகளைவிட உயர்ந்தவர்கள் என்று பூனுாலை அணிந்துக் கொண்டு தங்களை பார்த்து கடவுள் இல்லை

என்று சொல்லுகிறவர்கள் திட்டுகிறார்கள் என்பது வேறு அவர்கள் குறை. நாங்கள் வாய்நோக காற்று வசதி இல்லாமல் மந்திரங்களை சொல்லுகிறோம். கற்பூரத்தைக் கொளுத்தி, தேங்காயை உடைத்து, பக்திபாடல்களை பாடிக்கொண்டு, உங்களுடைய பாவங்களைக்கழுவ தரகர்களாக நீங்களே எங்களை பயன்படுத்திக்கொண்டு, வேர்வை ஒழுக ஒழுக கடவுள் ஊழியனாக வேலைசெய்யும் எங்களை திட்டலாமா? வீடுகட்ட போகிறோம், எந்த நாளில் தொடங்கலாம், பிள்ளைகளுக்கு திருமணம் செய்ய போகிறோம் சாமி! நல்ல நாள் எது? திருமணமான ஜோடிகளுக்கு முதல் இரவு வைக்க எந்த நாள் நல்லநாள், எந்த நேரம் நல்ல நேரம் என்று குறித்துக்கொடுங்கள், காரியகருமாதி எந்த நாளில் வைக்க வேண்டும், பள்ளிக்கூடத்துக்கு எந்த தேதியில், நாளில் சேர்க்கலாம், குழந்தை பிறந்த நேரம் சரிதானா? குழந்தை பிறந்த நேரம் எல்லோருக்கும் நல்லதாக உள்ளதா? என்ன பெயர் வைக்கலாம்? நாங்கள் க கா-வில், செ சோ-வில், கொ கோ-வில், த தாவில் இப்படி முதல் எழுத்தில் தொடங்கும் பெயர்களை வைத்து அழைத்தால் நல்லதா? என்று இரவும் பகலுமாக எங்கள் வீட்டை தேடி வந்து பழம், தட்சணையாக ரூபாய்களை நீங்களே எங்களுக்கு கொடுத்துவிட்டு போகிறீர்கள். நாங்களா உங்களை அழைக்கிறோம். உங்களுக்குள் நீங்களே பல கட்சிகளாக பிரிந்துக்கொண்டு, எங்கள் தலைமையில் ஆட்சிப் பீடத்தை அமைத்துக் கொள்ளுகிறீர்கள். இனிமேல் எங்கள் சாதியைக் குறிபிட்டு திட்டவேண்டாம். பல பார்ப்பன சகோதரர்கள் வெளிப்படையாக மேற்கூறியவாறு சொல்கிறார்கள். எத்தனை அம்பேத்கரும், பெரியாரும் தோன்றி உங்களுக்கு உணர்ச்சிகளை தட்டி ஊட்டி எழுப்பினாலும் நீங்கள் மாறாமல் இருந்துக் கொண்டு எங்களை ஏன் திட்டுகிறீர்கள். நாங்கள் புராணபுளுகு கதைகள் மூலம், மூடக்கொள்கைகளை, அறியாமை அறிவை வளர்ப்பவர்களாகவே இருந்துக்கொண்டு போகிறோம். நீங்கள் நம்பாவிடில் ஒதுங்க வேண்டியது தானே? ஏன் எங்கள் கதைகளை கேட்டுக் கொண்டே எங்களையும் வாய்க்கு வந்தப்படி திட்டுகிறீர்கள்? இப்படி விவாதிக்கும் பார்ப்பனர்களும் உண்டு.

Why have the Brahmins not produced a Voltaire? The question can be answered only by another question. Why did the Sultan of Turky not abolish the religion of the Mohammedan world? Why has no pope denounced Catholicism? Why has the British Parliament not made a law ordering the killing off all blue-eyed babies?

The reason why the Sultan or the Pope or the British Parliament has not done these things is the same as why the Brahmins have not been able to produce a Voltaire.

மதகுருக்களின் வார்த்தைகளை நம்பிதான் சில பேர் துணிந்து திருடுகிறார்கள். சிலபேர் கூலிக்காக கொலை செய்கிறார்கள். காரணம் - பாவம் மன்னிக்கப்படும் என்று மதகுரு போதிப்பதை எண்ணி செயல்படுகிறார்கள். இல்லாத கடவுளை இருப்பதாக மத குருக்கள் ஏமாற்றி ஏமாற்றி, எல்லா வசதிகளையும் பெற்றுக் கொண்டு ஏழை மக்களுக்கு பக்தர்கள் என்ற பட்டத்தை அத்தாட்சி (சர்ட்பிக்கேட்) கொடுத்து விட்டார்கள். போலிக்கடவுளை உண்டு என்று போதித்தவர்களுக்கு முதலில் மரண தண்டனை தாருங்கள் என்று பயப்படாமல் வழக்கறிஞர்கள் உயர்நீதிமன்றத்தில் வழக்கு போட்டு, பாமர ஏழை மக்களை காப்பாற்ற முன்வர வேண்டும். கோவிலுக்கு செல்லும் பக்தர்களை ஒழுங்குபடுத்தி அனுப்ப ஐந்தாயிரம், பத்தாயிரம் காவல்காரர்கள் இருந்தும் ஜனநெருக்கத்தில், நூற்றுக்கணக்கான பக்தர்கள் மிதிப்பட்டு இறந்து விடுவதை பார்த்தும் இறந்தவர்கள் அனைவரையும் சொர்க்கலோகத்திற்கு கடவுள் அழைத்துக்கொண்டார். கவலைப்படாதீர்கள். கடவுள் எல்லா பக்தர்களையும் ஏற்றுக் கொண்டாரா? இல்லையே! நீ புண்ணியம் செய்திருக்கிறாய். ஆசைப்பட்டு உன் கணவனையும் உன் மகனையும் கடவுள் அவர் இருக்கும் இடமாகிய மோட்சலோகத்திற்கு அழைத்துக் கொண்டார். அழாதே! கண்ணீர் விடாதே என்று ஆறுதல் சொல்லும் மக்களை பார்க்கிறோம். இது மூடநம்பிக்கை அல்லவா? இறந்தபின் உடலை விட்டு நான்கு மூலங்களும் வெளியேறி விடுகின்றன. உடல் மட்டும் தான் இருக்கும். உடலை தூக்குகிறோம். ஆறடி பள்ளம் தோண்டிய குழியில் புதைக்கிறோம். சிலர் உடலை நெருப்பால் எறித்து விடுகிறார்கள். உடல் என்ன ஆகிறது என்று நம் கண் எதிரில் பார்க்கிறோம். ஆனால் மதவாதிகள், கடவுள்

வெறியர்கள் கடவுளிடம் இறந்தவர் சேர்ந்து விட்டார். நீங்கள் கவலைப் பட வேண்டாம். கடவுள் படைத்தார் எடுத்துக் கொண்டார் என்பார்கள். மக்களாய் பிறந்தவர்கள் மாக்களாய் வாழக் கூடாது. மனிதர்களாய் வாழ வேண்டும். சுனாமி கடல் அலைகளால் 26.01.2005-ல் கடவுள் அழைக்கிறார் என்று கோயிலுக்கு வந்தவர்களையும், வீடு வாசல்களையும், ஆயிரக்கணக்கான மக்களையும் ஒரே நாளில் அலைகள் அழித்துக்காட்டியதை அருமை மகளே! நீயாவது புரிந்துக்கொள், இயற்கையின் சக்தியால் தான் ஆக்கவும், அழிக்கவும் முடியும் என்று.

மத குருக்களே! நீங்கள் எல்லோரும் யாருக்கு பிறந்தீர்கள். நீங்கள் யாரால் வளர்க்கப்பட்டீர்கள். கடவுள் என்ற வார்த்தையை யாரால் முதன் முதலில் கற்றுக் கொடுக்கப்பட்டது. நல்ல மனசாட்சியோடு கேட்ட கேள்விக்கு பதில் கூறுங்கள். ஆறறிவுள்ள ஆணுக்கும் அதாவது அப்பாவுக்கும், ஆறறிவுள்ள பெண்ணுக்கும் அதாவது அம்மாவுக்கும் பிறக்கும் குழந்தை கடவுளுடைய குழந்தைகள் என்று எப்படி சொல்லலாம். நானும் உங்களைப் போல் குழந்தையாகத் தான் பிறந்தேன். வளர்ந்தேன். என் பெற்றோர்கள் சிலைகளையும் படங்களையும் பார்த்து கடவுள் என்று வணங்குவார்கள். என்னையும் வணங்கச் சொல்வார்கள். நாமம் போட்டுக்கோ என்பார்கள். நான் போட மாட்டேன். திருநீரை பூசிக் கொள்வார்கள். அவரவர்கள் இஷ்டத்திற்கு கடவுள்களுக்கு பெயர் வைத்துக் கொண்டு வணங்குவார்கள். பகுத்தறிவை பயன்படுத்தாமல் முன்னோர்கள் செய்தார்கள், பெரியோர்கள் செய்கிறார்கள் என்பதற்காகத்தான் பண்டிகைகளை கொண்டாடுகிறோம். மூன்று வேளை சாப்பாடு சாப்பிடும் உரிமையோடு, பக்தர்கள் மூலம் கிடைக்கும் பணத்தோடும் மாத சம்பளமும் வாங்க மதகுருக்களும் பூசாரிகளும் கோயில் நிர்வாகத்தை நடத்துகிறார்கள். கோயில்களுக்கு அதாவது கடவுளுக்கு சொத்து தேவைதானா? கடவுளுக்கு பல பெயர்கள் தந்து, ஒவ்வொரு அவதாரத்திற்கும் நன்கொடையாக பணத்தை தந்து, கோயில்களுக்கு சொத்து சேர்க்கலாமா?

கோயில் பூசாரிகள் அனைவருக்கும் மாத சம்பளம் வேறு. தினம் வருமானம் வேறு. இதில் வேடிக்கை என்ன தெரியுமா? சாமி வேண்டுதலுக்காக பட்டுப்புடவைகளை கடவுளுக்கு பக்தர்களால் போட்டதை ஒலி பெருக்கி மூலம் ஏலம் என்று ஆரம்பித்து 650-700 இப்படி 50, 50 ஆக ஏலம் கேட்டு பணத்தை வசூல் செய்கிறார்கள். போதாகுறைக்கு மதத்தின் பெருமையை பத்திரிக்கையாளர்கள் விளம்பரப்படுத்திக் கொண்டு பணத்தை சம்பாதிக்கிறார்கள். ஆயிரக்கணக்கில் பார்க்க செல்லும் பக்தர்கள் காலையில் சென்றால் 6 மணி நேரம் கியூவரிசையில்தான் போக வேண்டும். V.I.P.க்கள், பக்தியில் மூழ்கிய நீதிபதிகளின் குடும்பத்தார் போன்றோர் உடனே நேரடியாக சாமி தரிசனம் செய்ய வேறு வழி உண்டு. நேரடியாக நடந்துச் சென்று சாமி கும்பிட கோயில் நிர்வாகி தினம் அனுமதி தந்துள்ளனர். கோயில் சார்பில் எலும்பிச்சை பழத்தால் மாலை போட்டு குருக்கள் மரியாதை செய்து அனுப்புவார்கள்.

உலக மக்களை காப்பதற்கு வந்தார்கள் என்று பச்சையாக பொய் சொல்லும் மதகுருக்களுக்கு என்ன தண்டனை கொடுக்க வேண்டும் என்று நான் சொல்ல தயாராக இல்லை. காரணம் உண்மையான வார்த்தைகளை என் மனைவியும் பிள்ளைகளுமே நம்பவில்லை. காரணம் ஏன் தெரியுமா?

இலர் பலாகிய காரணம் நோப்பார்
சிலர் பலர் நோலாதவர்.

கடவுள் உண்டு என்போரும், கடவுள் இல்லை என்போரும் வள்ளுவர் காலத்திலேயே இருந்திருக்க வேண்டும்.

இறந்தப்பிறகு சுடுகாட்டிலும் கடவுள் நம்பிக்கையை மறக்கக்கூடாது என்பதற்காக ஆறுதல் சொற்கள் மூலம் ஆண்டவனை துதிக்க வேண்டும் என்று பிரார்த்தனை பாடல் மூலம் நம்ப வைத்துக் கொண்டு இருக்கிறார்கள். கடவுள் கணவனோடு இரண்டு மனைவிகள் வருடா வருடம் கலியாணம் செய்து மக்களை வணங்க வைப்பது கோயில் பூசாரிகள் வேலை. மந்திரம் சொல்லிக் கொண்டே கற்பூரத்தைக் கொளுத்தி தேங்காயை

உடைத்து சிலையில் காட்டி உன்னிடம் கொடுப்பதற்கு ரூ.10,000 சம்பளம். கோழியைக் கடித்து ஆட்டைக் கடித்து இரத்தத்தைக் குடிக்கும் பூசாரி, பக்தியின் பெயரால் தலையில் தேங்காயை உடைத்துக் காட்டுவது, நெருப்பின் மேல் மெதுவாக நடக்காமல், வேகமாக நெருப்பை மிதித்து ஓடுவதும் இது என்ன பித்தலாட்டம்?

ஒவ்வொரு மனிதனும் கனவு காணாமல் இருக்க முடியாது. நினைவுகள் தான் கனவு. கடவுள் கனவில் தோன்றி நீ கோயிலைக் கட்டி பார். உன்னுடைய துன்பமெல்லாம் நீங்கிவிடும் என்று என்னிடம் பேசினார் என்று சொல்வார்கள். அதையும் நம்பும் முட்டாள் மக்கள் இருக்கிறார்கள். பொய்யான வார்த்தைகளை மெய்யானவை என்று போதிக்கவேண்டாம். எத்தனையோ குற்றங்கள் செய்தேன். குடிக்காரனாய் திரிந்தேன். சிகரெட் பிடித்தேன். எல்லா பாவங்களையும் செய்தேன். கடவுள் மேல் பாரத்தைப்போட்டேன். வேண்டினேன். நல்லவனாக, வாழ்ந்துக்காட்டவேண்டுமென்று கண்ணீா் விட்டு மன்னிப்பு கேட்டேன். ஆண்டவா் எனக்கு நல்லவழி காட்டினார். பாவத்தை எல்லாம் மன்னித்தார். இப்பொழுது எந்தவித கெட்ட பழக்கங்கள் இல்லாமல், உங்கள் மத்தியில் பேசுகிறேன். ஏசுவே உமக்கு தோத்திரம். எந்த தீய பழக்கமும் என்னிடம் இப்போது கிடையாது. ஆகவே மெய்யாகவே சொல்லுகிறேன். நீங்களும் கடவுளை நம்புங்கள், பிரார்த்தனை செய்யுங்கள். உங்கள் பாவத்தை எல்லாம் மன்னிப்பார். நீர் செய்த பாவத்தை குற்றத்தை எல்லாம் மன்னிப்பார். நல்ல மனிதனாக உம்மை வாழவைப்பார். இப்படியாக மக்களுடைய மத்தியில் கிராமங்களில் வீதிவீதியாக 10 பேர் ஒன்றாக கூடிக்கொண்டு கடவுள் நம்பிக்கையை எப்படியாவது மக்களிடம் உண்டாக்க வேண்டும் என்று அலைகிறார்கள். மதகுருக்கள் பள்ளியில் வேலை செய்யும் ஆசிரியர்களை இதற்கு பயன்படுத்திக் கொள்ளுகிறார்கள்.

கடவுள் இல்லை என்று அறிவுப் பூர்வமாக மக்களுக்கு அறிவுப்புரட்சி செய்த முதல் நாத்திகர் தான் புத்தர் என்பவர். கற்பனைக் கதைகள் பொய் என்று தெரிந்தும், வயிற்றுப் பிழைப்புக்காகவும் பணம் கிடைக்கிறது என்பதற்காகவும் மூடக்கொள்கைகளால்

மக்களை முட்டாள்களாக்குவது நீதியாகுமா? என்று எண்ணிப்பாருங்கள். மீண்டும் மீண்டும் நான் சில கருத்துக்களை எழுதுவதற்கு காரணம் நீங்கள் மீண்டும் ஆத்தீகனாக மாறக்கூடாது என்பதற்காகத் தான். எல்லா கோயில்களிலும் கடவுளின் முகத்தைப் பார்க்க இரண்டு வழிகள். ஏழைகள், நடுத்தர பக்தர்கள் கால்கடுக்க சாமியை தரிசிக்கலாம். உயர்ந்த பதவியில் பணிப்புரியும் ஏ.ஜீக்களுக்கும் அவர்களின் குடும்பத்தாருக்கும் நேராக குறுக்கு வழியில் அழைத்துச் சென்று கோயில் சார்பாக பெரிய மாலைப்போட்டு கோயில் குருவே எல்லா மரியாதையுடன் ஆசீர்கூறி, போலீஸ் பாதுகாவலுடன் காருக்குள் அமர வைத்து மரியாதையோடு அனுப்பும் பழக்கம் தினம் தினம் நடப்பதை பார்க்கலாம். நான் நேரில் பார்த்தவன். ஏன் அவ்வாறு மரியாதை செய்கிறார்கள் தெரியுமா? ஏ.ஜீக்கள் முக்கிய அதிகாரங்களை உடையவர்கள். கோவிலில் நடக்கும் ஊழல் குற்றங்களை பொது மக்கள் கூறினால் கோயில் நிர்வாகத்தினர்களையும் கோயில் பூசாரிகளையும் கண்டுக் கொள்ளாமல் இருக்கத்தான் வரிசையில் நின்றிருக்கும் பக்தர்களுக்கு முன்னே உயர் அதிகாரிகளுக்கு மாலை அணிவித்து அனுப்புகிறார்கள்.

காசி என்றும் இராமேஸ்வரம் என்றும், திருப்பதி, திருவண்ணாமலை, சபரி மலை என்றும் இப்படி கன்னியாகுமரி முதல் இமயம் வரை உள்ள மாநிலங்களில் எல்லாம் ஒவ்வொரு சக்தி வாய்ந்த கடவுள் உண்டு என்றும் பெருமையோடு பேசியும், வணங்கவும் செய்தார்கள். செய்து கொண்டும் இருக்கிறார்கள். மாறுபாடான கருத்துக்கள் கடவுள், மதம், சாதி ஆகியவற்றால் ஏற்படுகிறது என்பதும் மதகுருமார்களின் செயல்கள் அதில் பெரும்பங்கு வகிக்கிறது என்றும் தெளிவாக தெரிகிறது. மாறுதலான கருத்துக்கள் எங்கெங்கு ஏற்படுகிறதோ, அங்கெல்லாம் ஒற்றுமை குணம் ஏற்பட வாய்ப்பு இல்லாமல், வேற்றுமை மனப்பான்மை வளர்கிறது.

ஓர் ஊருக்கு வழி தெரிந்தவனால் தான் வழிகாட்ட முடியும். அந்த இடத்திற்கு சரியாக போக அவனால்தான் முடியும். உயிரோடு உள்ள போது வாருங்கள் வந்து பாருங்கள், இதோ இந்தவழிதான், இது தான் மோட்ச லோகம், அதோ பார் நரக லோகம்

என்று காட்ட வேண்டாமா? உயிரோடு இருக்கையில் நமக்கு தெரியாதாம். ஆனால் இறந்த பிறகு அந்த இடத்திற்கு போவோமாம். வருக வருக என்று அந்தந்த மதத்தினர் கடவுள் கடவுளச்சிகள் அன்போடு அழைத்து, உணவு வகைகள், பால் பாயாசம், தயிர், மோர் எல்லாவற்றையும் புண்ணியம் செய்தவர்களுக்கு அளிப்பார்களாம். பாவம் செய்தவர்களுக்கு சவுக்கடி தந்து நெருப்பிலிட்டு கொளுத்துவார்களாம். கொதிக்கும் எண்ணெயில் தூக்கிப் போடுவார்களாம். மதப்பித்தும், கடவுள் பித்தும், சாதிப்பித்தும் நம்ப வேண்டும். நம்பவில்லை என்றால் நரகலோகத்தில் தள்ளப்படுவர் என்று பயத்தை மக்களுக்கு போதித்து விட்டார்கள். கண்ணெதிரில் பார்க்கிறோம். இறந்த மனிதன் மீண்டும் உலாவ முடியுமா? இறந்த மனிதன் மூன்றாம் நாள் உயிர்தெழுந்தார் என்று பெருமையாக பேசுவது நீதியா? சரியா? மனசாட்சி வேண்டாமா?

இன்று நீங்கள் எண்ணிப் பாருங்கள். கடவுள் பெயரால் போட்டி மனப்பான்மையில் கோயில் கட்டுவது கணக்கில் அடங்கா. நோய்களை தீர்க்கும் மூலிகைகளை உபயோகித்து சாமியார் வேடத்தில் தந்திரங்கள் செய்து, மந்திரம் சொல்லி, இவையாவும் கடவுள் சக்தியால் நடைபெறுகிறது என்று விளம்பரப்படுத்தி உட்கார்ந்தபடியே பக்தியின் பெயரால் பணவசூல் செய்து பிழைக்கின்ற கூட்டங்களின் ஏமாற்று வேலைகள் நடைபெற்று வருவதை நீர் அறியாமல் இல்லை. சிற்பியால் உருவங்கள் உருவாக்கப்படுகிறது. உயிர் மட்டும் கொடுக்க முடியாது. ஆகவே அதனால் எந்த பயனும் யாருக்கும் உண்டாகப் போவது இல்லை என்ற உண்மைகளையும் நாம் அறிகிறோம். பேசவும், பார்க்கவும், கேட்கவும், நடக்கவும் முடியாத நிலைமையில் உள்ள சிற்பத்தையும், ஓவியத்தையும் சிற்பியாலும், ஓவியராலும் செதுக்கப்பட்டு பலவண்ணங்களில் வரையப்பட்டும் இதுதான் கடவுள் சக்திகள் பெற்றவை என்று விற்பனை செய்யப்படுகிறது. அந்த சிலையையும் படத்தையும் கடவுள் இது தான் என்று கோயில்கட்டி மூலஸ்தானம் என்றும், வீட்டு மூலையில் அறையாக தடுத்து பூஜை அறை என்றும், தினம் தினம் சடங்குகள் செய்து, வணங்கிச் செல்வதால் எல்லா நன்மைகளும் உண்டாகும் என்ற நம்பிக்கையில் மனித குலத்தை செயல்பட செய்வது யாருடைய செயல்

என்று எண்ணிப் பாருங்கள். குருட்டு சாமியார்களும் மதகுருக்களும் தங்கள் வயிற்றுப் பிழைப்புக்காக கோயிலுக்குள் புகுந்து பக்தர்கள் மூலம் பணத்தை அதிகாரத்தின் மூலம் அல்லாமல், அவர்களே மனமுவந்து கடவுளுக்காக காணிக்கைகள் போட வைக்கும் அளவுக்கு மந்திரங்கள் சொல்லி, பணத்தை பறிக்கும் பழக்கத்தை உண்டாக்கி விட்டார்கள். கோயில்களுக்குள் பணிபுரிவோர் அனைவருமே உணவு, உடை, உறைவிடத்திற்கு எந்த வித கஷ்டமும் இல்லாமல் கடவுள் பெயரால் பிழைக்கிறார்கள். மக்களிடம் நாவன்மையால் எல்லா மொழியிலும் பேசும் திறமைப்படைத்தவர்கள் தான் குருமார்களாக வரமுடியும். பேசும் திறமை இருந்தால் போதும். பொய்புரட்டு கதைகளை நடந்ததைப் போல் நம்ப வைக்கும் ஆற்றல் உள்ளவர்கள் தான் இந்த எருதுமாடு குருமார்கள்.

கணவன் மனைவி அமைவது எல்லாம் இறைவன் செயல் என்று மதவாதிகள் சொல்லிக் கொண்டு திரிகின்றார்கள் என்றால் கணவன் மனைவிக்குள் வேற்றுமை உணர்வு ஏற்படுவது ஏன்? பாவத்தை நீக்கி மோட்சத்தை அடைய வேண்டுமானால், தினம் தினம் உறங்குவதற்கு முன்னும், உறங்கி எழுந்த பின்னும் ஆண்டவனை நினைத்து ஜெபித்தாலும், வணங்கினாலும் நிச்சயம் ஆசீர்வதிக்கப்படுவார்கள் என்ற ஆசையை மதக்குருக்கள் வளர்க்கிறார்கள். நம்பிக்கை கொள்ளுங்கள். எல்லாம் அவரே. ஆக்கலும் அழித்தலும் அவரே. அவனன்றி ஓர் அணுவும் அசையாது என்று சொல்வன்மையால் பகுத்தறிவற்ற மிருகங்களாக கடவுள் நம்பிக்கையை கொண்டு, உலக மக்களை மதவாதிகள் கெடுத்துக் கொண்டு வருவது எந்த விதத்தில் நீதியாகும்? எல்லா செயல்களும் ஒரு சக்தியினால் தான் உண்டாகிறது. அந்த சக்திதான் கடவுள். கடவுளை காண முடியாது. ஞானக்கண்ணால் தான் காண முடியும். அந்த ஞானக்கண் அடைய சாதாரண மனிதர்களால் முடியாது. தவம் இருக்க வேண்டும். தவம் செய்ய வேண்டுமானால் நோன்பு இருக்க தகுதி வேண்டும். கடைசியில் தான் தவத்தின் மகிமையை அறிந்து கடவுள் காட்சித்தந்து, நினைத்து கேட்ட வரத்தை கடவுள் அளிப்பார் என்ற கருத்தை மக்களிடம் கதைகள் மூலம் கற்பித்து விட்டார்கள். கடவுள் என்ற

வார்த்தைக்கு உள்ளத்தை கடந்தவர் என்று கூறுவோரும், எல்லாச்செயல்களும் அவனன்றி நடக்காது, அது ஒரு தெய்வ சக்தி அந்த சக்தி தான் கடவுள் என்று கூறுபவரும் உண்டு. அந்த சக்தியை உருவங்களாக செய்து வணங்கி வந்தால் நினைத்த காரியங்கள் எல்லாம் நடைபெறும். எல்லா பலன்களையும் பெறலாம் என்று மதத்தலைவர்கள் என்ற பெயரில் மக்களிடம் தினம் தினம் போதித்தார்கள். நம்பிட செய்தார்கள். நோய்களை உண்டாக்குவதும் அவனே, நோய்களை தீர்ப்பதும் அவனே என்று கற்பித்து விட்டார்கள்.

நன்மை கிடைத்தாலும் கிடைக்காவிட்டாலும் தட்டுங்கள், கேளுங்கள், தேடுங்கள், எல்லாம் கிடைக்கும். நானே ஜீவன், நானே கடவுள் என்று கூறும் ஆண்டவனை மோட்சலோகத்தில் காண்பீர்கள். அதற்காகவே மதவாதி குருக்கள் நியமிக்கப்பட்டுள்ளார்கள் என்ற குருட்டு எண்ணத்தை மக்களுடைய மனதில் பதிய வைத்து, அடிமைகளாகி வாழ்க்கையை நடத்த கற்றுக் கொடுக்கிறார்களே தவிர, எண்ணி, உண்மையை அறிந்திட சுதந்திரம் இல்லை. மானங்கெட்டவன் மக்கள் மத்தியில் விரோதத்தை தீர்த்துக் கொள்ள ஒரு பெண்ணின் புடவையை அவிழ்த்து விட்டு உடலுறுப்பு அத்தனையும் சபையோர் பார்க்கட்டும் என்று சொல்ல, மந்திரி செயல்பட, ஆனால் ஆடை அவிழ்க்க அவிழ்க்க உடம்பில் புடவை வந்துக் கொண்டே இருக்க, ஆடை அவிழ்த்து அவிழ்த்து மூச்சுத்திணறி கீழே மயங்கி விழுந்து விட்டான் என்று இன்று மக்கள் மத்தியில் காலட்சேபமாக சொல்லப்படுகிறது என்றால் இதைவிட பொய்யான நிகழ்ச்சிகளைச் சொல்லி கடவுள் பக்தியை நம்ப வைக்கும் சோம்பேறி மத குருக்களை அறிவாளிகள் என்பதா? என்று நீங்களே சிந்தித்துப் பாருங்கள். நம்பிக்கை என்ற விஷக் கயிற்றால் தூக்குப் போட்டு சாகடிப்பதுபோல் மடைமை அறிவினால் கடவுள் பக்தியால் மதவாதிகள் இன்று மக்களை கெடுத்து வருகிறார்கள்.

கடவுளை வணங்குவதற்கு சட்டதிட்டங்களை உண்டாக்கிக் கொண்டு, விரதங்கள் இருக்கும் முறைகளையும் சொல்லிவிட்டு, வெகு தூரத்திலுள்ள மலைகளில் கட்டி இருக்கும் கோயில் குளங்களுக்கு சென்று பிரார்த்தனை செய்து, வணங்கி வந்து விட்டால்

தீராத நோய்கள் தீரும். குடும்பத்தில் ஏற்பட்டிருக்கும் துன்பங்கள் எல்லாம் நீங்கி, சகல சந்தோஷத்தை பெற்று வாழலாம். கடவுள் அவர்களுக்கு நிம்மதியை தருவார். பணவசதி ஏற்படும். கடன் தொல்லைகளை கடவுள் நீக்கி விடுவார் என்று நம்பிட செய்தனர். இவை அனைத்தும் உட்கார்ந்தபடியே உல்லாச வாழ்வில் தங்களுடைய உடலை வளர்த்துக் கொள்ள செய்த மதக்குருக்களின் சூட்சியே ஆகும். திருடன், அய்யோக்கியன், பகற்கொள்ளைக்காரன், மானமற்றவன், சளைக்காமலே மற்றவர்களை ஏய்த்துப் பிழைக்கும் எத்தகர்கள் ஆகியோரின் குணங்களை கொண்ட கூட்டத்தினர் தான் கடவுள் என்ற வார்த்தையை கற்பித்தார்கள். மக்களின் துரோகிகள், அனைத்து கோயில்களிலும் கூட்டமாக வேலை செய்துக் கொண்டு வரும் புரோகிதர்களே. இன்றைய ஆட்சியாளர்கள் பூசைகள் செய்யும் குருக்கள் மோட்சலோகத்தையும், நரகலோகத்தையும் காட்டுகிறார்கள் என்பதற்காகவும் மாத சம்பளம் அளித்து, ஓய்வு ஊதியமும் கொடுத்து வருகிறார்கள். மக்களை எளிதில் ஏமாற்றக் கூடிய சக்தி போலி சாமியார் வேடத்தில் இருப்பவர்களுக்குத் தான் உள்ளது.

கோயில்களில் கடவுள் உருவங்களை வைத்து மக்கள் பக்தர்கள் வேடங்கள் போட்டுக்கொண்டு கோயிலில்லா ஊரில் குடியிருக்க வேண்டாம் என்று கடவுள் வெறி கொண்டவர்களாக திரிகின்றனர். கடவுளுக்கு விழா எடுக்க காணிக்கை பெயரிலும் மக்களிடம் நன்கொடை மூலம் வசூல் செய்ய கிராமங்களில் நாட்டான்மைதாரர் என்ற பெயரிலும், நகரங்களில் தர்ம கர்த்தர் என்ற பெயரிலும் பணவசூல் செய்து கடவுளின் பக்தர்களுக்கு கடவுளின் அருள் பெற செய்கிறார்களாம்.

மதகுருக்கள் உள்பட எந்த பக்தி கொம்பனும் கடவுள் உண்டு என்றால் நீ எங்கடா பார்த்தாய், காட்டு நானும் பார்க்கிறேன் வா என்று கூப்பிடு. பகுத்தறிவுள்ளவனாய் வாழ கற்றுக்கொள். பகுத்தறிவுள்ளவனுக்கு நல்லறிவு இருக்கும். பகுத்தறிவுள்ளவன் சாமியார்களை, மந்திரவாதிகளை, குறிச்சொல்வோர்களை, சாஸ்திரம், ஜாதகம் பார்போரை திருடனாய் பார்ப்பான். பகுத்தறிவுள்ளவனுக்கு பக்தியே இருக்காது. பகுத்தறிவுள்ளவர்களால் தான் மதம், கடவுள், சாதிமுறைகள் பொய்யென்று சொல்ல

முடியும். பகுத்தறிவுள்ளவா்களுக்குத்தான் மதம், கடவுள், சாதி முறைகளை மறந்து, கலப்பு திருமணம் செய்துக்கொள்ளும் உரிமைகள் தரமுடியும், தருவார்கள். பகுத்தறிவுள்ளவா்களால்தான் உண்மைகளை பேசி நன்மைகளை செய்யமுடியும். பகுத்தறிவுள்ளவா்களுக்குதான் பகைமை எண்ணம் ஏற்படாது. பகுத்தறிவள்ளவா்களால்தான் சுயநலத்தை நீக்கமுடியும். பகுத்தறிவுள்ளவா்களால்தான் நீ பிறக்கும்போது எதையும் கொண்டு வரவில்லை இறக்கும்போது எதையும் நீ எடுத்துக்கொண்டு போகபோவதில்லை என்று சொல்லமுடியும். பகுத்தறிவுள்ளவா்களால்தான் அன்னையும் பிதாவும் முன்னே அறியும் தெய்வம் என்று சொல்ல முடியும். பகுத்தறிவுள்ளவனுக்கு மட்டும்தான் தனக்கு தேவையானது உணவு, உடை, உறைவிடம் என்று நினைப்பான்.

கடவுள் பெயரால் லாபம் கிடைப்பதால் விழாக்கள் ஒவ்வொரு கிராமத்திலும் செய்கிறார்கள். பல விதங்களில் பக்தி வேடம் பூண்டு செல்வோருக்கு பணமும் நல்ல மதிப்பும் கிடைப்பதாலும் மேலும் மதபித்தை மக்களிடம் பரப்ப இலவச உணவு, இலவச ஆஸ்டல் வசதிகள் மதபோதகா்கள் மூலம் கிடைப்பதாலும் கடவுள் பக்தியை பரப்பி வருகிறார்கள். உலக மக்கள் ஒற்றுமையாக வாழ ஒரே வழி மதத்தை நம்பும் மடையா்கள் திருந்த வேண்டும். இந்துக்கள் பிரம்மாதான் உலகத்தை படைத்தாா் என்கிறார்கள். பிதா, தேவன் தான் உலகைப் படைத்து மக்களை நல்வழியில் வாழ செய்தாா் என்று நம்புபவா்கள் தான் கிறிஸ்தவா்கள். முதலில் உலகத்தை மனிதனை படைத்தது யாா் யாா்? என்று பைத்தியக்காரதனமாக கேள்விகள் கேட்பது தவறு. பைத்தியக்கார குருமாா்கள் எல்லாம் சுருக்கமாக கடவுள் படைத்தாா். உண்டாக்கினாா் என்பார்கள். அறிவு வேண்டாமா? அப்பா அம்மா அதாவது ஆண் பெண் சோ்க்கையால் அல்லவா குழந்தை பிறக்கிறது. குருவே! குருக்களே! நீங்கள் எப்படி பிறந்தீா்கள் என்று கேளுங்கள். பயப்பட வேண்டாம். தேவன் அழைக்கிறாா் என்று பகுத்தறிவு பாதைக்கு முறண்பாடாக எழுத வேண்டாம். சொல்ல வேண்டாம்.

மதகுருக்களே! உலகம் என்பது நிலம், நீா், நெருப்பு, காற்று, ஆகாயம். இந்த உண்மைகளை தெரிந்துக்கொள்ள கடவுளும் தேவை இல்லை. கல்வியும் தேவை இல்லை. கண்களே போதும். நிலத்திற்கு சக்தி உண்டு. நீருக்கு சக்தி உண்டு. நெருப்புக்கு சக்தி உண்டு. காற்றுக்கு சக்தி உண்டு. ஆகாயத்திற்கு சக்தி உண்டு. கடவுளுக்கு சக்தி இல்லை.

நம் இரு கண்களால் பாா்க்கிறோம், உணருகிறோம். கடவுள் என்றால் என்ன? கண்களுக்கு தெரியாதாம். தெரியாத கடவுள் தேவையா? கடவுள் உண்டு என்பவா்கள் எல்லாம் குருடா்கள் தான். கடவுள் என்றால் தெரிய வேண்டும் காட்ட வேண்டும். நான் பூமியைப் பாா் என்று கூறுகிறேன். நான் நீா் என்று கூறுகிறேன். நான் உஷ்ணம் என்று கூறுகிறேன். நான் காற்று உண்டு என்று கூறுகிறேன். நாமும் அவற்றை பாா்க்கிறோம். உணா்கிறோம். நீா் பாா்க்காத கடவுளை கடவுள் என்கிறாய். அப்பொழுது நீா் குருடன் தானே. நீயே குருடனாக இருந்துக்கொண்டு எங்களையும் குருடாக்கிக்கொண்டு கடவுளை காட்டாமலே, கடவுள் உண்டு என்கிறாய். இந்த மத குருக்கள் எல்லாம் உங்களை குருடா்கள் என்று எண்ணிக்கொண்டு கோயில்களுக்கும், மசூதிக்கும், சா்ச்சுக்கு பணத்தை பறிக்க அழைக்கிறாா்கள். மத குருக்கள் எல்லாம் உல்லாசமாக பாவ மன்னிப்பு சொல்லிக்கொண்டு இல்லாத மோட்ச லோகம் உண்டு என்றும், இல்லாத கடவுளை இருப்பதாக ஏமாற்றுவது நீதியா? என்று எண்ணிப் பாருங்கள். ஒருவன் உன்னைப்பாா்த்து கடவுள் உண்டா? இல்லையா? என்றால் என்ன சொல்வாய். கடவுள் உண்டு என்றால் எங்கே என்பான். இல்லை என்றால் எப்படி இல்லை என்று சொல்லுகிறாய் என்பான். சிக்கலான கேள்விக்கு பதில் என்ன தெரியுமா? கடவுள் உண்டா இல்லையா. என்றால் மலடிக்கு பிறந்த குழந்தை கறுப்பா, சிகப்பா? என்று கேட்டால், நான் எதை சொல்வது. மலடி என்றால் குழந்தையை பெறாதவள். அவளுக்கு குழந்தையே இல்லை. பிறந்த குழந்தையின் நிறம் கறுப்பா, சிகப்பா என்று கேட்டால் பதில் சொல்ல முடியாது அல்லவா.

கடவுள் உண்டு. பக்தி இருந்தால் பரலோகம் போகலாம் என்பது எல்லாம் பொய். அப்பட்டமாக மதபோதகா் மக்களை ஏமாற்றுகிறாா்கள். அவா்களை நீங்கள் தாராளமாக

கேளுங்கள். ஐயா, கடவுள் உண்டு என்றோ இல்லை என்றோ எனக்கு தெரியாது. ஆனால் கடவுள் உண்டு என்பதற்கு எந்த வித ஆதாரமும் இல்லை. ஆதாரத்தைக் காட்டுங்கள் நான் ஏற்றுக்கொள்ளுகிறேன் என்று கூறுங்கள். இனியும் நீங்கள் யாருக்கும் பயப்பட வேண்டாம். மோட்சலோகத்தில் மலம், சிறுநீர் கழிக்கும் இடங்கள் உண்டா? என்று கேளுங்கள். சிந்திக்கும் ஆற்றல் இல்லாதவர்களாக மக்களை குருடர்கள் என்றே வாழ வைத்து விட்டார்கள். இதுவரை எவனும் கடவுளை கண்டவனும் இல்லை. கடவுள் பேசியதை கேட்டவனும் இல்லை. கடவுள் என்று கல்லைத்தான், செம்பைத்தான், பித்தளையைத்தான் கடவுள் அமர்ந்துள்ளார் என்று விழாக்கள் எடுத்து கொண்டாடி வருகிறார்கள்.

உயிர் எங்கே இருக்கிறது? என்ற கேள்விக்கு அறிவியல் அறிஞர்கள் முதல் மதபோதகர்கள், மருத்துவர்கள், ஆசிரியர்கள், நீதிபதிகள் உள்பட உயிர் கடவுளிடம் தான் உள்ளது. எமதர்ம ராஜாதான் பாசக்கயிற்றால் உயிரை எடுத்துக்கொண்டு போவான் என்று மக்களிடம் சொல்லி ஏமாற்றிக் கொண்டிருக்கிறார்கள். உயிர் எங்கே உள்ளது என்று எந்த குருமார்களும், எந்த மதப்பித்தர்களும், எந்த கடவுள் பக்தர்களும், அறிவியல் அறிஞர்களும், டாக்டர்களும் ஏன் மக்களுக்கு சொல்லவில்லை. அவர்களை கேளுங்கள். ஒரே வரியில் கடவுளிடம் தான் உயிர் உள்ளது என்று சொல்லி விடுவார்கள். மக்கள் எல்லாம் மடையர்கள். மத போதகர்கள் என்ன சொல்லுகிறார்களோ, அவர்கள் வாக்கு தான் கடவுள் வாக்கு என்று நம்புகிறார்கள். நம்ப வைப்பார்கள். இந்து மதத்தாரும் கடவுள் உண்டு என்றும் இஸ்லாமியர்களும், கிறிஸ்த்துவர்களும் அவரவர் உபாசகர் மூலம் கொள்கைகள், வணங்கும் முறைகள் மாறுபாட்டாலும் கடவுள் மட்டும் உண்டு என்ற நம்பிக்கையை மாறாமல் மக்களுடைய உள்ளத்தில் பதிய வைத்துவிட்டார்கள். குருமாரும் பார்த்ததில்லை. சீடர்களும் பார்த்ததில்லை. மத போதகர்களும் பார்த்ததில்லை. ஆண்டவரே! கடவுளே! அல்லாவே என்று உரத்த குரலில் சொல்லி வணங்குபவர்களும் கடவுளை பார்க்கவில்லை. மக்கள் மனதில் தெளிக்கப்பட்ட

மூடக்கருத்து விதைகளையும், கடவுள் நம்பிக்கைகளையும், பகுத்தறிவு சுத்தியால் அடித்து, உடைப்போம் வாரீர்.

மக்களை முட்டாள்களாக தூங்க வைத்தது போதும், மக்களை வறுமை பிணியால் வாட வைத்தது போதும், மக்களை கல்லையும் கடவுள் என்று வணங்க வைத்தது போதும், மக்களை இதிகாச புராண பொய் புரட்டுக் கதைகள் மூலம் நம்ப வைத்தது போதும், மக்களை செம்மறி ஆடுகள் என்று எண்ணி பள்ளத்தில் விழ செய்தது போதும், மக்களுக்குள் சாதி போரைத் தூண்டி, வீடுகளுக்கு தீ வைத்து கொன்றது போதும், மக்களுக்குள் மதவெறி ஊட்டி, மதச்சண்டைகள் போட்டு ஆயிரக்கணக்கில் உயிர் இழக்க செய்தது போதும்.

மக்கள் எல்லாம் செம்மறி ஆடுகளாய் பக்தி என்ற பள்ளத்தில் கண்களை மூடிக் கொண்டு விழுவார்கள் என்ற நம்பிக்கையில் தான் கடவுள் என்ற நான்கு எழுத்தால் உலக மக்களை கெடுத்து வந்தார்கள். அவர்கள் இறந்த பிறகு இருப்பவர்கள் மீண்டும் அவர்கள் காட்டாத கடவுளையே இவர்கள் பார்த்ததுப்போல கடவுள் போதனை செய்வார்கள். மக்களால் தலைவனாகவும், சில நூண்றாண்டுகளுக்கு பிறகு தலைவனையே அரசனாகவும் ஏற்படுத்தப்பட்டு வாழ்ந்து வந்தார்கள. கருங்கல்லால் உருவங்களை உருவாக்கி, கடவுள் இவர்தான் என்றும், எல்லா சக்திகளையும் அளிப்பவர் இவரே என்றும் அரசர்களை நம்ப வைத்து, மக்களையும் நம்ப வைத்து விட்டார்கள். சிலநூறு ஆண்டுகளுக்குப் பிறகு மனித சமுதாயத்தில் கடவுளை வணங்கும் முறைகளில் மாறுதல்கள் ஏற்பட்டு கடவுள்களும் பிளவுப்பட்டனர். எல்லாம் உண்மை கடவுள் இல்லை. எங்கள் கடவுள் தான் உண்மையானவர். எங்கள் கடவுள் அல்லாதான், நபிகள் நாயகத்தை தூதனாக அனுப்பி மக்களுக்கு அறிவுரைகள் போதித்தார். அதைப்போலவே கடவுள் தேவகுமாரனாக ஆவியின் மூலம் பிறக்க வைத்து, மனித சமுதாயத்தில் சப்பானிகளை நடக்க வைத்தார். ஊமைகளை பேச வைத்தார். ஐந்தப்பத்தை ஐயாயிரம் பேருக்கு சாப்பிட உதவினார். அவர்தான் உண்மையான கடவுள் மகன் என்று இப்படியாக இன்றைய சமுதாய இளைஞர்களை சிந்திக்க வைக்கிறார்கள்.

இந்நாளில் போட்டிகள் போட்டுக்கொண்டு இந்து மதம், முஸ்லீம் மதம், கிறிஸ்தவர் மதம் என்ற பிரிவில் விழாக்கள் மூலம் கடவுள் உண்டு என்று சொல்லிக் கொண்டு திரிகிறார்கள். மூடர்களாகவும், முட்டாள்களாகவும் விஞ்ஞான காலத்திலும் ஏமாறலாமா? ஏமாறுகிறார்களே. நம் முன்னோர்கள் வாழ்ந்த காலத்தை வரலாறு மூலம் படித்து பார்க்கிறேன். விஞ்ஞானத்தின் கண்டுப்பிடிப்பால் அழிக்கவும் ஆக்கவும் செய்து மனிதன் மக்களை ஆட்டிப்படைக்கிறான். மிருகங்களை பழக்கப்படுத்தி நாய்கள் ஓட்டம், ஒட்டகம் ஓட்டம், யானைகள் ஓட்டம் இப்படி மனிதன் செயல்படுகிறான். ஆயிரக்கணக்கான மைல் தூரத்திலிருந்தே வீட்டுக்குள் இருந்து வீடியோ மூலம் நிகழ்ச்சிகளை பார்க்கிறோம். செல்போன் மூலம் பேசுகிறோம். விஞ்ஞான அறிவை பயன்படுத்தி ஊசிமுதல் அணுகுண்டு வரை கண்டுபிடிக்கும் விஞ்ஞானிகள் கடவுள் இல்லை, கடவுள் சக்தி இல்லை, எல்லாம் மனித சக்தியால் தான் நடைபெறுகிறது என்று ஏன் சொல்லவில்லை. டாக்டர் முதல் விஞ்ஞானிகள் வரை யாராலும் கடவுள் உண்டு, இதோபார் என்று காட்ட முடியவில்லை. இல்லாத கடவுளை விஞ்ஞானியால் எப்படி கண்டுபிடிக்க முடியும். மண்ணுலகம் தான் உண்மை. விண்ணுலகம் உண்டு என்று மக்களிடம் ஆத்தீகவாதிகள் ஏமாற்றிக்கொண்டு வருவதை விஞ்ஞானிகள் ஏன் தவறு என்று சொல்ல பயப்படுகிறார்கள். காரணம் விஞ்ஞானிகள் கூட ஆத்தீகவாதிகளின் வார்த்தைகளுக்கு அடிமைகளாக நமக்கு ஏன் பொல்லாப்பு. அவர்கள் வழி அவர்கள் செல்லட்டும். நம் வழி நாம் போவோம் என்று நினைத்துவிடுகிறார்கள். அறியாமை சேற்றிலேயே, விஞ்ஞான அறிவைப் பெற்றவர்கள், கல்லாத மக்களுக்கு அறிவு வெளிச்சத்தைக் காட்டாமல், அறியாமை இருளில் மக்கள் கூட்டத்தை வளர்த்து வருகிறார்கள். கடவுள் உண்டோ இல்லையோ என்று எனக்கு தெரியாது. ஆனால் கடவுள் உண்டு என்பதற்கு எந்தவித ஆதாரமும் இல்லை. ஆதாரத்தை சொல்லுங்கள். நம்புகிறோம். கோயிலை கட்டியது மனிதன். ஓவியம் வரைந்தது, சிற்பம் செதுக்கியது, வர்ணம் பூசுவதும், சிலைகள் வைப்பதும் மனிதன் தான். எல்லா பிறப்பும் இறப்பும் இயற்கை சக்தியே. மதகுருக்களே! இனியும் பொய்யும் புரட்டும் சொல்லிக் கொண்டு மக்களை மடையர்கள் என்று எண்ணிக் கொண்டு, எல்லா மக்களையும் கடவுள் வழிநடத்துகிறார், உணவு அளிக்கிறார், எல்லாச் செயல்களையும்

ஆண்டவனே செய்ய தூண்டுகிறார், பாவத்தை மன்னிக்கிறார், கஷ்டப்படுவோரே! பரலோகத்தில் நீ இறந்த பிறகு நிம்மதியை அளிப்பார், மகிழ்ச்சியோடு வாழ வைப்பார் என்று பொய் புரட்டு கதைகள் மூலம் ஏமாற்ற வேண்டாம். நீங்களும் ஏமாற வேண்டாம்.

நாட்டின் முதுகெலும்பே சட்டம். பக்தி உள்ளவர்கள் கடவுள் நம்பிக்கையில் மூடர்களாய் இருப்பவர்கள் சட்டத்தைப் படித்து அதன்படி மக்களுக்கு போதிக்க முடியாது. கடவுளை கண்டவர்களைப் போல் கத்தாதீர்கள். பொய் புரட்டு கதைகளை கேட்காதீர்கள், நம்பாதீர்கள். கண்ணெதிரில் பார்ப்பதைத்தான் சொல்ல வேண்டும். அது தான் உண்மை.

இல்லாத கடவுளை கண்டவனும், கற்பித்தவனும் மனிதன் தானே. மதங்களையும், சாதிப்பிரிவுகளையும் மக்களுக்கு போதித்தவன் மனிதன் தானே! நீதி யார் பக்கம் என்று கூறுபவனும் மனிதனே! வேத சாத்திரங்களை எழுதியவனும் மனிதனே! மனிதனுக்கு ராசிபலனும்,குருபலனும் கூறுபவனும் மனிதனே! சூன்யம் வைத்து விட்டான் என்று சாஸ்திரம் சொல்பவனும் மனிதனே! மந்திரவாதியை நம்பி ஏமாந்தவனும் மனிதனே! கல் என்று தெரிந்தும் கல்லால் உருவம் செய்து கடவுள் என்று வணங்க செய்தவனும் மனிதனே! பக்தர்களும் மனிதர்களே! மதகுருக்களும் மனிதர்களே!

மனிதனாக பிறப்பதே அரிது. அதனினும் அரிது கூன், குருடு, செவிடு இல்லாமல் பிறப்பது என்று அந்நாளில் கேட்டோமே தவிர, மனித வாழ்வு மிருகங்களைவிட கேவலமான நிலையில் இருந்து வருகிறது. ஏழை முதல் பணக்காரன் வரை மதங்களில் வேறுபட்டிருந்தாலும் கடவுள் நம்பிக்கையில் மட்டும் ஒரே நேர்கோட்டில் சென்று கொண்டிருக்கிறார்கள். எதற்காக செய்கிறோம், செய்வதின் பயன் தான் என்ன? என்று சிந்திக்கும் குணமற்ற மிருகங்கள் வாழ்க்கை நடத்தும் மனித சமுதாயத்தை எந்த பெயரிட்டு அழைப்பது என்று தெரியவில்லை. ஒருவரை ஒருவர் தாக்குதல்களுக்கு ஆளாகி அவமான சின்னங்களாக மனிதர்கள் உருவத்தில் நடமாடிக் கொண்டு நாட்டு மக்களை கெடுத்து விட்டார்கள் என்று இன்னுமா உங்களுக்கு புரிய வில்லை. புரியாது. ஏன் என்றால் உன்னை ஈன்றெடுத்த பெற்றோர்கள் பகுத்தறிவுவாதிகளாக இல்லை.

பரம்பரையாக முன்னோர்கள் செய்து வந்த பழக்கவழக்கங்களுக்கு அடிமைகளாகி, எதனையும் சோதனை செய்து பார்க்கும் அளவுக்கு அறிவு இருந்தாலும், மூளைக்கு ஓய்வு கொடுத்து ஏன் என்று கேட்காமல், எப்படி நடந்திருக்கும் என்று கேட்கும் அளவுக்கு மன தைரியம் இல்லாமல் வாழ்ந்திருக்கிறார்கள். நமக்கு என்ன தெரிய போகிறது. நாலும் ஓட நாமும் ஓட வேண்டும். நாலு பேர் எப்படி செய்கிறார்களோ வணங்குகிறார்களோ அப்படியே நாமும் செய்து விட்டால் போகிறது. இப்படி கூறும் மனிதர்களும் இல்லாமல் இல்லை. முட்டை முதலில் உண்டானதா? கோழி முதலில் உண்டானதா? இந்த உலகம் படைப்பில் ஆண் முதலிலா? பெண் முதலிலா? அல்லது ஆணுமில்லாத பெண்ணுமில்லாத அலி முதலில் பிறந்தார்களா? பூமியா? சூரியனா? நல்வினையா? தீவனையா? காலத்தினால் இறக்கின்றனரா? பொய் சாவு சாகின்றார்களா? எது முதலில் என்று கேள்விகள் கேட்டு பதிலைக் காண முடியாது என்பதை அனைவருமே அறிவோம். இதனையே கபிலர் பாடல் மூலம்

நான் முகன் படைப்பில் நானாவகை உலகில்
ஆன்ற சிறப்பின் அரும்பொருள் கூறுங்கால்
ஆண் முதிதோ? பெண் முதிதோ? அன்றி அலி முதிதோ?
நாள் முதிதோ? கோள் முதிதோ? நல்வினையோ?
தீவினையோ? செல்வஞ்சிறப்போ? அறிவுச்சிறப்போ?
தொல்லை மாஞாலத் தோற்றமோ? படைப்போ?
எல்லா பிறப்பும் இயற்கையோ? செயற்கையோ?
காலத்தாற் சாவரோ? பொய் சாவு சாவரோ?
நஞ்சுறு தீவினை துஞ்சுமோ? துஞ்சாதோ?
துஞ்சும் போதந்தப் பஞ்சேந்திரயம்
என் செய்யா நிற்குமோ? எவ்விடத்தேடுமோ?

என்று பாடியுள்ளார். இயற்கையின் படைப்புக்கு யாரும் பதில் சொல்ல முடியாது. பதில் காண முடியாத, விளக்க முடியாத நிகழ்ச்சிகளைத்தான் தத்துவம் என்று சொல்கிறோம்.

இதனிடையே ஆன்மீகத்தை இழுத்து கடவுளை உண்டாக்காதே. பால்மனம் மாறாத குழந்தைகளின் உள்ளத்தில் காணாத கடவுள் நம்பிக்கையை உண்டாக்கி கெடுக்க வேண்டாம் என்றும், மதத்தை மறப்போம் என்றும், எல்லோரும் ஒரு தாய் மக்கள் என்றும் கூறுவோம் வாரீர்.

மூன்று பீடைகள்

மனிதன் கடவுளைப் படைத்தானா? கடவுள் மனிதனைப் படைத்தானா? நீங்கள் நன்றாக பகுத்தறிவோடு இதனை சிந்திப்பீர்களானால் உண்மையை அறிவீர்கள். சிற்றின்பத்தின் அடக்க முடியாத ஆசையினால் அல்லவா சிக்குண்டு பிறப்பு உண்டாகிறது. கடவுள் தான் மக்களைப் படைத்தார் என்றால் மக்கள் ஒருவருக்கொருவர் அன்போடு தானே வாழ வேண்டும். பாகுபாடுகள் ஏன்? மதம், சாதி, குலம் ஏன்? ஒருவரை ஒருவர் ஏமாற்றுவது ஏன்? ஒருவரை ஒருவர் வஞ்சிப்பது ஏன்? ஒருவரை ஒருவர் சண்டைப்போட்டுக் கொண்டு கொலை குற்றங்களை செய்வது ஏன்?

மிருகங்களில் பலவிதம், பட்சிகளெல்லாம் பலவிதம். நீரில் வாழ்வன பலவிதம். இவற்றை எல்லாம் கண்ட மனிதர்கள் கடவுள்தான் சக்தி, சக்திதான் கடவுள் என்ற முடிவுக்கு வந்து, உலகில் நடக்கும் அற்புத நிகழ்ச்சிகள் அனைத்துமே கடவுளால்தான் நடத்தப்படுகிறது என்று கற்பனைக் கதைகள் மூலம் கடவுளை புகழ்ந்து பேசலானான். காற்று, இடி, மின்னல், மழை, உணவுவகைகள் அனைத்தும் கடவுளால் தான் உண்டாகிறது. உண்டாக்குகிறார். இவை போன்றவைகளை தான் கடவுள் சக்தி என்று

முன்னோர் நம்பிக்கையோடு உருவங்கள் அமைத்து வணங்கினார்கள். நாளடைவில் மதங்களையும், கடவுள்களையும் ஏற்படுத்திக்கொண்டார்கள். மதப்பிரிவும், கடவுள் பிரிவும் நாளடைவில் சாதிப்பிரிவுகளாக வளர்ந்தது. முன்னோர்கள், பகுத்தறிவு இல்லாத காலத்தில் வாழ்ந்ததால் இயற்கையின் சக்தியை கடவுள் சக்தி என்று கடவுளாக வணங்கினார்கள். நீ யாருடைய காலத்தில் வாழ்கிறாய்? விஞ்ஞான காலத்தில் வாழ்கிறாய். பல ஆயிரம் மைல்களுக்கு அப்பால் நடக்கும் நிகழ்ச்சிகளை வீட்டுக்குள்ளாகவே கேட்கிறோம். பார்க்கிறோம், பேசுகிறோம். யாருடைய சக்தியால் நடைபெறுகின்றன. மனினுடைய அறிவாற்றலால் விஞ்ஞான அறிவால் நடைபெறுகின்றன. ஆக்க வேலைக்கு மக்களை உருவாக்குவதைவிட்டு, குறுகிய மனப்பான்மையால், பக்தியின் பெயரால், கடவுள் பெயரால், இளைஞர்களுக்கு பகைமை உணர்ச்சிகளை ஊட்டலாமா?

நம் நாட்டு அறிஞர்கள், நான்கு வகை சாஸ்திரங்களையும் நான்கு வகை வேதங்களையும் நான்கு வகை சாதிகளையும் ஆயிரக்கணக்கில் உபசாதிகளையும் பிரித்து, அரசர்களுக்கு மதுவையும் மாதுவையும் கொடுத்து மதிமயங்க செய்து மாதம் மும்மாரி பெய்கிறதா மந்திரி? என்று கேட்டு ஆட்சிபுரியும் அரசர்களாக ஆத்தீகவாதிகள் செய்து விட்டார்கள். அதோடு விட வில்லை. கோயில்களை கட்ட வைத்து குளங்களை வெட்ட வைத்து கோயில்களுக்குள் ஓவியங்களை வரைய வைத்து உருவங்களை மரத்தாலும், இரும்பு, செம்பாலும் செய்து, மோட்ச லோகம், நரக லோகம் உண்டு என்று பக்தியின் பெயரால் நம்ப வைத்து, மக்களை நாளடைவில் மதத்தின் பெயரால் பிரிவுகளை ஏற்படுத்திக் கொண்டு, கடவுளை வணங்கிக் கொண்டே தேவர்களையும் அரக்கர்களையும் கற்பித்து, கற்பனைக் கதைகளையும், புராணங்களையும் நம்ப வைத்து, ஐந்து வயது வரை தான் அண்ணன் தம்பி, பத்து வயதில் பங்காளி என அன்று அண்ணன் தம்பிகளுக்குள் உண்டாக்கிய சண்டைகள் இந்நாள் வரை மக்களிடமிருந்து நீங்கவில்லை.

சரித்திரத்தைப்புரட்டிப்பாருங்கள். ஆட்சியில் அமர ஒருவருக்கொருவர் குத்து, வெட்டு, கொலை செய்து சூட்சியால் ஆட்சியை கைப்பற்றி, அவரை நீக்க மீண்டும் சதி செய்து அவரை கொன்று ஆட்சியை பிடிப்பது, பெற்றெடுத்த மகனே தகப்பனை சிறையில் அடைத்து ஆட்சியை கைப்பற்றுதல், அரசர்களும், மந்திரிகளும் மதக்குருக்களுக்கும் அடிமையாகி, அவர்கள் சொல்வதைப் போல் மதக்கோட்பாடுகளை கட்டாயம் கடைபிடிக்க வேண்டும் என்று சட்டத்தை போடுதல் என்று அறிவீலிகளின் ஆதிக்கமாகவே இருந்துள்ளது. ஒரு பொய்யை பத்து முறை சொல்லி விட்டால் எப்படி தற்காலிகமாக உண்மையாக மக்கள் நம்புவார்களோ அதைப்போலத்தான் இதுவும். ஆனால் உண்மையை உண்மையென அறிதலும், பொய்மையை பொய்யென புரிதலும் நேர்மையான முழு நிறைவையும் மெய்யான பலனையும் தரும். நடைமுறையில் நாம், எல்லோரும் நீதி நம் பக்கம் இருக்க வேண்டும் என்று சொல்லுகிறோம் நினைக்கின்றோமே தவிர நீதியின் பக்கம் செல்ல மறுக்கிறோம். பயப்படுகிறோம். எல்லா பகைமை எண்ணங்களுக்கும் காரணம் பேராசையே! பேராசையே!

இந்தியாவில் முஸ்லீம் ஆட்சியிலும் (இஸ்லாம் மதம்) பதினேழாம் நூற்றாண்டு முதல் ஆங்கிலேயர்கள் ஆட்சியிலும் (கிறிஸ்தவ மதமும்) ஆரிய மதங்களுக்கு எதிராக கடவுள் பக்தியை போதிக்க ஆரம்பித்தார்கள். புத்தருடைய கொள்கைகளை அழிக்க முடியாததால் புத்தர்களாக நடிப்பதைப் போல் நடித்துக் கொண்டு, ஆரியர்களும், முஸ்லீம்களும், ஆங்கிலேயர்களும் மூன்று தரத்தாரும் போட்டிகள் போட்டுக் கொண்டு, தங்களது கடவுளை பின்பற்ற போதனை செய்தார்கள். அதனால் தான் கடவுள் பெயரால் இந்து முஸ்லீம் கலகம் ஏற்பட்டது. கத்திக்குத்து, கற்பழிப்பு, கணக்கற்ற மக்கள் மதத்தின் பெயரால் மரணமடைந்த சோக காட்சிகளை படித்தோம். இருமதத்தார்க்கும் இடையில் கிறிஸ்தவர்கள் குளிர்காய ஆரம்பித்தார்கள். கடவுள் உண்டு என்று போதிக்க வந்தவர்கள் தான் ஏசுவும், முகமது நபியும் என்று சொல்லிக் கொண்டே நமக்குள் ஏன் வெட்டி மடிய வேண்டும் என்று யோசித்தார்கள். அதன் பலனாய் சாமர்த்தியமாக ஒரு கருத்தையும் உண்டாக்கினார்கள். ஏசு, முகமத நபி ஆகிய இருவரும் கடவுள் பெயரால்

தான் போதனை செய்தார்கள். மக்களுக்கு நல்வழி காட்டினார்கள். பல துன்பங்களுக்கு ஆளானார்கள். மற்றொருவர் மரக்கட்டையால் அடிப்பட்டார். ஒருவர் கல்லால் துரத்தி அடிக்கப்பட்டார். இதன்மூலம் மக்களுக்குள் கடவுள் நம்பிக்கையை உருவாக்க எண்ணினார்கள் அல்லவா? ஆகவே அன்றுள்ள மக்கள் மக்களிடம் கடவுள் நம்பிக்கையை உருவாக்கவே கடவுள் குமாரனாக அனுப்பி வைக்கப்பட்டவர் ஏசு என்று கிறிஸ்தவர்களும், அல்லா நபிகள்நாயகத்தை தேவ தூதனாக அனுப்பி வைத்தார் என்று முஸ்லீம்களும் போற்ற ஆரம்பித்தார்கள். அவரவர் கடவுள் அவரவர்கள் வணங்கி கொள்ளட்டும் என்று மத ஒற்றுமைக்காக சமாதானம் பேசப்பட்டது. இன்றும் பேசப்படுகிறது. விளைவுகளை பார்த்து வருகிறோம்.

மதங்களின் பெயரால் மதப்பித்து கொண்டு, மக்களிடம் கடவுள் வெறியை ஊட்டிக் கொண்டு, மக்களை பல பிரிவுகளாக பிரித்துக் கொண்டு, போட்டிகள் போட்டுக் கொண்டு, பிரா்த்தனைகள் செய்வதும், பண்டிகைகளை கொண்டாடுவதும், அவரவர் பண்டிகைகளை கொண்டாடும் போது எல்லாவித அரசியல் தலைவர்களும் எல்லா கடவுள்களும் சகோதரத்துவத்தைத்தான் போதித்துள்ளார்கள் என்றும் இனியாவது மதங்களை மறந்து மக்கள் அனைவரும் ஒற்றுமையாக வாழ மனமாற வாழ்த்துகிறேன் என்று பெருமையாக வாழத்துரை சொல்லிக் கொண்டு மறு புறம் சாதி கலகம் மதகலகம் செய்கிறார்கள் என்றால் மத தலைவர்களும் அரசியல் தலைவர்களும் மடையர்களா? யார் ஏமாற்றுகாரர்கள்? எண்ணிப்பாருங்கள். எத்தனைக் காலம் தான் ஏமாற்றுவார்கள் என்று சொல்வதில் பயன் என்ன? ஒவ்வொரு கிராமத்திலும் கோயில்களை கட்டியும் திருவிழாக்கள் செய்தும், கட்டை, மட்டை, களிமண், செம்பால், பித்தளையால், வெள்ளியால் கடவுள் உருவங்கள் செய்து, கடவுளின் அற்புதங்களையும், கதைகளையும் சொற்பொழிவு மூலமும், மகாபாரதம், இராமாயண கதைகளை தெருக்கூத்து மூலமும், சினிமா மூலமும், பாடல் மூலம், நடிகர் நடிகைகள் மூலம், நடிக்க வைத்து பார்வையாளர்கள் மூலமாக பண வசூல் செய்து கோடீஸ்வரர்களாகவும், சூப்பர் ஸ்டார்களாகவும் ஆகலாம். எத்தனையோ நடிகர், நடிகைகளை கதாநாயகனாவும்,

கதாநாயகிகளாகவும் நடிக்க வைத்து நாட்டை திருத்துவதாக எண்ணிக் கொண்டு திரைப்படங்களில் புராணக்கதைகளை புகுத்துவதும், பகுத்தறிவில்லாத கதைகளை புகுத்துவதும் ஆத்திகா்களின் வேலையாகிவிட்டது. ஆரியா்கள் மதங்களையும் கடவுளையும் சாதிப்பிரிவுகளையும் பிரித்துக் கொண்டு அரசா்களை மதிமயக்கி மன்னன் மடியில் மாதுக்களை படுக்க வைத்து மதுவை குடிக்க வைத்து உல்லாசமாகவே புரண்டு அரண்மனைக்குள்ளாகவே தூங்க வைத்து மகிழ்ச்சியோடு வாழவைத்து விட்டனா். மாதம் ஒருமுறை அரசவையை கூட்டி நாட்டின் வளத்தைப் பற்றியும், குடிமக்களின் குறைகள் ஏதாவது உண்டா? என்றும் மந்திரிகளை பாா்த்து அரசன் கேட்பாா். மாதத்தில் மும்மாரி மழை பெய்கிறதா? மக்கள் மகிழ்ச்சியோடு வாழ்கிறாா்களா? குறையாமல் வரிகளை செலுத்துகிறாா்களா? என்று கேட்பாா். உடனே மந்திரி பணிவோடு, மாதமும் மாரி பெய்கிறது மன்னா! மக்கள் மகிழ்ச்சியோடு வாழ்கிறாா்கள் மன்னா! வரியும் குறையில்லாமல் கட்டுகிறாா்கள் மன்னா! என்று அன்றைய அரசா்களை நம்ப வைத்து, மதம், கடவுள், சாதிப்பிரிவுகளை கண்டுக் கொள்ளாமலே அரசா்களை வாழவைத்துவிட்டனா். சாதிக்கெதிராய் குரல் கொடுத்த அரசா்கள் என்று விரல் விட்டு சொல்லக்கூடிய எண்ணிக்கையில் கூட இந்திய அரசா்கள் இல்லை.

அந்நியா்கள் ஆட்சி இந்திய நாட்டிற்கு வர காரணம் மதப்பிரிவும், கடவுள் பிரிவும், சாதிப்பிரிவும் தான். செம்மறி ஆடுகளைப் போல் பக்தியை நம்பி ஆத்தீக பள்ளத்தில் விழ வேண்டாம். மனிதனால் செதுக்கப்பட்ட கோயில்களுக்குள் வரையப்பட்ட உருவங்களை கடவுள் என்று கற்பித்த கயவா்கள் யாா்? எல்லாம் மனிதா்களே. ஏழை மக்களை மூலதனமாக வைத்து ஏழை எளிய மக்கள் மூலமாகவே பணக்காரா்களிடம் நன்கொடை வசூல் செய்து எல்லா மதத்தினா்களும் போட்டிகள் போட்டுக்கொண்டு கோயில்களைக் கட்டுவதும் மசூதிகள் கட்டுவது சா்ச்சுகளை கட்டுவதும் நாட்டில் நடந்தவண்ணமாக உள்ளது. ஏழையாக உள்ள ஒரு குடும்பத்தை தத்து எடுத்துக்கொண்டு அவா்கள் மூலம் கூட்டத்தை கூட்டி, மதப்பிரச்சாரம் செய்து, அந்த ஊரிலே அவா்களைக் கொண்டே கோயில்களை கட்டி முடிப்பது மதபித்தா்களின் சாமா்தியம். நமது முன்னோா்கள்

மூடர்களாய் மூடநம்பிக்கையில் வாழ்ந்த ஒரே குற்றத்திற்காக இன்று வரை மடையர்களாய் உள்ளோம். மனித சமூகத்தில் மதமும் இல்லை, கடவுளும் இல்லை, சாதியும் இல்லை. இவை மூன்றும் மூடநம்பிக்கைகளால் மனிதர்களால் உண்டாக்கப்பட்டவைகள்.

கலகக்காரர்கள் வாழும் ஆத்தீக கூடாரத்தை விட்டு வெளிவர உனக்கு தயக்கம் ஏன்? எல்லாம் கடவுள் சக்திதான் என்று நமது முன்னோர்கள் நம்பிவிட்டார்கள். ஆகவேதான் நமது முன்னோர்கள் உலகமே ஒரு நாடகமேடை. நாளை நடப்பதை யார் அறிவார் என்று பாடல் மூலம் பாடி காட்டினார்கள்.

உண்மை உணர்ச்சி உனக்கு வேண்டாமா? நாட்டு மக்களுக்கு நன்மை செய்யவேண்டாமா? முன்னோர்களின் மூடக்கொள்கைகளை நம்பலாமா? இல்லாத கடவுளை உண்டென்று சொல்லலாமா? பொல்லாத புராண புளுகர்களை நம்பலாமா? மதங்கள் பெயரால் சண்டைகள் போடலாமா? மக்களுக்குள் வேறுபாடு அறிந்திடலாமா? முன்னோர்களில் பெரியோர்களை நினைத்து படிக்கவில்லையா? பகுத்தறிவு கொள்கைகளை பரப்பவில்லையா? அரச குடும்பத்தில் புத்தர் பிறக்கவில்லையா? ஆண்டியாக அறிவுப்போர் செய்யவில்லையா? பாபாசாகிப் பள்ளி முதல் சாகும்வரை கண்ணீர் விடவில்லையா? அறிவு ஆசான் புத்தர் நல்வழியை காட்டவில்லையா? எம்.சி. ராஜா, சீனிவாச தாத்தா தோன்றவில்லையா? அய்யோத்திதாஸ் நமக்கு வழிகாட்டவில்லையா? அப்பாதுரையார் நமக்கு புரியவைக்கவில்லையா?

காடை, கௌதாரி, பூனை, முயலை சுடும் குருவிக்காரர் ஒரு புறம் மாடமாளிகைகள் ஒருபுறம். கூரை குடிசைகள் மறுபுறம். முக்தி அடைய பணக்காரனும் வேண்டுகிறான். ஏழையும் வேண்டுகிறான். இல்லாத, காட்டமுடியாத கடவுளை வணங்குவது ஏன்? சொல்லாத, பேசாத கட்டை, களிமண் உலோகத்தில் உருவம் ஏன்? ஆண்டவன் படைப்பு என்றால் அனைவரும் சமம் அல்லவா? இறைவனின் செயல் என்றால் ஏற்றதாழ்வு ஏன்? பூமி தரையை பாயாகவும், வானத்தை கூரையாகவும், நினைத்துக்

கொண்டு பாதையோரங்களில் படுத்துறங்கும் மனிதர்களை பார்க்கவில்லையா? ஆண் பெண் இரண்டு சாதிகள் என்று தான் காண்கின்றோம் அல்லவா? மத பிரிவால் பல பெயரில் கடவுள் தேவையா? விதவிதமாக இறைவணக்கம் தேவைதானா? மூடநம்பிக்கையை நினைக்கலாமா? விஞ்ஞான காலத்தை மறக்கலாமா? வீண்வாதம் பேசி சொற்போர் செய்யலாமா? புராணபுளுகு கதைகளை எழுதலாமா? வீதிகள்தோறும் குடிசைகளை கொளுத்தலாமா? விடையை காண துடியாய் துடிக்கும் சிறார்களே! ஆடை அவிழ ஆத்திரமாக பேசும் அரசியல் சாதி மேடை மீது ஏறாமல், பீடைகள் நீங்க அறிவுப் போர் செய்ய புறப்படுங்கள்.

சில சமயங்களில் சிலர் தங்களை அறிவாளிகள் என்று நினைத்து எல்லா கடவுளும் ஒன்றே என்று கூறுவதும் உண்டு. புத்தரும் பதினோராவது கடவுள் அவதாரம் என்றும் இராமன், புத்தன், ஏசு, நபி எல்லோரும் ஒன்றே என்று பாடல் மூலம் பாடுவது நீதியா? கடவுளை அதாவது எங்கள் கடவுளை நாங்கள் சொல்லும் கடவுளை நம்புவர்களுக்கு மட்டும் தான் மோட்சலோகம் கிடைக்கும். ஆகவே பரலோகத்தை நம்புகிறவர்களுக்கு மட்டும் தான் கல்விச் சலுகைகள் உண்டு என்று வெளிநாட்டிலிருந்து வந்த மதப்பித்தர்கள் உலக மக்களையே ஒற்றுமை இல்லாமல் பிரித்து விட்டார்கள். பெரிய மைதானத்தில் கூட்டத்தைக் கூட்டுவதும், ஆங்கிலத்தில் ஒருவர் பேச, உடனே தமிழாக்கம் செய்வதும் குருமார்களுக்கு தெரிந்த கரடி வித்தை. யார் யார் நம்பிக்கையோடு கோயில் கட்ட முன் வருகிறார்களோ அவர்களுக்கு வெளிநாட்டார் மூலம் நன்கொடை கிடைக்க செய்கிறார்கள். பணத்துக்காக கடவுள் பக்தியை நம்புபவர்களும் உள்ளார்கள்.

முகமது நபி சீர்திருத்தவாதி என்றால் பெருமை அடையலாம். வாழ்த்தி வணங்களாம். ஆனால் கடவுள் தூதன் என்று சொல்லும்போதுதான் மிகவும் வேதனையாக உள்ளது. சட்ட சபையில் பாராளுமன்றத்தில் M.L.A. M.P.க்கள், மந்திரிகள், பிரதம மந்திரி, ஜனாதிபதி, வக்கீல்கள், நீதிபதிகள், சட்டத்தை

படித்தவர்களாய் இருந்தும், மதப்பித்துக்கும், கடவுள் பித்துக்கும், சாதிப்பித்துக்கும் அடிமைகளாக, இன்னும் எல்லா மதத்தினரும் விழாக்கள் மூலம் போட்டிகள் போட்டுக்கொண்டு தலைவர்கள் வாழ்த்துரைகளை செய்திதாள்களில் அறிக்கை விட்டுக்கொண்டுதான் இருக்கிறார்கள். மக்களுக்குள் ஏன் வேறுபாடுகள் மாறுபாடுகள். மனிதன் செயலா கடவுள் செயலா என்று அறிய அறிவு வேண்டாமா? பகுத்தறிவு வேண்டாமா? உலகில் இரண்டு பிரிவனர் உண்டு. ஒன்று ஆண், இன்னொன்று பெண். இதை தவிர மனிதர்களுக்குள் கடவுள் பிரிவு ஏன்? மதப்பிரிவு ஏன்? சாதிப்பிரிவு ஏன்? மக்களை ஒன்றுபடுத்தும் சக்தி யாருக்கும் இல்லை. ஏனென்றால் எல்லா மதபோதகர்களும் கற்பனை கதைகளையும் பொய்புரட்டு கதைகளையும், இல்லாத கடவுளையும், நம்பி, நம்பி மக்களை மடையராய் வாழ வைத்துக்கொண்டு இருக்கிறார்கள். பொய்யர்கள் அதிகமாகி, உண்மையாளர்களை மதிப்பதில்லை. பணபலத்தால், தன்னை மக்களால் போற்றி புகழ பக்குவபப்டுத்தி பணமிருப்பவனிடம் அடிமைகளாக தானே வாழ்ந்து வருகிறார்கள். சினிமா மூலம் இளம்சிறார்களுக்கு அறையில் நடப்பதை திரையில் அல்லவா, நடிகர் நடிகைகள் மூலம் கற்று தருகிறார்கள்.

மக்கள் சமுதாயத்தில் பிளவு தேவையா? மதம், சாதி, கடவுள்கள் தேவையா? மதபிரிவுகள் தேவையா? ஆயிரக்கணக்கில் திருப்பதி மலைக்கும் ஐயப்பன் சாமி கோயிலுக்கும் இந்து பக்தர்கள் போகிறார்கள். மூன்று வேளையும் சாப்பாடும் சாப்பிட்டுவிட்டு திரும்புகிறார்கள். மெக்காவிற்கு ஆயிரக்கணக்கான மக்கள் சென்று கற்களை ஒருவர் மேல் ஒருவர் வீசுவதும், ஒருவர் மேல் ஒருவர் அடித்துக் கொள்வதும் பக்தியா? கற்கள் பட்டு ரத்தம் வடிவது நல்லதாம். திருப்பதி லட்டு சாப்பிடுங்கள். விலை மலிவுதான். பிரமாதமாக செய்யப்பட்டது. ஊரில் உள்ளவர்கள் சாப்பிட்டால் கூட எல்லா பாவமும் தீரும். மறக்காதீர்கள் என்கிறார்கள் திருப்பதி மலை புரோகிதர்கள். கடவுளைக்காண கார் மூலம் மோட்டார் மூலம் செல்லுகின்ற காட்சியை வருடாந்தோறும் பார்க்கிறீர்கள். கடவுள் எங்கும் இருக்கிறான் என்று சொல்லும்போது அங்கு ஏன் போக வேண்டும் என்று எவனாவது கேட்கிறானா என்றால் கேட்கமாட்டான். குல தெய்வமாம்.

யார் அவர்? தாய், தந்தை தாத்தா, பாட்டி என்பதற்கு பதிலாக குல தெய்வம் என்று முன்னோர்களை நினைத்து ஒரேயடியாக வணங்குவதற்காகத்தான் இந்த தெய்வமாம். பரவாயில்லையே! கடவுள்களில் ஒரு All-in-one Pack.

ஓரே வீட்டில் உள்ளவர்களை மதம் மாற்றம் மூலம் ஒற்றுமை இல்லாமல் செய்துக் கொண்டு குடும்பத்தை கெடுக்கலாமா? கோயில்களில் பிரார்த்தனை செய்வதற்காக மட்டுமே சாதிப்பிரிவுகளையும் தீண்டாமை எண்ணத்தையும் கொள்ளாமல் அனைவருமே கடவுள் பிள்ளைகள் என்று மதவாதிகள் உள்பட பெரும்பாலோர் நடித்துக் கொண்டு இருக்கிறார்கள். கோவிலுக்கு வெளியில் வந்ததுமே, அந்தந்த சாதிக்குள்ளே தான் திருமணம் செய்து கொள்ள முன் வருவார்கள். கலப்பு திருமணங்களுக்கு எந்த மதத்தலைவனும் ஒத்துழைப்பு தருவது இல்லை. மதத்தில் மட்டும் எவராய் எந்த மனிதனாய் இருந்தாலும் சேர்ந்துக் கொள்ளலாம். இது நீதியா? என்று எண்ணிப் பாருங்கள். புத்தர் காலத்திற்கு பிறகு பார்ப்பனர்களின் அக்கிரமங்களையும் அநியாயங்களையும் வீதிவீதியாக மூடக்கொள்கைகளை முறியடிக்க பாடல்கள பாடியவர்கள் தான் 18 சித்தர்கள். இந்த பாடல்களை பார்ப்பனர்களால் சகித்துக் கொள்ள முடியாமல், அரசர்களை தங்கள் வசப்படுத்திக் கொண்டு சித்தர்களை (சமணர்களை) கொலை செய்தார்கள். நாத்தீக கொள்கைகளை முழு மனதோடு ஆதரித்தவர்கள் தாழ்த்தப்பட்டோர்களாகிய ஆதி திராவிட மக்களே!

தேவக்குமாரனாக இயேசுநாதர் பரிசுத்த ஆவியினால் மரியா வயிற்றில் பிறந்தவர் என்றும், அல்லா தேவதூதனாக முகமது நபிகளை அனுப்பினார் என்றும் பைபிள் மூலம், குரான் மூலம் எழுதிக் கொண்டு மக்களை கிறிஸ்துவ மதக்காரர்கள் என்றும் முஸ்லீம் மதக்காரர்கள் என்றும் பிரித்துக் கொண்டு தேவையற்ற அடையாளத்தை உருவாக்கிக் கொள்வது முட்டாள்தனம். முஸ்லீம் மதம் எப்படி ஏற்பட்டது? கஜினி முகமதும் கோரி முகமதும் நமது நாட்டிற்குள் கொள்ளை அடித்ததோடு முஸ்லீம் ஆட்சியையும் ஏற்படுத்தினர். அல்லா ஒன்றே! சாதி என்பது இல்லை என்று அவர்கள் மக்களுக்குள்

பழகியதால், தீண்டாமை கொடுமையால் அவதிப்பட்ட ஆதி திராவிட மக்கள் பலர் முஸ்லீம் மதத்தில் சேர்ந்தார்கள். ஆங்கிலேயர்களின் ஆட்சியின் போது எங்களுக்குள் சாதி இல்லை. எங்கள் கிறிஸ்த்துவ மதம் மனிதன் மனிதனை மதிக்க வேண்டும் என்று கற்பிக்கிறது. ஏசுநாதர் கடவுளின் தூதுவராக வந்து இருக்கிறார். ஆகவே அவர் வழியில் செல்வோம் வாரீர் என்றார்கள். எம்மதத்தையும் நாங்கள் வெறுக்க மாட்டோம். மதசார்பற்ற ஆட்சியை தான் செய்வோம் என்று விக்டோரியா மகாராணியார் அறிக்கை விட்டதாக போட்டிகள் போட்டுக் கொண்டு மதப்பிரச்சாரம் செய்தார்கள். அதன் பின் தாழ்த்தப்பட்ட பலர் கிறிஸ்தவ மதத்திற்கு மாறினர்.

The Buddha was absolutely tolerant.

புத்தர் முழுமையான பொறுமை குணம் உள்ளவர்.

Intolerance is the greatest enemy of religion

மதத்தின் பெரிய எதிரி பொறுமையின்மையே ஆகும்.

மண்ணின் தன்மையை அதில் விளையும் செடி காட்டி விடும், அதுபோல நல்ல குடியில் பிறந்தவனின் இயல்பை அவருடைய வாய் மொழி காட்டிவிடும். ஆக்கப்பட்ட உயிர் இயற்கையாகத்தான் போக வேண்டுமே தவிர ஆயுதங்களால் சாகடிக்கக் கூடாது. முதல் உலகப்போரும் இரண்டாவது உலகப் போரும் முறையே 1914ல், 1939ல் நடந்ததால் மக்களுக்குள் எந்த பிரச்சனையாக இருந்தாலும் பேசி தீர்த்துக் கொள்ளலாம் என்று ஐ.நா. சபை ஏற்படுத்திக் கொண்டு உலகப்போர் கூடாது என்று அமெரிக்கர்கள் ஒவ்வொரு நாட்டிலுள்ள பிரதிநிதிகள் மூலம் உலக சமாதான மாநாடு நடத்தி வருகிறார்கள். பலம் வாய்ந்த அமெரிக்க நாடு அணுகுண்டுகளை தயாரிப்பதில் முதல் இடம் பெற்றாலும் ஒரு நாட்டின் மீது ஒரு நாட்டார் சண்டை போடக்கூடாது அணுகுண்டு போடக்கூடாது என்று எல்லா நாட்டிற்கும் சமாதானம் கூறும் வழக்கத்தின்போது யாரும் எண்ணிப்பார்க்காத அளவுக்கு 11.09.2001 செவ்வாய் கிழமை தற்கொலை படையினர் அமெரிக்க நாட்டு விமானங்களையே கடத்திச் சென்று நியூயார்க் வாஷிங்டன் கட்டடத்தை விமானம் மூலம் இடிக்க வைத்து ஆயிரக்கணக்கில் மக்கள் இறந்த செய்திகளை நேரடியாக டி.வி. மூலம்

பார்த்து மனித நேயம் கொண்ட உலக மக்கள் கண்ணீர் விடும் காட்சிகளை பார்த்தோம். உலக தலைவர்கள் தீவிரவாதிகளின் செயல் கண்டிக்கத்தக்கது என்று கூற, பதிலுக்கு பதில் தீவரவாதிகளை அடக்க போர் தொடுப்போம் என்றும் அமெரிக்க நாட்டு அதிபர் கூறி இருக்கிறார். செய்துக்கொண்டும் இருக்கிறார். மத வெறிக் கொண்ட மடையர்கள், தங்கள் மதம் தான் உயர்ந்தது, சிறந்தது என்போரும், எங்கள் அல்லா தான் எல்லாவற்றையும் படைத்தார் என்போரும், இல்லை! இல்லை! எங்கள் ஆண்டவன்தான் உலகைப்படைத்தார் மக்களுக்கு தினம் படி அளப்பவன் பரமசிவனும் பார்வதியும் தான் என்றும் சொல்லும் அற்பத்தனம் தீர்ந்தப்பாடில்லை. உலகப்போர் கூடாது என்றால் உலக முழுவதும் ஒரே குடும்பம் என்ற எண்ணத்தை ஏற்படுத்துவோம்.

மக்களைக் காக்க வைத்த ரட்சகன் அவர்தான் உண்மையான கடவுள் இவர்தான் உண்மையான கடவுள் என்று கூறும் முட்டாள்கள் உள்ளவரை அமெரிக்காவில் நடந்த சம்பவத்தைப் போன்று இன்னும் பலவற்றை நாம் எதிர்பார்த்து ஜாக்கிரதையுடன் இருக்க தேவைப்படுகிறது. நீர் ஏன் அணுகுண்டையும் வெடிகுண்டையும் போடுகிறாய். நீ கடவுள் பக்தன் அல்லவா? ஏன் மற்ற மனிதன் மீது பகை கொள்கிறாய்? பகை ஏற்பட காரணம் என்ன? மதப்பித்துக் கொண்டு மசூதிகளுக்கும், மாதா கோவிலுக்கும், இந்து கோவில்களுக்கும் வெடிகுண்டு வைத்து மக்களை சாகடிக்கும் மதவெறி நாய்கள் ஏன் மாறு வேடத்தில் திரிய வேண்டும்? நீர் எப்படி பெற்றோர்களுக்கு பிறந்தாயோ அதேப்போலத்தான் உலகில் உள்ள அனைத்து மனிதர்களும் பிறந்திருப்பார்கள் என்று உனக்கு தெரியாதா? நீர் சிந்திக்காத குணமுடைய மிருகமா? நீ பேசவும், எழுதவும், கற்பிக்கவும் ஆற்றல் படைத்தவன் ஆச்சே. அணுகுண்டை தயார் செய்ய தெரிந்தால் துப்பாக்கியால் தீவிரவாதிகள் பெயரில் மக்களை சுடுவதற்கும் கட்டடங்களை அழிப்பதற்குமா உன்னுடைய பகுத்தறிவை பயன்படுத்துவாய்? ஆயிரக்கணக்கான மக்கள் இறந்த செய்தியைக் கேட்டு சுற்றத்தார் உறவினர் அழும் கோரக்காட்சி தேவைதானா? தேவன்களும், தேவ குமாரனும் தேவ தூதனும் எங்கே போனார்கள்? சமாதானம் செய்ய வேண்டாமா? பெற்றோர்களுக்குப் பிறந்து விட்டு, கடவுள் பிள்ளைகள் என்று நன்றிகெட்ட

மகனாக நீா் சொல்லும் போது, உன்னை நான் மனித குழந்தை என்று நினைக்க வில்லையே! மிருகங்களுக்குக் கூட, ஏன் காக்கா கூட்டிற்குள் கூட அன்பு இருக்கிறதே. உன் உடம்பில் உள்ள இருதயம் இரும்பா? தற்கொலை படையினா் என்று சொல்லுகிறாயே! உனக்கு வெட்கமில்லையா? ஆயிரக்கணக்கில் பிணியாலோ மற்ற விபத்துகளாலோ இறந்து விட்ட மக்களுக்கு பொதுவாக கவலைப்படுகின்றோம். வேண்டும் என்றே தற்கொலை படையினராய் துணிந்து அமெரிக்க நாட்டில் ஆயிரக்கணக்கான உயிா்களை கொன்றாா்களே! என்ன பயன்? யாா் மீது பகை உனக்கு? பகையால் வென்றவன் உலகத்தில் யாருமில்லையே! தான் என்ற கா்வத்தில் கொலை செய்கின்றவன் எல்லாம் அல்லா என்றும் ஏசு என்றும் சொல்லலாமா? அறிவுப்புரட்சியால், அன்பு புரட்சியால் மக்களை திருத்துவதை விட்டுவிட்டு ஆயுதப்புரட்சியால் மக்களை திருத்த முடியாது.

இந்த விமானதாக்குதலை நடத்திய தீவிரவாதிகளின் தலைவன் ஓசாமா பின்லேடன் தான். அவனை நாங்கள் எந்த மூலையில் பதுங்கிக்கொண்டிருந்தாலும் கொல்லாமல் விடமாட்டோம். அவனும், அவனது தற்கொலை படையினரையும் அழித்தே தீருவோம் என்று போா் பிறகடனத்தை அமெரிக்கா் செய்ய ஓசாமா ஒருவனால் ஆப்கானிஸ்தான் மக்கள் அனைவரும சாகப்போகிறோம் என்று பயந்து இலட்சக்கணக்கில் மக்கள் அகதிகளாக பாகிஸ்தான், ஈராக் நாடுகளுக்கு சென்று விடுவது தேவைதானா? பயங்கரவாதிகள் மட்டும் அல்லாமல் நாடுகளும் பகுத்தறிவை இழந்து அழிக்கும் வழிகளில் செல்கிறாா்கள். போட்டிகள் போட்டுக்கொண்டு இராணுவப் படையினரை உருவாக்கலாம். இராணுவம் தேவையா? இராணுவ வீரா்களுக்கு சோறு போட்டு, மாதம் சம்பளம் கொடுத்து மனிதா்களை அழிப்பது நீதியா? நினைத்துப்பாருங்கள். மீண்டும் நினைவுப்படுத்துகிறேன். ஆக்கல், அழித்தல் மனிதா்களால் தான் நடைபெறும். காரணங்களால் தான் எல்லா நிகழ்ச்சிகளும் நடைபெறும் என்பதுவே உண்மை.

Intellectual people never pinpoint the mistake of others.

அறிவாளிகள் மற்றவா்களின் குற்றங்களை எடுத்துச் செல்ல மாட்டார்கள்.

பின்லேடன் மதவெறியால் ஆயிரக்கணக்கான மக்கள் இறப்பதற்கு காரணமாக தற்கொலை படையினரை அனுப்பிய நாள் முதல் அமெரிக்கா போர் பிரகடனம் செய்துக் கொண்டு இன்றும் திரிந்த வண்ணம் உள்ளனா். எருமைபுத்தி உடையோர்தான் அவா்களின் தவறு என்பார்கள். முதலில் அவா்கள் அடித்தார்கள் இவா்கள் அடித்தார்கள் என்பார்கள். யாா் செய்தது தவறு என்று சொல்வதைவிட இவா்களின் துன்பத்திற்கு காரணம் என்ன என்று கேள்விகள் கேட்டு, சிந்தனைகளை துாண்டிவிட்டு நீதியைக் கூறுவதுதான் பௌத்த நெறியை புரிந்த தொண்டர்களின் வேலையாகும். மனிதகுலத்தில் யாரும் முட்டாள்களாக பிறக்கவில்லை. மதத்தினால் முட்டாள்களாய் ஆக்கப்படுகிறாா்கள். கலகத்தை மக்களுக்குள் உண்டாக்கியதே மதம் தான். மதவெறி தான் கடவுள் வெறியை உண்டாக்கிவிட்டது. ஆகவே உலக மக்கள் சமாதானமாக வாழ ஒரே வழி, மக்களிடம் மதவெறி நீங்கிட வேண்டும். மதவெறியால் தான் கடவுள் வெறி உண்டாகிறது. மதவெறியும் கடவுள் வெறியும்தான் சாதி வெறிகளாக மாறி நீயா? நானா? உன் மதக்கோட்பாடா? என்மதக் கோட்பாடா? பாா்த்து விடுவோம் என்று வலுக்கிறது. மதம் என்று சொல்லாமல் அனைவரும் மனிதா்கள்தான் என்று சொல்வோமாக.

காரணம் இல்லாத கடவுள் பிரச்சனையால் வணங்கும் முறைக்காக குழுக்களாக பிரிந்தவா்கள், குழுக்களுக்கே மதங்கள் என்று பெயா் சூட்டிக்கொண்டாா்கள் என்பது தான் உண்மை. எம்மதமும் சம்மதம். எல்லோரும் கடவுள் பிள்ளைகள் தான். இந்து, முஸ்லீம் அனைவரும் சகோதரா்களே! என்று மகாத்மா வெளிப்படையாகக் கூறி ஒற்றுமையுடன் வாழ வேண்டும் என்று போதனை செய்தாா். என்ன நேர்ந்தது? மத துரோகி, இந்துக்களின் துரோகி காந்தியாா். முஸ்லீம்கள் நமது பெண்களை கற்பழித்துக் கொல்லுகிறாா்கள். முஸ்லீம்களுக்கு ஆதரவு தரும் காந்தியை கொன்றால் தான் முடியும் என்ற முடிவுக்கு வந்து பிராா்த்தனைக் கூட்டத்திலேயே நாத்துராம் கோட்சேவால் துப்பாக்கியால் சுட்டுக் கொல்லப்பட்டாா்.

மக்களை மதவாதத்திலிருந்து மீட்க வேண்டும். மதவெறியிலிருந்து மீட்க வேண்டும். மதவாத சக்திகளுக்கு இடம் கொடுக்ககூடாது. மீண்டும் ஒரு அய்யோத்தி, ஒரு ராமநாதபுரம், மீண்டும் அத்வானியின் புயல் வேகச் சுற்று பயணம் என்றெல்லாம் நாட்டில் ஏற்பட்டால் நாடு காடாகிவிடும். காடாகாமல் பாதுகாக்க வேண்டிய அந்த பெரும் கடமை நமக்கு இருக்கிறது. அறிவுள்ள மாணவர்களுக்கு இருக்க வேண்டும்.

The purpose of religion is to explain the origin of the world.

மதத்தின் நோக்கம் உலகத்தின் தொடக்கத்தை விளக்குவது ஆகும்.

எல்லா மதத்தினரும் மறு உலகம் விஷயத்தில் மட்டும் ஒற்றுமையாக மக்களை நம்ப வைத்துள்ளார்கள்.

Religion must teach man to know what is right and to follow what is right.

மதம் ஒன்று இருந்தால் அந்த மதம் எது சரியானது என்றும், அந்த சரியானவற்றை பின்பற்றவும் போதிக்க வேண்டும்.

இன்று நாம் விஞ்ஞான அறிவை பல வழிகளில் பயன்படுத்திக் கொள்ளுகிறோம். பல் வலியா? வலி இல்லாமலேயே பல்லை பிடுங்குகிறார் டாக்டர். வலி இல்லாமல், மயக்க மருந்து மூலம் வயிற்றை அறுத்து குழந்தைகளை உயிரோடு எடுக்கிறார். கால் உடைந்தவர்கள், கை உடைந்தவர்கள் மூலிகைகள் மூலம் பத்துபோட்டு சுகமாகி விடுகிறார்கள். டாக்டர்கள் மனிதனின் தீராத நோய்களை எல்லாம் அறுவை சிகிச்சைகள் மூலம் சுகப்படுத்துகிறார்கள். கண்கூடாக பார்க்கிறோம் அல்லவா? அக்காலத்தில் ஏசுவும் நபியும் மக்களுக்கு மூலிகையின் மூலம் வைத்தியம் செய்து இருக்கலாம். ஏசுவும் நபியும் மக்களுக்கு உழைத்து இருக்கலாம். அறிவுரைகள் மூலம் மக்களை திருத்தி இருக்கலாம். அதனால் மக்களால் போற்றி புகழப்பட்டு வந்ததோடு இல்லாமல் கடவுள் குமாரனாக தேவதூதனாக மக்களுக்காக உழைத்தார்கள் என்று சொல்லும்போதுதான் பொய் என்று சொல்ல வேண்டி இருக்கிறது.

அருமை சிறார்களே! அன்பு என்பது (காதல்) எல்லா பருவத்திலும் எப்போதும் ஏற்படும். அன்பினால் உண்டாகும் நன்மைகளும், மகிழ்ச்சியும் ஒவ்வொருவருடைய வாழ்க்கையிலும் இறக்கும் வரை மறையாமல் இருக்கும். ஒவ்வொரு மனிதனுக்கும் தான் செய்கின்ற செயலைக்கொண்டுதான் நன்மை தீமை ஏற்படும். யாராக இருந்தாலும், தான் செய்த நன்மைகளும், தீமைகளும், குற்றங்களும் பருவத்தின் கோளாறுகளால் மறந்துவிடும். ஆனால் மறையாது. எந்த ஒரு வேலைகளையும் செய்யாமல் இருக்கும் போதுதான் உன் மனசாட்சி உன்னை வாட்டி வதைக்கும். வேலைகள் செய்யும்போது செயல்களின் காரணமாக மறைத்து வைக்கலாம். வேலை ஏதும் செய்யாமல் இருக்கும்போதுதான், தனிமையில், தான் செய்த செயல் சரிதானா? என்று யோசிக்கும் நிலைமை ஏற்படும். மனித வாழ்க்கையில் ஒரு பெரிய துன்பம், ஒரு பெரிய கவலை இல்லற வாழ்க்கையில் கணவன் மனைவி ஆகியும் குழந்தைப் பேரு இல்லாததுதான். குழந்தை இல்லையே என்ற எண்ணம் தனிமையில் இருக்கும்போதும் தூக்கம் வராமல் இருக்கும்போதும் உடல் நலம் இன்றி இருக்கும்போதும் அவர்களுடைய உள்ளத்தை அதிகமாய் வாட்டும். கவலையும் துன்பமும் பெற்று, முகம் கலையிழந்து, கண்ணிரால் கவலையை தீர்த்துக் கொள்வார்கள். ஒவ்வொரு மனிதனுக்கும் இன்பம் துன்பம் என்பது உறுதி. அதேப்போல் மகிழ்ச்சியும் மாறி மாறி வரும். இப்படி இன்பமும் துன்பமும் மாறி வருவதால் நன்மைகளையும் தீமைகளையும் அறிகிறோம்.

காதல் தோல்வி அடைந்தவர்கள் தினம் தினம் அழும் காட்சிகளை பார்க்கலாம். பாழாய் போன மதத்தாலும் சாதியாலும் எங்கள் காதல் பிரிந்துவிட்டதே என்று கதறுவார்கள். ஒருவரை ஒருவர் காதல் கொண்டோம். பருவத்தின் கோளாறு! இப்போது இருக்கிற புத்தி முதலில் இல்லாமல் போய்விட்டதே. அந்த நேரம் என் காதலனை சந்திக்கும் நேரத்தில் ஏற்படும் மகிழச்சி இருக்கிறதே, அப்பப்பா! எப்படி எனக்கு ஏற்படும் மகிழ்ச்சியை விவரிப்பேன். அப்படியே தூக்கிவாரி, அணைத்து முத்தமிட்ட நிகழ்ச்சிகளும், ஐயோ! அந்த மகிழ்ச்சியை வெளியில் சொல்லவே முடியாது. அவ்வளவு மகிழ்ச்சி, இன்பம். எனக்கும் மட்டுமா! அவரும் நான் எப்படி சொல்வேனோ அதையேதான்

சொல்வார். தூக்கம் வராது. நாங்கள் சந்திக்கும் இடமும் எங்களுக்கு அரண்மனைப்போல் தெரியும். எங்களால் காதலிக்கத்தான் தெரிந்ததே தவிர பெற்றோர்களிடம் சொல்ல பயமாக இருந்தது. எந்த அய்யோக்கியனால் சாதிப்பிளவு ஏற்பட்டதோ தெரியவில்லை. எந்த மடையர்கள் மதத்தை ஏற்படுத்திக் கொண்டார்களோ தெரியவில்லை. எந்த கயவர்களால் கடவுளை கற்பித்துக்கொண்டார்களோ தெரியவில்லை. பருவம் எங்களை சந்திக்க வைத்தது. கண்களால் பார்த்தோம். காதல் கொண்டோம். ஒருவரை ஒருவர் பிரிய மனமில்லாமல் காதல் பயத்தால் சிக்குண்டோம். உங்கள் வீட்டில் பெற்றோர்கள் ஒத்துக்கொள்வார்களா? என்னை மருமளாக ஏற்றுக்கொள்வார்களா? கண்ணே! நான் உன்னை மனமாற காதலிக்கிறேன். உயிரும் உடலுமாக கலந்துவிட்டோம். இனி நம்மை யாராலும் பிரிக்க முடியாது. என்ன நடக்கப்போகிறது? என்ன ஆனாலும் சரி இரண்டில் ஒன்று பார்த்துவிடுவோம். கொஞ்சம் தைரியம் வந்தது. பார்ப்பவர்கள் நமது பெற்றோருக்கு தெரிவித்துவிட்டால் பிரச்சனை! நாளை நந்தினி! நீ தயாராக வந்துவிடு. உன்னை என் பெற்றோர்களுக்கு காட்டிவிட்டு, அவர்கள் சம்மதத்தோடு திருமணம் செய்துக்கொள்ளலாம் என்று குமரன் சொல்ல, அதன்படி நந்தினியை பெற்றோருக்கு அறிமுகப்படுத்தி, அம்மா! அப்பா! இந்த பெண்ணைத்தான் திருமணம் செய்தக்கொள்ள போகிறேன் என்று சொல்லிவிட்டான்! பெற்றோர்கள் அதிர்ச்சி அடைந்துவிட்டதை காட்டிக்கொள்ளாமல் மௌனமாக இருந்துவிட்டார்கள். நந்தினிக்கு சந்தேகம். காதல் சொன்னதும் மௌனமாக இருந்தார்களே. ஒருவேளை சம்மதமாக இருக்குமோ? என்று குமரனைக் கேட்டாள். நந்தினி! உன் பெற்றோரை அதாவது என்னுடைய மாமனார் மாமியார் எப்படி இருப்பார்கள் என்று பார்த்து விடுகிறேன். கண்களே! உங்கள் அப்பா, அம்மா என்னை மருமகனாக ஏற்றுக்கொள்ளுவார்களா? எங்கள் வீட்டில் சாதி மதங்களை பார்ப்பவர்கள். உங்கள் வீட்டில் எப்படியோ? என்று குமரன் கேட்க ஐயோ! காதலுக்கு ரொம்ப மோசமானவர்கள் சாதிப்பித்து உள்ளவர்கள்தான். அது எங்கள் வீட்டிலும் தலைவிரித்தாடுகிறது. இருந்தாலும் நான் பார்த்துக்கொள்ளுகிறேன். நாம் படித்தவர்கள், பருவம் வந்தவர்கள். எனக்கு நீங்கள்தான் வேண்டும். வாழ்ந்தால் உங்களுடன்தான் வாழ்வேன். இல்லையேல் நான் எந்த வழியிலோ ஒரு வழியில் உயிர் விட்டிடுவேன் என்று

நந்தினி கூற, அன்பு காதலியே! உன்னை தனியாக சாகவிடமாட்டேன். நானும் உன்னுடனே சாவேன் என்று கூறிக்கொண்டே நந்தினி வீட்டிற்கு குமரன் செல்ல இருவரையும் கண்ட பெற்றோர் ஆச்சரியத்தோடு பார்த்து, நந்தினி நீ எதையும் சொல்லவேண்டாம். முதலில் அவனை எங்கள் எதிரில் நிற்க வைக்காதே. இல்லையேல் நாங்கள் இருவரும், உன் தங்கையோடு விஷத்தை சாப்பிட்டு மூவரும் சாகவேண்டியதுதான் என்று சொன்னவுடன் குமரன் ஒன்றும் சொல்லாமல் தன் வீட்டிற்கு கவலையோடு காதல் கண்ணீர்விட்டுக்கொண்டே சென்றான். மகன் சோகமாக நடந்து வரும் காட்சியைக் கண்ட பெற்றோர், நாங்கள் வளர்த்த மகனே! எங்கள் பேச்சை தட்டமாட்டாய். எங்கள் குலத்தில் பிறந்தவன் என்று எனக்கு தெரியும். நாங்கள் சொல்லும், காண்பிக்கும் பெண்ணைதான் திருமணம் செய்துக்கொள்ளவேண்டும். நாங்கள் உன் தங்கை, தம்பியோடு உயிர்வாழ வேண்டுமானால், எங்களோடு வா மகனே! மணமகளைப் பார். உனக்கு பெண் கொடுக்க தயாராக உள்ளார்கள். என் அப்பா, அம்மா குலம் கோத்திரம் பார்த்துதான் திருமணம் செய்து வைத்தார்கள். அதைப்போலவே நீயும் எங்கள் பேச்சைக்கேட்டு நாங்கள் காட்டும் மலர்விழி என்ற பெண்ணை வந்துப்பார். இல்லையேல், இதோப்பார் பாலிடால் விஷம். எங்களுக்கு சாதிதான் பெரியது என்று குமரன் திருமணத்திற்காக அச்சிடப்பட்ட பத்திரிகையை காட்டினர். கல்யாண பத்திரிக்கையையும் பார்த்து பதறினான். ஐயோ! அப்பா! அம்மா! அந்த பெண்ணுக்கு வாக்கு கொடுத்துவிட்டேனே! நான் அந்த பெண்ணை திருமணம் செய்துக்கொள்ளாவிட்டால் அது பெரிய பாவம். நாங்கள் இருவரும் காதலர்களாக இல்லை. கணவன் மனைவியாக உங்களுக்கும் அவர்கள் பெற்றோர்களுக்கும் தெரியாமல் சந்தோஷமாக இருந்துவிட்டோம். நந்தினியை மருமகளாக ஏற்றுக்கொள்ளுங்கள் என்று பெற்றோர் காலில் குமரன் விழுந்து கண்ணீர்விட்டான். டேய் குமரா! நீ இப்படி செய்வாய் கண்ணீர் விடுவாய், எங்களை எப்படியாவது சம்மதிக்க வைக்க காதலிக்காக கண்ணீர் விடுவாய் என்று தெரிந்துதான் திருமண பத்திரிக்கை அடித்துக்கொண்டு வந்துவிட்டோம். பார் உனக்கு நந்தினி வேண்டுமா? நாங்கள் வேண்டுமா? சொல் என்றார்கள். குலம் கோத்திரம் மதத்தை நம்பும் பெற்றோர்கள் சொல் பிரகாரம் திருமணம் செய்துக்கொள்கிறேன் என்று

சொல்லிவிட்டு திருமண பத்திரிக்கையை எடுத்துக்கொண்டு, தன் காதலி நந்தினியை பார்த்து பத்திரிக்கையை கொடுக்க போனான். கவரைக் கொடுத்தான். அப்பா அம்மா தன் காதலனைப் பார்த்தால் திட்டுவார்கள் என நாளை சந்திப்போம் என்று சொல்லி கவரை வாங்கிக்கொண்டு நீங்கள் நிற்காதீர், போய்விடுங்கள் என்றாள். சரி, பத்திரிக்கையை பார்த்துவிட்டு என்ன சொல்வாள் என்று எதிர்பார்த்தான். படித்து பார்த்து நாளை சந்திப்போம் என்றாளே என்று பல யோசனைகள் செய்துக்கொண்டே தன் வீட்டிற்கு வந்தான். சந்திப்போம் என்று சொன்ன இடத்திற்கு அவன் போய் பார்த்தான். வரவில்லை நந்தினி.

அதன்பின் வீடு திரும்பினேன். பெற்றோர் காட்டியப் பெண்ணை திருமணம் செய்துக்கொண்டேன். என் மனைவி மருத்துவ துறையில் வேலை செய்ததால் என் சொந்த ஊரையும் விட்டு விட்டேன். என் மனைவியோடு இருமன வேதனையோடு வாழ்க்கையை நடத்தினேன். எனக்கு வயது 58 ஆகி ஓய்வுபெற்றேன். குழந்தை இல்லாததால் தத்துப்பிள்ளையாக ஒரு பையனை வளர்த்துக்கொண்டு வருகிறேன். எனக்குள் ஞாபகமாய் இருக்கும் அந்த அம்மையார் எங்கு இருப்பாரோ என்று எண்ணினேன். ஓய்வுப்பெற்ற பிறகு என் மனைவி கூட படுக்கும் அறையை வேறாக செய்துக் கொண்டார்கள். ஆகவே இன்னும் எனக்கு மனவேதனை அதிகமாகி, பழைய நினைவுகள் என் மனதை விட்டு நீங்காமல், என் மனசாட்சி குத்திக்கொண்டு இருக்கிறது. போ, உன் பழைய நந்தினியை தேடிக் கொண்டுபோ. மன்னிப்பு கேள். செய்த தவறை எண்ணிப்பார். பெரிய துரோகம் செய்துவிட்டாய் என்று இரவும் பகலும் அதே எண்ணத்தில் எனது மனசாட்சி குத்திக்காட்டுகிறது. எண்ணி கண்ணீர் விட்டேன். அந்த பெண்ணின் சாபமோ என்னவோ நமக்கு குழந்தை இல்லை போல் தெரிகிறது. ஆகவே நான் செய்த துரோகத்தை பாவத்தை வாய்விட்டு அந்தப் பெண்ணிடம் சொல்லவேண்டும் என்று எண்ணினேன். சொந்த ஊருக்கும் போன் செய்து பார்த்தேன். அந்த பெண்ணின் அம்மா, அப்பா இறந்துவிட்டார்கள். யாருமே இல்லை. ஊருக்கு 10 மைல் துாரத்தில் உள்ளார்கள் என்றும் பணியாற்றும் பள்ளியின் பெயரையும் சொன்னார்கள். என் மனைவிக்கு

தெரியாமல் 30 ஆண்டுகளுக்கு பின்னால் அவர்களை சென்று பார்க்க, நான்தான் நந்தினி நீங்கள் யார்? உங்களுக்கு என்ன வேண்டும் என்று கேட்டாள். நன்றாய் என்னை பாருங்கள் என்றதற்கு நீங்கள் யார் என்று தெரியவில்லையே என்றாள். நான் யார் என்று தெரியாததற்கு காரணம் எனக்கும் வயதாகிவிட்டது. ஆகவே அடையாளம் தெரியவில்லைப்போல் தெரிகிறது. 30 ஆண்டுகளுக்கு பிறகு சந்தித்தோம். சரி அடையாளம் தெரியவில்லை என்று நினைத்து நான் தான் குமரன் என்று சொன்னதும் சார்! இவர் யார் என்று தெரியாது. அவரை போகச் சொல்லுங்கள் என்று கோபத்தோடு போய் விட்டாள். இருந்துப்பார்த்து முடிவில் அவள் அக்கா வீட்டிற்கு சென்றேன். அடையாளம் தெரிந்து ஐயோ எவ்வளவு வருஷமாக உங்களுக்காக காத்திருந்தாள் தெரியுமா. என்ன ஆனாலும் சரி அவர் வருவார் வருவார் என்று எண்ணி கடைசியில் 35 வயதில் திருமணம் செய்துக் கொண்டாள். குழந்தைகூட ஏதுமில்லை. வேண்டாம் நீங்கள் மீண்டும் போய் சந்திக்கவேண்டாம். பழைய நினைவுகள் வந்து உங்களிடம் வந்துவிட்டால் கூட என்ன பயன்? நீங்கள் சந்தோஷமாக வாழ முடியுமா? இந்த வயதில் இரண்டு குடும்பம் தேவைதானா? உங்களுக்கும் குழந்தைகள் இல்லை அவளுக்கும் குழந்தைகள் இல்லை. நானும் இரண்டாந்தரம் கணவனை கட்டிக்கொண்டேன். அவர் சாப்பாட்டுக்கு வரும் நேரமாச்சு. அவர் வந்து என் மீது சந்தேகப்படுவார். போய்விடுங்கள். மீண்டும் என் தங்கையை சந்திக்காதீர்கள். இனிமேல் யாருக்கும் எந்த பயனும் ஏற்பட போவதில்லை என்று நந்தினியின் அக்காள் சொல்லிவிட்டார். நான் இப்படியாக பெரிய துரோகம் அந்த பெண்ணுக்கு செய்ததாலோ என்னவோ எனக்கு மன நிம்மதி இல்லை. மனைவியின் பாசமும் இல்லை. இரவில் தூக்கம் வருவதில்லை. ஒரே ஞாபகம். முட்டாள்தனமாக இந்த பெண்ணை திருமணம் செய்து கொண்டோமே. இந்த வயதான சமயத்தில் இருக்கும் தைரியம் முன்பே இருந்திருந்தால், என் அப்பா, அம்மா, தங்கை இறந்துவிட்டாலும் பரவாயில்லை என்றும், சாதியாவது, மதமாவது கடவுளாவது என்ற எண்ணம் இருந்திருந்தால், அதே நந்தினியை சாதி, மதம் என்று பார்க்காமல் பதிவு திருமணம் செய்துக்கொண்டிருப்பேனானால், எனக்கு இப்படிப்பட்ட தூக்கமில்லாத துன்பதிற்கு ஆளாகி இருப்பேனோ? ஒரு பெண்ணிற்கு துரோகம் செய்துவிட்டோமே. அந்த பெண்ணும்

என்னைப்போல் கண்ணீர்விட்டுதான் அழுவாள். நான் செய்த துரோகத்தை வெளியில் சொல்ல முடியுமா? நம்மைத்தான் காரிதுப்புவார்கள். நாட்டில் எத்தனைப் பெண்கள் காதல் திருமணங்கள் செய்துக்கொண்டு பெற்றோரை பிரிந்து வாழவில்லையா? எத்தனை ஆண்கள் பெற்றோரையும் சாதி மதங்களை மறந்து காதலிக்காக அவர்களை பிரிந்து சில ஆண்டுகளில் பிள்ளைபாசம் கொண்டு மீண்டும் சேர்ந்துவிடுவதை கண்ணாலே பார்க்கின்றேன். இந்த புத்தி எனக்கு இப்போது வந்து என்ன பயன் சார் என்று என்னிடம் காதல் கண்ணீர் விட்டு அழுதார் குமரன். காதல் துன்பம் உயிர் வாழும் வரையில் உள்ளத்திலும் மறைத்து வைக்க முடியாமல், மற்றவர்களிடமும் பைத்தியக்காரனைப் போல் சொல்லிக்கொண்டு திரிகிறார்கள்.

அவர்கள் மதம் வேறு, நம்மதம் வேறு என்று சொல்லி காதலர்களை ஒன்று சேரவிடாமல், இரு குடும்பத்தாரும் தூக்குக்கயிற்றில் தொங்கவிடுகிறார்கள். சாவிலுமா நம்மை தடுக்கமுடியும்? என்று எத்தையோ காதல் ஜோடிகள் விஷத்தை உண்டு ஒருவரை ஒருவர் கட்டிப்பிடித்து இறந்தவிடுகிறார்கள். மதத்தாலும சாதியாலும் கடவுள் நம்பிக்கையாலும் காதலர்கள் பிரியக்கூடாது. பக்தியைக் காட்டி புத்தி இல்லாமல் அந்த அந்த சாதியில்தான் பெண் எடுக்க வேண்டும். அந்தந்த மதம், கடவுளை வணங்குபவர்களுக்குள்தான் திருமணம் செய்துக்கொள்ளவேண்டும் என்று எந்த பைத்தியக்காரனோ சொல்லிவிட்டான். பருவத்தால் காதல் உணர்வு, கண்கள் மூலம் காதலனையோ, காதலியையோ தேடித்திரிகிறது. சிலவகையில் பெற்றோரால், சிலவகையில் மற்றோரால், அந்த அந்த சாதிக்குள் திருமணம் செய்துக்கொள்ளுகிறார்கள். சிலர் நடைமுறை கொடுமைகளை புரிந்துக் கொண்டு என் சாதிதானா என்று தெரிந்து கொண்டு காதலிக்கிறார்கள். அது காதல் தானா என்று எனக்கு தெரியவில்லை. மனித சமுதாயத்தில் மணமக்களுக்குள் பொருந்திய திருமணமாக, அவர்கள் மனதிற்கு ஏற்ற கணவரையோ, மனைவியையோ தேர்ந்தெடுத்து சாதிகளையோ, மதங்களையோ பார்க்காமல் மணவாழ்க்கையை நடத்தும் நன்நாள் தான் குடும்பத்தின் மகிழ்ச்சி நாள். காதல் கண்ணீர் பொல்லாதது. எல்லோருக்கும்

பொதுவானது. இன்பத்தின் சேர்க்கையை கூடாது என்றால் எப்படி? அவர்கள் பிரிவார்களா? கூடுதல் காமத்திற்கு இன்பம் அதற்கு இன்பம் கூடிமுயங்கப்பெரின் என திருவள்ளுவர் தெளிவாக செய்யுள் வடிவில் கூறுகிறார்.

உண்மை காதல்களால்தான் மதத்தையும், கடவுளையும், சாதிகளையும் உடைத்தெரிய முடியும். மதத்திற்கும் கடவுள் வழிபடும் முறைக்கும் சாதிக்கும் அடிமைகளாக இருப்பதால்தான், படித்து பட்டங்கள் பெற்றவர்கள்கூட சாதி முறையில் மணமகள் தேவை, மணமகன் தேவை என்று பத்திரிக்கை வாயிலாக விளம்பரம் செய்து வருகிறார்கள். ஆகவே மக்களுக்கு மதங்களே தேவையில்லை. கடவுளே தேவையில்லை. வாழ்க்கையில் மனிதனுக்கு மதப்பூசல், சாதிப்பூசல், கடவுள் பூசல் என்று நீங்குகிறதோ அன்று முதல் தான் மனித வாழ்க்கைக்கு சுதந்திரம், சமத்துவம், சகோதரத்துவம் ஆகிய மூன்றும் கிடைக்கும். நமது நாட்டில் கடவுள் பித்து மக்களை விட்டு நீங்கக்கூடாது என்பதற்காக போட்டிகள் போட்டுக் கொண்டு, கடவுள் போதனைகளை கல்விக்கூடங்களில் போதிக்க ஆசிரியர்களை பயன்படுத்துகிறார்கள். மக்களின் நலனுக்கு அறிவுரைக் கூறி ஆட்சி நடத்தும் அறிவுள்ள சமதர்ம மார்க்கம் பௌத்தம் ஒன்றே. ஏன் தெரியுமா? பௌத்தமார்க்கம் மக்களுக்கு மதம், கடவுள், சாதி ஆகிய மூன்றும் தேவையில்லை என்று போதிக்கிறது. மற்ற மதங்கள் மதம் கடவுள், சாதி என மூன்று பிரிவுகள் உண்டு என போதிக்கிறது.

புத்தர் 50 ஆண்டுகளாக ஒவ்வொரு நகரத்துக்கும், கிராமத்துக்கும் கால்நடையாகவே நடந்து தன்னுடைய போதனையை போதித்தார். சதிகார ஆரிய கும்பலால் புத்தர் கொள்கையை இந்து மதத்தில் கலப்படம் செய்து கொண்டு, பௌத்த கொள்கையை மறைத்தார்கள். பிறப்பு இறப்பு மாறி மாறி தோன்றும் மறையும். ஆசை அனைவருக்கும் பொது. நன்மை ஏற்படும். ஆனால் மிக ஆசை, அதிக பேராசை மக்களிடையே துன்பங்களைத்தான் ஏற்படுத்தும். துன்பம் வந்தால் மனம் வருந்தும், தீமைகள் உண்டாக்க வழி ஏற்படும் என்று அறிவுரைக் கூறிய முதல் ஆசான் மட்டும்

அல்ல, முதல் நாத்தீகவாதியே புத்தர் என்பதை ஆத்தீகவாதிகள் அனைவரும் அறிவர். ஒரு சங்கதியை உற்று கவனித்து சிந்தித்து ஆராய்ந்து பார்த்து உமது பகுத்தறிவுக்கு ஏற்றது என்றும், நடைமுறை அனுபவத்திற்கு தெளிவாக உள்ளது என்றும் உனக்கு தோன்றுமானால், அதன்படி நட என்று தான் புத்தர் கூறி இருக்கிறார். இந்த உண்மைகளைத்தான் கிரேக்க நாட்டு சிந்தினையாளர் சாக்ரடீஸ், அமெரிக்கநாட்டு பகுத்தறிவு தூணாக நின்ற மதபோதகர் (பாதிரியாருக்கும்) மகனாய் பிறந்த இங்கர்சால் போன்றவர்கள் அறிவுப் பிரச்சாரம் செய்ததார்கள். பிரான்ஸ் நாட்டு வால்டர், ரூசோ, துருக்கி கெமால் பாஷா, சன்யாட் சன், மார்டின் லூதர் இப்படி எத்தனையோ சிந்தனை சிற்பிகள் என்ன செய்தார்களர்?. ஆத்திகவாதிகளின் அக்கிரமங்களை, கடவுள் பெயரால் ஏமாற்றும் தில்லு முள்ளுகள், மதத்தின் பெயரால் பிரார்த்தனைகள் மூலம் மதவாதிகள் மக்களை பைத்தியக்காரர்களாகவும், காணாத, காட்ட முடியாத, இல்லாத கடவுளை குழந்தைப்பருவம் முதலே நம்ப வைக்கும் போதனைகளை போதிக்காதீர்கள் என்று தான் பிரச்சாரம் செய்தார்கள். ஆத்தீகவாதிகள் அரசர்களை அடிமைகளாக்கிக் கொண்டு குழந்தைகளை கெடுத்து விட்டார்கள் கடவுள் நம்பிக்கை பரவிட செய்து விட்டார்கள் என்ற உண்மை கருத்தை சொன்னவர்களுக்கு சிறை தண்டனையும் விஷத்தைக் கொடுத்து இறக்கவும் செய்துவிட்டார்கள். யார் வெட்கப்பட வேண்டும்? யார் குற்றவாளி? பெரியோர்களா? சிறியோர்களா? பட்டங்கள் பெற்றவர்களா? கல்வி அறிவு அற்றவர்களா? தொழிலாளர்களா? முதலாளிகளா? வழக்கறிஞர்களா? நீதிபதிகளா? திருடர்களா? போலீஸ்காரர்களா? மதகுருக்களா? பக்தர்களா? பெற்றோர்களா? பிள்ளைகளா? கணவனா? மனைவியா? ஆசிரியர்களா? மாணவர்களா? பொது நலவாதியா? சுயநலவாதியா? தலைவர்களா? தொண்டர்களா? அரசியல்வாதியா? சமூகசீர்த்தவாதியா? காவல் துறையினரா? அரசு ஊழியர்களா? அதிகாரிகளா? ஏழையா? பணக்காரனா? ஆண்களா? பெண்களா? மதவெறியும், கடவுள் வெறியும், சாதி வெறியும் என்று ஒவ்வொரு மனிதனிடத்திலிருந்து மறைகிறதோ அன்று தான் வெட்கப்படக்கூடியவர்கள் யார் என்று அறிந்துக் கொள்ள முடியும்.

ஆண் பெண் இரண்டு இனமே உண்டு. மதத்தில் பலவகை என்கிறீர். எல்லா மத்திலும் ஆண்கள் பெண்கள் தானே உள்ளனர். மதங்கள் வேறுப்பட்டாலும் பலபிரிவுகளாக பிரித்தாலும் அதை பின்பற்றுவோர் எல்லோரும் ஆண்களும் பெண்களும்தானே! கடவுளை வழிபட்டாலும் அவ்விடத்திலும் ஆணும் பெண்ணும் தானே உண்டு. ஒவ்வொரு மதத்திலும் ஆண் அல்லது பெண் குழந்தை பிறக்காமல் வேறு மனித குரங்கா பிறக்கிறது?

திருடர்கள், வஞ்சகர்கள், சூட்சியாளர்கள், பொறாமை குணம் படைத்தவர்கள், ஏமாற்றுக்காரர்கள், சுயநலவாதிகள், கொலைக்காரர்கள், உள்ளொன்று வைத்து புறம் ஒன்று பேசுவோர், பிறர் குற்றத்தை சொல்லிக்கொண்டு திரிபவர்கள், வரதட்சனைக் கொடுமைகளால் கயிற்றையும், விஷத்தையும், மண்ணெண்ணையும் பயன்படுத்தி இறக்க செய்த பெற்றோர்கள், சூதாடிகள், குடிக்காரர்கள், அண்ணன் தம்பி பாசமில்லாதவர்கள், ஆண்களும், பெண்களும் மனமுவந்து திருமணம் செய்துக்கொள்ளும் உரிமை தராத மதப்பித்து கொண்ட பெற்றோர் நிறைந்த நாட்டில் மதங்கள் தேவையா? கடவுள் தேவையா? சாதிகள் தேவையா? மோட்சலோகம் தேவையா? நரகலோகம் தேவையா?

இருபதாம் நூற்றாண்டிலும் இனப்போருக்குரிய கருத்து நஞ்சினைக் கலப்பதும் விதைப்பதும் நாட்டை உலகை நலிவிப்பதாகும். கடவுளும், மதமும், சாதியும் மக்களுக்குள் ஒற்றுமையையா உண்டாக்குகிறது? கொலைகள் அல்லவா செய்ய தூண்டுகிறது. வீடுகளை தீயிட்டு கொளுத்தும் வழிகளை அல்லவா காட்டுகிறது. மதம் மனிதனை உண்டாக்கியதா? மனிதன் மதத்தை உண்டாக்கினானா? கடவுள் மனிதனை படைத்தாரா? மனிதன் கடவுளை படைத்தானா? மனிதன் சாதியை பிரித்தானா? சாதி மனிதனை பிரித்ததா? மூடக்கொள்கைகளுக்கு முதல் இடம் தருவது சாதியும் கடவுளும் மதமும்தான். மக்களின் முன்னேற்றத்திற்கும் மகிழ்ச்சிக்கும் தடை கற்களாகவும், முட்டுக்கட்டையாக உள்ளது கடவுளும் மதமும் சாதியே ஆகும்.

The whole world is one family.

உலகம் முழுவதும் ஒரே குடும்பம்.

என்று புத்தா் போதித்தாா். உலக முழுவதும் மக்கள் வாழ்கிறாா்கள். ஒவ்வொரு நாட்டிலும் அப்பா, அம்மா, அண்ணன், தம்பி போன்ற உறவுமுறைகள் ஒன்றே. உடல் அழகு, நிறம், மொழிகள், உணவுமுறைகள் வேறுபட்டாலும் உடல் உறுப்புகள் ஆண்பெண் அனைவருக்கும் ஒன்றே. பசி என்பது எல்லோருக்கும் ஒனறே. எல்லா தாய்மாா்களும் 10 மாதம் தான் குழந்தைகளை சுமக்கிறாா்கள். எந்த நாட்டு ஆணும், எந்த நாட்டு பெண்ணும் மணமுவந்து திருமணம் செய்துக்கொள்ளலாம். மக்களுக்குள் பேதம் இல்லை. மனிதா்களுக்குள் இரத்தத்தின் நிறம் சிகப்பே. கண்களில் கண்ணீா் அனைவருக்கும் உப்பே. ஏழை என்றோ பணக்காரா்கள் என்றோ வித்தியாசம் இல்லை. எல்லோருக்கும் பிறப்பு, மூப்பு, சாக்காடு மூன்றும் உண்டு. அவை இன்றும் உண்டு, என்றும் உண்டு என்பது உண்மை அல்லவா? இப்படை தோற்பின் எப்படை வெல்லும் என்று ஒவ்வொரு மதத்தலைவா்களும் போட்டிகள் போட்டுக்கொண்டு மத விழாக்கள் மூலம் மக்களை பிரித்து அவா்கள் ஒரு மாதம் என்று இவா்கள் ஒரு மாதம் என்று மதத்தின் பெயரால் மாதா மாதம் விழாக்கள் நடத்துகின்றனா். இந்த உண்மைகளை அறிந்துக் கொண்டும் மக்களிடம் மதப்பித்து தேவைதானா? இளைஞா்களே! சிந்தித்துப் பாருங்கள். சாதி சண்டைகளை போட்டுக்கொண்டு, கொலை செய்வதும், வீடுகளை தீயிட்டுக் கொளுத்துவதும் மனித தன்மையாகுமா? எண்ணி பாா்க்க வேண்டாமா?

எல்லோரும் ஓா் குலம் என்றால் மதங்கள் ஏன் இருக்க வேண்டும்? இந்து கோயில்கள், கிறிஸ்தவா் தேவாலயங்கள், முகமதியா்கள் மசூதிகள் என்ற பெயரில் கடவுள் பற்றை உண்டாக்கிக் கொண்டு மூன்று மதகுருமாா்களும் அவரவா் கடவுளை வணங்கலாம். ஒரு மதத்தாா் விழா எடுக்கும்போது கடவுள் பெயரால் சண்டை ஏற்படும். கல்லை எரிவாா்கள் என்பதற்காக ஆயிரக்கணக்கான காவல்துறையினா் காவல் காக்க வேண்டும். களிமண்ணால் உருவான சிலைக்கு பிள்ளையாா் பெயரைச் சூட்டி, இயந்திரம் மூலம் பிள்ளையாரை கடலில் மூழ்கடிப்பதும் கடவுளுக்கு ஜே போடுவதும் அறிவுடையோா்

செயலாகுமா? உலக மக்கள் ஒற்றுமையாக வாழ ஒரே வழி மதத்தை நம்பும் மடையர்கள் திருந்த வேண்டும்.

மூன்று மதத்தாரும் போட்டிகள் போட்டு அவரவர் பாவங்களை தீர்க்க இந்துக்கள் பல கோயில்களையும் முஸ்லீம்கள் மெக்காவையும் கிறிஸ்தவர்கள் ஜெருசலேமையும் தேர்ந்தெடுத்து பக்தர்களாக மக்களை மாற்றிக்கொண்டு தினம் தினம் கடவுள் பெயரைச் சொல்லிக்கொண்டு, ஏமாற்றிக்கொண்டு திரிகிறார்கள். முன்னேர் நேராக போனால் தான் (உழுதால்) பின்னேர் நேராக உழ முடியம் அல்லவா? நமது முதியவர்கள் காட்டிய வழிகளால் மக்களுக்குள் ஒற்றுமை இல்லாமையால், உன் கடவுள் சிறியது என் கடவுள்தான் பெரியது உன் மதம் சிறியது என் மதம்தான் பெரியது என்று இன்றும் சொல்லிக் கொண்டு மதத்தாலும் கடவுளாலும் வேறுபட்டு ஒருவருக்கொருவர் சண்டை போடுவது ஏன் என்று எண்ணிப்பாருங்கள். வெளியில் கடவுள் உணர்வு, மத, இன, சாதி உணர்வுகளை நீக்கி விட்டதாக நடிக்கின்றார்களே தவிர படித்தவர்கள், மெத்தப்படித்தவர்கள், பட்டங்கள் பெற்றவர்கள், விஞ்ஞானிகள் உள்பட அனைத்து தரப்பினர்களும் காணாத கடவுளுக்கும், மதத்துக்கும், சாதிக்கும், இனத்திற்கும் அடிமைகளாக இருப்பதால்தான் இந்திய ஒருமைப்பாட்டைப் பற்றி பேசப்படுகிறது. பேசுகிறார்கள். சமபந்தி போஜனத்தை சாப்பிட்டுக்கொண்டே மதப்புரட்சி செய்வதாக தலைவர்கள் எண்ணிவிடுகிறார்கள். மக்களும் நம்பி விடுகிறார்கள். சாதிக்கட்சி தலைவர்கள் எல்லாம் உண்பதில் ஒற்றுமை உணர்வை காட்டுகிறார்கள்.

கடவுள் நம்பிக்கை என்ற ஊசியால் மூடநம்பிக்கை என்ற அறியாமை நூலால் தைக்கப்பட்டு மதத்தின் பெயராலும் சாதியின் பெயராலும் கட்டுண்டு மனிதனுக்கு மனிதன் போரிடவும், துப்பாக்கியால் ஒருவரை ஒருவர் சுடுவதும் எந்தவிதத்தில் முறையாகும்? படித்து பட்டங்கள் பெற்று, பகுத்தறிவைப் பயன்படுத்த தெரியாமல் மூடர்களின் முட்டாள்தனத்தால் மூடப்பழக்கவழக்கங்களுக்கு அடிமைகளாகி, மதத்தின் பெயராலும் கடவுள், கடவுளச்சி பெயராலும் சாதிப்பிரிவுகளாலும் ஒற்றுமையில்லாமல் மக்கள்

வாழ்ந்து விட்டார்கள். இனியும் வாழவிடலாமா? மாடுகளைப் போல் மக்குகளாக இல்லாமல் வாழக் கற்றுக் கொள்ளுங்கள்.

காட்டுமிராண்டி காலத்தில் பிடித்த பழக்கவழக்கங்களை விஞ்ஞானக்காலத்திலும் விளக்கிக் கொண்டு காலத்தை கழித்து கொண்டிருக்கும் மூட வேடதாரிகளை அறிவுப் புரட்சியால் திருத்தும் நாட்கள் வெகுதூரத்தில் இல்லை. மக்களுக்குள் மதவெறியை உண்டாக்கி, மனித இனத்தை ஒற்றுமை இல்லாமல் செய்யக்கூடாது. நமக்கு நாமே நன்றாக சிந்தித்துப் பார்த்தால் உண்மை தெளிவாக புரிந்துவிடும். அறியாமையும், தெரியாமையும், புரியாமையும் மூடக்கொள்கையால் ஏற்படுகிறது. செக்கு இழுக்கும் மாடுகளைப்போல் மூடக்கொள்கைகளை கட்சி தலைவர்கள், ஆட்சியாளர்கள் பின்பற்ற கூடாது.

பெற்று வளர்த்து, சீராட்டி பாலூட்டி, மகிழ்ச்சியோடு படிக்க வைத்து பட்டங்கள் பெற செய்த பிறகு பெற்றோரையும் மறந்து காதல் வலையில் சிக்குவது வயது கோளாறு அல்லவா? பெற்றோருக்கு பிடிக்கவில்லை என்பதோடு இல்லாத கடவுளை நம்பி, மதத்தை நம்பி, சாதிப்பிரிவுகளை நம்பி தங்கள் காதலை வெறுத்து பேசுவதால் விஷத்தைக் குடித்து தற்கொலை செய்துக் கொள்வோர் பட்டியல் குறையவில்லையே. எத்தனையோ காதலர்களின் பரிதாப சாவை கண்டும் பெற்றோர்களுக்கு பரிதாபம் இருந்தாலும், மதமும், சாதியும், பரிதாப எண்ணத்தை தடுத்து விடுகிறதே. விஞ்ஞான காலத்தில் எத்தனையோ மாற்றங்களை மனிதன் கண்டுபிடித்து விட்டான். யோசித்துப் பார். பிறப்பு, இறப்பு இவை இரண்டையும் கடவுளும், மதமும், சாதியும் இவை மூன்றால் தடுக்க முடியுமா? முடியாதல்லவா? இவை மூன்றும் மனிதனிடத்தில் இல்லாதவையே! மக்களிடத்தில் இல்லாததை கற்பித்தவனும், கைக்கொள்ளசெய்தவனும், கடை பிடிக்க வேண்டும் என்று கட்டாயப்படுத்துபவனும் ஐந்தறிவுள்ள மனிதன் தானே! மதப்பித்து உள்ளவன்தானே! இறந்தவன் எதையும் எடுத்து போக வில்லையே! கண்ணெதிரில் பார்க்கிறோம். ஆடல் எங்கே! பாடல் எங்கே! மனைவி எங்கே! மகள் எங்கே! மகன் எங்கே! உற்றார் உறவினர் எங்கே! செயலற்று கிடக்கும் உடலைச் சுற்றி அமர்ந்து, கண்ணீர் விட்டு, மண்ணில்

புதைக்கிறோம், உடலை எரிக்கிறோம். பிறப்பை உண்டாக்கி விட்டு ஆணும் பெண்ணும் இறக்கிறார்கள். உலகில் வாழும் மக்கள் அனைவரும் ஒரே மாதிரி செயல்களைத் தான் செய்து வருகிறார்கள். எத்தனை கோடி கோடி ஆண்டுகளாக நடந்து வருகின்றன. மனிதர்கள் உள்ளவரை அவை மாறப்போவதில்லை மறையப் போவதில்லை. கடவுளையும், மதத்தையும், சாதியையும் கற்பித்தவன் மனிதன் தானே!

கடவுள் நம்பிக்கையில் பிரிவினை இருந்தாலும், உணவுவகையில் வேறுபட்டாலும், இல்லறத்தில் ஆண்பெண் சேர்க்கை மட்டும் ஒன்றே! பிறப்பு, வளர்ப்பு, இறப்பு ஒன்றே! வயிற்றுப் பசி ஒன்றே! ஜீரண உறுப்புகள் ஒன்றே ஒன்றே. இது தெரிந்த பிறகும் உலகில் போர்வெறி தேவையா? கடவுள் வெறி தேவையா? சாதி வெறி தேவையா? மதசண்டை, கடவுள் சண்டை, சாதி சண்டைகளுக்கு சாவு மணி அடிக்கும் ஆயுதம் கலப்பு திருமணம் ஒன்றே என்பதை அறிந்திடுவீர். சாதியை மறந்து கலப்பு திருமணங்கள் செய்தால் சமுதாய ஒற்றுமை வளரும். நீ கடமையை செய்ய தயார் என்றால் முதலில் நீ மதப்பித்தை, கடவுள் பித்தை, சாதிப்பித்தை அடியோடு மறந்து விடு. மக்கள் அனைவருமே புத்தர்கள் தான். புவியோர் எல்லோர் புதியதோர் சமுதாயத்தை உருவாக்குவோம் வாரீர்.

மதத்தை நம்பும் மடையர்கள் இருக்கக் கூடாது. இல்லாத கடவுளை நம்பும் கயவர்கள் இருக்கக் கூடாது. சாதிப்பிரிவுகளை நம்பும் சதிக்காரார் வாழக் கூடாது. மதத்தை மறப்போம். அறிவொளியை பெறுவோம். கடவுள் உண்டு என்றால் காட்டு என்போம். ஒருவனால் உலகம் பாழ்படுமெனில் அவ்வொருவனை ஒழித்தல் உலகின் கடமை. ஒரு சமயத்தால் ஓர் இனத்தவரின் இருட்டெண்ணத்தால் என்றோ வகுத்த சாதி மத பேதங்களால் தகாத முறைகளால் மோதி அழியும் உலகெனில் அவற்றை மோதி மிதித்தல் அழித்தல் முதல் கடமை. மதம், கடவுள், சாதி ஆகிய மூன்று வெறிகளும் மக்கள் மனதை விட்டு என்று நீங்குகிறதோ அன்று முதல் தான் மூன்று முட்டாள்கள் (மதம், கடவுள், சாதி ஆகியவற்றை நம்புகிறவர்கள்) இறந்துவிட்டார்கள் என்று சொல்லலாம்.

கடவுளை நம்புகிறவன் தான் கொலை வெறிக் கொண்டு வாஷிங்டன்னை அழித்தான். ஆயிரக்கணக்கான மக்களை சாகடித்தான். தற்கொலை படையினரை தூண்டி துப்பாக்கியால் சுட்டு, வெடிகுண்டு, கண்ணி வெடி போட்டு மக்களை சாகடிக்கிறார்கள். இது தேவையா? பதிலுக்கு அமெரிக்கா் ஆப்கானிஸ்தான் ஈராக் நாட்டில் நடக்கும் போரில் தலையிட்டு சட்டத்தின் வழி தீவிரவாதியாகிறார்கள். புத்தா்கள் நற்செயல்கள் செய்து மக்களுக்கு நல்ல நலல போதனைகள் கூறுவாா்கள். புத்தனாக செயல்பட எந்தவித கடவுள் சக்தியும் தேவை இல்லை. மத குருமாா்களே! உங்கள் குற்றங்களை புரிந்துக் கொள்ளுங்கள். மக்களை இனியும் மடையா்களாக்காதீா்கள். மதப்போரை உண்டாக்கும் மக்களை வளர விடாதீா்கள். மதத்தைக் காட்டி தீவிரவாதிகளை உருவாக்காதீா்கள். தற்கொலை படையினரை உருவாக்காதீா்கள். தாய்தந்தையரால் உருவாக்கப்பட்ட உயிரை கொல்ல எந்த கொலைக்காரனுக்கும் உரிமை இல்லை. அவன் மனிதன் அல்ல. மக்களின் துரோகியாவான். மனித சமுதாயத்தின் மூன்று முட்டாள்கள் மத வெறியா் கடவுள் வெறியா் சாதி வெறியா் தான் என்பதை அறிந்து மனிதா்களாக அவா்களை மாற்றி வாழவைப்போம் வாரீா்.

ஆயிரங்கால வியாதி

தற்காலத்தில் விஞ்ஞானத்தின் விளைவால் வளர்ச்சியையும் உலக ஒற்றுமையையும் மனித சமுதாயம் ஏற்க வேண்டும் என்பதற்காக பேசுகிறோம். எழுதுகிறோம். முன்னோர்கள் ஆவதும் அழிவதும் எல்லாம் மனிதன் செயல் என்பதை மறந்து, இல்லாத, காண்பிக்க முடியாத கடவுளை உண்மை என்போரும் பொய் என்போரும் என இரு பிரிவினர்களாக பிரிந்து, ஆத்தீகர் நாத்தீகர் என 2500 ஆண்டுகளுக்கு முன்னால் தான் அதாவது புத்தர் காலத்தில் தான் ஏற்பட்டது. கடவுள் உண்டு என்போர் பிரிவுக்கும் தலைமை ஏற்றவர்கள் எல்லோரும் மனித பிறவிகள்தான். எல்லோரும் ஒன்றாக சேர்ந்து ஒரு வேலையை செய்வதைவிட பிரிந்து பிரிந்து வேலை செய்தால் எல்லோருக்கும் நல்லது என்று நினைத்தார்கள். அன்று வாழ்ந்த மக்கள் நான்கு பிரிவுகளாக பிரிந்து வேலை செய்ய ஒத்துக் கொண்டார்கள். உண்மை என்று நமக்கு தெளிவாக தெரிகிறது. அதாவது நாம் வாழும் இந்தியாவில் பிரிவினையாக பிரிந்து வேலை செய்தவர்களுக்கு பெயர் வைத்துக் கொண்டார்கள். கடவுள் நம்பிக்கையோடு கோயில்களில் அதிக பக்தியோடு பாடல்கள் பாடி கடவுள் வணக்கம் செய்வோரை

பிராமணர்கள் என்றும், போர் செய்ய வேண்டியவர் சத்திரியர் என்றும், மக்களுக்கு தேவையான பொருள்களை கொடுத்து உதவுவோரை அதாவது வியாபாரம் செய்வோரை வைசியர் என்றும், நான்காவதாய் சூத்திரர் இந்த மூன்று பிரிவினர்களுக்கும் எடுபிடி, அதாவது அடிமைகளாக அவர்கள் சொல்லும் வேலைகளை செய்ய வேண்டும் என்றும் ஒப்பந்தம் செய்துக் கொண்டு நாளடைவில் நான்கு வகை சாதிகளாகவும் நான்கு வகை சாத்திரங்களாகவும் அதாவது பிராமணர், சத்திரியர், வைசியர், சூத்திரர் என்றும் ரிக் வேதம், சாம வேதம், யசூர் வேதம், அதர்வன வேதம் எனவும் பிராமணர் முகத்தில் பிறந்தவர்கள், சத்திரியர் தோளில் பிறந்தவர், வைசியர் தொப்புளில் பிறந்தவர், சூத்திரர் காலில் (தொடையில்) பிறந்தவர்கள் என்றும் எழுதிக் கொண்டார்கள். வேதம் என்றும் சாத்திரம் என்றும் ஒத்துக் கொண்டார்கள். வாழ்க்கை நடத்திக் கொண்டே வந்தார்கள். பொய் புரட்டு இதிசாச புராண கதைகளை எழுத வைத்து, நாடகங்கள் மூலம் நடித்து அரசர்களையும் அடிமைகளாக்கி வாழ்ந்தனர். நாளடைவில் ஒற்றுமையாக ஒத்து வாழ்ந்தவர்களுக்குள் பல தலமுறைகளுக்குப் பின்னால் சாதிகளாக சொல்லி, உயர்ந்தவர்கள் தாழ்ந்தவர்கள் என்று பேசி, வாழ்க்கை நடத்தினார்கள். பிறகு வந்த தலைமுறையினர் அவரவர் இஷ்டப்படி சூத்திரர்களை அடிமைகளாக வேலை செய்ய வைத்துக் கொண்டார்கள். இந்த நான்கு பிரிவுகளையும் ஏற்காமல், கடவுள் பிரிவுகளையும் ஏற்காமல், கடவுள் நம்பிக்கைகளையும் கோயில்களையும் நம்பாதவர்கள் தான் பௌத்தர்கள். அவர்கள் தான் ஆதிதிராவிடர்கள். அவர்கள் கடவுள் பிரிவுகளையும் மதப்பிரிவுகளையும் சாதிப்பிரிவுகளையும் ஏற்காதவர்கள். பிராமணர்கள் தான் உயர்ந்தவர்கள், அவர்களுக்கு கீழானவர் சத்திரியர், அவர்களுக்கு கீழானவர் வைசியர், வைசியர்களுக்கு கீழானவர் சூத்திரர்கள் என்ற ஏற்றத்தாழ்வு முறையும் ஏற்பட்டது. சில தலைமுறைனயினர்களுக்கு பின்னால் அந்தந்த பிரிவினர்களுக்குள் மட்டும் தான் பெண்ணை எடுப்பதும் கொடுப்பதுமாக வாழ்க்கை நடத்த வேண்டும் என்ற பழக்கத்தை ஏற்படுத்திக் கொண்டு இந்த நான்கு சாதிப்பிரிவினர்களுக்கும் அடிமையாக வாழ எதிர்ப்பு தந்தவர்களை ஒதுக்கப்பட்டவர்கள் என்றும், தீண்டப்படாதவர்கள் என்றும், அவர்கள் கடவுளை நம்பாதவர்கள் என்றும், நான்கு வர்ணத்தார் வணங்கும் கோயில்களுக்குள்

நுழையக் கூடாது என்றும், தொட்டால் தீட்டு, பார்த்தால் தீட்டு, தெருவில் அவர்கள் செருப்பு போட்டு நடமாடக் கூடாது, குளத்தில் எருமைகளை குளிப்பாட்டலாம் ஆனால் தாழ்த்தப்பட்ட மக்கள் எவரும் குளத்தில் இறங்கக் கூடாது, கிணற்றில் தண்ணீர் எடுக்கக்கூடாது, கல்வியை அவர்கள் யாரும் கற்க கூடாது, ஆடுமாடுகளை மேய்த்தே அவர்கள் அடிமைகளாக மற்ற நான்கு இனத்தாருக்கும் கீழ் வாழ வேண்டும் என்றும், ஆண்கள் கால் முட்டிக்கு மேல் தான் வேட்டிக்கட்ட வேண்டும், பெண்கள் ரவிக்கை அணியக் கூடாது, சொந்தமாக நிலங்களை வைத்துக் கொள்ளக் கூடாது, பொன் நகைகளை அணியக்கூடாது, குடிசை வீடுகளில் தான் வாழ வேண்டும் என்றும், மேற்கூறிய சட்டதிட்டங்களை நான்கு வர்ணத்தாரும் ஒற்றுமையாக அமல் படுத்த கடவுள் என்ற ஒரு சக்தியை உபயோகித்துக் கொண்டு, அது யாருடைய கண்ணுக்கும் தெரியாது, ஆழ்ந்த பக்தி உள்ளவர்களுக்குத்தான், கடவுள் நம்பிக்கை கொண்டவர்களுக்குத் தான் காட்சி தருவார், நம்பியவர்களுக்கு நடராசன் நம்பாதவர்களுக்கு எமராசன் என்று மக்களுக்கு நரக லோகத்தையும், பரலோகத்தையும் மதத்தின் பெயரால் பயத்தைக் காட்டி எத்தனையோ தலைமுறைகளுக்கு முன்னால் ஏற்படுத்திக் கொண்ட பாகுபாட்டால் உலகில் இன்றும் மக்களுக்குள் சமாதானம் இல்லை. போர்வெறி நீங்கவில்லை. யார் உயர்ந்தவர்கள், யார் தாழ்ந்தவர்கள், யார் பணக்காரன், யார் ஏழை, நாட்டை ஆளக்கூடிய தகுதி யாருக்கு உண்டு? என் தலைவனுக்கா? உன் தலைவிக்கா? எங்கள் தொணடர்களுக்கா? உங்கள் தொணடர்களுக்கா? எங்கள் கட்சிக்கா? உங்கள் கட்சிக்கா? நீ ஆள வேண்டுமா? நான் ஆள வேண்டுமா? மக்கள் தொகையில் எந்த சாதியர் அதிகமென கணக்கெடுத்துப் பார்? இப்படிப்பட்ட நிலை மக்களிடையே வந்துவிட்டது.

மனுதர்மமும் பகவத்கீதையும் தான் சாதி அமைப்பு முறையையும் ஏற்றதாழ்வையும் சட்டமாக ஆக்கியது. நீர் ஒதுக்கப்பட்ட சமுதாயத்தில் பிறந்து படித்து பட்டங்கள் பெற்று உயர்ந்த உத்தியோகம் செய்வது யாரால் தெரியுமா? 60 வயதுக்கு மேல் இருப்பவரைக் கேட்டால் தெரியும். அன்று நாங்கள் பட்ட துன்பம், அவமானம்

எங்களுக்கு தெரியும். இப்போது ரகசியமாக மனதுக்குள்ளே சாதியை சொல்லிக்கொண்டு, மேலுக்கு பல அதிகாரிகளுக்கு கீழ்படிகின்றார்களே தவிர, படித்தவர்கள், வழக்கறிஞர்கள், நீதிபதிகள் போன்ற உயர்ந்த உத்தியோகத்தில் உள்ளவர்கள் அனைவரும் மதத்தை நம்பும் மடையர்களாகத்தான் உள்ளார்கள். கீழ்மட்டத்திலிருந்து மேல்மட்டம்வரை கடவுளை நம்புகிறவர்கள் மதத்தை நம்பிதான் ஆக வேண்டும். மதத்தை நம்பிய பெரிய உத்தியோகஸ்தர்கள் உட்பட கட்டாயம் கோவிலுக்கு போகத்தான் வேண்டும். பக்தி வேடம் போட்டுத்தான் ஆக வேண்டும்.

சாதி முறையினால் ஏற்பட்ட தொல்லைகளை பொறுக்க முடியாதவர்கள் முகமதியர்கள் ஆட்சியின்போது முஸ்லீம்களாகவும், ஆங்கிலேயர்கள் ஆடசியின் போது கிறிஸ்தவர்களாக மாறியதிற்கு அடிப்படை காரணம் சாதி முறையின் தீண்டாமைக்கொடுமையே. இந்து மதத்தைப்போல் கற்பனைக் கதைகள் இருந்தாலும் தொடாதே வீட்டுக்குள் வராதே தீட்டுப்பட்டுவிடும் என்று முகத்தியர்களும் ஆங்கிலேயர்களும் சொல்லவில்லை. சமத்துவ கொள்கையில் தீண்டப்படாத மக்களிடம் அன்பாக நடந்துக்கொண்டு, அவரவர் மதத்திற்கு மதம் மாற்றம் அடைய செய்தார்கள். முஸ்லீம் ஆட்சியின்போது முஸ்லீம்களாகவும், ஆங்கிலேயர்கள் ஆட்சியின்போது கிறிஸ்தவர்களாகவும் தாழ்த்தப்பட்டவர்கள் மாறிவிட்டார்கள். இப்போதுதான் முஸ்லீம்களுக்குள் பல பிரிவினர்களாக கிறிஸ்த்தவர்களுக்குள் பல பிரிவினர்களாக இந்து மதத்தில் எப்படி ஏற்ற தாழ்வு மனப்பான்மையை உண்டாக்கிக் கொண்டு இருக்கிறார்களோ அதைப்போல ஏற்ற தாழ்வு கொண்டு பெண் கொடுத்தல் வாங்கல் எல்லாம் பிரிவு மனப்பான்மையோடு நடைபெறுகின்றன. முதலில் மத மாற்றம் அடையும்போது சாதி பேதங்களை பார்க்கவில்லை. வேலைக்காக உயர் பதவிக்கு ஆசைபட்டு மதம் மாறியவர்கள், பிற்காலத்தில் அம்மதங்களிலும் சாதிப்பிரிவுகளாக பிரித்துக்கொண்டு இன்றும் இந்துமத பிரிவுகளைப்போல மக்களுக்குள் அங்கும் ஒதுக்கப்பட்டு வாழ்கிறார்கள்.

மக்களுக்குள் ஏற்பட்ட முட்டாள்தனமான எண்ணங்களால் மேல்நாடுகளில் நிறங்களைக்கொண்டு கறுப்பர்கள் என்றும், வெள்ளையர்கள் என்றும் அழைத்தார்கள். ஆனால் இந்தியாவில் ஆத்தீக ஆரிய பார்ப்பனர்கள் வேதங்கள் நான்கும் (ரிக், யசூர், சாமம், அதர்வனம்), நான்கு சாதிப்பிரிவுகளையும் (பிராமணர், சத்திரியர், வைசியர், சூத்திரர்), நான்கு சாதிப்பிரிவுகளுக்குள் ஆயிரக்கணக்கில் உபசாதிகளும் ஏற்படுத்தி அந்தந்த சாதிக்குள் தான் திருமணம் செய்துக் கொள்ள வேண்டும் என்று செய்து விட்டனர். சூத்திரர் காலிலும் பிறந்தார்கள் என்ற கதைகளை சொல்ல ஆரம்பித்தார்கள். தீண்டப்படாதவர்கள் என்றும் அவர்களை கோயிலுக்குள் வரக்கூடாது என்றும், சாமிக்கு தீட்டுப்பட்டு விடும் என்றும் கூறலானார்கள். தீண்டப்படாதவர்கள் வேதங்கள் படிப்பதை கேட்கக்கூடாது. கேட்பவர் காதில் ஈயத்தைக் காய்ச்சி ஊற்ற வேண்டும் என்பது ஆரிய பார்ப்பனர்கள், சத்திரியர், வைசியர், சூத்திரர் ஆகிய நான்கு வர்ணத்தாரும் சேர்ந்து தாழ்த்தப்பட்ட மக்களுக்கு வேதத்தின் வழியாய் கொடுத்த தண்டனையாகும். ஆரியர்கள் யார் தெரியுமா? அவர்கள் தான் இந்தியாவுக்குள் ஆடுமாடுகளை மேய்க்க வந்த கூட்டங்கள். கடவுள்களையும், கடவுளச்சிகளையும் உண்டாக்கிக் கொண்டு, இதிகாச புராண கதைகளை கற்பித்து, கடவுளுக்கு யாகத்தின் பெயரால் உயிர்பலியிட செய்தவர்கள். அவர்கள் தாழ்த்தப்பட்டவர்களுக்கு இட்ட விதி என்றென்றும் அடிமைகளாகவே வாழ வேண்டும் என்பதே. திராவிடர்கள் ஆரியர்கள் கொடுத்த சாதிப்பட்டத்தை ஏற்றுக் கொண்டார்கள். மக்களுக்குள் சாதிப்பிரிவே இல்லை. மானம் உள்ளவர்கள் கண்மூடிதனமாக சாதிப்பட்டத்தை ஏற்கமாட்டார்கள்.

உள்ளத்தில் ஒன்றும் வெளியில் ஒன்றுமாக புறங்கூறி பேசும் தலைவர்கள் இருக்கவே கூடாது. தலைவன் பகுத்தறிவை போதிப்பவனாக இருக்க வேண்டும். உண்மை தலைவனால் உலக மக்களை மகிழ்ச்சியோடு வாழ வைக்க முடியும். போலி தலைவன், சுயநலத்திற்காக, மக்களுக்குள் கலகத்தை உண்டாக்கிக் கொண்டு, வதந்திகளை, பொய்யை, கற்பனை கதைகளாக நாவன்மையால் நம்பிட செய்யும் துரோகங்களைத் தான் மக்கள் நம்புகிறார்கள். நல்லது எது கெட்டது எது என்று புரிந்துக் கொள்ள

முடியாதபடிக்கு ஒரே பொய்யை (நடக்காத நிகழ்ச்சியை) எட்டுமுறை எல்லா மக்களிடத்திலும் சொல்வானானால் அது உண்மை என்று எதையும் செய்ய மக்கள் கூட்டம் புறப்பட்டு விடும். 31.06.99ல் உண்மையாக நடந்த ஒரு பெரிய போராட்டத்தை விளக்கமாக எழுதுகிறேன். படித்துப் பாருங்கள். தன் மகள் பருவத்தின் கோளாறுகளால் காதல் ஏற்பட, மனப்பூர்வமாக, தாழ்ந்தவர் நாமல்லடா பாதியில் தாழ்த்தப்பட்டோமேயடா என்பதை அறிந்த தாழ்த்தப்பட்ட சமுதாயத்தில் பிறந்த வாலிபனை காதலித்தாள். அதனை அறிந்த பெண்ணின் தந்தை, தாயார் மற்றும் உறவினர் அனைவரும் தாழ்த்தப்பட்டவனை மறந்து விடு, நாங்கள் நம் இனத்தில் வேறொருவனுக்கு திருமணம் செய்து வைக்கிறோம் என்று மகளை அடக்கி, வீட்டைவிட்டு வெளியே போகக்கூடாது என்று கட்டுக்காவல் போட்டார்கள். அடக்குமுறை அதிகரித்தால் ஆவேசம் அதிகரிக்கும் என்பதை சாதி வெறிபிடித்தவர்களுக்கு தெரியாது. பெற்றோர்களுக்கும் புரியாது. நம் காதலை இந்த சண்டாளர்கள் இருவர் வீட்டிலும் எதிர்க்கிறார்களே! நாம் எப்படியும் சேர்ந்தே வாழ வேண்டும். நாம் வாழ்ந்தே காட்டுவோம். இல்லையேல் இருக்கவே இருக்கிறது கடைசி ஆயுதம் மரணம் காட்டும் தூக்குக்கயிறு என்று நினைத்த இளஞ்ஜோடிகள் சமயத்தை பார்த்து வீட்டை விட்டு வெளியேறுகிறார்கள். பதிவு திருமணம் செய்துக் கொள்கிறார்கள். 18 வயது ஆன பிறகு ஆண் பெண் இருபாலர்களும் மனமொத்து திருமணம் செய்துக் கொள்ளலாம் என்பது சட்டம் என்பதை அறிந்து தான் காதலித்தவர்களை பெற்றோர்கள், சாதியர்கள் எதிர்த்தாலும், எதிர்நீச்சல் போட்டு திருமணம்செய்துக் கொள்கிறார்கள். உடனே அவ்வெறியை மனதில் கொண்டு எவ்வளவு திமிர் இருந்தால் அந்த ஊர் பையன் தன் மகளை மயக்கி திருமணம் செய்துக் கொண்டான். அவன் ஊருக்கே பாடம் கற்பிக்க வேண்டும். அதற்கு என்னவழி தெரியுமா? ஊர்மக்களை ஒன்றுபடுத்த நமது தலைவனுக்கு தெரியும். வாருங்கள் என்று சொல்லிக் கொண்டே வந்து உட்கார்ந்தான் பெண்ணின் தந்தை. அந்த சமயத்தில் கார் ஒன்றில் தலைவனும் உயிர் காப்பாளர்கள் ஐந்து பேரும் வந்து, அருமை உடன்பிறப்புகளே! இரத்தத்தின் ரத்தமே! வன்னிய இளஞ்சிங்கங்களே! நம் இன பெண்ணின் பாவாடையை அவிழ்த்துள்ளான். ஜோட்டியை பிடித்து இழுப்பது ஜாக்கெட்டை கழற்றச் சொல்வது போன்ற செயல்களை செய்தவனை தக்கமுறையில்

விசாரணை செய்து தண்டனை கொடுங்கள் என்று மனு எழுதிக் கொடுத்து ஒருவாரம் ஆகிறது. காவல் துறையினா் எந்தவித நடவடிக்கையையும் எடுக்கவில்லை. இது நீதியாகுமா? என்று எண்ணி பாருங்கள். ஆகவே நாளை 8 மணிக்கெல்லாம் பாணாவரத்திற்கு வர வேண்டும். நீங்கள் நடக்க வேண்டாம். நாங்கள் லாரிகளை அனுப்புகிறோம். வாருங்கள் இரண்டில் ஒன்று பாா்த்து விடுவோம். காவல் நிலையத்தை தாக்கிவிடுவோம். நீதியைக் கேட்போம். சுற்றுவட்டார சுத்த வன்னிய குலசத்திரியனாக இருப்பவரெல்லாம் நீதிக்காக போராட நாளை வருவதாக வாக்கு கொடுத்துள்ளாா்கள். நீங்கள் என்ன சொல்லுகிறீா்கள். நேற்று நம் குல பெண் அந்த ஊரில் அவமானப்படுத்தப்பட்டாள். தட்டிக் கேட்கவில்லை என்றால் நாளை நம் ஊருக்கே வந்து நமது பெண்மணிகளை அவமரியாதை படுத்துவாா்கள். ஆகவே ஒன்று கூடுவோம். நமது உரிமைகளை கேட்போம். இப்படி ஒவ்வொரு ஊரிலும் பொய்யான நிகழ்ச்சிகள் நடந்ததாக கூறப்பட்டதின் விளைவு பலதிசைகளிலிருந்து வரும் ஆற்று நீா் கடைசியாக கடலில் கலப்பது போல சுற்று வட்டாரங்களின் மக்கள் ஒன்று சோ்ந்து வாய்க்கு வந்ததெல்லாம் பேசினாா்கள். காவல் நிலையத்தை நோக்கி கல் எறிந்தாா்கள். நான்கு காவல்துறை வேன்களின் கண்ணாடியை உடைத்தாா்கள். ஆறு காவல்காரா்களை உதைத்தாா்கள். ஒரே கூச்சல், குழப்பம். சரித்திரம் பலமுறை கண்ட சம்பவம். இரு தரப்பிலும் போலீசாா் கைது செய்வாா்கள். சிறைச்சாலைக்கு அனுப்புவாா்கள். ஆனால் பாணாவரத்தில் நடந்த சம்பவம் என்ன தெரியுமா? யாரோ ஒருவன் குடித்துவிட்டு கொடுக்கல் வாங்களில் சண்டை. நீதியை கேட்க ஊா் சாதி பெரியவா்களை நான்கு பேரை அழைத்து வந்து பஞ்சாயத்து செய்ய, அந்த சமயம் ஒருவரை ஒருவர் அடித்துக் கொள்ள, பிறகு காவல் நிலையத்திற்கு தெரியப்படுத்த, உதவி துணை ஆய்வாளா் சண்டையை விசாரிக்க கால தாமதம் செய்ய இந்த நிகழ்ச்சியைக் கொண்டு இது தான் சமயம், சாதிக்கலவரத்தின் பெயரால், தாழ்த்தப்பட்ட வாலிபா்களை உதைக்க வேண்டும் என்ற எண்ணத்தில் முன்பு சொன்னது போல் தன்னுடைய நாவன்மையால் பொய்யான நிகழ்ச்சிகளை சொல்ல சொல்ல உண்மை என்று மக்களை நம்பிட செய்துவிட்டாா்கள் இந்த சாதி தலைவா்கள். இவா்கள் அரசியல் கட்சிகளாக சமயத்திற்கு தகுந்தபடி பெயா் சூட்டிக் கொண்டு நாட்டு மக்களை

சிந்திக்க விடாமல், பணத்திற்கும் குடிக்கும் தொண்டர்களை அடிமைப்படுத்திக் கொண்டும், அடியாட்களாக வைத்துக் கொண்டும் வாழ்க்கை நடத்துகிறார்கள். Why should two bald man fight for a comb? இரண்டு வழுக்கை தலையர்கள் ஒரு சீப்பிற்காக ஏன் சண்டை போட வேண்டும் என்பதை அறியாமல் மக்கள் வாழ்ந்து வருகிறார்கள். தன் மகள் கலப்பு திருமணம் செய்துக் கொண்டதை மனம் பிடிக்காதவரும், டீ.சி. நிலத்தில் சட்டபடி லட்சகணக்கில் செலவு செய்து கட்டிய திருமண மண்டபத்தை அரசாங்கம் ஏற்றுக் கொண்டதை அறிந்துக் கொண்டவரும், 31.06.1999ல் சுற்று வட்டார வன்னியர்கள் சுமார் 3000 பேரை பாணாவரத்திற்குள் அழைத்து வந்து ஒரு பெரிய போராட்டத்தை உண்டாக்கி கடைகளை கொளுத்தி, தாழ்த்தப்பட்ட தாமஸின் வீட்டுக்குள் புகுந்து சாமான்களை உடைத்து தெரு தெருவாக போராட்ட வீரர்களாக நினைத்துக்கொண்டு கலகத்தை செய்தார்கள். போலிஸ் தடியடி செய்த பிறகு துணியும் காணோம் துண்டும் காணோம் என்று ஓட்டம் பிடித்தார்கள்.

புறப்படுங்ள் புறப்படுங்கள் வன்னிய சிங்கங்களே! புறப்படுங்கள் புறப்படுங்கள் யாதவர் சிங்கங்களே! புறப்படுங்கள் புறப்படுங்கள் முதலியார் சிங்கங்களே! புறப்படுங்கள் புறப்படுங்கள் நாயுடு சிங்கங்களே! புறப்படுங்கள் புறப்படுங்கள் முக்குளத்தோர் சிங்கங்களே! செட்டியார் சிங்கங்களே! பிராமணர் சிங்கங்களே! ஆச்சாரியார் சிங்கங்களே! நாவிதர் சிங்கங்களே! இப்படி சாதியின் பெயரின் சொல்லிக் கொண்டு தேர்தலுக்காக தலைர்கள் மக்களை தூண்டி கெடுக்கலாமா?

அருமை இளைஞர்களே! உங்களை கேட்கிறேன். நீங்கள் எதிர்கால சமுதாய மக்களை அறிவுப்பாதையில் அழைக்க போகின்றீர்களா? அல்லது அழிவு பாதையில் அழைக்க போகின்றீர்களா? நன்றாக சிந்தித்து பாருங்கள். தந்தை பெரியார் சாதி கூடாது என்று சாதி ஒழிப்பு மாநாடு போட்டு காலமெல்லாம் உழைத்தார் பேசினார். ஆனால் அவர் பெயரைச் சொல்லிக் கொண்டு சாதி மாநாடு போட்டுக்கொண்டு சாதிக்கட்சிகளாக தேர்தலில் அபேட்சகர்களை போட்டிகள் போட செய்வது மறைந்த தலைவர்களுக்கு

செய்யும் துரோகம் அல்லவா? இந்துக்கள் கொடுத்த கொடுமைகளுக்காக தங்களிடம் நான் மன்னிப்பு கேட்கிறேன். இனி அவ்வாறு தீண்டாமை கொடுமைகள் நடைபெறாது என்று டாக்டர் அம்பேத்கரிடம் காந்தியார் சொன்ன சொல் என்ன ஆனது? மானங்கெட்டவர்களே! திருடர்களே! அய்யோக்கியர்களே! சூட்சிக்காரர்களே! கொலைக்காரர்களே! சாதிப்பேரால் மீண்டும் கட்சிகள் ஏன்? தலைவர்கள் ஏன்? தொண்டர்கள் ஏன்? அன்று அறிவுடைய மூதாட்டியார் சாதி இரண்டொழிய வேறில்லை என்றார். ஆகவே மனித சாதி இரண்டு தான் - ஆண், பெண்.

டாக்டர். அம்பேத்கர் 17வது சரத்துப்படி தீண்டாமை அடியோடு அழிக்கப்பட வேண்டும் என்று சட்டம் எழுதியும், சாதிக்கலவரத்தை உண்டாக்கி, குடிசைகளை கொளுத்தியும், கொலைகள் செய்வதற்காகவுமா மறைந்த தலைவர்கள் சுதந்திரம் வாங்கித் தந்தார்கள்? அசோக மன்னனைப் போல் பஞ்சசீலக் கொள்கைகளை வெண்புறாக்கள் மூலம் ஆதரித்து உலக சமாதானத்திற்காக பேசி வந்த பிரதமர் நேருஜி போன்ற தலைவர்களின் தியாகத்தை மறப்பதற்காகவா சுதந்திரம் பெற்றோம்? அரசியல் என்பது வியாபாரம் அல்ல, வாங்கி விலைக்கு விற்று இலாபம் அடைய. ஏற்றுமதி இறக்குமதி ஆகியவற்றை கணக்கிட்டு வியாபாரம் செய்வதைப் போன்றது அல்ல. பேராசை அற்றவர்கள், நல்லொழுக்கம் உள்ளவர்கள், சுயநலமற்றவர்கள், சகிப்புத்தன்மை உள்ளவர்கள், பொறாமை குணம் இல்லாதவர்கள், நீதிக்கும் நேர்மைக்கும் மரியாதை கொடுக்கக் கூடியவர்கள் தான் நாட்டை ஆள தகுதி உடையவர்கள். ஆகவே இனி நமது இந்திய குடியரசு நாட்டில் சாதி மாநாடுகளை போட்டு மக்களை துாண்டிவிடும் தலைவர்களுக்கு 17-வது அரசியல் சட்டத்தை பயன்படுத்தியே முட்டிக்கு முட்டி தட்டி மூலையில் உட்கார வைத்து திருத்த வேண்டும்.

கடந்த 09.10.2003-ல் பஞ்சாயத்து தலைவர் பதவிக்கு தேர்தல் நடைபெற்றது. பொது வேட்பாளராக அழகர் போட்டி இட்டார். அமோக வெற்றிப்பெற்றார். பாப்பாபட்டி ஊராட்சி மன்ற அலுவலகத்தில் பதவி ஏற்பு விழா நடைபெற்றது. கதர் வேட்டி அணிந்து

பொது மக்களுடன் ஊர்வலம் வந்தார். பாப்பாபட்டி முன்னால் M.L.A. மறைந்த மூக்கையா தேவர் சிலைக்கு பொது மக்கள் சார்பில் பஞ்சாயத்து தலைவர் மாலை அணிவித்தார். உதவி தேர்தல் அதிகாரி ராம் மனோகர் லோகியா முன்னிலையில் பதவி பிரமானம் எடுத்துக் கொண்ட அழகர் காலை 10.15 மணிக்கு பதவியேற்றதற்கான கையெழுத்துப் போட்டார். பதவியேற்ற 5 நிமிடத்தில் தயாராக வைத்திருந்த ராஜினாமா கடிதத்தை தேர்தல் அதிகாரியிடம் கொடுத்தார். அதிகாரி கடிதத்தை வாங்க மறுத்தனர். முறைபடி தபாலில் அனுப்பி வையுங்கள் பெற்றுக் கொள்ளுகின்றோம் என்றார். அதன்படியே அழகர் ராஜினாமா கடிதத்தை தபாலில் அனுப்பினார். ராஜினாமா கடிதத்தில் நான் அருந்ததியர் சமூகத்தை சேர்ந்தவன். என்னை மேல் சாதியனரான பறையர் அதைவிடமேல் சாதியனரான பள்ளர் இனத்தவர்கள் இந்த தேர்தலில் என்னை எதிர்த்துப் போட்டியிட்டனர். அவர்கள் தோல்வி அடைந்ததால் என் மீது பொறாமையில் உள்ளனர். இந்த காரணத்தால் நான் பாப்பாப்பட்டி பஞ்சாயத்து தலைவர் பதவியில் நீடிக்க விரும்பவில்லை. எனது பதவியை ராஜினாமா செய்கிறேன் என்று அழகர் எழுதி இருந்தார். அதன்பிறகு அவர் நிருபர்களிடம் கூறிய போது எனது குடும்ப சூழ்நிலை, உடல்நிலை சரியில்லாத காரணத்தால் பதவியை ராஜினாமா செய்கிறேன் என்றார். ஒரு குழு அமைப்பு வகுப்பு பேதங்களுக்கு வழி வகுக்கிறது. அடிமையாக பிறந்தவர் அடிமையாகவே நீடிக்கின்றனர். ஆதிக்கம் உடையோர் ஆதிக்கம் உடையோராகவே இருக்கின்றனர். சிலருக்கு இருக்கும் சுதந்திரம் பலருக்கு இல்லை என்பதே இதன் பொருள். சிலருக்கே இருக்கும் சமத்துவம் பெரும்பான்மையோருக்கு இல்லை என்பதே இதன் பொருள். சரித்திரத்தை மீண்டும் மீண்டும் புரட்டி பாருங்கள். மதவெறி மக்களிடம் என்றுதான் மறையும்? சாதி வெறி என்றுதான் மறையும்? எண்ணிப்பார்த்தால் முடியாது என்று யாரும் நம்ப வேண்டாம். மனிதனின் மலத்தை மனிதனே சுத்தம் செய்து தலையில் சுமக்கும் காலம் மாறிவிடும். மனிதனை உட்கார வைத்து மனிதனே இரு கையால் ரிக்ஷா இழுத்த காலமும், காலால் மிதித்து (சைக்கில் ரிக்ஷா) பயணம் செய்த காலமும் மாறவில்லையா?

நாட்டின் எதிர்காலத்தில் இளைஞர்களின் நல்லாட்சி மலர இன்றைய அரசியல்வாதிகளுக்கும் தொண்டர்களுக்கும் ஆசிரியர்களுக்கும் அன்போடு அறைகூவல் விடுகிறேன். தெரிந்தோ தெரியாமலோ, எப்படியோ, யாரோலோ உண்டாக்கப்பட்ட கடவுளால் மத சண்டை, சாதி சண்டை ஏற்பட்டு விட்டது. அக்கால அரசர்களும், சிற்றரசர்களும் சின்னாபின்னமாக பிரிந்தார்கள். ஒற்றுமை இல்லாமல் சண்டை போட்டு இறந்தார்கள். நமக்கு வரலாறு வழிகாட்டுகிறது. இனியும் நாம் கண்மூடிதனமாக இல்லாமல் பகுத்தறிவு பாதையில் மக்களை அழைத்துச் செல்ல பகுத்தறிவாதிகளாக மாற வேண்டும். சரித்திரத்தைப் புரட்டிப்பாருங்கள். புரிந்தோ, புரியாமலோ, எப்படியோ, வரலாற்றை மறந்தோ, சாதியின் பேரால் மாநாடு போட்டார்கள் என்பதற்காக எங்களுக்கும் மானம் இருக்கிறது, சூடு, சுரணை இருக்கிறது, எங்களுக்கும் அறிவு இருக்கிறது, உங்கள் சாதிக்கு மட்டும் சலுகையா? எங்களுக்கும் வேண்டும் என்று சாதி மாநாடு போடுகிறார்கள். நாமும் ஒரு சாதி தானே! நம்மிடம் மக்கள் தொகை இல்லையா? லாரிகளைப் பார். கார்களையும் பார், மோட்டர் சைக்கில்களை பார், ஊர்வலத்தைப் பார் என்று பணக்காரர்களிடமிருந்து பணத்தைப் பெற்று ஏழை மக்களை வாகனங்களில் ஏற்றிவந்து மாநாடு போட்டு அவர்களுக்கு சாதி ஊசி போடலாமா? ஆண்கள் செய்ய வேண்டிய கடமைகள் பெண்கள் செய்ய வேண்டிய கடமைகள் என்று ஒருவர் சொல்லிதான் அறிந்துக் கொள்ள வேண்டும் என்று சட்டம் கிடையாது. பருவத்தால் நல்லது கெட்டது எது என்பதை அவர்களே அறிந்து சாதி, குலம், கோத்திரம், மதம், சாஸ்திரம், சம்பிரதாயம் ஆகியவற்றை எண்ணிப் பார்க்காமல் கணவனையோ, மனைவியையோ தேர்ந்தெடுக்கும் உரிமைகளை அவர்களுக்கு தர வேண்டும். ஆடுமாடுகளை மேய்க்க வந்த ஆரியர்களால் நான்கு வகை சாத்திரங்களும், நான்கு வகை சாதிகளும் பிரிக்கப்பட்ட பிறகு நாலாயிரம் சாதிகளாக பெயர் சூட்டிக் கொண்டு, முற்காலம் முதல் இக்காலம் வரை மதத்தின் பெயராலும் கடவுள் சாதிப்பெயராலும் போராட்டங்கள் தீர்ந்த பாடில்லை.

தாழ்த்தப்பட்ட மக்களும் வறுமையால் வாடி இருக்கும் ஏழை மக்களும் கோதுமையும், அரிசியும் எண்ணெய்யும் கிடைக்கும் என்பதற்காக ஆங்கிலேய

மதபோதகர்கள் மூலம் மதமாறினார்கள். கிறிஸ்த்தவர்களாக மாறியவர்களுக்கு அடையாளம் தெரிந்துக்கொள்ள வேண்டும் என்பதற்காக ஜான் கோப்பால், ஜான் கந்தன் இப்படி பெயர் மாற்றிக் கொண்டார்கள். கிறிஸ்தவர்கள் வரும் முன் முஸ்லீம்கள் ஆட்சியில் இந்துகள் செய்த அவமானத்தை தாங்கிக்கொள்ள முடியாமல் முஸ்லீம்களாக மாறினார்கள். இங்குள்ள அத்தனை முஸ்லீம்களும், கிறிஸ்த்தவர்களும் தாழத்தப்பட்ட மக்களே என்பதை சரித்திரம் மறைக்காது.

நம் நாட்டுக்குள் ஏற்கனவே 1. பிராமணர் 2. சத்திரியர், 3. வைசியர், 4. சூத்திரர் ஆகிய நான்கு சாதிப் பிரிவுகளோடு 1. ரிக்வேதம், 2. சாமவேதம், 3. யசூர் வேதம், 4. அதர்வன வேதம் ஆகிய நான்கு வேதங்களின் சூழ்ச்சி உச்சத்தில் இருந்தது. அறிவுலக மேதை டாக்டர் அம்பேத்கர் அவர்களுடைய எண்ணங்களை ஈடேற்ற வேண்டாமா?

1. தீண்டாமையின் ஆணிவேர் சாதியின் அமைப்பு
2. சாதி அமைப்பின் ஆணிவேர் வர்ணாசிரமம்.
3. வர்ணாசிரமத்தின் ஆணிவேர் பார்ப்பனீயம்
4. பார்ப்பனீயத்தின் ஆணிவேர் அரசியல் அதிகாரம்.

இக்காலத்தில் எப்படி ஆட்சியை பிடிக்க தந்திரங்களை பின்பற்றி மக்களின் ஆதரவு பெற்று ஆட்சியை அமைத்து வருகின்றார்களோ இதைப் போலவே அக்காலத்தில் ஆட்சியின் அதிகாரத்தை வஞ்சகத்தால் சத்திரியர், வைசியர், சூத்திரர் ஆகியோரின் ஆதரவு பெற்று வெற்றிக்கண்டது. ஆதி திராவிடர் மக்களை பார்ப்பனீயம் சூட்சியால் வெற்றிக்கண்டது தான் உண்மை என்று இன்றைய நிகழ்ச்சிகளைக் கொண்டே அக்கால வரலாற்றினை பகுத்தறிவாதிகள் அறிந்துக் கொள்வார்கள்.

> Turn in all the direction you like. Caste is the monster that crosses your path. You cannot have political reform, you cannot have economic reform unless you kill that monster.

நீ எந்த திசை நோக்கினாலும் சாதி குறுக்கிடுவதைப் பார்க்கலாம். சாதி என்ற பேய் ஒழியாத வரை அரசியல சீர்திருத்தமோ, பொருளாதார சீர்திருத்தமோ ஏற்பட போவதே இல்லை என்று உலக அறிஞர் டாக்டர் அம்பேத்கர் கூறி இருக்கிறார்.

The group set up leads to startification of classes.
ஒரு குழு அமைப்பு வகுப்பு பேதங்களுக்கு வழிவகுக்கிறது.

Those who are master remain a master and those who are born slave remain as slaves. Owners remain owners, workers remain workers. The previleged remain previleged and serfs remain Serfs.
ஆதிக்கம் உடையோர் ஆதிக்கம் உடையோராகவும், அடிமையாக பிறந்தவர் அடிமையாகவும் நீடிக்கின்றனர். உடைமையாளர் உடைமையாளாராகவும், உழைப்போர் உழைப்போராகவும் நீடிக்கின்றனர். ஆண்டைகள் ஆண்டைகளாகவும், அடிமைகள் அடிமைகளாகவும் நீடிக்கின்றனர். இந்த கொடுமைகளை ஆப்ரகாம் லிங்கன் அமெரிக்காவிலும் டாக்டர் அம்பேத்கர் இந்தியாவிலும் பகுத்தறிவு என்ற நெருப்பால் சுட்டெரித்து அன்பு நீரால் அனைத்து விட்டார்கள்.

Buddha did not believe in superstition. He fought against untouchables.
புத்தர் மூடநம்பிக்கையை நம்பவில்லை. அவர் தீண்டாமையை எதிர்த்து அறிவுப்போர் புரிந்தார்.

Equality not between man and man only but also woman.
சமத்துவம் ஆணுக்கு ஆண் மட்டும் அல்ல. பெண்ணுக்கும் உண்டு என்று புத்தர் போதித்தார்.

15.08.1947ம் நாளை துக்கநாளாக தந்தை பெரியார் கூறினார். ஏனென்றால் வெள்ளையர்களுக்கு பதிலாக பார்ப்பனருடைய ஆட்சியாக மாறும் என்று அறிக்கை விட்டார். நமது முன்னோர்கள் செய்த செயல்களால் நான் அவர்களை முட்டாள் முன்னோர்கள் என்று சொல்லுகின்றேன். காரணம் இன்று நாம் விஞ்ஞான அறிவைக் கொண்டு பார்க்கும் போது, அக்காலத்தில் சாதிப்பிரிவுகளாக மக்களைப் பிரித்து தொழில்களின் பெயரால் சாதிப் பெயரைச் சூட்டி, அவர்கள் ஏற்படுத்திக் கொண்ட வாழ்க்கை முறையே சாதியை ஆழப்படுத்தியது. இந்தியன் என்றால் சாதியை ஏற்றுக் கொள்ள வேண்டும். கடவுள் நம்பிக்கை கொள்ள வேண்டும். மதத்தை நம்ப வேண்டும் என்றாகிவிட்டது. ஒரு பக்கம் சாதிகள் கூடாது என்றும் மறுபக்கம் அந்த அந்த சாதியில் மணமக்களை தேடி திரிவதும் தேவைதானா? இவர்கள் அல்லவா நாட்டின் மக்களின் துரோகிகள். சினிமா மூலம் புரட்சிக்கொள்கைகளையும், வசனங்களையும், பாடல்களையும் பாடியும் நடித்தும் சாதிப்பிரிவுகளை மக்கள் மனதைவிட்டு நீக்க முடியவில்லையே. உசிலம்பட்டி, உத்தமபுரத்தைப்போல, சாதிவெறி மக்கள் மனதைவிட்டு நீங்கவில்லையே! மறையவில்லையே!

வாசகர்கள் நலன் கருதி சலுகை கட்டணத்தில் வெளியிடும் இப்பகுதியில் சரியான தகவல்களை மட்டுமே தெரிவித்து பயன்பெறுமாறு அன்புடன் கேட்டுக்கொள்ளுகிறோம். விளம்பரங்களில் இதையும் மீறி ஏதேனும் தவறான தகவல்கள் வருமானால் அதற்கு விளம்பரம் கொடுப்பவரே முழுபொறுப்பினை ஏற்றுக்கெள்ளவேண்டும் என்பதையும் தெரிவித்துக் கொள்ளுகிறோம். மணப்பந்தல் அனைத்து திங்கள் அன்று வெளிவரும் சேவை என்று குறிப்பு சொல்லி தேவேந்திரகுலம், செட்டியார், நாடார், இதர சாதிகள், முதலியார், யாதவர், தேவர், ஆதி திராவிடர், நாயுடு, முஸ்லீம், பிள்ளை, கிறிஸ்த்தவர், போயர், வண்ணியர், பிராமணர், கவுண்டர், ரெட்டியார், விசுவகர்மா, முத்தரையர் இவ்வாறு மணபந்தல் முறையை சாதிப்பிரிவுகளாக மணமகன், மணமகள் தேவை என்று விளரம்பரம் படுத்த வேண்டாம். இதன் பெயர் சேவையாம். வாரப் பத்திரிக்கை, மாதப்பத்திரிக்கை நடத்துவோர் விளம்பரத்தின் மூலம் பணத்தை சம்பாதிக்க

திருமண விளம்பரங்களில் ஒரே சாதியில் வரண்களை தேட வசதி செய்துக் கொடுக்கிறார்கள். மதத்தையும் சாதிகளையும் சொல்லிக்கொண்டு திரியக்கூடாது என்று அனைத்து பத்திரிக்கையாளரும் எழுதிகொண்டே இப்படி செய்வது நியாயமா? எந்த கடவுளும் தீவிரவாதிகளையும், கொலைகாரர்களையும் கொல்லவில்லையே என்று ஏன் எந்த பத்திரிக்கைகாரர்களும் எழுதவில்லை? மக்கள் அனைவருமே பத்திரிக்கைகளை பார்த்துதான் பேசுகிறார்கள். பத்திரிக்கை நடத்தும் அனைவரும் ஆத்தீகவாதிகளையும் சாதிப்பித்தர்களையும் திருத்தவேண்டும். கூத்தாடிகள் ஒருநாள் வேடத்திற்காக பக்குவமாக ஊர்மக்களிடம் ஆளுக்கு தகுந்தவாறு ஆமாம்சாமி போடுவார்கள். நேற்று அந்த ஊரில் எங்களுக்கு எப்படியெல்லாம் உணவளித்து வாழ்த்தினார்கள் தெரியுமா என்று நாடக ஆசிரியர் பெருமையாக பேசுவார். குறைகளை மட்டும் சொல்லமாட்டார்கள். பத்திரிக்கையாளர்களும் நமக்கு என்ன என்று எந்த கட்சிக்காரன் எதை சொல்லுகிறானோ அதையெல்லாம் எழுதக்கூடாது. இனிமுதாலவது மதங்களுக்கு இடம் தர வேண்டாம். கடவுளைப் பற்றி ஆன்மிக பகுதிகளையும், வேதங்களை, சாத்திரங்களை சொல்லும் கதைகளையும், ராசிபலன்களையும் எழுதக்கூடாது. பேசும் சுதந்திரம், எழுதும் சுதந்திரம் உண்டு என்பதற்காக மூடர்களாய், முட்டாள்களாய், அய்யோக்கியர்களாக, திருடர்களாக கொலைக்காரர்களாய் இருக்கக்கூடாது. நாட்டுப்பற்றும், உலகப்பற்றும் மறந்தவனாய் ஒரு மனிதனும் இருக்கக்கூடாது. பௌத்த மார்க்கத்தை மறைக்க முடிந்ததே தவிர ஒழிக்க முடியவில்லை. ஆகவே எதிர்கால மக்கள் நல்ல சமுதாயத்தில் வாழ வேண்டுமானால், இன்றைய மாணவ மாணவிகள் மூலம் பகுத்தறிவு பாதையை பத்திரிக்கையாளர்கள் காட்டவேண்டும். பல் உடைவதும் நாவாலே, பல்லக்கு ஏறுவதும் நாவலே என்பதை அறிந்து பத்திரிக்கையாளர்களால் மட்டும்தான் எளிதில் பகுத்தறிவு பாதையில் அழைத்துச்செல்லமுடியும். நீ உன்னை மட்டும் யோக்கியனாக்கிக் கொண்டால் போதும் அதனால் ஒரு அய்யோக்கியன் குறைந்திருக்கிறான் என்பதை பத்திரிக்கை நடத்துவோர் அறிந்திடவேண்டும்.

இவ்வளவு சொல்லியும் புரியாத மக்களுக்கு இதையும் கூற விரும்புகிறேன். எருமையை நீங்கள் பார்த்திருக்கிறீர்கள் அல்லவா? பசு மாடுகளையும் பார்த்திருக்கிறீர்கள் அல்லவா? எங்கேயாவது, எப்போதாவது, எந்த ஊரிலாவது எருமைகடா பசுவுடன் சேர்ந்து கன்று போட்டிருப்பதை பார்த்திருக்கிறீர்களா? விடை இல்லை என்று தான் தெரியும். ஆனால் நீர் நான்கு வகை சாதி என்று சொல்லுகிறாயே தெரியுமா? அதாவது பிராமணர், சத்திரியர், வைசியர், சூத்திரர் என்று சாதியின் பேரால் மக்களுக்குள் கலகத்தை உண்டாக்கிக்கொண்டு திரிகின்றாயே! மனிதா, சிந்தித்துப்பார். இந்த நான்கு பிரிவில் உள்ள ஆண்களில் மிக தாழ்ந்த குலத்தில் பிறந்தவனுடன் மிக உயர்ந்த குலம் என்று சொல்லுகிறாயே அந்த பெண்ணும், பிராமண ஆணுடன் சத்திரிய பெண்ணையும், சத்திரிய ஆணுடன் பிராமண பெண்ணையும், வைசிய பெண்ணுடன் சத்திரிய ஆணையும், வைசிய ஆணுடன் சூத்திர பெண்ணையும் சூத்திர ஆணுடன் வைசிய பெண்ணையும் சேர்த்து திருமணம் நடத்திப் பாருங்கள். குழந்தை பிறக்கும் அல்லவா? பார்த்திருக்கிறோம் அல்லவா? இன்னும் உனக்கு தெளிவான புத்தி வரவில்லையா? 2500 ஆண்டுகளுக்குமுன்னால் கபிலர் என்பவர் மேற்கூறிய கருத்துக்களை உள்ளடக்கி,

நால்வகைச் சாதி யிந்நாட்டில் நீர் நாட்டினீர்
மேல் வகை கீழ்வகை விளங்குவது ஒழுக்கல்
பெற்றமும் எருமையும் பிறப்பினில் வேறே
அவ்விரு சாதியாலாண் பெண் மாறிக்
கலந்துக் கருபெறல் கண்டதுண்டோ?
ஒருவகை சாதியாம் மக்கட் பிறப்பில்
ஈரிரு வகையாக நீரியம்பிய குலத்து
ஆண் பெண் மாறி அணைதலும் அணைந்தப் பின்
கருப்பொறை உயிர்ப்பதும் காண்கின்றிலிரோ?
எந்நிலத்தெந்த வித்(து) அங்குரிதிடுமலால்

மாறி வேறாகும் வழக்க யொன்றிலையே? என எழுதியுள்ளார்.

As you are seeing the cow and the bufflow are different breeds. Among these two groups, have you ever seen that the male and the female had inter-changed and gave birth to a calf. You will find the answer No. But among the four varnas which you established among the human race, will it be possible that the inter change of a male from the lowest varna and a female from the highest varna uniting to give birth to a child?

அக்பர் காலத்தில் இந்துக்களும் முஸ்லீம்களும் சமாதானத்தோடு வாழ இந்துகளுக்கு தனது ஆட்சியில் உயர்ந்த பதவிகளைக் கொடுத்ததோடு அக்பரே இந்து பெண்களை திருமணம் செய்துக் கொண்டு ஆட்சிபுரிந்தார் என்று படிக்கின்றோம்.

குழந்தைகளுக்கு உணவளித்து உடைகளை உடுத்தி பள்ளிக்கு வாகனங்கள் மூலம் ஆட்டோ மூலம் அனுப்பும் காட்சிகளையும், பள்ளிக்கு குழந்தைகளை நடக்க வைத்து பள்ளியின் வாசலில் விடும் காட்சிகளையும், பள்ளி முடிந்ததும் அவர்களை அழைத்துவரும் காட்சிகளையும் பார்க்கிறோம். எது வரையில் இந்த நிகழ்ச்சிகள்? பிள்ளைகள் தானே தனியாக பாதையின் ஓரம் நடந்துச் செல்லும் முறைகளையும், பள்ளிக்கூடத்திலிருந்து தனியாக வீட்டிற்கு வரும் சக்தி பிள்ளைகளுக்கு ஏற்படும்வரையும் ஒவ்வொரு பெற்றோரும் புத்தகப்பையை தூக்கிச் செல்லும் காட்சிகளைப் பார்க்கிறோம். எதுவரை? குழந்தைகள் பருவம் அடையும் வரை. பெற்றோர்களுக்கு மத உணர்வு, சாதி உணர்வு உண்டு என்றாலும் சிறுவர்களுக்கும், சிறுமிகளுக்கும் தெரியாது. புரியாது. சமத்துவ கொள்கைளுடன் பாசத்தோடு பள்ளிப்பிள்ளைகளின் நட்புமுறை பிரிக்க முடியாத அளவிற்கு வளர்ந்து அவரவர் வீட்டிற்குச் சென்று அறிமுகமாகி பழகும் நிகழ்ச்சிகள் அனைத்து பெற்றோர்களும் அறிந்ததே. அதே நட்பு தான் பருவத்தின் கோளாருகளால், காதலாக மாறி, வாழ்க்கை துணைவர்களாக வாழ முடிவெடுக்கும் போது பெற்றோர்களால் தடை ஏற்பட காதல் கண்ணீர் உண்டாகிறது. காதலனா? பெற்றோரா? காதலியா?

பெற்றோரா? இரண்டில் ஒன்று சொல் என்று வினா எழுப்ப, வினாவிற்கு பதில் சொல்ல முடியாமல் காதல் கண்ணீரோடு தவிக்கும் பிள்ளைகள் ஏராளம். மதவெறியர்களும், சாதிவெறியர்களும் சாதிக்கண்ணீரையும், காதல் கண்ணீரையும் நீக்கமாட்டார்கள். அவர்களுக்கு தெரிந்ததெல்லாம் கடவுள் கண்ணீர் தான். அவர்களுக்கு நீதி கண்ணீர் தெரியாது. தமிழ்நாட்டில் திண்டுக்கல் மாவட்டம் பழநி என்ற ஊரில் 25.10.2010-ல் பெற்றோருக்கு தெரியாமல் பதிவு திருமணம் செய்துக் கொண்டு மகள் போய் விட்டாளே என்பதற்காக தானும் தன் மனைவி, மகள், மகன் ஆகிய நான்குபேரும் அவமானம் தாங்காமல் குளிர்பானத்தில் விஷத்தை கலந்து வளர்ப்பு நாய்க்கும் கொடுத்து நான்கு பேரும் குடித்து இறந்து விட்ட செய்தி பழநி ஊர் மக்களை பரிதாப பட செய்தது. எல்லோரும் வேதனை கண்ணீர் விட்டனர். காதல் திருமணம் கூடாது என்பதற்காக தான் இந்த தற்கொலை நடந்துள்ளது.

பெற்றோர்கள் செய்து வைக்கும் திருமணம் கட்டாய திருமணமாக இருக்கக்கூடாது. ஒருவரை ஒருவர் மனமுவந்து திருமணம் செய்து வாழ்க்கை நடத்த அனுமதி தர வேண்டும். அது தான் உண்மையான மணமக்களின் சுதந்திரமாகும். குறிப்பாக இந்திய நாட்டில் தான் அந்தந்த மதத்தினருக்குள் திருமணம் செய்துக் கொள்ள வேண்டும் என்ற சமுதாய கட்டுப்பாடு நிலவுகிறது. தன் மனதுக்கு ஏற்ற ஆண் மகனையோ, பெண் மகளையோ தோந்தெடுத்துக் கொள்ளும் உரிமை அவரவர்களுக்கு உண்டு என்பதை பெற்றோர்களுக்கும், மதபோதகர்களுக்கும் தெரியாத ஒரே காரணத்தால் தான், பெண்களுக்கும், ஆண்களுக்கும் மன சம்பந்தம் இல்லாமல் திருமணம் செய்து வைத்து, குடும்பத்தில் கணவன் மனைவிக்கு மாறுபாடான கருத்துக்கள் ஏற்பட்டு ஒற்றுமை இல்லாத வாழ்க்கையால் தற்கொலை நிகழ்ச்சிகள், பிரிந்து வாழும் நிகழ்ச்சிகள், வழக்கறிஞர்கள் மூலம் நீதிமன்றங்களுக்கு விவாகரத்துக்காக காத்துக் கொண்டிருக்கும் நிகழ்ச்சிகள் நடந்த வண்ணம் உள்ளன. குடும்ப கவுரவத்தை காப்பாற்றுகிறோம் என்று கூறி மனிதனை கொலை செய்வதை பெருமையாக நினைப்பது நாட்டுக்கே பெரும் அவமானம். வெட்கக்கேடு. உத்தரபிரதேசம் மீரட் அருகே ஒரு கிராமத்தில் காதலித்த வாலிபனையும்

பெண்ணையும் அந்த கிராம மக்களே சேர்ந்து கொன்றனர். வேறு சாதிப்பிரிவை சேர்ந்தவர்கள் என்பதற்காக காதலை எதிர்த்துள்ளார்கள். கணவனையும் மனைவியையும் பிரித்துள்ளார்கள். போலீஸ் பாதுகாப்புடன் சென்ற கணவனை மனைவியை குடும்பத்தினரும் கிராம மக்களும் சேர்ந்து அடித்துக் கொன்றுள்ளனர்.

தன் வீட்டில் காதல் திருமணத்திற்கும் கலப்பு திருமணத்திற்கும் ஆதரவு தராத தலைவர்கள் பதவி ஆசையால் வீர கர்ஜனை செய்து சாதிகள் ஒழிய ஒரே வழி கலப்பு திருமணம் தான் என்று கைத்தட்டுதலுக்கிடையே சொற்பொழிவை முடித்துக்கொள்வர். கலப்பு திருமணம் செய்துக்கொள்ள முன் வந்தவர்கள் பெற்றோர்களால் ஒதுக்கப்பட்டு சொல்ல முடியாத துன்பம் அடைகிறார்கள். யாராவது ஒருவருக்கு அரசு வேலை கொடுத்துவிட்டால் சமாளித்துக் கொள்வார்கள். ஆணின் அல்லது பெண்ணின் எவருடைய பெற்றோராவது அவர்கள் திருமணத்தை ஏற்றுக்கொண்டுவிட்டால் போதும். சமாளித்து விடுவார்கள். ஆண் வீட்டிலும் எதிர்ப்பு, பெண்வீட்டிலும் எதிர்ப்பு. ஏன் தெரியுமா? மத குறுக்கீடு. அருமையானவர்களே! பருவத்தின் கோளாறு. அந்த காதலுக்கு கடவுள், மதம், சாதி தெரியவே தெரியாது. வாழ்க்கை நடத்தப்போவது மதமா? கடவுளா? சாதியா?

அன்பு வாசகர்களே! என்னுடைய இரண்டாவது மகனுக்கும் இதே நிலைமை ஏற்பட்டது. மகனும் மருமகளும் சென்னைக்கே சென்றுவிட்டார்கள். பெண்ணின் வீட்டார் தடி கொம்புடன் என் வீட்டை சுற்றி நின்றுவிட்டார்கள். வீட்டுக்குள் நுழைந்து என் மகள் எங்கே? என் மகளை விட்டு விடுங்கள் என்று எங்களை கேட்டார்கள். பாரம்மா? இங்கு யாருமில்லை என்றோம். உன் மகன் எங்கே? என்றார்கள். எங்களுக்கு தெரியாது என்றோம். என் மூத்த மகன் பாண்டிச்சேரியில் வக்கீலாக இருந்தார். போலீஸ் சப் இன்ஸ்பெக்டர் என்னிடம் வந்து, நீங்கள் வேலை செய்த இடம் எது என்றார்கள். சிறுவளையம், குன்னத்தூர், வேகாமங்கலம், காவேரிப்பாக்கம், மேட்டுப்பாளையம் என்றேன். சரி சிறுவளையம் போவோம் வாருங்கள் என்றார்கள். லாரியில் 20 பேர் சிறுவளையம் சென்றோம். தேடினார்கள், ஒவ்வொரு வீட்டிலும் பார்த்தார்கள். இல்லை.

திரும்பி வந்துவிட்டோம். பிறகு உனது மகளும், மற்ற மகனும் சென்னையில் எங்கு இருக்கிறார்கள் என்றார்கள். அவர்கள் தங்கி இருந்த பெரம்பூர் விலாசத்தை தந்தேன். எங்கள் வீட்டில் ஒரே போராட்டம். நாம் படிக்க காலேஜுக்கு அனுப்பினால் இந்த பையன் இம்மாதிரி என் பெயரை கெடுக்க செய்துவிட்டானே என்று வேதனைப்பட்டோம். மறுநாள் சென்னை கடற்கரையில் இருப்பதாக தெரிந்தது. உடனே நானும் திரு. கோபால் ஆசிரியரும் எனது மூத்த மகன் சித்தார்த்தரோடு சென்னைக்கு சென்றோம். காவேரிபாக்கம் ஒன்றியத்தில் நான் நல்ல பெயருடன் இருக்கிறேன். என் மகன் அந்த பெண்ணை ஏமாற்றிக்கொண்டுபோய் இருக்கிறான். என் பெண் அப்படிப்பட்டவள் அல்ல என்று சொல்வார்களே என்றேன். அப்படி ஒன்றுமில்லை அப்பா! நான் உங்கள் வீட்டு மருமகளாக வர ஆசைப்படுகிறேன். உங்கள் மீது எந்த ஒரு தவறுமில்லை. வேண்டுமானால் நானே நேரில் வந்து சொல்லுகிறேன் என்று மருமகள் சொல்ல, பேருந்து வண்டியில் ஏறி காவேரிப்பாக்கம் வழியாக பாணாவரம் போலீஸ் நிலையத்தில் வந்து சேர்ந்தோம். ஊர் மக்கள் அனைவரும் தலைவர் தலைமையில் கூடினார்கள். வேண்டாம்மா, நாங்கள் உங்களை வாழ வைக்கிறோம். சாதியை பாரம்மா? இது தகாதம்மா? உன்னை பதினெட்டு வருடமாக எப்படி வளர்த்தார்கள். யோசனை செய்து பாருங்கள் அம்மா என்றார்கள். நான் வர முடியாது. நான் அவரைத்தான் திருமணம் செய்துக்கொள்வேன். அவர்கள் அப்பா அம்மா நன்றாக படித்த குடும்பம். வேலை தற்போது எங்களுக்கு இல்லை என்றாலும் எங்களை அவர்கள் காப்பாற்றுவார்கள் என்னை வாழவிடுங்கள் என்று ரமணி சொல்ல போலீஸ் சப் இன்ஸ்பெக்டர் ஒரு சூழ்ச்சி செய்தார். திங்கட்கிழமை ரிஜிஸ்டர் திருமணம் நெமிலியில் போய் செய்துக்கொள்ளட்டும். புடவை தாலி எல்லாம் தயார் செய்துக்கொள்ளுங்கள். அதுவரை பொதுவான ஒருவரான துளசி வீட்டில் ரமணி இருக்கட்டும் என்று முடிவு செய்தனர். ஆனால் நடந்தது வேறு. ரமணியை தலைக்கு தண்ணீரை நன்றாக ஊற்றி மயக்கம் வர செய்து விடியற காலையில் பஸ்ஸில் ஏற்றிக்கொண்டு போய் விடுங்கள், அவர்களுக்கு நான் பதில் சொல்லுகிறேன் என்று சப் இன்ஸ்பெக்டர் சொல்ல, அவர் சொல் பிரகாரம் அந்த பெண்ணை சென்னைக்கு அழைத்துக்கொண்டு போய்விட ஏற்பாடு செய்தார்கள். மறுநாள் காலையில் ரமணி

மயக்கத்தோடு பஸ்ஸில் போகும் போது நாங்கள் பார்த்துவிட்டு பெயரிட்டு கத்தி கூப்பிட்டும் பயன் இல்லை. சப் இன்ஸ்பெக்டரிடம் என் மகன் நேரில் போய் சண்டைப்போட்டான். அன்று D.G.P.-யாக ஸ்ரீஷிரிபால் இருந்தார். அவர் என் மகன் கபிலர் மீது மிகவும் பாசம் உள்ளவர். காரணம் கபிலர் மேடையில் நன்றாக சொற்பொழிவு செய்வதை பார்த்தவர் என்ற முறையில் எல்லா காவல் நிலையத்துக்கும் ரமணியை எங்கிருந்தாலும் கண்டுபிடிக்க ஏற்பாடு செய்துவிட்டார். போலீஸ்காரனை என் மகன் அந்த பெண்ணின் பெரியப்பா வீட்டிற்கு அழைத்துச்சென்றுள்ளான். தம்பி நீ இங்கேயே இரு. நான் சென்று பார்த்து வருகிறேன் என்று உள்ளே போய் பார்த்து இருக்கிறான். ரமணியை வீட்டுக்குள் பார்த்துவிட்டும் இல்லை என்று சொல்லிவிட்டானாம். காரணம் அவனும் நாயுடு சாதியை சேர்ந்தவனாம். பிறகு Habeas Corpus போட்டோம். சப்-இன்ஸ்பெக்டர் மகாதேவன் அந்த பெண்ணை காவலுடன் அழைத்து வந்து கோர்ட்டில் நிறுத்தினார். அந்த பெண்ணை நீதிபதி எதிரில் நான் அந்த பையனைத்தான் திருமணம் செய்து கொள்வேன் என்று சொன்ன மாத்திரத்தில் அந்த பையனைக் கொலை செய்து விடுவேன் என்று பயமுறுத்தி காரில் அழைத்து வந்துள்ளார்கள். நம்மால் அவர் ஏன் சாக வேண்டும் என்ற எண்ணத்தில் நீதிபதியிடம் கற்று கொடுத்தப்படி சொல்லிவிடலாம் என்று நினைத்தது உன் பெயர் என்னம்மா? என் பெயர் ரமணி, உனக்கு வயது என்ன? பதினெட்டு, இப்போது எங்கு இருக்கிறாய்? என் அப்பாவிடம் என்றதும் உடனே கேஸ் முடிந்துவிட்டது. அந்தப் பெண்ணை காரில் அழைத்துச்சென்று விட்டார்கள். என் மனைவி, மகள் ஔவையார் மறைந்த தாஸ் அவர்களுடன் கோர்ட்டிலிருந்து பாணாவரம் திரும்பிவிட்டோம். இரண்டு மாதத்திற்கு பிறகு என் மகன் கபிலரும், என் மகள் ஔவையாரும் ரமணி மழலையர் பள்ளியில் ஆசிரியையாய் இருக்கும் இடத்தை கண்டுபிடித்து என் மகள் அன்பான முறையில் பேசி என் தம்பி உன்னையே நினைத்துக்கொண்டு அழுகிறான் என்று சொல்ல, சரி நான் வருகிறேன் என்று ரமணி சொல்ல, செ.கு. தமிழரசன் M.L.A-விடம் செல்ல, அவர் பெண்ணின் வாக்குமூலத்தை வாங்கி புடவை, தாலி ஆகியவற்றை வாங்க எங்களிடம் 5000 ரூபாய் கேட்க கொடுத்து அனுப்பினோம். அயனாவரத்தில் பாதுகாப்புடன் திருமணம்

செய்து வைத்துவிட்டார்கள். தகவல் என் மூத்த மகன் சித்தார்த்தருக்கு M.L.A தெரிவிக்க அவா் சென்னை வந்து ரிஜிஸ்டா் திருமணம் செய்து நேராக பாணடிச்சேரிக்கு அழைத்துக்கொண்டுபோய் தனிக்குடும்பம் நடத்த வீடு பார்த்துவிட்டார். ஒரு மாதம் தனி வீடு எடுத்து குடும்பம் நடத்தப்பட்டது. எங்களுக்கு தெரியாமல் நகைகளை திருடிக்கொண்டும், என் மகளையும் ஏமாற்றிக்கொண்டு போய்விட்டார்கள் என்று போலீஸில் ரிப்போர்ட் செய்துள்ளார்கள். பாணாவரத்தில் உன் பிள்ளை எங்கே? நீங்கள் நேரில் வந்து சென்னை போலீஸ் ஸ்டேசனில் ஆஜராகுங்கள் அல்லது உனது மகன் இருக்கும் அட்ரஸ் சொல்லுங்கள். பெண்ணையும், பொன் செய்னையும் திருடிக்கொண்டு போய்விட்டதாக ரிப்போர்ட் செய்துள்ளார்கள். ஆகவேதான் நாங்கள் வந்து இருக்கிறோம் என்று சென்னையிலிருந்து இரண்டு போலீஸ்காரர்கள் வந்து மிரட்டினார்கள். நீங்கள் சட்டப்படி எது ஒன்றும் செய்துக்கொள்ளுங்கள். அவா்கள் எங்கு இருக்கிறாக்ள என்று எங்களுக்கு தெரியாது என்று சொல்லிவிட்டேன். நானும் எனது கணவா் கபிலரும் பதிவு திருமணம் செய்துக்கோண்டோம். கழுத்து செயின், கம்மல், கால்செய்ன் உள்பட 10 சவரன் நகைகளை நானேதான் போட்டுக்கொண்டு இருக்கிறேன். சம்பந்தப்பட்ட போலீஸ் ஸ்டேசனுக்கும், தாலுக்கா, மாவட்ட அதிகாரிகளுக்கும் மனு மூலம் ரமணி தன் கையொப்பம் இட்டு அஞ்சல் அனுப்பப்பட்டது. மருமகள் ஆசிரியை பயிற்சியை முடித்தவர். திருமணமாகி 8 ஆண்டுகள் எங்களின் பாதுகாப்பில் வாழ்க்கை நடத்திய பிறகு மகனுக்கு E.Bயிலும் மருமகளுக்கு ஆசிரியை பணி சென்னை மாநகரில் திருவல்லிக்கேணி நடுநிலைப்பள்ளியிலும் வேலை கிடைத்தது. இரண்டு ஆண் குழந்தைகளை பெற்றெடுத்து மதப்பித்தர்களும், சாதி வெறியர்களுக்கும் கபிலரும் ரமணியும் சாவுமணி அடித்து விட்டார்கள்.

சமூக மக்களுக்கு சுதந்திரம், சமத்துவம், சகோதரத்துவம் ஆகிய கொள்கைகள் வளர்ச்சிப்பெற ஒரே வழி அரசியல் கட்சி தலைவா்களும், தொண்டர்களும் அவரவா் வீட்டில் வழிகாட்டிகளாகவும், கலப்புத் திருமணம் செய்துக்கொள்ள உரிமைக் கொடுப்பவர்களாகவும் இருக்கவேண்டும் என்று எப்பொழுதும் பேசிக்கொண்டே இருப்பேன்.

அதன் விளைவு எனது மூத்த மகன் யாணம் என்ற ஊரில் நீதிபதியாக பணிபுரிந்த நேரத்தில் கலப்பு திருமணம் செய்துக்கொள்ளும் ஆசையில் ஒரு பெண்ணை காட்டினான். பாஷை தெலுங்கு. நமக்கு ஒத்துவருமா? என்றேன். தமிழ் பேச எழுத தெரிந்துக்கொள்வாள் என்ற எண்ணத்தை என்னிடம் என் மகன் சொல்ல, ஆந்திர பெண்ணை பதிவு திருமணம் செய்துக்கொண்டார். இரண்டு அழகுள்ள பெண் குழந்தைகளை பெற்றெடுத்தார்கள்.

காதல் வசப்பட்டு, சாதி மறந்து ஒருவரை ஒருவர் திருமணம் செய்துக் கொள்ள மதம், கடவுள், சாதி, பெற்றோர் தடையாக உள்ளார்கள் என்று பயந்து வீட்டைவிட்டு வெளியேறி, கோயிலில், பதிவு அலுவலகங்களில், காவல் நிலையங்களில் திருமணம் செய்துக் கொண்ட பிறகும் சாதிவெறியுடன் அரிவாளோடு காதலர்களை கொல்ல துடிக்கும் மதவெறிக் கொண்ட பெற்றோர்கள் இவ்வுலகில் உயிர் வாழலாமா? மனமொத்து காதல் செய்து திருமணம் செய்துக் கொள்ளக் கூடாது என்று சாதியும், கடவுளும், மதமும் தடை செய்ய ஒவ்வொரு பிரிவினரும் செயல்படுத்தினார்கள். பருவம் இயற்கையானது. கண்ணுக்கேற்ற, அழகுக்கேற்ற ஆண்மகனை தேர்ந்தெடுத்துக் கொள்ளவும், அதேப் போல் பெண்ணை தேர்ந்தெடுத்துக் கொள்ளவும் எண்ணங்கள் தோன்றும் போது கடவுளும், மதமும், சாதியும் காதலர்களுக்கு தேவையே இல்லை. பருவத்தின் கோளாறு எனக்கூறி மனதுக்கேற்ற ஆணை தேர்ந்தெடுக்கும் உரிமையை கொடுக்காமல் தங்கள் ஆசையை நிறைவேற்றிக் கொள்ள நினைப்பார்கள் பெற்றோர்கள்.உதைப்பார்கள். அவன் சாதி என்ன? குலம் என்ன? அவன் கீழ்சாதி, அவன் அந்தஸ்த்து என்ன? நம் அந்தஸ்து என்ன? நீ மறுபடியும் அவனை பார்க்கவே கூடாது என்று பெண்ணிற்கோ, ஆணிற்கோ சட்டதிட்டங்கள் போட போட நெருப்பில் நெய்யை ஊற்றுவது போல் ஆகிவிடுகிறது. எதையும் தாங்கும் இதயத்தோடு வீட்டை விட்டு வெளியேறி பதிவு திருமணம் செய்துக் கொள்வோரும், என்ன உலகமடா இது! மனமொத்து காதல் செய்து வாழ்ந்திட நம் இருவர் வீட்டிலும் எதிர்ப்பு கொடுக்கின்றார்களே! நாம் வாழ்வதைவிட இருவரும் ஒருவரோடு ஒருவர் கட்டி பிணைந்து சாவோம். அப்போதாவது மத வெறி, சாதி வெறிக்கு அடிமையாகி

புனிதமான எங்கள் காதலை எதிர்க்கும் பெற்றோர்களுக்கும், மற்றோர்களுக்கும் பாடமாக தெரியட்டும் என்று காதலின் சமதர்ம கொள்கையின் பெருமையை மரணத்தின் மூலம் அறிவித்து இனியாவது எங்களைப் போன்று காதல் ஜோடிகளை பிரிக்காதீர்கள், வாழ விடுங்கள் என்று காதல் கண்ணீர் கடிதத்தை எழுதி இறந்தவர்கள் பலர். இப்போது அழுது பயன் என்ன? பேதங்களைக் காட்டி வாதங்கள் செய்து காலத்தை வீணாக்கக்கூடாது.

ஒரு வகுப்பர் இன்னொரு வகுப்பர்களுக்கு பெண் கொடுக்கவோ கட்டவோ கூடாது என்று மதத்தின் சட்டம் திட்டம் பற்றி கூறிக்கொண்டு திரியும் மதப்பித்துக் கொண்ட தலைவர்களுக்கு காதல் என்பது என்னவென்று தெரியுமா? காதலுக்கு கண் இல்லை என்பார்கள். ஏன் தெரியுமா? காதல் என்றாலே அன்பு தான். அந்த அன்பு தான் காதல். அந்த அன்பு என்பது அனைவருக்கும் பொதுவாகும். அன்புக்கு மதம் இல்லை. கடவுள் தெரியாது. சாதி தெரியாது. புரியாது. காதலுக்கு எந்த கடவுளும் கண்ணுக்குத் தெரியாது. பெண்களும், ஆண்களும் நடைமுறையில் உள்ள காதலைத் தான் நம்புவார்கள். ஏனென்றால் காதலால் நாம் இன்பம் பெறுகிறோம். நடைமுறையில் காண்கிறோம். ஆகவே நம் கடவுளை வணங்குபவனைத்தான் கல்யானம் செய்ய வேண்டும் என்று சட்டம் போட்டு தீர்மானம் செய்திருந்தாலும் ஆணும், பெண்ணும் சேர்ந்து பேசும் சந்தர்ப்பம் ஏற்பட்டாலே போதும். காதல் (அன்பு) ஏற்பட்டுவிடுகிறது. அனுபவத்தில் பார்க்கிறோம். கேட்கிறோம். 22 வயது வந்த என் மகன் காணவில்லை. 20 வயதுள்ள என் மகள் ஐந்து நாளாய் காணவில்லை. கண்டால் இந்த விலாசத்திற்கு தெரியப்படுத்துங்கள் என்று புகார் கொடுக்கிறார்கள். அந்த காதலர்கள் ஏன் ஓடினார்கள் என்று எண்ணிப் பார்க்க வேண்டும். பருவத்தின் கோளாறு! பால் உணர்வு ஏற்படும் போது புத்தகத்தை படிப்பதிலோ, ஊர்பயணம் புறப்பட்டோ அல்லது வேலையில் கவனம் செலுத்தினாலோ காதல் உணர்வு ஏற்படுவதை சற்றாவது தடுக்கலாம். பிரிந்து இருந்தும் இருவருக்கும் காதல் உணர்வு ஏற்பட்டால் எவரால் தடுக்க முடியும்? இப்படிப்பட்ட சமயத்தில் தவிர்க்க முடியாமல் பெற்றோர்கள், காதல் செய்தாலும் செய்துக் கொள்ளுங்கள் நம்முடைய மதத்திற்கு வருமாறு கூப்பிடுங்கள் என்றும், நம் மதவழிபாட்டின்படி வந்தால் தாராளமாக திருமணம்

செய்துக் கொள்ளுங்கள், மதமாற்றத்தில் நீங்கள் மிக ஜாக்கிரதையாக இருங்கள், அம்மாதிரி செய்தால் நம் மதத்துக்கும் பெருமை என கழுதைக்கு அறிவு வந்ததுப்போல் கூறுகின்றனர்.

என் மகள் தவறி விட்டாள். அவன் நம் மதத்துக்கு வர மாட்டானாம். அப்படி அந்த பெண் அன்பையும், பாசத்தையும் கொட்டுகிறாள் என்றால் நம்மதத்தின் கொள்கைபடி திருமணம் செய்துக் கொள்ள சம்மதம் என்றால் ஏற்று திருமணம் செய்து வைக்கிறோம் என்று காதலன் பெற்றோா் சொல்ல பெண்வீட்டாரும் அவா்கள் மதப்படி தாலியை மட்டும் கட்டி விட்டால் போதும், பிறகு அவளுடைய இஷ்டப்படி கடவுளை வணங்கிக் கொள்ளட்டும் என்று சொல்ல, அதன்படி ஒத்துக்கொண்டு பெண்ணுக்காக மதம் மாறினாலும் அல்லது ஆணுக்காக மதம் மாறினாலும் அவன் மனமோ, அவள் மனமோ அவரவா் மதத்தை விட்டுக் கொடுக்க முடியாமல் திருமணம் செய்துக் கொண்டும் ஒற்றுமை இல்லாமல் வாழ்க்கை நடத்துகின்ற தம்பதிகளும், விவாகரத்து செய்துக் கொண்டு இரண்டாவது திருமணம் செய்துக் கொள்ளும் ஆண்களும் பெண்களும் உண்டு என்பது உங்களுக்கு தெரியும்.

மனமகிழ்ச்சியையும், அன்பையும் காதல் தருகிறது. பகைமையையும், துன்பத்தையும் காதல் ஆதரிக்காது. காதல் (அன்பு) உண்மையானது, உறுதியானது, இறுதியானது என்று புத்தா் கூறிய வாா்த்தையை தான் அனைவரும் சொல்லிக் கொண்டு திரிகிறாா்களே தவிர செயல்பட யாரும் வருவதில்லை. கடவுள் நம்பிக்கை உள்ளவா்கள் தான் மதத்தின் பெயரால் காதலா்களை பிரிக்கிறாா்கள். மதமும் கடவுளும் காதலை பிரிக்கிறது. காதலை பிரித்து துன்பத்தையும், துக்கத்தையும் அளித்து, இருவீட்டாா்களுக்கும் பகையை உண்டாக்கும் கடவுள் தேவையா? மதம் தேவையா? இன்று முதலாவது தெரிந்துக் கொள்ளுங்கள். காதல் (அன்பு) தெளிவானது. மதமற்றது. சாதியற்றது. கடவுள் நம்பிக்கையே இல்லாதது. காதல் அன்பை ஊட்டக்கூடியது. காதல் இன்பத்தை தரக்கூடியது. சுயநலமற்றது. பொதுநலத்திற்கு முழு ஆதரவு தரும். இவ்வளவு

பெருமை வாய்ந்த காதலை பெற்றோர்களும், மத குருக்களும் காதலால் கட்டுண்ட காதலர்களை கடவுள் வணங்கும் முறை சரியில்லை என்பதாக கூறி பிரிக்கும் வழிகளை தூண்டலாமா?

முன்னோர்கள் முட்டாள்தனமாக கடவுள், மதம், சாதி ஆகிய மூன்று பிரிவுகளை நம்பி அந்நியர்கள் ஆட்சிக்கு அடிமைகள் ஆனார்கள். இனி நாம் தீண்டாமை கொடுமையால் தாழ்த்தப்பட்ட மக்களை ஒதுக்க கூடாது. டாக்டர் அம்பேத்கருக்குக் கொடுத்த கொடுமைகள் போல் இனி வரும் தாழத்தப்பட்ட மக்களுக்கு துன்பங்கள் ஏற்படக்கூடாது. உலக மக்கள் அனைவரும் ஒரே குடும்பம் என்ற எண்ணத்தில் இனிவரும் சமுதாய மக்களை பரந்த நோக்கத்தோடு உருவாக்குவோம். அனைத்து மக்களுக்கும் ஏற்ற தாழ்வற்ற கல்வி முறையை அளிப்போம். தீண்டாமை கொடுமைகளை தீயிட்டு கொளுத்துவோம்.

துப்பாக்கிகளையும், வெடிகுண்டுகளையும், அணுகுண்டுகளையும், கன்னி வெடிகளையும் நம்பிக் கொண்டு போர் வெறியால் மக்களை கொன்று வருகிறார்கள். விஞ்ஞானக் காலத்தில் மக்கள் பெருமைப்பட்டு வாழ்ந்தாலும் பொறுமை இழந்து போர்வெறியால் நாட்டுக்கு நாடு மக்களை கொன்று குவிக்கிறார்கள். இது நீதியா? மனித தன்மையாகுமா? மத போதகர்களே! போர்வெறி தேவையா? கடவுள் பக்தர்களே! உங்களுக்கு வெட்கம் வேண்டாமா? சாதி போராட்டம் கலவரம் தேவைதானா? கடவுளை வணங்கி விட்டு கத்தியை காட்டலாமா? கத்தியால் நீதிமன்றத்திலேயே கொலை செய்யலாமா? சாதிக்கொடுமையால், சாதி வெறிக்கொண்டு, குடிசைகளை நெருப்பிலிட்டு கொளுத்துவதும், தட்டிக்கேட்கும் தலைவனை வெட்டுவதும், அவர்கள் சாதியார் திருப்பி பதிலுக்கு பதில் மக்களை கொல்வதும் நீதியாகுமா? மனிதா! நீ மிருகம் அல்ல. மரங்கள் அல்ல. பறவைகள் அல்ல, நீர்வன, ஊர்வன பிரிவை சேர்ந்தவன் அல்ல. பேச தெரியும் சிந்திக்க தெரியும். நடந்த நிகழ்ச்சிகளை மறப்போம். நடக்கப்போகும் நிகழ்ச்சிகள் நல்லதாக இருக்கட்டும். இனி முதலாவது புரிந்துக் கொள். மனிதர்களுக்கும் பிரிவு

மனப்பான்மையால் மதங்களையும், கடவுளையும், சாதிகளையும் சொல்லி, பகைமை எண்ணத்தோடு, அணுசக்தியால், வெடிக்குண்டுகளால், துப்பாக்கி சுடுவதால், கண்ணிவெடியால் மக்களுக்குள் மக்களை கொன்று குவிக்கலாமா? கோபத்தினால் குடும்பப்பகை, கிராமப்பகை, மாவட்ட, மாநில, நாடு பிரிவினை பகை ஏன் ஏற்படுகிறது? எண்ணிப்பார். இனி முதலாவது மனித சமுதாயத்தை கொலைவெறியிலிருந்து விடுவிப்போம். மொழிகள் பல உண்டு என்பாய். உணவு உண்ணும் முறைகள் வேறு என்பாய், மத பிரிவு, கடவுள் பிரிவு, சாதிப்பிரிவு வேறு என்பாய். உடை உடுத்துவதில் வேறுபாடு, கடவுள் வணக்கங்கள் முறைகளில் மாறுபாடு என்பாய். இப்படி சொல்லிக்கொண்டே இனியும் வேற்றுமையை வளர்க்கும் மிருகமாய் வாழாதே. எருமையா நீ? மாடுவகைகளை சார்ந்தவனா நீ? பன்றிவகைகளை சார்ந்தவனா நீ? சிங்கம், புலி, சிறுத்தை உணவிற்காக கொலை செய்து உண்ணும். வேற்றுமை எண்ணத்தால் கொலை செய்கின்ற ஒரே மிருகம் நீதான். மிருகங்கள் குணங்களை மாற்றிக்கொள்ளாது. ஆனால் நீ பேசுவாய். சிந்திப்பாய். உண்மையை அறிவாய் மதம், கடவுள், சாதி ஆகிய மூன்றையும் கண்டு பிடித்தவன் மனிதன் தான். இம்மூன்றால் பகையே ஏற்படுகிறது. கொலை வெறி ஏற்படுகிறது. மனிதனால் நீக்கவும் முடியும், தடுக்கவும் முடியும், ஒற்றுமையாய் வாழவும் முடியும், மக்களை வாழ வைக்கவும் முடியும். நாம் எல்லாம் தாய் தந்தையரால் உருவாக்கப்பட்டவர்கள். நம்மால் மகன், மகள் இவர்களால் மகன், மகள், இப்படி தான் பிறப்பு, இறப்பை உண்டாக்கிக் கொண்டு வருகிறோம். பிறப்பும் இறப்பும் பொது. பசி, ஜீரண உறுப்புகள் ஒன்றே. ஆகவே உலகம் ஒரே குடும்பம். மதபிரிவு, கடவுள் பிரிவு, சாதிப்பிரிவு மூன்றும் உலக மக்களை போர் வெறியால் ஆட்டிப்படைத்தது அழித்து விட்டது. இனி முதலாவது புதியதோர் சமுதாயத்தை அமைப்போம்.

மனிதனே! மனிதனே! மனிதனே!
கடவுள்! கடவுள்! கடவுள்! இல்லை இல்லை இல்லை!
மதங்கள்! மதங்கள்! மதங்கள்! இல்லை இல்லை இல்லை!
சாதிப்பிரிவுகளும் இல்லை இல்லை இல்லை!

பகுத்தறிவின் விதைகளே!

உங்களைப் போன்று தான் குழந்தைகளாக தாய்தந்தையாருக்கு பிறந்தோம் வளர்ந்தோம். வாழும் போதும், வாழ்க்கை நடத்தும் போதும் எங்களுடைய பெற்றோர்கள் என்ன கற்றுக் கொடுத்தார்களோ அதன்படிதான் சென்றோம். அவர்கள், நம்பி பிரார்த்தனை செய்து கோயில் குளங்களுக்குச் சென்று வணங்கியதைப் போல் நானும் குடும்பத்தில் வீட்டில் கற்றுக் கொண்டு வாழ்ந்தேன். இப்படி எனக்கு கற்று கொடுத்தவர்களில் முதலில் தந்தை, இரண்டாவது தாய், மூன்றாவது பள்ளி ஆசிரியர், நான்காவதாய் மதகுருக்கள். இவர்களில் நான்காவதாய் வருபவர் நம்மைப் போல் தாய் தந்தைக்கு தான் பிறந்தவர்கள். நம்மை போல் அவர்களும் மனிதர்களே. ஆனால் அவர்கள் தேவனுடைய ஆசீர் பெற்றவர். அவர்கள் மூலம் தான் கடவுளையும், பரலோகத்தையும் காணமுடியும் என்ற நம்பிக்கையில் மக்களை பக்தர்களாக, பிராத்தனைகள் மூலம் அடிமைகளாக்கிக் கொண்டு, மதங்களை பின்பற்றவும், விழாக்கள் எடுக்கவும் செய்கின்றார்கள். நானும் அவ்வாறே உண்மை என்று எண்ணினேன். நம் வசதிக்கு ஆங்காங்கே சொந்த ஊரை விட்டு குடும்பங்களாக பிரிந்து வாழ்க்கை நடத்துகிறோம். ஆனால் எந்த நிகழ்ச்சிகளும்,

தாய் தந்தையா் மூலம் தான் கேட்டு அறிகிறோம். ஒருவா் வாழும் இடம் தெரிய வேண்டுமானால் அந்த இடத்தை பார்த்தவனால் தான் வழி காட்ட முடியும். இப்படி இப்படியாக இந்த திசையில் செல்ல வேண்டும் என்று வழி சொன்னால் தான் அந்த இடத்தில் வாழும் நமது உறவினரைக் காண முடியும். பெற்றோரால் செய்கை மூலம் முதலில் அறிந்து பேசவும், அதன்பின் ஆசிரியா்கள் மூலம் படிக்கவும், எழுதவும் அறிந்துக் கொள்ளுகிறோம்.

பெரியோா்கள் எவ்வழி அவ்வழிதான் சிறியோா்கள். இன்றைய சிறுவா்கள் தான் நாளைய பெரியோா்கள். கடவுள் நம்பிக்கை பெருகுவதற்கு காரணம் தாய், தந்தை, ஆசிரியா்கள், மத குருக்கள் ஆகிய நால்வரும் மூடா்களாய் மத நம்பிக்கையில் மூழ்கி போனதே ஆகும். மூடக்கொள்கையால் மூழ்கி தன்னலவாதிகளாக மாறி, மக்களுக்கு ஏமாற்றும் வழிகளும், திருடும் வழிகளும், பொய் சொல்லும் முறைகளும் யாரால் கற்பிக்கப் படுகிறது? எப்படி கற்றுக் கொள்ளுகிறாா்கள்?

சிறுவயதில் குழந்தைகளுக்கு இல்லவே இல்லாத, காணாத, காண்பிக்க முடியாத மனிதனைப் போல் மனிதனால் வரையப்பட்ட உருவங்களை கடவுள் என்று பெயா் சூட்டி வணங்க கற்றுக் கொடுத்தவா்கள் பெற்றோா்கள். பெற்றோா்களுக்கு கற்று தந்தவா்கள் மதகுருக்கள். மதங்களை கடவுள் பெயரால் பிரித்தவா்கள், பிரித்துக் கொண்டவா்கள் மனிதா்களே!

அன்புள்ள மாணவ மாணவிகளே!

நீங்கள் தான் உண்மை அறிவாளிகள். நீங்கள் தான் நன்மை செய்யும் நண்பா்கள். நீங்கள் தான் பொறாமை குணத்தை விட்டவா்கள். நீங்கள் தான் பேராசையை விரும்பாதவா்கள். நீங்கள் தான் மதத்தை நம்பாதவா்கள். நீங்கள் தான் இல்லாத கடவுளை நம்பாதவா்கள். நீங்கள் தான் சாதிப்பிரிவுகளை வெறுத்து வாழ்பவா்கள். நீங்கள் தான் சமதா்ம கொள்கைகளை ஆதரிப்பவா்கள். நீங்கள் தான் போலிவேடம் போடத்தெரியாதவா்கள். நீங்கள் தான் மூடக்கொள்கைகளுக்கு முற்றுப் புள்ளி

வைப்பவர்கள். நீங்கள் தான் உள்ளொன்று வைத்து புறம் ஒன்று பேசாதவர்கள். நீங்கள் தான் வேற்றுமையில் ஒற்றுமை காண்பவர்கள். நீங்கள் மூடர்களாய் வாழக் கூடாது.

ஏன்? என்று கேள்.
எப்படி? என்று கேள்.
எங்கே? என்று கேள்.
எதற்கு? என்று கேள்.
எப்போது? என்று கேள்.

கண்மணிகளே! உங்களில் யாருமே முட்டாள்கள் இல்லை. பொய்யர்கள் இல்லை. திருடர்கள் இல்லை. பொறாமைக்காரர்கள் இல்லை. சூதாடிகள் இல்லை. கொலைக்காரர்கள் இல்லை. ஏமாற்றுக்கார்கள் இல்லை. சூட்சியாளர்கள் இல்லை. சோம்பேறிகள் இல்லை. பேராசை பிடித்தவர்கள் இல்லை. சுயநலம் உள்ளவர்கள் இல்லை. காமவெறி பிடித்தவர்கள் இல்லை. அன்பு இல்லாதவர் இல்லை. பகைமை எண்ணம் உள்ளவர்கள் இல்லை. மதங்கள் பல என்று எண்ணும் எண்ணம் இல்லை. சாதிப்பிரிவு துன்பங்கள் இல்லை. கடவுள் பிரிவு தெரியாது. மோட்சலோகம் தெரியாது. எமலோகம் தெரியாது. நரகலோகம் தெரியாது. பரலோகம் தெரியாது. பேச தெரியாது. ஆட தெரியாது. பாட தெரியாது. கொலை செய்ய தெரியாது. எழுத தெரியாது. படிக்க தெரியாது. சாப்பிட தெரியாது.

மேற்கூறிய நிகழ்ச்சிகள் எல்லாம் எந்த வயதில் தெரியாமல் இருக்கும் தெரியுமா? குழந்தையாக இருக்கும் போதுதான். பெற்றோர் உன்னை உருவி, குளிப்பாட்டி, பாலூட்டி, சீராட்டி, நோய் நொடியிலிருந்து காப்பாற்றி வளர்த்து, பெரியவர்களாக வளர பேசவும் நாம் கற்றுக்கொண்டு, ஆரம்பப் பள்ளி முதல் கல்லூரி படிப்பு வரை படித்து, பலதுறை வேலைகளில் அமருகிறோம். குழந்தை பருவம், இளமை, வாலிப பருவத்தில் நம்மால் நிகழ்த்தப்படும் நிகழ்ச்சிகள் எல்லாம் ஒருவரைப் பார்த்து ஒருவர் கற்றுக்கொண்டதுதானே.

புத்தர் ஒருவர் தான் 2500 ஆண்டுகளுக்கு முன்னால் போதித்தார்:

What is practice that is Buddhism. Buddism is practice. Allow the child to think himself. Do not thrust God on him. பௌத்தம் எதுவோ அது தான் நடைமுறை. நடைமுறை எதுவோ அது தான் பௌத்தம். குழந்தைகளை சிந்திக்க விடுங்கள். கடவுள் என்ற வார்த்தையை அவர்கள் மனதில் திணிக்காதீர்கள் என்று போதித்தார். அப்படி கடவுள் பெயரை சொல்ல விரும்பினால் அன்னையும் பிதாவும் முன்னறி தெய்வம் என்று நமது ஔவை பிராட்டியார் சொல்லியபடி நமது தந்தையும் தாயாரும்தான் நாம் காணும் முதல் தெய்வம் என்று சொல்ல வேண்டும்.

அன்பு சிறார்களே! முதல் முட்டாள்கள் பெற்றோர்கள், இரண்டாது முட்டாள்கள் ஆசிரியர்கள், மூன்றாவது முட்டாள்கள் மதகுருக்கள் என்றால் என்மீது அடங்காத கோபம் ஏற்படுகிறது அல்லவா? மன்னிக்கும் எண்ணம் கூட வராது. திருடன், அய்யோக்கியன், மாபாதகன், துரோகி, எவ்வளவு ஆணவம், திமிர், கொழுப்பு இருந்தால் அன்னையும் பிதாவும் முன்னறி தெய்வம் என்றும் மாதா பிதா குருக்கள் தான் தெய்வம் என்றும் மதிப்பு தருபவர்களை முட்டாள் என்று கூறுவான். எழுத்தறிவித்தவன் இறைவன் என்று சொல்லும் ஆசிரியர்களை மடையர்கள் என்று சொன்னால் கோபம் வராதா? அப்படி சொல்கின்றவர்களை கடவுள் மன்னிப்பாரா? பெற்றோர்களும், ஆசிரியர்களும், மதகுருக்களும் மக்களை கெடுக்கும் மடையர்கள் என்று சொல்ல தைரியம் எப்படி வந்தது?

அறிஞர்களை, கவிஞர்களை, பட்டதாரிகளை, புலவர்களை, அறிவியல் அறிஞர்களை, வழக்கறிஞர்களை, நீதிபதிகளை உருவாக்குவது கல்வியே. அந்த கல்வியை அளிப்பது, கற்று தருவது, எழுத வைப்பது ஆசிரியரே. அந்த ஆசியரும் மனிதனே! மறுத்துக்கூற முடியுமா? ஆனால் ஆசிரியர்கள் அனைவருமே ஆத்தீகவாதிகளின் அடிமைகளே. கடவுளை வணங்கும் முறைகளை கற்று தந்தவர்

ஆசிரியர்தானே. மக்களுக்கு கோயிலுக்குள் கடவுள் உண்டு என்று மதகுருக்கள் போதிக்கிறார்கள். கல்வி கூடங்களில் ஆசிரியர்கள் எல்லா மதத்தினரின் கடவுள் வணக்கம் என்று கடவுள் வாழ்த்து பாடலை பாடிவிட்டு தானே வகுப்பறைக்கு போகிறார்கள்.

நரி, குரங்கு, கழுகு, கருடன், குருவி, கிளி, காகம், யானை, பாம்பு, எலி, பன்றி, பூரான், மயில், சிங்கம், புலி, கரடிகள் போன்ற மிருகங்கள் பறவைகள் மூலம் கட்டுக்கதைகளைக் கட்டி, படித்தவர்களைக் கொண்டே சின்னஞ்சிறு வயது முதல் பிஞ்சு உள்ளங்களில் கடவுள் என்ற விஷத்தை பக்தி என்ற பாலில் கலக்கி மதிமயங்க செய்து, மடையர்களாக்கிக் கொண்டு, ஆட்சியாளர்களை தலையாட்டி பொம்மைகளாகவும், அறிவியல் அறிஞர்களையும் மதப்பித்து உள்ளவர்களாக செயல்பட செய்யும் காட்சிகளை பார்த்து வருகிறோம். மன்னனின் மகன் தேர் சக்கரத்தை பசுவின் கன்றின் மீது ஏற்றி இறக்க செய்து விட்டானாம். பசு தனது கன்று இறந்து விட்டதை எண்ணி கண்ணீர்விட்டு தனது கொம்புகளால் ஆராய்ச்சி மணியை ஆட்டியதாம். மன்னன் வந்தான். பசு ஆராய்ச்சி மணியை ஆட்டியதைக் கண்டான். மந்திரியை அழைத்தான். கொன்றவன் மகன் என்று தெரிந்தும் பசுவின் கன்றை கொன்றவனை அதே இடத்தில் தேர் சக்கரத்தால் கொல்லுங்கள் என்று மன்னன் ஆணையிட, மந்திரி மன்னன் மகனைக் கொல்ல, மகன் என்றும் பாராமல் நீதி செலுத்திய மன்னனை தேவர்கள் போற்றி புகழ்ந்து இறந்த பசுவின் கன்றினையும், மன்னன் மகனையும் உயிர்பித்துக் கொடுத்தார்களாம். மனுநீதி சோழன் கதை என்று பள்ளியில் இன்றும் இதனை கற்றுத் தருகிறார்கள் ஆசிரியர்கள். ஆசிரியர்கள் மூலம் அறிந்த கருத்துக்களை தான் மாணவர்கள் மனப்பாடம் செய்கிறார்கள். பட்டிமன்றங்கள் மூலம் இதிகாச புராண கதைகளை சிறு பிள்ளைகள் முதல் கல்லூரி மாணவ மாணவிகள் வரை பேசிக்கொண்டு புத்தியுள்ளவர்கள் என தங்களை தாங்களே நம்பிவிடுகின்றனர். இராமாயணம் மகாபாரதம் கட்டாய பாட புத்தகமாக ஆசிரியர்கள் மூலம் கற்பிக்கப்படுகிறது. கதைகளை சொல்லி சொல்லி பட்டிமன்றம் போட்டு படிக்காத ஆண் பெண்கள் கூட கதைகளை மனப்பாடமாக சொல்லும் திறமைகளை சொற்பொழிவு

மூலம் காணலாம். இதிகாசப்புராணப்புளுகு கதைகளை, செய்யுள் வடிவில் மனப்பாடம் செய்து போதிக்கும் ஆசிரியர்களுக்கு தான் புலவர்கள், தமிழ் வித்வான்கள் என்று பெயர் கொடுக்கப்படுகிறது. மாதா, பிதா, குரு ஆகிய மூவரும் தான் தெய்வம் என்று சொல்லிக் கொடுத்தார்கள். இந்த மூன்று பேரும் என்ன கற்றுக் கொடுக்கிறார்களோ, நடந்து காட்டுகிறார்களோ அதுதான் உண்மை என நம்பப்படும்.

The parents are the first teachers and the teachers are the second parents.

பெற்றோர்கள் எல்லோருமே முதல் ஆசிரியர்கள். ஆசிரியர்கள் அனைவரும் இரண்டாவது பெற்றோர்கள்.

மீண்டும் மீண்டும் முன்னோர்கள் செய்தார்கள், முதியோர்கள் செய்தார்கள், பெற்றோர்கள் செய்தார்கள், கற்றோர்கள் கற்றுத்தந்தார்கள், மதபோதகர்கள் சொன்னார்கள் என்றுதான் சொல்லுகிறோம். எண்ணி பாருங்கள். மூடக்கொள்கைகளை கடவுள், மதம், சாதிப்பிரிவுகளை தந்தை, தாயார் ஆசிரியர்கள் மதகுருக்கள் மூலம் நம்பினோம். மதியை இழந்தோம், மூடர்களாய் மாறி விட்டோம். இனி அதே பெற்றோர், ஆசிரியர், மதகுருக்கள் அனைவருமே செய்த குற்றங்களை மறந்து, பகுத்தறிவுப் பாதையில் உலக மக்களை திருத்துவோம் வாரீர்.

There will be no difference between parents and animals if they dont keep their children in better position than their own position.

தன்னை விட உயர்ந்த நிலைமைக்கு தன் பிள்ளைகளை கொண்டு வரவில்லை என்றால் பெற்றோர் மிருகத்திற்கு சமமாவர்.

இன்றுள்ள சிறுவர்கள் நாளை அரசாளப் போகும் வீரர்கள் ஆவார்கள். ஆகவே சிறுவயதிலேயே பொய் புரட்டு கதைகளை குழந்தைகளுக்கு போதிக்கக்கூடாது. உள்ளதை உள்ளபடி உரைக்க வேண்டும். இதிகாச புராண கதைகள், அற்புதஙகள் நிறைந்த இராமாயண மகாபாரத கதைகள் கல்விப் பயிலும் சிறுவர்களுக்கு எந்த மொழியிலும் பாடபுத்தகமாக வைக்கக் கூடாது என்ற சட்டத்தை எழுதுவோம். சிறு

வயதிலிருந்தே கடவுள் என்ற வார்த்தையை சொல்லவே கூடாது. பகுத்தறிவுள்ள உண்மையான கருத்துக்களை தெளிவாக நாம் கற்றுக்கொடுத்தால் அதன்படி குழந்தைகளும் கற்று தேர்வார்கள். ஆகவேதான் நமது ஔவை மூதாட்டியார் இளமையில் கல் என்றார். சிறுவர் எதிரில் சூதாடுகின்றோம் என்றால் சிறுவனும் உற்று கவனிக்கிறான். தானும் அதைப்போலவே கற்றுக்கொள்ள ஆசைப்பட்டு அதையே செய்கிறான். சூதாடி என்ற பட்டத்தை பெறுகிறான். திருடுவதும் மதுபானங்களை குடிப்பதும் இதே முறையில் அவனுக்கு ஏற்பட்ட பழக்கம்தான். புத்தர் தெளிவாக கூறுகிறார். விதை விதைத்தவன் விதை அறுப்பான். வினை விதைத்தவன் வினையைதான் அறுப்பான்.

படித்தவர்களே பல பிரிவுகளாக பட்டி மன்றங்களை போட்டுக் கொண்டு வீரகர்ஜனை செய்து புராணங்களில் யார் குற்றவாளி என்ற தலைப்பில்

1. இராவணனா?
2. இராமனா?
3. கர்ணனா?
4. துரியோதனனா?
5. தருமனா?

என்று நடுவர் முன்பாக வாதாடுவதும், ஒவ்வொருவரும் ஒருவரை குற்றவாளி என்றும், அதனை அடுத்தவர் இல்லை என்றும் சொல்வதும் இப்படி பொய்யும், புரட்டும் கலந்த புராண கதைகளை இன்னும் மறக்காமல் மாணவர்களை கெடுத்து வருகிறார்கள் பட்டிமன்ற அறிவீலிகளும், அதனை ஊக்குவிக்கும் பரதேசிகளும். இல்லாத நடக்காத பார்க்காத நிகழ்ச்சிகளை மற்றவர்களுக்கு நடந்ததுப் போல் பட்டிமன்றங்கள் மூலம் வாதம் செய்யும், படித்த அறிஞர்கள் பட்டியலில் சேர்ந்தவர்களும், டாக்டர் பட்டம் பெற்றவர்களும் என் கண்களுக்கு பரதேசிகளே. தங்களுடைய நாவான்மையால் பொய்யான நிகழ்ச்சிகளை உண்மைதான் என்று நம்ப வைப்பது பொய் ஆகும். கல்வியின் கடமை என்ன? உள்ளதை உள்ளபடி எழுதுவதும், சொல்வதும் தான் உண்மை கல்வியாகும் என்பதை இனியாவது இளைஞர் சமுதாயம் அறிந்திட செய்ய வேண்டாமா? எந்தவொரு

நிகழ்ச்சியிலும் கடவுளுக்கு நன்றி சொல்வதை மறக்க மாட்டார்கள். வாழ்த்துரை வழங்கும் போதும் எல்லா நலன்களைப் பெற்று கடவுள் ஆசீர்வதிப்பாராக என கூறுவர். நீண்ட நாள் வாழ்ந்திருக்க எல்லாம் வல்ல இறைவனை வேண்டிக் கொள்ளுகிறேன் என்றும் சொற்பொழிவின் இறுதியில் முடிப்பார்கள். புராணபுளுகு குப்பை கூளங்களை மேற்கோள்களாக பட்டிமன்றங்களை போட்டு படித்தவர்கள், பட்டங்களைப் பெற்றவர்கள் கூறலாமா?

அருமை மாணவ மாணவி கண்மணிகளே! நீங்கள் அறிவுள்ள மாணவ மாணவிகளாய் வாழ வேண்டும். உலகம் இயற்கை என்பதை புரிந்துக் கொள்ள வேண்டும். நீங்கள் யார்? என்றால் என்ன பதில் சொல்வீர்கள்? நாங்கள் பிள்ளைகள் என்று உங்களுடைய பெயர்களை சொல்வீர்கள். நீங்கள் யாருக்கு பிறந்தீர்கள் என்றால் என்ன சொல்வீர்கள்? என்னுடைய அப்பா அம்மாவுக்கும் பிறந்தோம் என்று தான் சொல்வீர்கள். அவர்கள் காலையில் எழுந்ததும் என்ன செய்வார்கள்? கடவுளே! என்னையும், என் கணவனையும் என் பிள்ளைகளையும் காப்பாற்றப்பா என்று அம்மா சொல்லிக்கொண்டு சாமி அறைக்குள் சென்று கடவுளை வேண்டுவார்கள். பெரியோர்கள் (அப்பா அம்மா) யாரை வணங்க வேண்டும் என்று சொன்னார்களோ பிள்ளைகளும் வீட்டில் அந்த கடவுளைத் தான் வணங்குவார்கள். பள்ளிக் கூடங்களில் இந்துக்கள் பல கடவுள் பெயரை சொல்லி வணங்க செய்கிறார்கள். முஸ்லீம் பள்ளியிலும் கிறிஸ்தவர்கள் பள்ளியிலும் கடவுள் வணக்கம் என்பதை கற்றுக் கொடுக்கிறார்கள். பெற்றோர் சொல்லிக்கொடுத்த கடவுள்களை நம்பி பிள்ளைகளும் வணங்கும் போது ஒரு பெண் பிள்ளை எங்க சாமி தாண்டி எல்லா சாமியைவிட பெரிசு என்று சொன்னாளாம். ஏய் இல்லடி நான் எந்த சாமி பெரியது என்று என் அம்மாவிடம் கேட்டு வந்து நாளை சொல்லுகிறேன் என்றாள் மற்றொருவள். வீட்டிற்கு சென்று கோபமாக அம்மா இங்கே வா, சாமியிலே பெரியசாமி எது? என்றாள். சாமிக்குள் பெரிய சாமியா? அம்மா விழித்தார். அம்மா நீதானே ஏசப்பா தான் நமக்கு சாமி என்று சொல்லிக் கொடுத்தீர்கள். என் வகுப்பில் படிக்கும் சினேகிதி எங்கள் சாமி தான்டி பெரியது என்கிறாள். அப்போ நம்ப சாமி சின்னதா? என்றாள்.

கிறிஸ்தவசாமி ஏசுதான் பெரியது என்று நீங்கதானே வணங்க சொன்னீங்க. உங்களுக்கே எந்த சாமி பெரியது என்று தெரியாதா என்றாள் சிறுமி. இந்த கேள்வியை டீச்சரிடம் போய் கேளு செல்லம் என்றும் எனக்கு எந்த சாமி பெரியது என்று தெரியாது என்றாள் அம்மா. டீச்சரிடம் சென்று பெரிய சாமி எது? அவள் சாமியா? என் சாமியா? இவள் சாமியா? சிவனா? ஏசப்பாவா? அல்லாவா? என்று கேட்டாள் சிறுமி. டீச்சருக்கோ என்ன செய்வது என்று தெரியாமல் யார் யார் எந்த சாமியை வணங்குகிறார்களோ அந்தந்த சாமி தான் பெரிசு என்று பதில் கூறினாராம். இதிலிருந்து என்ன தெரிகிறது. குழந்தைகளுக்கு ஒன்றுமே தெரியாது. யார் யார் எந்த சாமியை வணங்குகிறார்களோ அதை தான் கற்றுக்கொள்ளுகிறார்கள். மதத்தையும் கடவுளையும் கற்றுக்கொடுத்தவர்களே பெற்றோர்களும் ஆசிரியர்களும் தான். மதப்பித்தும், கடவுள் பித்தும், சாதிப்பித்தும் மனித வரலாற்றில் தொடர்ந்து நிலவ காரணம் இவர்களே! கடவுள் என்ற வார்த்தையை யார் நமக்கு முதலில் கூறினார்கள்? பெற்றோர்களாகிய நாம்தானே குழந்தைகளை தரையில் விழுந்து இரு கை கூப்பி வணங்கிட செய்கிறோம். பேசும் வார்த்தைகளை நாம் தானே கற்றுக் கொடுக்கிறோம். நாம் எதை செய்ய சொல்லுகிறோமோ அதைத்தானே குழந்தைகளும் செய்கின்றன. நாம் எல்லாம் மிருகங்கள் அல்ல. மனிதர்கள் நாம் என்பதை மறக்கக்கூடாது. பால் பருவம் நீங்கி பள்ளி பருவம் வந்ததும் மற்ற பிள்ளைகளுடன் கூடிப்பேசவும், கூடி விளையாடவும் சந்தர்ப்பம் கட்டாயம் ஏற்படுகிறது. அவரவர் பெற்றோர்கள் என்ன கற்றுக்கொடுத்தார்களோ அந்த பழக்கவழக்கங்களையும் பேசும் வார்த்தைகளையும் குழந்தைகளும் அப்படியே பின்பற்றுகிறார்கள். சாமி கும்பிடு. இதோ இப்படி கும்பிடு. இருகை கூப்பி தரையில் இப்படி முட்டிப்போட்டு கும்பிடு என்று காணாத கடவுளை கண்டதாக நினைத்துக்கொண்டு கண்களை மூடிக்கொண்டு பிரார்த்தனை செய்வதை எல்லாம் குழந்தைகள் பார்க்கின்றன. வயது ஆக ஆக பெரியோர்களைப்போல் அவர்களும் செய்கின்றார்கள். கடவுள் பக்தி என்பது மக்களிடம் இந்த முறையில்தான் செயல்பட்டு வருகின்றன. பள்ளிக்கூடம் சென்று கல்வியை கற்பதற்காக சின்னஞ்சிறு வயது முதல் பிள்ளைகளை சேர்க்கின்றோம். அங்கு முதல் பாடம் எது? வரிசையாக நில்லுங்கள். இம்மாதிரியாக கைகளை கூப்பி வைத்துக்

கொள்ளுங்கள், கண்களை மூடிக்கொள்ளுங்கள் என்று சொல்லி இந்து, முஸ்லீம், கிறிஸ்த்தவர் மதங்களின் கடவுள் பாடலை பாட செய்கின்றனர் ஆசிரியர்கள்.

அன்புள்ள பெரியோர்களே, தாய்மார்களே, தோழர்களே, கற்றவர்களே, நீ மனிதன். தந்தைக்கு தாய்க்கும் பிறந்தவன். மிருகத்திற்கு பிறந்தவன் அல்ல. பேச உனக்கு வாய் இருக்கிறது, கேட்க காது இருக்கிறது. பார்க்க கண் இருக்கிறது. நம் குழந்தைகளுக்கு என்ன கற்றுக் கொடுக்கிறோமோ அதை தானே கற்றுக் கொள்கிறது. பெரியோர் கடவுளை வணங்கும் போது அதையும் பார்க்கிறது. கற்பூரத்தை கொளுத்தி தேங்காயை உடைப்பதை பார்க்கிறது. பள்ளியில் படிக்கும் குழந்தைகளுக்கு சாதியே தெரியாது. வீட்டில் உள்ளோர் சாதியைப் பற்றி பேசும் போது அவர்கள் இந்த சாதி இவர்கள் இன்ன சாதி என்று குழந்தைகளுக்கு சொல்வதால் தெரிந்துவிடுகிறது. பள்ளியில் பிள்ளைகளுக்குள் ஒன்றுமே தெரியாது. தெரியாமலே நீ என்ன சாதி என்று ஒரு பிள்ளைக் கேட்டால் எனக்கு தெரியாது என்றும், சாதினா என்ன? என்று கேட்ட அந்த பிள்ளையை கேட்கும் மற்றொரு பிள்ளை. வீட்டில் வந்து ஒரு பையன் பள்ளியில் நீ என்ன சாதி என்று கேட்டான். எனக்கு தெரியாது என்று சொல்லிவிட்டேன். அம்மா நான் என்ன சாதினு கேட்டா என்ன சொல்வது என்று பிள்ளை கேட்குமாம். பெற்றோர்களே! உங்கள் பிள்ளைக்கு சாதியே சொல்லாமல் சாதி இல்லை என்று கற்று கொடுக்க வேண்டும். தான் என்ன சாதி என்று பால் மனம் மாறாத அந்த குழந்தை கேட்டதற்கு வழக்கத்தில் கூறிடும் சாதியைதான் சொல்வார்கள். என்னைக் கேட்டால் நான் என்ன சொல்வேன் தெரியுமா? சாதியற்ற சாதி (casteless caste) என்பேன். குழந்தைகளிடம் பீடி, சிகரெட், பொடி வாங்கிவர சொல்லக் கூடாது. பிள்ளைகள் எதிரில் சூதாடக் கூடாது. மதுபானங்கள் குடிக்கக்கூடாது. வாய்சண்டை நிகழ்ச்சிகளை ஒவ்வொரு ஊரிலும் பார்த்திருப்பீர்கள். உடலுறுப்பின் பெருமைகளை கூறியே திட்டுவார்கள். அந்த நேரம் சிறுவர்களும், சிறுமிகளும் வேடிக்கை பார்த்துக்கொண்டு திட்டும் முறைகளை கற்றுக்கொள்ளுகின்றன. நல்லக்குடி மக்களை உருவாக்குவது அவரவர் செயல்களைக்கொண்டுதான் அமையும். மீண்டும் மீண்டும் உங்கள் நன்மைக்காக கூறுகிறேன். குழந்தைகளை வளர்ப்பது தாயின்

கடமை. பிள்ளையை சான்றோனாக்குவது தந்தையின் கடமை என்று சமுதாய மக்கள் கருதிக்கொண்டு வந்தார்கள். ஆனால் இன்று நடக்கும் நிகழச்சிகள் மனவேதனைப்படுத்துகிறது. நல்லறிவாளன் சான்றோன் ஆவதற்கு கல்வி அவசியம். தீய கல்வி முறை அல்ல. நாத்திக கல்வி முறை மாணவ மாணவிகளிடம் பரவிட துாண்டுகோளாக மக்கள் புறப்படவேண்டும். ஒரு சமயம் ஆசிரியர்கள் மீதும் கல்வியின் மீதும் அளவுக்கடந்த நம்பிக்கை வைத்திருந்தனர். மாதா, பிதா, குரு ஆகிய மூவரும்தான் ஒரு சாதாரண பிள்ளையை நல்லவனாகவும், வல்லவனாகவும், உண்மை உள்ளவனாகவும் உரிமை பெற்றவனாகவும் ஆக்க முடியும் என இருந்தது. இன்றோ கல்வி சூழ்நிலை மிகவும் மாறி வருகிறது. திரைப்படங்கள், தொலைக்காட்சி நிகழ்ச்சிகள், பத்திரிக்கைகள், வார இதழ்கள், சிறுவர் சோலை, சினிமா கதிர் போன்றவற்றை பார்ப்பதினால் படிப்பதினால் பெற்றோர்களோ ஆசிரியர்களோ கற்றுத்தராதவற்றைக்கூட பிள்ளைகள் முன்னதாகவே கற்றுக்கொள்ளுகிறார்கள். அதனால் தீமைகள் வளர்கின்றன. கல்லூரியில் புதியதாக சேரும் மாணவர்களை, மாணவிகளை அவமானப்படுத்தும் ராகிங், பெண்களை ஆபாசமாக கேலி செய்து மனதை புண்படுத்தும் ஈவ் டீசிங், போதைப்பொருள்களுக்கு அடிமையாகி பொது சொத்துகளை நாசம் செய்தல், சிறுசண்டைகளை உண்டாக்குதல் போன்ற செயல்கள் நடைபெறும் நிலைமையை பார்க்கும்போது நீர் என்ன நினைக்கிறாய்? இவைகள் அதிகரிப்பதற்கும் பெற்றோர்களையும், ஆசிரியர்களையும் வேதனைப்படுத்துவதற்கும் காரணம் தொலைக்காட்சியும், திரைப்படமும்தான். புரியாததை புரிய வைக்கும் இடம் போன்ற பாடல்களால் தான். ஆகவே கதை ஆசியர்கள், பாடல் ஆசிரியர்கள் பகுத்தறிவை போதிக்கும் நிகழ்ச்சிகளை தங்கள் கண்முன் நிறுத்தி எழுத வேண்டும். முதலில் பெற்றோர்களும் ஆசிரியர்களும் வழிகாட்டவேண்டும். தங்களுடைய குழந்தைகளின் நலன்களைக் கருதி எதிர்கால நாட்டு மக்களின் நல் வாழ்வுகளை எண்ணி மத, இன, சாதி, கடவுள் ஆகியவற்றால் ஏற்படும் சண்டைகளுக்கு சாட்டையடி தர வேண்டும். எவ்வளவுதான் பேசினாலும், எழுதினாலும் சூழ்நிலைகளால் பிள்ளைகள் பாதிக்காமல்

இருக்கும் முறைகளை அவர்களுக்கு நாம் வழிகாட்டிகளாக இருந்து செயல்முறைபடுத்திக் காட்டவேண்டும்.

உண்மை தலைவர்களையும், தொண்டர்களையும், முதல் மந்திரிகளையும், சட்டமன்ற பாராளுமன்ற உறுப்பினர்களையும், வழக்கறிஞர்களையும், நீதிபதிகளையும் உருவாக்கும் சக்தி ஆசிரியர்களுக்குத்தான் உண்டு. புராண புளுகு கதைகளை மனப்பாடம் செய்து, மாணவர்களுக்கு போதிக்கும், பகுத்தறிவில்லாத ஆசிரியர்களை நான் குறிப்பிடவில்லை. முட்டாள்களால் ஏற்படுத்திய கடவுள்களாலும், மதத்தாலும், சாதியாலும் தான் பகைமை ஏற்பட்டது என்று இன்றைய குழந்தைகளுக்கு போதிக்க வேண்டும். இளம் வயது முதல் மதபோதகர்களின் உதவியால் விடுதியில் தங்கி படிக்க எல்லாமே இலவசமாக கொடுத்து, படிப்பும் கற்றுக் கொடுத்து, மத போதனைகளையும் தெளிவாக அவர்களுக்கு போதித்து, ஆசிரியர் வேலைகளையும் கொடுத்து வழிகாட்டி விடுகிறார்கள். அவர்கள் நன்றியை எப்படி மறப்பார்கள். அவர்கள் சம்பளத்தில் பத்தில் ஒரு பாகம் மதத்தைப் பரப்புபவர்களுக்கு கொடுக்க வேண்டும். கொடுத்து கடவுள் ஊழியம் செய்ய வேண்டும். வாரத்தில் ஒரு நாள் கட்டாயம் கோவிலில் கூடி ஜெபம் செய்து, மதபோகதர் சொல்லும் வாக்கியங்களையும் கட்டுக்கதைகளையும் கேட்டு, தங்கள் பிள்ளைகளுக்கும் இளம் வயத முதலே அதனை சொல்ல வேண்டும். பெற்றோர், பெரியோர், ஆசிரியர்களை சூட்சிக்காரர்கள், ஏமாற்றுக் காரர்கள், கொலையாளிகள் என்று சொன்னால் என்னை கொன்று விட வேண்டும் என்ற கோபம் வரும். உண்மையிலே எனக்கும் அதை விட கோபம் வரும். ஏன் தெரியுமா? இல்லவே இல்லாத கடவுளை இவனும் பார்த்ததே இல்லை. பேசாத பார்க்காத கடவுளை மகனே! மகளே! இதோ பார் கட்டையால், பித்தளை, செம்பு, கல்லால் செய்த கடவுள் உருவங்கள். நாங்கள் வணங்குவதைப் போல் நீங்களும் வணங்க வேண்டும் என்று கற்றுக் கொடுத்தார்கள் அல்லவா? பொய் சொன்னால் உனக்கு கோபம் வரும் அல்லவா? இல்லவே இல்லாத கடவுளை உண்டு என்று சொன்னால் அது பொய் தானே. எனக்கு கோபம் வராதா?

பாதிரியார் மகன் கடவுளைப்பற்றி இழிவாக பேசலாமா? என்று கோபமாக, வேகமாக, ஆவேசமாக பாதிரிகள் நடந்தார்கள். மதகுருவை தேடிக்கொண்டு ஓடினார்கள். போதகரே! மதகுருவின் மகன் இங்கர்சால் என்பவன் கிறிஸ்த்துவனா? பாதிரியாருக்கு பிள்ளையே அல்ல அவன். ஞானஸ்தானத்தையும் கடவுளையும் இழிவாக பேசுகிறான். அவனை ஊரில் ஆசிரியர் வேலையை செய்யவிட்டால், நம்முடைய தெய்வ வழிபாடு முறைகளும் நடக்காது. ஊர் மக்கள் கடவுள் நம்பிக்கையை விட்டுவிடுவார்கள். பிள்ளைகளும் கெட்டு விடுவார்கள். ஆகவே இங்கர்சாலை பள்ளியைவிட்டு நீங்குங்கள் என்று கடவுள் ஊழியர் என்ற பெயரில் வீதி வீதியாக பொய்புரட்டு நிகழ்ச்சிகளை கூறும் அறியாமை புத்தியுடையோர் கூற, அன்பு கடவுள் ஊழியர்களே! உங்கள் விருப்பப்படி இங்கர்சாலை ஆசிரியர் பணியிலிருந்து நீக்கி விட்டோம் என்றார் மதகுரு. அதன்பிறகு இராணுவத்தில் போர் வீரனாகவும், வழக்கறிஞர் தொழிலையும் செய்து, தன்னுடைய அறிவாற்றலால் புத்தருடைய கொள்கையை பரப்பி இங்கர்சால் உலக அறிஞனாக திகழ்ந்தார். இன்னும் அவர் புகழ், அவர் வார்த்தைகள் மக்களிடமிருந்து மறையவில்லை. இன்னும் அறிவாளி மக்களால் போற்றபடுகிறார். மூடக்கொள்கையுள்ள மத குருக்கள் அனைவரும் அவர் பெயரைக் கேட்டாலே பயப்படுவார்கள். உண்மை! உண்மை!

> The church has been the enemy for science and every real thinker.
>
> அறிவியலுக்கும் அறிவாளிகளுக்கும் கோயில்களும், குளங்களும் என்றுமே எதிரிகளாக இருந்து வருகின்றன.

படிக்காத பட்டங்கள் பெறாத சாமிகளைப் பார்த்து எனக்கு நல்ல படிப்பை தாருங்கள் என்று மாணவர்கள் தேர்வில் வெற்றிப்பெற வேண்டுவது எவ்வளவு மடத்தனம் என்பதை எடுத்துச்சொன்னால் அவன் நாத்திகன் கடவுள் இல்லை என்று சொல்லும் துரோகி என்ற பட்டத்தை தருகிறார்கள். இது நீதியா? எண்ணிப்பாருங்கள். உண்மையான கொள்கைகளை இளைஞர்களுக்கு அறிவுரையாய் கூறியது தப்பு என்றும் இளைஞர்களைக் கெடுத்துவிட்டார் என்றும் கூறி, கிரேக்க நாட்டு தத்துவ ஞானியான

சாக்ரட்டீஸை விஷத்தை குடிக்க வைத்து கொன்றார்கள். என்ன ஆனது? சாக்ரட்டீசை சாகடித்துவிட்டால் ஆத்தீகவாதிகள் வெற்றி பெறுவார்கள், இளைஞர்கள் எல்லாம் திருந்தி விடுவார்கள் என்று மதகுருக்கள் நம்பினார்கள். அவர்களின் நம்பிக்கையை தூள்தூளாக ஆக்க கிரேக்கநாட்டு இளைஞர்களுக்கு ஜனநாயக ஆட்சியின் சிறப்புகளை சாக்ரடிஸ் மாணவன் பிளாட்டோ எழுதியதின் பயனால் அரிஸ்டாட்டில் என்ற அறிஞனும் அவரால் வீர உணர்ச்சியின் உச்சகட்டமான அலெக்ஸாண்டர் அரசரும் தோன்றினர்.

அன்புள்ள பெரியோர்களே! தாய்மார்களே! அன்னையும் பிதாவும் முன்னறி தெய்வம். தாயின் சிறந்ததோர் கோயிலும் இல்லை. தந்தையின் சொல்மிக்க மந்திரமில்லை. இந்த வார்த்தைகளை ஏன் சொல்லிருக்க வேண்டும்? உண்மையை உணர்ந்தவர்கள், தெரிந்தவர்கள், அனுபவப்பட்டவர்கள், பிறப்பை உண்டாக்கக்கூடிய சக்தி தந்தைக்கும் தாயுக்கும் தான் உண்டு என்பதால்தான். மூன்று மதத்தார் மக்களும் கணவன் மனைவியாகத்தான் சேர்ந்து வாழ்ந்து குழந்தைகளை பெற்று எடுக்கிறார்கள். மூன்று மதத்தாரும் மனிதர்கள்தான்.

கேள்விச் செல்வம் தான் ஒருவனை முழு மனிதனாக வாழும் வழிகளை வகுத்துக் கொடுக்கும். கேள்விகள் மூலம்தான் உண்மைகளை அறிந்துக் கொள்ள முடியும். பொய்மைகளை அறிந்துக் கொள்ள முடியும். எவன் ஒருவன் காலத்திற்கேற்ப மாற்றங்களை கற்றுக் கொள்ளுகின்றானோ, எவன் ஒருவன் சூழ்நிலை கைதியாக இல்லாமல் பொறுப்புணர்ந்து கடமை ஆற்றுகின்றானோ, எவன் ஒருவன் கிளர்ந்து எழுகின்ற மனத்திண்மையை பெற்றிருக்கின்றானோ அவனையே சுதந்திரம் பெற்ற மனிதன் என்பேன். எவன் ஒருவன் முன்னோர்களின் தொன்றுதொட்டு வரும் பழக்கவழக்கங்களுக்கு அடிமையாகாமல் பழம்பெரும் போதனைகள் என்பதற்காக அப்படியே ஏற்காமல் அறிவு பூர்வமாகச் செயல்படுகின்றானோ அவனையே சுதந்திரம் பெற்ற மனிதன் என்பேன். எவன் ஒருவன் தானே சரணடையாமல் மற்றவர்களின் இச்சைப்படி செயல்படாமல் எதனையும் சோதனைக்குட்படுத்தி அறிவு வெளிச்சத்தில்

அலசி ஏற்கின்றானோ அவனையே சுதந்திரம் பெற்ற மனிதன் என்பேன். யார் ஒருவன் தம் உரிமைகளைத் தற்காத்துக் கொள்ள தயாராய் இருக்கின்றானோ, யார் ஒருவன் அடுத்தவன் கைப்பாவையாய் இல்லாமல் சுய சிந்தனையையும் சுயமரியாதையையும் பெற்றிருகின்றானோ அவனையே சுதந்திரம் பெற்ற மனிதன் என்பேன். யார் ஒருவன் மற்றவர்களின் குருட்டு அறிவுரைப்படி வாழ்க்கையை நடத்தாமல் தன் சிந்தனையின் படி வாழ்வை வறையறை செய்துக் கொண்டு, அதன்படி வாழ்வை நடத்த வேண்டும் என்று கருதி, அதன்படி வாழ்க்கையை நடத்துகின்றானோ அவனையே நான் சுதந்திரம் பெற்ற மனிதன் என்பேன்.

அன்பு இளைஞர்களே! மாணவ மாணவி கண்மணிகளே! உலகில் யார் யோக்கியன்? உலகில் யார் அய்யோக்கியன் ? உலகில் கெட்ட மனிதர்கள் யார்? உலகில் பணக்காரன் யார்? உலகில் ஏழைகள் யார்? உலகம் என்றால் என்ன? உலகம் எப்பொழுது உண்டானது? உலகில் கடவுள் உண்டா? உலகில் எத்தனை கடவுள்கள் உண்டு? உலகில் மனிதன் எப்பொழுது தோன்றினான்? உலகில் எழுத்தை யார் கண்டு பிடித்தது? உலகில் மொழிகளை உண்டாக்கியது யார்? உலகில் கடவுளை கற்பித்தவன் யார்? உலகில் ஆண் என்றும் பெண் என்றும் பெயர் வைத்தவன் யார்? உலகில் புகை வண்டிகளையும், கப்பல், விமானம், கார், மோட்டார் சைக்கிள், துப்பாக்கி, வெடிகுண்டு, உணவு வகைகளை கண்டு பிடித்தவன் யார்? துணி வகைகளை நெய்தவன் யார்? உலகில் ரேடியோ சினிமா, டி.வி. போன்ற வசதிகள், மின்சாரம் எப்படி ஏற்பட்டது? உலகில் உணவு வகைகளை பயிரிட எப்படி கற்றான்? உலகில் மரம், செடி, கொடி, மிருகங்கள் பறவைகள், நீந்துவன, ஊர்வன இவைகள் எப்பொழுது உண்டாயின. உலகில் மக்களுக்குள் அரசர் பதவியை தந்தவன் யார்? உலகில் அரசர்களுக்குள் சண்டை ஏன்? உலகில் மதங்கள் ஏன் உண்டானது? உலகில் கடவுள் ஏன் உண்டானது? உலகில் சாதிப்பிரிவுகள் ஏன் உண்டானது?

மேற்கூறிய அத்தனை கேள்விகளுக்கும் மனிதனின் அறிவாற்றலால் தானே கண்டு பிடிக்கப்பட்டது. அன்று முதல் இன்று வரை கோட்டைக்குள், கோயில் என்றும்,

கல்லினால் உருவத்தை செதுக்கி கடவுள் என்றும் நம்ப வைத்தது மனிதா்களே. மனிதன் செயலால் தான் அக்கடவுளை வண்டியில் ஏற்றி கயிற்றைக்கட்டி, வான வேடிக்கையுடன் ஊா்வலம் வர, ஆயிரக்கணக்கானோா் கல்சாமியை, கட்டை சாமியை இரு கைக்கூப்பி வணங்குவதும், தரையில் படுத்து புரண்டு முருகா! என்று கத்துவதும் நடைபெறகிறது. இது நீதியா? நீ கடவுளை உட்கார வைத்தாய். அதுவும் உட்காா்ந்துக் கொண்டே இருக்கிறது. படுக்க வைத்தால் படுத்துக்கொண்டே இருக்கிறது. எவருமே பாா்க்காத கடவுளை கண்டதாக நினைத்துக் கொண்டு பள்ளிப்பிள்ளைகளுக்கு கடவுள் வணக்கம் என்று சொன்னதும் பாடல் ஒன்று பாடி இரு கையை தூக்கி வணங்கும் முறைகளை எல்லா மத வெறிப்பிடித்த பள்ளி முதல்வா்கள் ஆசிரியா்கள் தவறாமல் மறக்காமல் கற்று தருகிறாா்கள் என்றால், மனிதா்களை முட்டாள்கள் என்பதில் என்ன தவறு? இல்லாத கடவுளை போதிப்பவா்களை முட்டாள் என்பதில் என்ன தவறு? மனிதா்களை கெடுக்கும் குருமாா்களை முட்டாள்கள் என்பதா? பக்தா்களாக கோயில்களை தேடிப் போகும் பகுத்தறிவில்லாத மனிதா்களை முட்டாள்கள் என்பதா? உங்கள் தீா்ப்பை உங்களுடைய அன்பு குழந்தைகளுக்கு கூறுங்கள்.

பள்ளி ஆசிரியா்களுக்கு மதகுருமாா்கள் தான் ஆசிரியா்கள். எதற்கெடுத்தாலும் ஒருநாளைக்கு 7 முதல் 10 முறை ஜெபம் (பிராா்த்தனை) செய்தால் தான் உண்மையான இந்து, உண்மையான கிறிஸ்து, உண்மையான முஸ்லீம். பள்ளிக்கூடங்களில் மாணவா்களுக்கு ஆசிரியா்கள் கடவுளின் லீலைகளை கதைகளாக சொல்லி நம்ப வைக்கவேண்டாம். கடவுள் வேடத்தை போட்டே இனியும் நடிகா்கள் நடிகைகள் நடிப்பதை நம்ப வேண்டாம். செல்போன் மூலம் மதபோதகா்களையும், ஆசிரியா்களையும், சந்திர மண்டலத்திற்கு வழிக்காட்டும் விஞ்ஞானிகளையும் அவா்கள் கண்ட கடவுளிடம் மாணவா்களாகிய உங்களை பேச அனுமதி தரச் சொல்லுங்கள். மாணவ மாணவி கண்மணிகளே! மூடா்களாக இனியும் வாழாதீா்கள். 5ல் வளையாதது 50ல் வளையுமா? என்று கேட்ட ஔவையாா் பிக்குனியின் வாா்த்தை தான் உண்மை. சிறுவயது முதல் உண்மை நிகழ்ச்சிகளை உனக்கு போதித்துவிட்டால், 15 வயதில் உள்ள

சிறுவர்களுக்கும் பகுத்தறிவு பாதைகளைக் காட்டும் வழிகள் தெரிந்து விடும். ஆரம்பப்பள்ளியிலேயே உலகம் இயற்கை, நிலம்-நீர்-நெருப்பு-காற்று-ஆகாயம் ஆகிய ஐந்தால் தான் பிறப்பும் உண்டாகிறது, இறப்பும் உண்டாகிறது, ஆகும் நிகழ்ச்சிகளும் அழிவு நிகழ்ச்சிகளும் இவைகளால்தான் உண்டாகிறது என்று கற்பிக்க வேண்டும்.

விஞ்ஞான காலத்திலும் பகுத்தறிவைப் பயன்படுத்தாத விஞ்ஞானிகளும், படித்துப் பட்டங்கள் பெற்றவர்களும், பெற்றோர்களும் பன்றி புத்தி உள்ளவர்களாக வாழக் கூடாது என்ற எண்ணம் தோன்ற வேண்டும். பன்றி என்று சொன்னதிற்கு கோபம் வேண்டாம். பன்றிகள் எப்பொழுதும் கீழான பார்வையே பார்க்கும். மேல் நோக்கி பார்க்காது. காரணம் காரியம் தெரியாமல், கட்டுக் கதைகள் தான் என்று சொல்ல தைரியமில்லாத காரணத்தால் கண்மூடித்தனமாக மூடநம்பிக்கைகளையும், மோட்சம், நரகம், எமலோகம், பரலோகம், சொர்கலோகம் போன்ற வார்த்தைகள் மூலம் மக்களை ஏமாற்றினார்கள். மக்களும் ஏமாந்து வாழ்கிறார்கள். இனியாவது நீங்கள் உண்மைகளை புரிந்துக்கொள்ள வேண்டும். மடமையறிவை மக்களிடமிருந்து நீக்கிட வேண்டும். சிந்திக்கும் ஆற்றல் உடையவன் மனிதன். ஆனால் இல்லாத கடவுளை சொல்லிக் கொண்டு திரிகிறான். படித்தவர்கள் எல்லாம் பகுத்தறிவுள்ளவர்களாக இருந்தால் படிக்காதவர்களை திருத்தலாம். அனைத்து ஊர்களிலும் குடம் குடமாக சிலை மீது பாலை ஊற்றி கழுவுவதும், தலைமேல் தேங்காய் உடைப்பதும், நெருப்பில் இறங்குவதும், எலுமிச்சை பழத்தை உடம்பெல்லாம் குத்திக்கொண்டு, நாக்கில் கம்பியால் குத்திக்கொண்டு செல்வதுமாய் படித்தவர்களே இருக்கும் போது கல்வி முறையில் பகுத்தறிவு இல்லை என்றுத்தானே அர்த்தம்.

நினைத்துப் பார். பழைய கதைகளையே நம்பி நம்பி, மதங்களாக பிரிந்தும் சாதிப்பிரிவுகளாகவும் பிரித்தும் கடவுள் பல உண்டு என்று மதகுருக்கள் மக்களை அறியாமை அறிவு மூலம் அடக்கிக் கொண்டு வாழ்ந்து வருகிறார்கள் என்பதை ஏன் நீ சிந்திக்கக் கூடாது. இனியாவது சிறார்களே! சிந்திக்கக்கற்றுக் கொள்ளுங்கள். பெரியோர் எவ்வழி அவ்வழி சிறியோர் என்று மூடக்கொள்கைளில் முட்டாள்தனமாக நீங்களும்

வாழவேண்டாம். உனக்கு நீ ஒளியாய் இரு. உன்னை நீ அறி. மனிதன் சிந்திக்க தெரிந்தவன். மனிதன் பேச தெரிந்தவன். மனிதனுக்கு நல்லது எது தீயது எது என்று ஆராயும் அறிவு உண்டு. மூடநம்பிக்கையின் மூலம் விழாக்கள் எடுத்து ஆடு, கோழி, எருமை கடாவை பலியிடுவது எவ்வளவு மடத்தனம் என்று இன்றைய இளைஞர் சமுதாயம் தான் எண்ணிப் பார்க்க வேண்டும். பகுத்தறியாதவன் பிடிவாதக்காரன், பகுத்தறிய முடியாதவன் அறிவிலி, பகுத்தறிய துணியாதவன் முட்டாள், பகுத்தறிய தெரியாதவன் அடிமை. என்றென்றும் பகுத்தறிவில்லாத பன்றிகளை போலவும், செம்மறியாடுகளை போலவும் அவன் வாழ்ந்து, இறந்து வருவதை தடுக்க வேண்டாமா? மக்களிடம் அறிவுப்போர் செய்ய வேண்டாமா? ஏமாற்றாதே! ஏமாறாதே! மதப்பித்தர்களை நம்பாதே! விழித்தெழு! துடித்தெழு.

மூடக்கொள்கைகளால் கற்கால நாகரிகத்தால் மதம், கடவுள் பிரிவுகளால் போரிட்டார்கள். ஆனால் இன்றோ அறிவியல் அறிவு பெற்று வாழ தெரிந்துக் கொண்டும், பகுத்தறிவு இல்லாமல் முதல் உலகப்போர், இரண்டாவது உலகப்போர் என நிகழ்வுகள் ஏன் நடக்கின்றது? விமானத்தின் மூலம் வாஷிங்டன் கட்டிடத்தை இடித்து ஆயிரக்கணக்கான மக்களின் உயிரை இழக்கச் செய்த மதபித்தர்களை நீயா மனிதன்? என்று கேட்பதில் என்ன தவறு. யோசித்து பார். இது தாண்டா கடவுள், இதோ பாருடா என்று காட்டாமல் ஆண்டவன் காற்றைப்போல் இருக்கிறான், கண்ணுக்கு தெரியாது, மின்சாரம் கண்ணுக்கு தெரிகிறதா? அதைப்போல கடவுள் கண்ணுக்கு தெரிய மாட்டார். பாவி மக்களே! பக்தியோடு வாழுங்கள். பரலோகத்தில் தேவன் உங்களை அன்போடு ஆசீர்வதித்து ஏற்றுக் கொள்வார் என்று மக்களை ஏமாற்றும் பைத்தியகார குருக்களை நம்பும் மக்களை மிருகம் என்பதா? மனிதன் என்பதா? நான் சொன்னால் கோபம் வரும். நீயே சொல். மாணவ மாணவி கண்மணிகளே! மூடக்கொள்கைகளை முறியடியுங்கள். முட்டாள்களாக வாழாதீர்கள். ஏன்? எதற்கு? எப்படி? என்று கேள்வி கேட்டு சிந்தியுங்கள்.

நீயா மிருகம் என்றால், நான் மிருகம் அல்ல, மனிதன் என்று சொல். நீயா மனிதன் என்றால், ஆம் நான் தான், நாங்கள் தான் பகுத்தறிவுள்ள மனிதர்கள் என்று சொல்.

சிந்தித்து நீதி கூறுங்கள். கடவுள் உண்டு என்கிறான். நான் இல்லை என்கிறேன். கடவுள் எங்கும் இருப்பான் என்கிறான். எங்கே என்று காட்டு என்கிறேன். பக்தி உள்ளவனுக்குத்தான் தெரியும். பக்தி உள்ளவர்களுக்கு தெரிந்தால் என்னை அழைத்து போ. இதோ பாருடா கடவுள் என்று காட்டு என்கிறேன். காட்ட வேண்டாமா? என்ன? பிரகலாதன் கதையை சொல்வாயா? இந்த பொய்யான கதைகளை நம்பாதீர்கள்.

நான்கு புரட்சிகள் தேவை. இன்றே தேவை. யாரால் முடியும் தெரியுமா? மாணவர்களால் தான் முடியும். நாடு நலம் பெற, நல்லாட்சி மலர, நல்லோர் வாழ, நற்குடி பெருக, நல்ல சிந்தனையாளர்களை உருவாக்க,

ஒன்றே செய்வோம் - ஒன்றும்
நன்றே செய்வோம் - நன்றும்
இன்றே செய்வோம் - இன்றும்
இன்னே செய்வோம்.

இன்றைய இளைஞர் சமுதாயமே! சுதந்திர நாட்டைக் காப்பாற்ற ஒரே வழி, ஒவ்வொரு மனிதனுக்கும் பகுத்தறிவு வளர வேண்டும். வளர்க்க வேண்டும். சிந்திக்கும் மனிதன் அல்லவா நீ? பயத்தைக் காட்டி பக்தியின் பெயரால் பகுத்தறிவை வளரவிடாமல் கெடுக்கலாமா? அறியாமையால் மூடர்களாய் மக்களை அடிமையாக்கலாமா? எண்ணிப்பாருங்கள். பொய் புரட்டு கற்பனைக் கதைகளை பரப்பிக் கொண்டு, மக்களை மூடக்கொள்கையிலேயே மூழ்க்கடிக்கலாமா?

அறியாமை

அறியாமை மூடக்கொள்கைகளை வளர்க்கும்.
அறியாமை முட்டாள்களின் ஆயுதம்.
அறியாமை பயத்தை நம்ப வைக்கும்.
அறியாமை கோபத்தின் சினேகிதம்.

அறியாமை அவசரத்தின் ஆணி வேர்.

அறியாமை பக்தியை வளர்க்கும்.

அறியாமை சினேகிதர்களை பிரிக்கும்.

அறியாமையால் சந்தேகம் வரும்.

அறியாமை கணவன் மனைவிக்கு வாதத்தை உண்டாக்கும்.

அறியாமையால் குடும்பமே ஒற்றுமை இழக்கும்.

அறியாமையால் சண்டைகள் தான் உண்டாகும்.

அறியாமை மக்களின் ஒற்றுமையை நீக்கும்.

அறியாமை மதவெறியை உண்டாக்குகிறது.

அறியாமை கடவுள் வெறியை உண்டாக்குகிறது.

அறியாமை ஜாதி வெறியை உண்டாக்குகிறது.

அறியாமை மூன்று வெறிகளால் போரிட தூண்டுகிறது.

அறியாமை தான் தோல்விக்கு காரணம்.

அறியாமை கோபத்தை உண்டாக்கும்.

அறியாமை சமாதானத்தை உண்டாக்காது.

அறியாமையால் திருடுகிறான் கொலை செய்கிறான்.

அறியாமையால் தற்கொலை செய்துக் கொள்கிறான்.

அறியாமை கோபம் எல்லோரையும் கெடுக்கும்.

அறியாமை நீதியின் எதிரியாகும்.

அறியாமை பகுத்தறிவை இழக்கச் செய்யும்.

அறியாமை சுயநலத்தை விரும்பும்.

அறியாமை பொது நலத்தை வெறுக்கும்.

அறியாமை ஆடம்பரத்தை ஆதரிக்கும்.

அறியாமையால் தான் ஆணவபேச்சை பேசுகிறார்கள்.

அறிவுடையோர் முழக்கம்

அறிவுடையோர் என்றும் உண்மைகளைத்தான் பேசுவர்.

அறிவுடையோர் என்றும் நன்மைகளைத்தான் செய்வர்.

அறிவுடையோர் என்றும் நீதியோடு நடப்பர்.

அறிவுடையோர் என்றும் பொறாமை படமாட்டர்.

அறிவுடையோர் என்றும் முன்கோபம் படமாட்டர்.

அறிவுடையோர் என்றும் இனிமையாக பேசுவர்.

அறிவுடையோர் என்றும் தீமைகளை செய்ய மாட்டர்.

அறிவுடையோர் என்றும் சுயநலத்தை வெறுப்பர்.

அறிவுடையோர் என்றும் பொது நலத்தை போற்றுவர்

அறிவுடையோர் என்றும் சொல்போல் செய்வர்.

அறிவுடையோர் என்றும் பகைமை கொள்ள மாட்டர்.

அறிவுடையோர் என்றும் சமாதானம் செய்வர்.

அறிவுடையோர் என்றும் இல்லாத கடவுளை நம்ப மாட்டர்.

அறிவுடையோர் என்றும் மூடக்கொள்கைகளை வெறுப்பர்.

அறிவுடையோர் என்றும் மதங்களை நம்ப மாட்டர்.

அறிவுடையோர் என்றும் சாதிப்பிரிவுகளை எதிர்ப்பர்.

அறிவுடையோர் என்றும் ஆடம்பரத்தை விருப்பமாட்டர்.

அறிவுடையோர் என்றும் சோம்பலாய் திரிய மாட்டர்.

அறிவுடையோர் என்றும் ஒற்றுமையைத்தான் விரும்புவர்.

அறிவுடையோர் என்றும் போர்வெறியை வெறுப்பர்.

அறிவுடையோர் என்றும் உள்ளொன்று வைத்து புறம் ஒன்று பேச மாட்டர்.

அறிவுடையோர் என்றும் பொய் கதைகளை சொல்லமாட்டார்கள்.

அறிவுடையோர் என்றும் கடமைகளை மறவாமல் செய்வர்.

அறிவுடையோர் என்றும் மோட்ச லோகத்தை நம்ப மாட்டர்.

அறிவுடையோர் என்றும் இயற்கையின் சக்தியே உலகம் என்பர்.

அறிவுடையோர் மாறுதல் என்பது வாழ்க்கையின் சட்டம் என்பர்.

அறிவுடையோர் என்றும் ஆண் பெண் இரண்டு சாதி தான் உலக முழுவதும் உண்டு என்பர்.

அறிவுடையோர் அரசியல் சூதாடிகளின் எதிரிகள்

அறிவுடையோர் மதங்களின் குருக்கள் அனைவருமே மோடி வித்தைகாரர்கள் என்பர்.

அறிவுடையோர் மதகுருக்களின் ஆயுதம் மதங்களும், கடவுள்களும் சாதிப்பிரிவுகளுமே என்பார்கள்.

அறிவுடையோர் மதப்பித்துக் கொண்டு மக்களை பக்தர்களாக உதவிகள் பெயரால் ஏமாற்றாதே என்பார்கள்.

இருபால் இளம் மாணவசிறார்களே! நீங்கள் யாவரும் சிந்தனையாளர்களாக திகழ வேண்டும். நீங்கள் யாவரும் மூடநம்பிக்கைக்கு முற்றுப்புள்ளி வைக்க வேண்டும். உலகம் இயற்கை என்பதை அறிந்திட வேண்டும்.

அன்பு காட்டு,
ஆனால் அடிமையாகி விடாதே.
இரக்கம் காட்டு
ஆனால் ஏமாந்து விடாதே.
பணிவாய் இரு
ஆனால் கோழையாக இராதே.
கண்டிப்பாய் இரு
ஆனால் கோபப்படாதே.
சிக்கனமாய் இரு
ஆனால் கஞ்சனாய் இராதே.

வீரனாய் இரு

ஆனால் போக்கிரியாய் இராதே.

சுறுசுறுப்பாய் இரு

ஆனால் பதட்டப்படாதே.

தருமம் செய்

ஆனால் ஆண்டியாகிவிடாதே.

பொருளைத் தேடு

ஆனால் பேராசை படாதே.

உழைப்பை நம்பு

ஆனால் கடமையை மறவாதே.

ஏழ்மையிலும் நேர்மை, கோபத்திலும் பொறுமை, தோல்வியிலும் விடாமுயற்சி, துன்பத்திலும் தைரியம், பதவியிலும் பணிவு என்பதை சிறு வயது முதலே சிறுவர்களுக்கு போதிக்க வேண்டும். ஆண் பெண் இரண்டு இனங்கள் தான் உண்டு என்று தெளிவாக தெரிந்து இளைஞர்களுக்கு அறிவுப் பாலை ஊட்டிய பிளாட்டோ, சாக்ரடீஸ், அறிஞர் அரிஸ்டாட்டில், இங்கர்சால், அறிஞர் வால்டர், ரூசோ, அறிஞர் சன்யாட்சன், அறிஞர் காரல் மார்க்ஸ், ஆப்ரகாம் லிங்கன், சித்தர்கள், டாக்டர் அம்பேத்கர், தந்தை பெரியார் ஆகியோர் கொள்கைகளை பின்பற்றுவோம் வாரீர்.

பகுத்தறிவுள்ளவர்கள் தான் பண்பு உள்ளவர்கள். மக்களுக்குள் நல்லறிவு ஏற்பட்டு விட்டால், நட்புக் கொள்ளும் அறிவு ஏற்படும். புத்தர் போதித்த கருத்துகளை வள்ளுவர் சுருக்கமாகக் குறட்கள் மூலம் 100வது அதிகாரத்தில் விளக்கம் தருகிறார். மனிதர்கள் ஒத்திருப்பது என்பது உறுப்பால் ஒத்திருப்பது அன்று. இனிது பேசும் பண்பினை ஒத்திருப்பதேயாகும். விளையாட்டிற்காகக் கூட ஒருவரை இகழ்தல் கூடாது. பகைவரிடத்தும் பாராட்டும் குணமே பண்பாளரிடம் காணப்படும். Duty must be performed. Let the efforts be successful or not, let the work be appreciated and or not. When a man's sincerity and capacity are proved even his enemies respect him. வெற்றியோ, தோல்வியோ எதுவாயினும் கவலைப்படாமல், யார் பாராட்டினாலும் பாராட்டாவிட்டாலும் கடமையை செய், உன்னுடைய திறமையும், நேர்மையும், உண்மையும் வெளியாகும் போது, பகைவரும் உம்மை போற்றத் தொடங்குவார்கள். மதிப்பார்கள்.

அக்கால மக்கள் காட்டுமிராண்டிகளாக வாழ்ந்தார்கள், மனிதன் முன்னேறிவிட்டான் என்றும், விஞ்ஞான வளர்ச்சியால் மனிதன் மாறிவிட்டான் என்றும், அநாகரீக மக்கள் நாகரிகமாக வாழ்கிறார்கள் என்றும் பெருமைப்படுகிறோம். ஆனால்

1. உமது ஆசிரியர்கள், பெற்றோர்கள் செயல்முறைகள் சரிதானா?
2. முன்னோர்கள், மதியோர்கள் காட்டிய வழிகளில் முறன்பாடு தேவைதானா?
3. மதநூல்களின் பெயரால், சத்தியம், தர்மம் நிலைப்பெற்று பகைமையில்லாமல் மக்கள் வாழ்கிறார்களா?

என்னுடைய 82வது வயதில் மரண அறிக்கையாக வெளியிடுகிறேன். ஏனென்றால் இளைஞர்களாகிய உங்கள் மூலம் பகுத்தறிவுள்ள இளைய சமுதாயத்தை யாராவது உருவாக்க வேண்டும். உருவாக்குவீர்கள் என்ற எண்ணத்தில் எழுதுகிறேன். மக்களுடைய மனதில் மூடநம்பிக்கையை வளர்த்தவர்கள், மக்களை கெடுத்தவர்கள், பொய் புரட்டு புராண கதைகளை நம்ப வைத்தவர்கள், மேலோகம் உண்டு, மோட்ச லோகம் உண்டு, நரக லோகம் உண்டு, எமலோகம் உண்டு என்று கற்பித்து, மக்களை மதபிரிவுகளாகவும் கடவுள் வெறியர்களாகவும் சாதிப்பிரிவு வெறியர்களாகவும் பிரிக்க வைத்தவர்கள், போர் வெறியை தூண்டச் செய்தவர்கள், நான்கு பேர்கள் தான். அவர்கள் தான் நமது தாய், தந்தை, ஆசிரியர்கள், மதகுருமார்கள். இவர்கள் நால்வரால் தான் உலக மக்கள் அனைவரும் அடிமைகளாக வாழ்ந்து விட்டோம். அதே நால்வரில் ஒருவராய் தான் நீங்கள் வாழப்போகிறீர்கள். தாய் தந்தையாக இனி உங்கள்

பிள்ளைகளுக்கு எதிரில் பொய் பேசாதீர்கள், சண்டை போடாதீர்கள், நல்லதை பேசுங்கள். ஆசிரியர்கள் வேதங்களை, பழைய பொய்புரட்டு கதைகளை பாட புத்தகத்தில் எழுத வேண்டாம். மனப்பாடம் செய்ய வேண்டாம். நீங்கள் என்ன போதிக்கிறீர்களோ, அதைத் தான் மாணவர்கள் பின்பற்றுவார்கள். ஆசிரியர்கள் மாணவர்களுக்கு உள்ளது உள்ளபடி பார்ப்பதுதான் உண்மை என்று போதிக்க வேண்டும். உலகம் இயற்கை என்று கூற வேண்டும். மதகுருக்களே! உங்கள் நலனுக்காக மக்களை மடையர்களாக்காமல், இல்லாத கடவுளையும் இல்லாத மோட்ச லோகத்தையும், நரகலோகத்தையும், எமலோகத்தையும் பற்றி பேசாமல், பக்தியாய் இருந்தால் கடவுளை காணலாம் என்று சொல்வன்மையால், பாடலால் பாடி, நம்பிட செய்ய வேண்டாம். நம்பியவர்களுக்கு நடராசன் நம்பாதவர்களுக்கு எமராசன் என்று போதிப்பவர்களும் மத குருக்களே! சிறுவர்களை சிந்திக்க வைத்து கடவுள் நம்பிக்கையை விட செய்வது அவர்கள் மன உறுதிக்கும் வாழ்க்கைக்கும் செய்யும் நன்மையாகும். ஆகவே அன்புசிறார்களே! நீங்கள் தான் மனித வாரிசை உருவாக்க போகிறீர்கள். ஆகவே அறிவு புரட்சியை கற்போம். மடையர்கள் யார் என்று புரிந்துக் கொண்டீர்கள் அல்லவா? மீண்டும் உங்களுக்கு நினைவுப்படுத்துகிறேன். மதத்தை நம்பி சண்டை போடுகிறவர்கள், இல்லாத கடவுளை நம்பி சண்டை போடுகிறவர்கள், சாதிப்பிரிவுகளால் சண்டை போடுகிறவர்கள் கண்களால் பார்க்காத மோட்சலோகத்தை நம்புகிறவர்கள் தான் மடையர்கள் என்பதை அறிந்திடுவீர். அறிவுடையோராக திருந்திடுவீர். உலக மக்களை போர் வெறியிலிருந்து காப்போம். புதியதோர் உலகம் செய்வோம். பேதமில்லா அவ்வுலகத்துக்கு சுயமரியாதை உலகு என பெயர் வைப்போம். வாரீர்.

இளைஞர்களே! பெண்மணிகளே! முதலில் நீங்கள் ஏன் என்றும்? எப்படி என்றும்? எதற்கு என்றும்? எங்கே என்றும்? கேள்விகளைக் கேட்க தெரிந்துக் கொள்ளுங்கள். பூர்வீக ஜென்மத்தையும், நரகலோகத்தையும், மோட்சலோகத்தையும், பரலோகத்தையும் எமலோகத்தையும் நம்பி ஏமார்ந்தது போதும்.

ஆகவே அருமை மாணவர் சமுதாயமே! நீங்கள் துரோகிகளாக வாழக்கூடாது. நன்றிக்கெட்டவர்களாக வாழக்கூடாது. ஏடு தூக்கி இன்று பயிலும் சிறுவரே! நாடுகாக்கும் தலைவராய் நாளை விளங்க போகிறாய். ஆகவே நீங்கள் தான் நல்லவர்களாகவும் வல்லவர்களாகவும் நீதிநெறி அறிந்தோராகவும் வாழ வேண்டும். பெரியோர் எவ்வழி அவ்வழி சிறியோர். என்னுடைய ஆசான் புத்தர், டாக்டர் அம்பேத்கர், தந்தை பெரியார். இம்மூவரும் அறிவுப்புரட்சியும், கல்விப்புரட்சியும், சமூகப்புரட்சியும் தன் வாழ்நாள் முழுவதும் செய்தார்கள். இந்த மூவரின் தொண்டர்களால் தான் போலி தொண்டர்கள் தோன்ற மாட்டார்கள் என்பது எனக்கு நன்றாக தெரியும். உலக மக்கள் ஒரே குடும்பம் என்று அண்ணல் அம்பேத்கர் காட்டிய வழியில் தந்தை பெரியார் காட்டிய வழியில் புறப்படுவோம் வாரீர்! வாரீர்! வாரீர்!

Think before you act. நீர் செயல்படுவதற்கு முன்னால் நினைத்து செயல்பட வேண்டும்.

1. உனக்கு தெரியாததை தெரியாது என்று ஒப்புக்கொள்ளுவதற்கான பெயர் தான் அறிவு (புத்தர்).
2. ஆராய்ந்து அறிவதும் சிந்தனை செய்வதும் நம்முடைய உரிமை மட்டும் இல்லை. உயர்ந்த கடமையும் கூட (புத்தர்).
3. அன்பினால் உலகத்தின் துன்பங்களை எளிதாக மாற்றி விடலாம் (புத்தர்).
4. அறிவாளிகள் மற்றவர்களின் கேடுகளிலிருந்து பாடம் கற்றுக் கொள்கிறார்கள்.
5. நல்லவனாக மட்டும் இரு.
6. புத்தியுள்ள மனிதர்களுடன் சேருபவர்கள் ஞானத்தைப் பெறுகின்றனர்.
7. முட்டாளை விட்டு ஒரு போதும் விலகாத துர்குணம் கர்வம்.
8. பிறருக்கு உதவி செய்யாதவர்கள், பிறர் உதவியை எதிர்பார்க்க முடியாது.
9. அளவில்லாத வேதனைகளை தாங்கிக்கொண்டு சாதனை படைக்கிறவன்தான் மேதை.

10. முட்டாள் ராஜ உடை அணிந்தாலும் முட்டாள்தான்.
11. குணத்தில் மிக உயர்ந்தவனும், அடிமட்டத்தில் இருப்பவனும், மாறவே மாட்டார்கள். (கன்பூஷியஸ்).
12. மன்னிப்பதைக் காட்டிலும் பெரிய தண்டனை எதுவும் இருக்காது. (சீசர்).
13. அச்சமும் பயமும் மிக்க மனிதனை யாரும் நேசிப்பதில்லை (அரிஸ்டாட்டில்).

அறிவுப் புரட்சி செய்ய மாணவர்கள் தான் தேவை. உலக மக்களுக்கு தேவையான அந்த அறிவு நீர்

மாணவர் புரட்சியாலும்,
அறிவுப்பரட்சியாலும்,
கல்விப் புரட்சியாலும்,
சமுதாயப் புரட்சியாலும்,

தான் கிடைக்கும். தோண்டி எடுக்க புறப்படுவீர்! சிந்திப்பீர்! செயல்பட வாரிர்!

பகுத்தறிவின் கல்விக்கூடம்

God is unseen and unknown

கடவுளை நேரில் பார்த்தவர் யாருமில்லை. கடவுள் உண்டு என்று யாருக்கும் தெரியாது.

No body can prove that God has created the world.

உலகத்தை கடவுள் தான் படைத்தார் என்றும் யாராலையும் நிரூபிக்க முடியாது.

The world has evolved and is not created.

உலகம் இயற்கையால் பரிணாமம் அடைந்தது யாராலும் படைக்கப்பட்டது இல்லை.

What advantage can then be in believing in God?

கடவுளை நம்புவதால் என்ன பயன்? அதனால் நமக்கு எந்த வித லாபமும் இல்லை.

The Buddha said that a religion based on God is based on speculation.

கடவுளை அடிப்படையாகக் கொண்டுள்ள மதம் யூகத்தினால் உருவாக்கப்பட்டவை

என்று புத்தர் கூறுகிறார். ஆனால் மக்கள் தான் அவனைப்பற்றி பேசுகிறார்கள். வஞ்சகர்கள், சூட்சியாளர்கள், சதிக்காரர்கள், லாபத்தைக் கருதியே மூடக்கொள்கைகளை பரப்பி சூட்சியால் குழந்தை பருவம் முதலே குழந்தைகளின் உள்ளத்தில் கடவுள் பக்தியை உருவாக்க ஆடல்கள், பாடல்கள், நாடகங்கள் மூலம் நடித்துக் காட்டி, புத்தருடைய கொள்கைகளை ஏற்றுக் கொள்ளாமல் புத்தரை வணங்க கடவுளாக செய்து பலப் பெயர்களை புத்தருக்கு வைத்து விட்டார்கள்.

2500 ஆண்டுகளுக்கு முன்னால் அரசர் குல அப்பா அம்மாவுக்கு அரச குமாரனாக பிறந்து, மக்களுக்குள் போராட்டம், துன்பம், கவலை நாடுகளுக்கிடையே சண்டை ஏன் என்று சிந்தித்து போர்வெறிகளை அரசர்கள் மனதை விட்டு அடியோடு நீக்கும் வழிகளை கண்டவர்தான் புத்தர். ஆண்டவர் அல்ல. கடவுள் அல்ல. இறைவன் அல்ல. புத்தருடைய வழியை அப்படியே பின்பற்றி மக்களுக்கு அறிவுரைக் கூறி கடவுளின் குமாரானகவும் கடவுளுடைய தூதனாகவும் பெயரைச் சூட்டிக் கொண்டு மக்களிடம் கடவுள் உண்டு என்றும் கடவுள் தான் மக்களை திருத்த கன்னி வயிற்றில் அவதரித்தார் என்றும் கதைகளை கட்டிக் கொண்டு திரிகிறார்கள். புத்தருடைய வாக்குகள் எல்லாம் வெளிப்படையானது. உண்மையென்று புலப்படும். ஆனால் ஆத்தீக பித்தர்கள் உண்மையை மறைத்து புத்தரும் ஒரு கடவுள் என்று சொல்லிவிட்டார்கள். இன்னும் ஒரு வேடிக்கை என்னவென்றால் எல்லா மதமும் ஒன்று தான். எல்லா கடவுளும் ஒன்று தான் என்று ஏமாற்றும் எத்தகர்களும் உண்டு. எனக்கு 85 வயது ஆகிறது. ஆனால் இதுவரை கடவுள் என்பவர் என் எதிரில் வந்ததும் இல்லை. பார்த்ததும் இல்லை.

புத்தர், ஏசு, அல்லா அனைவரும் ஒன்று என்று சொல்வது மடமை அறிவாகும். காரணம் புத்தர் கிறிஸ்து பிறப்பதற்கு முன்னால் பிறந்தார், முகமது நபிக்கு முன்னால் பிறந்தவர். இந்தியாவில் பிறந்தவர் என்றும் சரித்திரம் கூறுகிறது. கடவுளைப் பற்றி புத்தர் பெருமையாக கூறியது இல்லை. காரணம் கடவுள் இல்லை என்பவர் புத்தர். இயற்கையின் சக்தியால் தான் அனைத்து நிகழ்ச்சிகளும் நிகழ்கின்றன. அவரவர் செயல்களால் தான் நன்மைகளும் தீமைகளும் நடைபெறுகின்றன என்று போதித்தவர் புத்தர் மட்டும் தான்.

மற்றவர்கள் அனைவரும் கடவுள் செயலால் தான் நடைபெறுகிறது என்றும் மக்களுக்காக கடவுளால் அனுப்பப்பட்டவர் தேவகுமாரன் தேவதூதன் என்றும் சொல்லிக் கொண்டு திரிகிறார்கள்.

புத்தர் கடவுள் இல்லை. அவர் தன்னை கடவுளாக வணங்க சொல்லவில்லை. இயற்கை சக்திகளின் பெருமையை வைத்துக்கொண்டு கடவுள் பெயரைச்சொல்ல வேண்டாம் என்பதுதான் புத்தருடைய வார்த்தையாகும். புத்தருடைய கொள்கைகள் படி சிந்தித்து பார்த்தால் கடவுள் என்பவர் ஒருவர் இல்லை என்றே தெரிகிறது. எல்லா செயல்களும் மனிதனுடைய முயற்சியினால்தான் நடைபெறுகின்றன. ஆவதும் ஆழிவதும் எல்லாமே கடவுள் செயல் என்பது பொய் என்பது தெளிவாக தெரிகிறது.

ஆரியர்களின் அக்கிரமங்களையும், அநியாயங்களையும், மூடக்கொள்கைகளையும், கடவுள் பெயரால் யாகங்கள் செய்து ஆடு, மாடு, கோழிகளை பலியிடுவதும் மக்களின் அறியாமையாகும் என்று முதல் முதல் அறிவுப்போர் செய்தவர் புத்தர். என்னுடைய எண்ணமெல்லாம் மக்கள் துன்பங்களிலிருந்து விடுபட புத்தர் வழி தான் சிறந்தது என்ற உண்மையை இளைஞர்களுக்கு போதிக்க வேண்டும் என்பதே. புத்தருடைய கொள்கைளை, அறிவுலக மாமேதை டாக்டர் அம்பேத்கர் அவர்கள் காட்டிய வழியை என்னைப் போன்றோர் எடுத்துச் சொல்லுகிறார்கள். புத்தருடைய போதனைகளை போதிக்கிறார்கள். மக்கள் கேட்கிறார்கள். செயல்பட வருவதில்லை. காரணம் மூடக்கொள்கைகளில் மக்களை திருப்ப, கயிற்றின் உதவியால், கை செய்கையால் ஐந்தறிவுள்ள மிருகமாகிய எருதையும், பசுவையும் தன் ரகசிய சொற்படி மக்கள் முன் வேடிக்கை காட்டுகிற பூ மாட்டுக்காரனைப் போல், மதத் தலைவர்கள், பூசாரிகள், குறிச்சொல்வோர், சாஸ்திரம் சொல்வோர், ராசிப் பலன்கள் சொல்வோர், வாரப் பலன்கள் சொல்வோர், மந்திரக்கார்கள், சூன்யம் வைப்போர், எடுப்போர், ஜாதகம் எழுதுவோர், பேர் ராசி சொல்வோர் அனைவருமே மக்களை முட்டாள்களாக்கி இல்லாத எமலோகம், நரகலோகம், மோட்ச லோகம், பரலோகம் உண்டென்று கற்பிக்கும் பேராசிரியர்களாக நாட்டில் செயல்பட்டு வருகிறார்கள். பணபலத்தால், ஏழை மக்களிடம் பக்தியை பரப்பிக்

கொண்டு திரிகிறார்கள். உள்ளபடி கடவுளை இந்நாள் வரை கண்டவர் எவருமில்லை. ஆனால் நாம் மட்டும்தான் அதாவது மக்கள் மட்டும்தான் கடவுளைப் பற்றி பேசி கொண்டிருக்கிறோம். மனிதர்களுக்குள் பகைமையால் ஒருவருக்கொருவர் தொடக்கூடாது, தொட்டால் தீட்டு, பாவம் என்று மக்களை நம்ப வைத்து மக்களுக்குள் போர் வெறிகளை ஆத்தீக ஆரியர்கள் தூண்டிவிட்டார்கள். புத்தர் ஒரேவரியில்

There is no caste in blood and tears.

மனிதனுடைய இரத்தத்திலும் கண்ணீர்களிலும் சாதி இல்லை என்றார்.

பௌத்தம் என்றால் என்ன?

Buddhism is an education, not a religion. We do not worship Buddha. We respect him as a teacher. His teaching enables us to leave suffering and attain happiness.

பௌத்தம் என்பது அறிவை போதிக்கும் அறிவுக் கல்விக்கூடம். புத்தரை நாம் வணங்ககூடாது. ஆசிரியருக்கு எவ்வாறு மரியாதை செலுத்துகிறோமோ அதன்படி மரியாதை செலுத்த வேண்டும். அவர் போதனைகள் துன்பங்களை நீக்கி மகிழ்ச்சி அடைவது எப்படி என்பதே.

What is practice that is Buddhism. Buddhism is practice. Allow the child to think himself. Do not thrust God on him.

எது நடைமுறையோ அது தான் பௌத்தம். பௌத்தம் எதுவோ அது தான் நடைமுறை. குழந்தைகளின் மனதில் கடவுள் நம்பிக்கையை திணிக்காதீர்கள்.

புத்தருடைய வார்த்தை எப்படிப்பட்டது?

Buddha’s words are undeniable truth.

புத்தருடைய வார்த்தைகளை மறுத்துக்கூற முடியாது. பொய் புரட்டு கதைகள் இருக்காது. அற்புதம் இருக்காது.

பௌத்தம் என்ன சொல்லுகிறது?

Buddha did not believe in superstition. He fought against untouchability.

புத்தர் மூடநம்பிக்கையை நம்பவில்லை. ஆவர் தீண்டாமையை எதிர்த்து அறிவுப் போர் புரிந்தார்.

ஆகவே தான்

Equality not between man and man only but also woman.

சமஉரிமை ஆண்களுக்கு மட்டும் அல்ல. பெண்களுக்கும் சமஉரிமை உண்டு என்று போதித்தார். ஆகவே இனி முதலாவது நீ புத்தரைப் பற்றி புரிந்துக் கொள்ள வேண்டும்.

He is a teacher. அவர் ஒரு அறிவு ஆசான்.

He is a reformer. அவர் ஒரு சீர்த்திருத்தவாதி.

He is a rationalist. அவர் ஒரு பகுத்தறிவாளர்.

He is a Humanist. அவர் மனித தன்மை உள்ளவர்.

He is an emanicipator of discrimation. அவர் வேற்றுமையை அறுத்தெறிந்தவர்.

When we study the life and the teaching of the Buddha we can see every thing is open to every body.

புத்தருடைய போதனைகளை கேட்கும் பொழுதும் படிக்கும்பொழுதும் அவர் போதனைகள் எல்லாமே வெளிப்படையானவை என்று ஒவ்வொருவருக்கும் தெரியும்.

Buddha always welcomes people to come and see his teachings but not to come and believe at once.

புத்தர் மக்களை தன்னுடைய போதனைகளை வந்து கேளுங்கள். ஆனால் அதனை உடனே நம்பி விடாதீர்கள் என்றே கூறுகிறார்.

He never forced and compelled any one to accept his teachings.

புத்தர் ஒரு பொழுதும் தன்னுடைய போதனைகளை ஏற்றுக் கொள்ளுங்கள் என்று கட்டாயப்படுத்தியது இல்லை.

According to Buddhism each and every man is responsible for his own suffering.

பௌத்தத்தின்படி ஒவ்வொரு மனிதனுக்கு ஏற்படும் துன்பங்களுக்கு அவரவரே பொறுப்பாளியாவார்.

We our selves are responsible for our happiness

இன்பம், துன்பம் அவரவர் செயலால் தான் நடைபெறும்.

Change is the law of life. And those who took only to the past or the present are certain to miss the future.

மாறுதல் என்பது வாழ்க்கையின் சட்டம். இறந்த காலத்தையும், நிகழ்காலத்தையும் எண்ணிக்கொண்டிருப்பவர் எதிர்காலத்தை இழக்கக்கூடும்.

உலகம் என்பது எது? அது எப்படி இருக்கும்?

நிலம், நீர், நெருப்பு, காற்று, ஆகாயம் ஆகிய ஐந்தும் தான் உலகமாகும்.

உலகம் படைக்கப்பட்டதா?

The Buddha did not believe that the world was created. He believed that the world had evolved

உலகம் படைக்கப்பட்டது என்பதை புத்தர் நம்பவில்லை. உலகம் பரிணாமம் அடைந்தது என அவர் நம்பினார்.

உலக மக்களுக்கு புத்தர் என்ன சுதந்திரம் வேண்டும் என்றார்?

உலக மக்களுக்கு அதாவது ஆண் பெண் இருவருக்கும்

1. Intellectual freedom (அறிவு சுதந்திரம்)
2. Political freedom (அரசியல் சுதந்திரம்)
3. Social freedom (சமூக சுதந்திரம்)

4. Economic freedom (பொருளாதார சுதந்திரம்)

ஆகிய நான்கு சுதந்திரங்களும் இருந்தாக வேண்டும் என்றார்.

அப்போ டிப்போ பவ

Thy lamp to you

“உனக்கு நீ ஒளியாய் இரு” என்று போதிப்பது தான் பௌத்தம்.

Buddhism is against terrorism and it is for humanism. Now the world needs Buddhism.

புத்தருடைய கொள்கைகள் பயங்கரவாதத்துக்கு எதிரானது. மனித சமுதாயத்திற்கு ஆதரவானது.

உலக மக்களுக்கு போர் வெறி நீங்க இப்பொழுது தேவையானது பௌத்த மார்க்க கொள்கைளே! தீயவழிகளை மறந்து தூய வழிகளை சிறார்களுக்குக் காட்டுவோம்..

நமக்கு சொந்தமானது எது?

We own nothing. We must leave every thing.

நாம் பிறக்கும் போது எதையும் கொண்டு வருவதில்லை. ஆகவே நமக்கு எதுவும் சொந்தமானது இல்லை. இறப்புக்கு பின் எல்லாவற்றையும் விட்டுச் செல்லுகிறோம்.

நம்மை நாமே சிந்தித்துப் பார்த்தால் நமக்கே நன்றாக தெரியும், புரியும். நாம் உயிரோடு உள்ளவரை நமது பிள்ளைகள், நமது உறவினர்கள் அனைவரும் பாசமாக இருப்பதை அறிகிறோம். நாம் இறந்து விட்டால் சொந்தங்கள், சுற்றத்தார், உறவினர்கள் அனைவருமே கவலை படுவார்கள். பானை உடைந்துவிட்டால் ஓட்டை எடுத்து எதற்காவது பயன்படும் என்று அடுக்கி வைப்பார்கள். வெண்கலம் கவிழ்ந்து விட்டாலும் தேவை என்று எண்ணி அதையும் பாதுகாப்பார்கள். நம் உடலை விட்டு உயிர் நீங்கிவிட்டால் உடனே

எடுத்திட வேண்டும். சீக்கிரமாக தூக்கிக் கொண்டு போய் புதைத்திடுவோம் என்று கூக்குரல் இடுவதைப் பார்க்கிறோம். இறந்த உடலால் பயன் ஏதும் இல்லை என்று தெரிகிறது. உடல் நாறும். ஆகவே சீக்கிரமாக புதைப்போம் என்று எல்லோரும் நினைக்கிறார்கள்.

புத்தா் கடவுளைப் பற்றி ஒரு வாா்த்தை கூட சொன்னதில்லை. காரணம் கடவுள் இருந்தால் தானே அதைப்பற்றி பேச முடியும். சொல்லி இருக்க முடியும். ஆகவே இல்லாததைப் பற்றி பேசுவதில் எந்த பயனும் வருவதும் இல்லை, வர போகிறதும் இல்லை என்பதை அறிந்துக் கொண்ட புத்தர் எல்லோராலும் எப்பொழுதும் ஏற்றுக் கொள்ளும் வாா்த்தைகளையே தான் சொல்வாா். அவா் வாயிலிருந்து புறப்படும் சொற்களை எதிா்த்து பேசும் திறமை எந்த மதத் தலைவனுக்கும் மனிதனுக்கும் இல்லவே இல்லை. இருக்கவும் முடியாது. காரணம் இயற்கையின் நிகழ்ச்சிகளுக்கு யாரும் காரணத்தை சொல்ல முடியாது. பௌத்தமாா்க்கத்தில் அன்பு, ஆறுதல், இன்பம், உண்மை, உரிமை, ஊக்கம், எளிமை, பண்பு, பணிவு, பாசம், புகழ்ச்சி, பெருமை, பொறுமை, நன்மை, மகிழ்ச்சி, தன்மை, சுதந்திரம், சமத்துவம், சகோதரத்துவம், ஒற்றுமை, கடமை, மேன்மை, மதிப்பு, மெய்யறிவு, வறுமை நீக்கும் வழிகள் உண்டு. சிந்திக்கும் அறிவு உண்டு. ஆா்வம், தெளிவு, கேண்மை, நீதி, நோ்மை, சகிப்பு தன்மை, ஆற்றல், நிம்மதி, எளிமை, தூய்மை, நல்வாழ்வு, துணிவு, சாந்தம், கருணை, சூதில்லா வழி உண்டு. பயமில்லா பாதை, வஞ்சனை இல்லா வழி, கூடி வாழும் வழி, குற்றம் நீக்கும் வழி, கொடுமை நீக்கும் வழி, வேதனை நீக்கும் வழி, துன்பத்தை தடுக்கும் வழி உண்டு. ஆணுக்கு பெண் உண்டு, பெண்ணுக்கு ஆண் உண்டு. இருவரும் கூடி வாழும் இல்லற அன்பு பௌத்தமாா்க்கத்தில் உண்டு.

உங்களுக்கு உண்மையான வழிகளைக் காட்டக்கூடியது புத்தருடைய வாா்த்தைகள் மட்டும் தான். அவருடைய வாா்த்தைகளில் பொய்புரட்டு இருக்காது. சந்தேகம் இருக்காது. மதம் இருக்காது. கடவுளுக்கும் சாதிக்கும் இடமே இருக்காது. பொய்களை தினம் தினம் கண்டுபிடிக்கலாம். உண்மைகளை கண்டுபிடிக்க முடியாது.

நடக்காத நிகழ்ச்சிகளை நடந்ததாக கூறுவது தான் பொய். பார்க்காததை பார்த்ததாக கூறுவது தான் பொய். பேசாத வார்த்தைகளை, சொல்லாத சொற்களை சொன்னான் என்பது தான் பொய். இனி மேலாவது உண்மை எது பொய் எது என்று தெளிவாக தெரிந்துக் கொள். புத்தருக்குப்பின் சித்தர்கள் தோன்றி அறிவுப் பிரச்சாரத்தின் மூலம் மதமில்லை, கடவுள் இல்லை, சாதிகள் இல்லவே இல்லை என்று வீதிகள் தோறும் பாடல்களாக பாடி இருக்கிறார்கள். இல்லாத கடவுளின் பெயரால் வேள்விகள் செய்து உயிர் பலி இட வேண்டாம் என்ற புரட்சிக் கருத்துக்களை பகுத்தறிவுக் கொள்கைகளை புத்தர் போதித்தார். அன்று முதல் தான் ஆரியர்கள் புத்தரை நாத்திகர் அதாவது கடவுள் இல்லை என்று சொல்பவர் என்று பட்டம் தந்தார்கள். ஆரியர்கள் புத்த மார்க்கத்தில் சேர்ந்து படிப்படியாக தலைமை பீடத்தை பிடித்து, 100 ஆண்டு, 200, 300, 400, 500 ஆண்டுகள் ஆக ஆக கொஞ்சம் கொஞ்சமாக புத்தருடைய கொள்கைகளை பெருமைப்படுத்துவதுப் போல் புத்தரை கடவுளாக வணங்க வேண்டும் என்பதற்காக இந்துமத சாஸ்திரிய சடங்குகளைப் போல் பௌத்த மார்க்கத்தில் பின்பற்ற தொடங்கினர். புத்தர் கடவுள் அல்ல. அறிவை போதித்த அறிவு ஆசான். நாம் அவரை கடவுளாக வணங்கக்கூடாது. நாம் ஆசிரியருக்கு என்ன மரியாதை செலுத்துகிறோமோ அதைப்போல அவருக்கு மரியாதை செலுத்த வேண்டும். சாஸ்திரம் சடங்கு கூடாது. இல்லை, நாங்கள் வணங்கித்தான் வழிபடுவோம் என்பதால் தான் கனிஷ்கர் காலத்தில் ஹீணயானம், மகாயாணம் என்ற பிரிவு ஏற்பட்டது. அக்கால ஆரியர்கள் பள்ளம் தோண்டி, நிறைய மரக்கட்டைகளை அடுக்கி, எரிய விட்டு, எரியும் போது குதிரையை தள்ளிவிடுவார்கள். குதிரை தீயில் அகப்பட்டு துடியாய் துடித்து இறந்துவிடும். இந்நிகழ்ச்சியை அசுவமேத யாகம் என்பர். அதைப்போலவே ஆடு, பன்றிகளை கொல்லுவார்கள். இவ்விதமாக யாகங்கள் (வேள்வி) செய்து கடவுள் பெயரால் துடிக்க துடிக்க உயிர்களை கொல்வதை தடுத்தவர் தான் புத்தர். உயிர்பலி, காணாத கடவுளுக்கு செய்வது கூடாது என்று மக்களுக்கு போதனை செய்தார். பிற்காலத்தில் புத்தர் அகிம்சை முறையை போதித்தார். அசோகர், கனிஷ்கர், ஹர்ஷர் முதலிய பேரரசர்கள் பௌத்த மார்க்கத்தை பரப்ப பெரும் முயற்சி செய்தார்கள். ஆரியர்கள் பௌத்தர்களாக மாறி

தலைமைபீடத்தைப் பிடித்து தலைமுறை தலைமுறையாக ஊழல் செய்ய ஆரம்பித்து கொள்கைகளை மாற்றி இந்து மத கோட்பாடுகளை பௌத்த மார்க்கத்தில் புகுத்தி பௌத்தர்களை கொன்றார்கள். புத்த சமயத்தை அழிவுக்கு உள்ளாக்கினார்கள். புத்த மடாலயங்களை இடித்தனர். தங்கத்திலான புத்தர் சிலைகளை கொள்ளை அடித்தனர். கி.பி 1200-ல் இந்தியாவில் பௌத்தம் முற்றிலும் மறைந்தது. பௌத்த மார்க்கத்திற்கும் இந்து சமயத்திற்கும் வேறுபாடு இல்லாமல் போயிற்று. கோயில்களில் வைக்கப்பட்ட புத்த சிலைகளை இந்து சிலைகள் என்று மக்களை வணங்க வைத்தார்கள். இந்து மதக்கொள்கைகள் எல்லாவற்றையும் பௌத்த மார்க்கத்தில் கலப்படம் செய்து உண்மையான பௌத்த கொள்கைகளை மறைத்தார்கள். அழித்தார்கள். இனியாவது மூடர்களாக வாழாமல், மக்களை முட்டாள்காளாக வாழ விடாமல மூடக்கொள்கைகளுக்கு முற்றுப்புள்ளி வைத்து, மதங்களையும் இல்லாத கடவுளையும் மறந்து, சாதிக்கு சவக்குழி வெட்டி சரித்திரம் படைப்போம் வாரீர்.

Truth is noble and sweet.

உண்மை நன்மையையும் மகிழ்ச்சியையும் கொடுக்கும்.

Truth can deliver you from the evil.

உண்மை உன்னை கெடுதிகளிலிருந்து விடுவிக்கும்.

There is no saviour in the world except the truth.

உண்மையை தவிர உன்னைக் காப்பாற்றக் கூடியது வேறெதுவும் இல்லை.

His doctrine is the truths, the whole truth and nothing but the truths.

அவர் தத்துவம் முழுவதும் உண்மையானது, உண்மையை தவிர வேறெதும் இல்லை.

எந்தெந்த முறைகளில் ஆசை உண்டாகிறதோ அதற்கு தகுந்த அளவில் துன்பத்தை ஏற்றுதான் ஆக வேண்டும். இயற்கையின் சக்தியை வரையரை செய்து கூற முடியாது, யூகத்தினால் கடவுள் படைப்பு என்று மக்களை ஏமாற்றுபவனை மடையன்,

அய்யோக்கியன், மக்கள் துரோகி என்று தந்தை பெரியார் திட்டியது போல் கூறாமல், புத்தர் பக்தியின் பெயரால் ஏமாற்றும் மக்களை அறிவிலிகள் என்றார். அன்பை ஆயுதமாகக் கொண்டு அனைத்தையும் வெல்லலாம் என்றார் புத்தர். அன்பு, தைரியம், உண்மை, பொறுமை ஆகிய பண்புகள் உள்ளவன் தான் மனிதன் என்று மக்களுக்கு அறிவுரை கூறியவர்தான் புத்தர். கடவுள் பக்தி உள்ளவர்களுக்கு மரண அடி தந்து, நல்லறிவையும், அன்பையும் ஆயுதமாக தந்து, நல்லவழிக் காட்டும் ஒரே மார்க்கம் பௌத்தமே! அறியாமை இருளை அகற்றி, உண்மைகளை போதிப்பதே பௌத்தம். கட்டுக்கதைகளை நம்பியே நாட்டு மக்களை கெடுத்துவரும் மனித துரோகிகளை திருத்துவதே பௌத்தம். கண்ணிருந்தும் குருடனைப்போல், கண்ணுள்ள மதப்பித்தர்கள் மக்களை குருடர்களாக்கி, கடவுள் பக்தியை கற்பிப்பதை பொய் என்று உணர வைப்பதே பௌத்தம். யாருக்கும் யாரும் அடிமைகள் அல்ல. ஆண் பெண் இருவரும் சமம் என்ற சமத்துவ கொள்கையை போதிப்பதே பௌத்தம். பகுத்தறிவின் மூலம் ஆராய்ந்து உண்மையை உணர்ந்து வாழ்ந்து காட்டுங்கள் என்று கூறுவது தான் பௌத்தம். நல்வினை தீவினை என்பது எல்லாம் அவனவன் செயலால் அமையும் என்பதை பௌத்தம் எடுத்துக் காட்டுகளுடன் தெளிவுப்படுத்துகிறது.

Birth is sorrowful, old age is sorrowful, Death is sorrowful.

பிறப்பு துன்பகரமானது, முதிர்ந்த வயது துக்ககரமானது. இறப்பு துன்பகரமானது .

என்று மக்களை சிந்திக்க வைப்பது பௌத்தம். ஒருவரை ஒருவர் அறிந்து, புரிந்துக் கொண்டு இல்லறத்தை நடத்த சுதந்திரம் அளிப்பது தான் பௌததம். கடவுளை நம்பி, மதபித்தர்கள் தான் மக்களை பிரித்து வைத்து கலகங்களை உண்டாக்கினார்கள் என்ற உண்மையை கூறுவது தான் பௌத்தம். அரசு அதிகாரம் பெற்றதும், பார்ப்பனர்களை தேவர்கள் என்றும், பௌத்த அரசர்களை அரக்கர்கள் என்றும் கட்டுக் கதைகள் மூலம் நம்ப வைத்தார்கள் என்பதை விளக்கமாக கூறுவதே பௌத்தம். பௌத்தம் அன்பை போதிக்கும், ஆணவத்தை நீக்கும், இன்பத்தை கொடுக்கும், ஈகை குணத்தை வளர்க்கும்,

உண்மைகளை உரைக்கும், ஊக்கத்தைக் கொடுக்கம், எளிமையை போற்றும், ஏழ்மையை அகற்றும்.

மத நூல்கள் மூலமும், சாத்திரத்தின் மூலமும் செய்த விதிகளையும், சதிகளையும் உடைத்து உள்ளதை உள்ளபடி உலக மக்களை முதல் முதல் சிந்திக்க வைத்தவர் புத்தர் தான் என்று அறிவுலக மேதை டாக்டர் அம்பேத்கர் பௌத்தமும் தம்மமும் என்னும் நூல் மூலம் விளக்கம் தந்துள்ளார் என்பதை இனி முதலாவது நினைவில் கொள்ளுங்கள். ஆகவே சோகக்கண்ணீரும் சிந்திய கண்ணீரும் நீக்கிடவும் குறைக்கவும் பௌத்த மார்க்கம் வழிகாட்டும். சமதர்ம பாதையும், அன்பினால் கட்டுண்ட மனிதப் பாசமும் உருவாக வேண்டுமானால் உலக மக்கள் போர் வெறியிலிருந்து விடுபட வேண்டுமானால் ஒரே வழி பௌத்த மார்க்கத்தை பின்பற்ற வேண்டும்.

ஆயுத புரட்சியால் மக்களை அடக்க முடியாது. புத்தர் போதித்த அறிவுப்புரட்சியால் மட்டும் தான் உலக மக்களை திருத்த முடியும். மக்களுடைய துன்பக் கண்ணீர் நீங்கிட பௌத்தமார்க்கம் தான் வழிகாட்டும். சமதர்ம பாதைகளை தெளிவாக வகுத்துக் காண்பிக்கக் கூடிய வழிமுறைகளை, சமஉரிமைகளை போதிப்பதும் பௌத்தமே. உலகம் இயற்கை. இயற்கை நிகழ்ச்சிகள் சாதாரணமாக நடந்துக் கொண்டே தான் இருக்கும். மனிதர்களுக்கும் மற்ற ஜீவராசிகளுக்கும் பிறப்பு இறப்பு உண்டு. இந்த உலகத்தில் ஒருவரை ஒருவர் சார்ந்தே தான் வாழ முடியும் வாழ்ந்தாக வேண்டும் என்று போதிப்பது தான் பௌத்தம். பாவம் புண்ணியம் என்பதெல்லாம் நம்மால் தான் நடைபெறுகிறது. அவரவருடைய செயல்களால் தான் நன்மைகளும் தீமைகளும் உண்டாகும். பாவம் என்பது துன்பம். புண்ணியம் என்பது நற்செயல். இவற்றை எல்லாம் தெளிவாக விளக்கமாக மக்களுக்கு கூறுவது பௌத்தமே. பௌத்த மார்க்கத்தில் மறைவு இருக்காது. எல்லாமே வெளிப்படையானது.

உலகில் துன்பம், துயரம், துக்கம், ஆசை, பேராசை, நன்மை, தீமை, மக்களிடமிருந்து குறைக்கவும் முடியும் நீக்கவும் முடியும் என்று போதிப்பது தான் பௌத்தம். உலகம் மக்கள் மகிழ்ச்சியோடு வாழும் முறைகளை அன்பு நெறி மூலம்

அழைக்கும் ஒரே ஒரு மார்க்கம் பௌத்தம் என்பதை புரிந்துக் கொள்ள வாரீர். அவன் செயல் என்றும், இவன் செயல் என்றும், கடவுள் செயல் என்றும் மக்களை ஏமாற்றிய காலத்தை மாற்றக்கூறிய அறிவு மார்க்கம் ஒன்று தான் பௌத்தம் என்பதை புரிந்துக் கொள்வோம். வாரீர்.

புத்தருடைய போதனைகள், உலக மக்களுக்கு பொதுவானது. அறிவு மார்க்கத்தை போதிக்கும். ஆணுக்கொரு நீதி என்றும், பெண்ணுக்கொரு நீதி என்றும் போதிக்காத மார்க்கமே பௌத்தம். அரசனுக்கு ஒரு சட்டம் - ஆண்டிக்கு ஒரு சட்டம் கூடாது என்ற குறிக்கோளைக் கொண்டது. கடமையை செய்து மடமையை நீக்க ஒரே வழி பௌத்த மார்க்கமே.

ஐயா! கடவுள் உண்டா? இல்லையா என்று கேட்டபோது புத்தர் கடவுள் உண்டு என்றோ இல்லை எனறோ சொல்லவில்லை. கேள்வி கேட்டவரை, மலடிக்கு பிறந்த குழந்தை கறுப்பா, சிகப்பா என்று என்னைக் கேட்டால் நான் எதை சொல்வது? என்று கேட்டார். கேள்வி கேட்டவரே மலடிக்கு குழந்தை பிறக்காதே என்று சொல்லும் போது, கேள்வியை கேட்பவர்களையே அன்பான முறையில் பதிலை அறிந்துக் கொள்ளும் நிகழ்ச்சிகள் தான் பௌத்த மார்க்கத்தில் உண்டு. மனிதனால் கண்டுபிடிக்காத, கண்டு பிடிக்க முடியாத இயற்கை சக்திகளை விளக்க முடியாத நிலைமையில் அந்த சக்திதான் கடவுள் என்று பெயரிட்டுக் கொண்டு, பேய், பூதம், பிசாசு என்று பயமுறுத்தி நம்பிக்கொண்டு அன்று காட்டு மிராண்டிகள் காலத்தில் ஏற்படுத்திக் கொண்ட முறைகளை நம்பி இன்றும் மக்கள் வாழ்வதை எண்ணிப்பார்க்கும் போது தான் பௌத்த நெறியின் நேர்வழிகளை மறைக்கப்பட்டது என்பதை அறிகிறோம். நிரூபிக்க முடியாதவைகளை நம்ப வேண்டாம் என்பது தான் பௌத்தம். உண்மை எது? பொய் எது? என்று சிந்திக்க வைக்கும் பகுத்தறிவு கருத்துக்கள் பௌத்தநெறியில் தான் உண்டு என்று இளைஞர் கூட்டம் அறிந்துக் கொள்ளும் நாள் வெகுதூரத்தில் இல்லை. பெரியார் கடவுள் என்று நம்பும் உருவத்தை உடைத்துக் காட்டினார். பௌத்தமார்க்கத்தின் கொள்கைகளை போற்றி ஏற்றுக்கொண்டவர் தந்தை பெரியார் என்பதை நினைவூட்டுகிறேன். தந்தை பெரியார்

அவர்கள் வழி செல்வோர்கள் மனதை தொட்டு சொல்ல சொன்னால் இல்லை என்று சொல்லமாட்டார்கள். இந்த கருத்துகளை படித்துப்பார்த்து ஞாபகமூட்டிய என்னை தேடுவார்கள். அண்ணலின் அறிவுமார்க்கமாகிய பௌத்தமார்க்கத்தை முழுமனதுடன் ஏற்றுக்கொண்டவர் தந்தை பெரியார் என்பதை தி.கவினரும், தி.மு.கவினரும், அ.தி.மு.க.வினரும் , ம.தி.மு.க.வினரும் புரிந்துக்கொண்டால் போதும். நான்கு எருதுகளும் சிங்கமும் கதைப்போல், ஆட்சியை பிடிக்க நரி என்ற சாதி ஒழீப்பு மாநாடுகளை போட்டு பாப்பனீயத்தின் அடிமைகளாய் புறப்பட்டுவிட்டார்கள். தந்தை பெரியரால் தூற்றப்படாத தலைவர்கள் யாருமே இல்லை. காரணம் அத்தனை தலைவர்களும் ஆத்தீகவாதிகள். அத்தனை பேரும் அய்யோக்கியர்கள் என்று வெளிப்படையாக யாருக்கும் பயப்படாமல் கூறினார். புத்தருடைய கொள்கைகளை ஏற்றுக்கொண்டு அறிவுலக மாமேதை டாக்டர் அம்கேத்தகர் அவர்கள் வழியை ஏற்றுக்கொண்ட தென்னாட்டின் சிங்கம் வெண்தாடி வீரர் பெரியார் அல்லவா? அவருடைய வாழ்கை வரலாற்றை படித்துப்பார். புத்தரையும் அம்பேத்காரரையும் பின்பற்ற வேண்டும். நானும் எனது கட்சிக்காரர்களும் கடைசியில் டாக்டர் அம்பேத்கார் கண்ட பௌத்தமார்க்கத்தில்தான் சேருவோம் என்று அறிக்கைவிட்ட அந்த ஆசான் தான் தந்தை பெரியார் ஆவார். தந்தை பெரியாரைப்போற்றி புகழ்ந்துக்கொண்டு சீடர்கள் என்று கறுப்பு சிகப்பு கொடியை நான்கு விதத்தில் கம்பத்தில் கட்டிக்கொண்டு பல பிரிவுகளாக பிரிந்து ஆட்சி நடத்துவது வெட்கமாக இல்லையா? என்ற கேள்விக்கு பிறகுதான் திருந்துவார்கள் என்பது என்னுடைய எண்ணம். அறிவுலக மேதை டாக்டர் அம்பேத்கர் அவர்கள் 1927ல் ஆரியரின் வேத சாத்திரங்களை கொளுத்தியே காட்டினார். புத்தரின் அறிவுப்புரட்சியை வைதீக வம்பர்கள், ஆணவம் பிடித்த ஆத்தீகவாதிகளால் ஜீரணிக்க முடியாததால் பௌத்தமார்க்க கொள்கைகளை ஏற்க மறுத்தார்கள். ஆனால் பௌத்தம் அழியவில்லை. வெளிநாடுகளில் பரவியது. புத்தருடைய கொள்கைகள் நித்தம் மக்களுக்கு தேவைபடுகிறது. காரணம் இன்று உலகில் எங்கும் அமைதி இல்லை.

அன்பை வளர்ப்பது பௌத்தம்.

ஆணவத்தை நீக்குவது பௌத்தம்.

இன்பத்தை தருவது பௌத்தம்.

ஈகையை வளர்ப்பது பௌத்தம்.

ஊக்கத்தை வளர்ப்பது பௌத்தம்.

உண்மையை போதிப்பது பௌத்தம்.

எளிமையை போற்றுவது பௌத்தம்.

ஏழ்மையை நீக்குவது பௌத்தம்.

ஐயத்தை நீக்குது பௌத்தம்.

ஒற்றுமையை வளர்ப்பது பௌத்தம்.

ஓதுவது அனைத்தும் பௌத்தம்.

ஔவையார் வாக்கெல்லாம் பௌத்தம்.

மண் சக்தியாலும், நீராலும், உஷ்ணத்திலும், காற்றாலும் தான் உயிர் வாழ்கிறோம் என்றும், இந்நான்கு மூலங்களும் எப்போதும் அழியாமல் இருந்துக் கொண்டே பிறப்பிற்கும், வாழ்வதற்கும், இறப்பதற்கும் காரணமாக உள்ளதை பௌத்த மார்க்கம் ஒன்று மட்டுதான் தெளிவாக விளக்குகிறது. இன்றே புரிந்துக் கொள்ள வாரீர். The body of a living being consists of the combination of four elements viz Earth, Water, Fire, Air. And when this combination is resolved into four elements dissolution ensures. இந்த நான்கு மூலங்கள் மிதக்கும் தொகுதியில் இருந்து ஒன்றாக இணையும் போது ஒரு புதிய பிறப்பு இடம் பெறுகிறது. இதுதான் புத்தரின் மறுபிறப்பு கருத்தாகும். உணவுப் பொருள்களை உண்டாக்குவதும் நாம் உண்பதும் கழிவுப் பொருள்களாக வெளியேற்றப்படுகிறது. பூமியில் உற்பத்தியாகி மீண்டும் பூமிக்குள்ளே அனைத்தும் சேருகிறது.

According to Buddha's analysis a sentiment being is a compound thing consisting of certain physical elements and certain mental elements. They are called Khandos.
புத்தரின் பகுப்பாராச்சியின்படி ஒரு புலனறிவுள்ள உயிர் குறிப்பிட்ட சில பௌதீக மூலங்கள் ஆகியவற்றின் கூட்டுப்பொருளாகும். அவைகள் கந்தங்கள் என்றழைக்கப்படுகிறது.

The Rupa Khanda primarily consists of the physical elements such as earth, water, fire and air. They exist either as Rupa or Kaya.
ரூபகந்தம் முதன்மையாக நிலம், நீர், நெருப்பு, காற்று போன்ற பவுதிக மூலங்களை உள்ளடக்கியதாக உள்ளது. அவை உடல் அலலது ரூபமாய் அமைகின்றன.

What the Buddha said was that wherever there was Rupa or Kaya there was consciousness accompanying it
புத்தர் கூறியது யாதெனில் எங்கெல்லாம் ரூபமும் காயமும் உள்ளதோ அங்கெல்லாம் அவைகளுடன் தன்னுணர்வும் சேர்ந்து வருகிறது.

To give an analogy from science there is an electric field and whereever there is an electric field it is always accompanied by a magnetic field. No one knows how the magnetic field is created or how it artises. But it always exists along with the electric field.
அறிவியலிலிருந்து ஓர் எடுத்துக்காட்டு கூறுவதாயின் மின்களம் ஒன்றுள்ளது. அம்மின்கலம் உள்ள இடமெல்லாம் அது காந்தகளத்தோடுள்ளது. காந்தகளம் எப்படி தோற்றுவிக்கப்படுகிறது அல்லது எப்படி உருவாகிறது என்ற யாரும் அறியார். ஆனால் அது எப்போதும் மின்களத்தோடிருக்கிறது.

கேள்விக்குறி இல்லாத மார்க்கம், ஆதாரங்களை கேட்கும் மார்க்கம், உலக மக்களுக்கு பொதுவாக அறிவுரை கூறும் மார்க்கம், கொலைக் குற்றங்களை தூண்டாத மார்க்கம், பழிவாங்க வேண்டும் என்று போதிக்கும் குருமார்கள் இல்லாத மார்க்கம், மக்கள் அனைவருக்கும் சம உரிமை உண்டு என்று போதிக்கும் மார்க்கம், காதலர்களுக்கு கலப்புத் திருமணங்கள் தான் தேவை என்று கூறும் மார்க்கம், அறிவு வெளிச்சத்தை அளிக்கும் மார்க்கம், அளவறிந்து வாழ்க்கை நடத்தவேண்டும் என்று அறிவுரை கூறும் மார்க்கம் பௌத்த மார்க்கமே. வேற்றுமைகளை கலைத்து ஒற்றுமைகளை வளர்த்து பஞ்சசீல கொள்கைகளை மக்களிடத்தில் போதிக்கும் மார்க்கமே பௌத்தம். புத்தருடைய வார்த்தைகள் பகுத்தறிவை அடிப்படையாகக் கொண்டு விஞ்ஞான வழியைக்காட்டும் சக்தி கொண்டது. புத்தருடைய வார்த்தைகளில் பொய் இருக்காது, கட்டுகதைகள் இருக்காது, சூது இருக்காது, தீமை இருக்காது, துன்பம் இருக்காது, வஞ்சனை இருக்காது, பகைமை எண்ணம் இருக்காது, பழிக்குப்பழி என தெரிந்து துன்பத்தை கொடுக்கும் பன்றிகளின் குணம் இருக்காது.

A Brahmin is born. A Bhikku is made.

ஒரு பிராமணர் பிறப்பினால் பிராமணர் ஆகிறார். ஓரு பிக்கு உருவாக்கப்படுகிறார்.

A Brahmin has a caste. A Bhikku has no caste.

ஒரு பிராமணர் சாதியுடையவர். ஒரு பிக்கு சாதியற்றவர்.

The Bhikku and the Upasaka என்ற தலைப்பில் புத்தர் கூறுகிறார்.

The Bikku shall not have any property. But an Upasaka can have property.

பிக்கு உடைமையேதும் உடையவராய் இரக்கலாகாது. ஆனால் ஒரு உபாசகர் உடைமையுடையவராய் இருக்கலாம்.

The Bhikku is forbidden from taking life. Not so the Upsaka.

பிக்கு கொல்லுவதினின்றும் தடுக்கப்பட்டிருக்கிறார். உபாசகர் அவ்வாறன்று வாழலாம்.

The Panchashila are common to both.

பஞ்சசீலம் இருவருக்கும் பொதுவானது.

The Bhikku's observance of the pancha silas is compulsory. Their observance by the Upasakas is voluntary.

பஞ்சசீல நடைமுறைகள் பிக்குவுக்குக் கட்டாயமானவை. உபாசகருக்கு அந்நடைமுறைகள் விரும்பியேற்க வேண்டிய கட்டுப்பாடுகள்.

ஏசுநாதரும் முகமது நபியும் கடவுள் பிள்ளை என்றும், கடவுள் தூதன் என்றும் மக்களிடத்தில் ஏமாற்றாமல், புத்தருக்கு பிறகுதான் இவர்களுடைய சரித்திரம் சொல்லப்படுகிறது என்பதையும், அவர்கள் கொள்கைகள் எல்லாமே புத்தருடைய போதனைகள் தான் என்பதையும் அறிந்து அறிவியல் முறையில் மக்களை சிந்திக்க வைக்கும் ஒரே மார்க்கம் தான் பௌத்தம் என்று அறிவோம். அம்பேத்கர் அவர்கள் புத்தருடைய கொள்கைகளை பாலிபாஷையில் இருந்து ஆங்கிலத்தில் மொழிபெயர்த்த Buddha & his Dhamma என்ற புத்தகத்தின் மூலம் தெளிவாக அறிந்துக் கொள்ள முடியும். நான் எழுதும் நிகழ்ச்சிகள், பேசும் நிகழ்ச்சிகள் அனைத்தும் புத்தருடைய வார்த்தைகள் ஆகும். மறுத்தோ மறைத்தோ கூற முடியாது.

புத்தர் சீலத்தை பொறுத்து ஐந்து அடிப்படை கொள்கைகளை விவரித்தார்:

ஒன்று உயிர்கொலை தொடர்பானது.

இரண்டாவது திருடுதலோடு தொடர்புடையது.

மூன்றாவது காமம் சார்ந்த தீயொழுக்கம் தொடர்புடையது.

நான்காவது பொய் கூறலோடு தொடர்புடையது.

ஐந்தாவது மது அருந்ததுவதோடு தொடர்புடையது.

சீலமே தொடக்கமும் புகலிடமாகும். மூலமே நன்மை அனைத்துக்கும் அன்னையாகும். எல்லா நன் நிலைகளிலும் சிறந்தது அது. ஆகவே உங்கள் சீலத்தை தூய்மைப்படுத்துங்கள். ஆனால் மாசுகளிலேயே மிக மோசமான மாசு ஒன்று உள்ளது.

அறியாமையே மிகப்பெரிய மாசாகும். ஓ! துறவிகளே அந்த மாசினை அகற்றிவிட்டு மாசற்றவராகுங்கள். புத்தர் கூறுவதை கேளுங்கள்.

Nothing will come out of nothing.

ஒன்றுமில்லாமல் ஒன்றும் வருவதில்லை.

அறிவுலக மாமேதை டாக்டர் அம்பேத்கர் கட்டிய மார்க்கம் தந்தை பொரியார் ஆதரித்த மார்க்கம் பௌத்தம் என்பதை உலக மக்களுக்கு எடுத்து கூறுவோம் வாரீர்.

If you want to organise yourself, embrace Buddism.

நீங்கள் ஒற்றுமை அடைய வேண்டுமானால் ஒன்று சேரவேண்டுமானால், சமுதாய ஒற்றுமை அடைய வேண்டுமானால் பௌத்த மார்க்கத்தை ஏற்றுக் கொள்.

If you want self respect, embrace Buddism.

நீங்கள் சுயமரியாதை உள்ளவா்களாக வாழ வேண்டுமானால் பௌத்த மாா்க்கத்தை ஏற்றுக்கொள்.

If you want to create a society which ensure us cooperation and brotherhood, embrace Buddhism.

நீங்கள் உங்களுடைய சமுதாயத்தில் ஒற்றுமையையும், சகோதரத்துவத்தையும் உருவாக்க வேண்டுமானால் பௌத்த மாா்க்கத்தை ஏற்றுக்கொள்.

If you want independence, embrace Buddhism.

உங்களுக்கு சுதந்திரம் வேண்டுமானால் பௌத்த மாா்க்கத்தை ஏற்றுக்கொள்.

If you want equality, embrace Buddhism.

உங்களுக்கு சமத்துவ கொள்கை வேண்டுமானால பௌத்த மாா்க்கத்தை ஏற்றுக்கொள்.

If you want the world in which you live happy, embrace buddhism.

நீங்கள் வாழும் உலகில் ஆனந்தமாக வாழவேண்டுமானால் பௌத்த மார்க்கத்தை ஏற்றுக்கொள்.

One says let us eat and drink for tomorrow we die. The other say kill all vasanas (desires) as they bring rebriths. Buddha rejected both as un-becoming to man.

ஒருவர் கூறுகிறார் நாம் உண்போம், குடிப்போம் ஏனெனில் நாளை இறக்கப்போகிறோம் என்று. மற்றொருவர் கூறுகிறார் வாசனை அனைத்தையும் (விருப்பங்கள்) அழிப்பீராக. ஏனெனில் அவைகள் மறு பிறப்பை கொணர்கின்றன என்று. இவை இரண்டும் மனிதருக்கு ஆகாதவையென நிராகரித்தார் புத்தர்.

He was a believer in the Madhyama Marga (Majjihima Patipada), the middle path, which leads us neither the path of pleasure nor the path of renunciation.

அவர் மத்யமார்க்கத்தில் (மஜ்ஜிமபதிபாதா) அதாவது நடுநிலைப்பாதையில் நம்பிக்கை உடையவராய் இருந்தார். இன்பத்தினை மட்டுமே விரும்பும் வாழ்க்கை, அனைத்தையும் துறந்துவிடும் வாழ்க்கை இரண்டையும் அவர் விரும்பவில்லை.

His Dhamma had nothing to do which with god and soul. His Dhamma had nothing to do with life after death. Nor had his Dhamma any concern with rituals and ceremonies.

அவருடைய தம்மம் கடவுள் மற்றும் ஆன்மாவோடு எந்தத் தொடர்பும் இல்லாததாய் இருக்கிறது. அவருடைய தம்மம் இறப்பிற்குப்பின்னால் உள்ளதாய் சொல்லும் வாழ்க்கையோடு எந்த தொடர்பும் இல்லாததாய் இருக்கிறது. சடங்குகள் சம்பிரதாயங்கள் எதையும் அவருடைய தம்பம் பொருட்படுத்துவதாயில்லை.

உயிரோடு உலாவும் மனிதர்களே! மனித சமுதாயத்தில் உங்களை நீங்களே புரிந்துக் கொள்ளுங்கள். புத்தர் தெளிவாக Birth is sorrowful பிறப்பு துன்பம் உடையது. Old age is sorrowful முதுமை துன்பம் உடையது, Death is sorrowful இறப்பு துன்பத்தை கொடுக்கும் என்று கூறி இருக்கிறார். இறப்பு என்பது இயற்கை, இயல்பு என்று தெரியாதவர்கள் கண்ணீர்விட்டு, வாய்விட்டு மகளே என்றும், மகனே என்றும், அம்மா என்றும், அப்பா என்றும், அத்தான் என்றும், ஆயா என்றும், தாத்தா என்றும் அலறி அழும் மரண ஓசைகள் உலகம் முழுவதும் தினம் தினம் ஒலித்து வருகிறது. பிறந்தோர் இறக்க வேண்டும். எல்லாம் தலைவிதி. அவரவர் இறப்பது எல்லாம் கடவுளுடைய செயல். கடவுள் கொடுத்தார், எடுத்துக் கொண்டார் என்று சொன்னாலும் அழுகையை நிறுத்தாமல் தன் பிள்ளையை இழந்த தாய் வாய்விட்டே அழுது புரளுவார்.

இதே மாதிரி தான் புத்தர் காலத்தில் ஒரு பெண்மணி பணக்கார குடும்பத்தில் பிறந்தவள் பற்றிய கதை. வேலைக்காரனை காதலித்ததால் வீட்டைவிட்டு இருவரும் வேறொரு ஊருக்குச் சென்று கணவன் மனைவியாக வாழ்ந்து ஒரு குழந்தையை பெற்றெடுத்தார்கள். வீட்டை விட்டு வெளியேறி 5 ஆண்டுகளுக்குப் பிறகு தாய் வீட்டின் மீது அளவு கடந்த ஆசை உண்டானது. ஆகவே இரண்டாவது குழந்தையை வயிற்றில் சுமந்துக் கொண்டு கணவனோடும் பிள்ளையோடும் காட்டுவழியாக வரும்போது இடியுடன் மழை பெய்ய ஆரம்பித்தது. கணவன் குழந்தையுடன் அவள் மரத்தடியில் தங்கினாள். அப்போது பிரசவ வலி ஏற்பட கணவன் மழையில் நனையாமல் இருக்க மரக்கிளைகளை வெட்டி பந்தல் மாதிரி போட கொஞ்ச தூரத்தில் சென்று மரம் வெட்டும்போது பாம்பொன்று கடித்து இறக்க, பிரசவ வலியால் குழந்தை பிறக்க, முட்டிக்கால்களால் தரையில் ஊன்றி, இரவு முழுவதும் குழந்தையைக் காப்பாற்றினாள். விடிந்ததும் கணவன் இறந்ததை கண்டாள். பிறந்த குழந்தையை கையில் சுமந்து 3 வயது சிறுவனை நடக்க வைத்து கண்ணீர்விட்டுக் கொண்டே தாய் வீட்டிற்கு நடந்து செல்லும் போது அன்று இரவும் மழை பெய்ததால் சிற்றாரு நிறைய தண்ணீர் செல்ல, மூன்று வயது குழந்தையை கரையில் நிற்க வைத்து ஆற்றில் இறங்கி மறுக்கரையில் பச்சிலங்குழந்தையை தரையில்

படுக்கவைத்து, அந்த கரையில் இருந்த மூன்று வயது குழந்தையை தூக்கி வர நடு ஆற்றில் வந்தபோது கழுகு பச்சிலங்குழந்தையை தூக்க வருவதைக் கண்டு ஐயோ என்று இருகைகளை உயர வீசி கத்தினாள். இருகைகளை வீசுவதை பார்த்த குழந்தை தண்ணீரில் இறங்க, ஆற்றில் அடித்துச் செல்ல, மீண்டும் கதறி அழுதுக்கொண்டு அவள் கழுகை துரத்த, முதல் குழந்தையும் இறக்க கைக்குழந்தையையும் இழந்து கணவனையும் இழந்து அழுது புலம்பி அம்மா வீட்டிற்கு செல்ல உன்னுடைய வீடு இன்று பெய்த மழையால் இடிந்து உன் அப்பாவும் அம்மாவும் இறந்து விட்டார்கள் என்றார்கள் ஊர் மக்கள். அலறினாள், துடித்தாள். சிந்தித்துப் பாருங்கள்.

அவள் எதிரிலேயே ஒரு பெண் தன் ஒரே மகன் இறந்துவிட்டான் என்று கூறி அழுதுக் கொண்டிருந்தாள். அவள் புத்தரிடம் சென்று புத்தபிரானே! என் குழந்தைக்கு உயிர் தா? என்று அழுதாள். புத்தர், அம்மணி! உன் குழந்தை பிழைக்க வேண்டுமா? பிழைக்க வைக்கிறேன். அதோ தெரிகிறதே அந்த ஊருக்குள் செல். கடுகு ஒரு பிடி வாங்கி வா? அதுவும் சாவு எந்த வீட்டிலும் நடந்திருக்கக்கூடாது. சாவாத வீட்டில் ஒரு பிடி கடுகு வாங்கி வா சீக்கிரம் வாங்கி வா என்றார். குழந்தையை இழந்த அப்பெண்மணி அளவில்லா மகிழ்ச்சியோடு ஓடினாள். ஒரு பிடி கடுகு தேவை. என் குழந்தை பிழைக்க அம்மா தாருங்கள் என்று கேட்க கொடுத்த கடுகை வாங்கி பார்த்து இந்த வீட்டில் சாவு ஏதாவது நடந்துள்ளதா? என்று கேட்டாள். உடனே ஐயோ! அந்த குறையை எப்படி சொல்வேன். போன வாரம் என் மகன் இறந்தான். போன மாதம் என் கணவன் இறந்தான். சென்ற வருஷம் தம்பி, தங்கை இறந்து விட்டார்கள். அம்மா இறந்து விட்டார்கள். இப்படி கேட்கும் வீட்டில் உள்ளோர் எல்லோரும் கண்ணீரும் கம்மலமாய் கடுகை கையில் எடுத்து வந்தார்கள். சாகாத வீடு ஒன்றுமே இல்லையே என்று நினைத்த மாத்திரத்தில் அப்பெண்ணுக்கு தெளிவான புத்தி வந்து, ஊரில் சாவு ஏற்படாத வீடே இல்லை, கடுகும் வாங்கி வர முடியவில்லை. பிணி, மூப்பு, சாக்காடு உண்டு. திடீர் மரணங்கள் ஏற்பட காரணங்கள் தானாகவே ஏற்படுத்திக் கொண்டுள்ள நிகழ்ச்சிகள், அல்லது மற்றவர்களால் சந்தர்ப்ப சூழ்நிலைகளினால் ஏற்படுத்திக் கொண்ட நிகழ்ச்சிகள் என்றும், பிறந்த

ஒவ்வொருவருக்கும் என்றாவது, எப்பொழுதாவது எந்த இடத்திலாவதும் மரணம் நடக்கும் நடந்தே தீரும் என்பது தான் உண்மை என்பதை புரிந்து கொண்டாள்.

புத்தர் கால்நடையாக ஊர் ஊராக சுற்றிக்கொண்டு, மக்களுக்கு போதனைகள் செய்துக்கொண்டுவரும்போது, அங்குலிமாறன் என்பவனை பற்றி கேள்விப்பட்டார். அங்குலிமாறன் என்றால் எல்லோரும் பயப்படுவார்கள். காரணம் அவன் யாரைப்பார்த்தாலும் கொலைசெய்து பெருவிரலை மட்டும் வெட்டிக்கொண்டு போய்விடுவானாம். பெருவிரல்களை மாலையாக ஒரு கம்பியில் கோர்த்துக்கொண்டு காட்டுக்குள் குகையில் மறைந்துக்கொண்டு இருப்பதாக கேள்விப்பட்டு புத்தர் அவ்விடம் சென்று அங்குலிமாறன், அங்குலிமாறன், நீ எங்கே இருக்கிறாய்? என்று கூப்பிட்டார் என்ன ஆச்சரியம்! என்னை பார்த்தால் எல்லோரும் ஓடி ஒளிந்துக்கொள்வார்கள். நான் ஒரு கொலைக்காரன் என்று தெரிந்தும் நம்முடைய பெயரை தைரியமாக சொல்லி அழைக்கும் அந்த மனிதன் யாராக இருக்க முடியும் என்று பாறையின் சந்து வழியாக எட்டிப்பார்த்தான். தெளிவான அழகு மிகுந்த முகம். சாந்தமே உருவான உருவம். தனிமையாக நிற்பதைக் கண்டு யார் நீ? உனக்கு என்ன வேண்டும்? என்று மாலையாக கட்டி இருக்கும் விரல்களை ஆட்டிக்கொண்டு புத்தரை கேட்டான். தம்பி, ஒருவன் உன்னை கோபமாக திட்டிக்கொண்டே ஒரு பொருளைக் கொடுக்கிறான். நீ வேண்டாம் என்று சொல்லுகிறாய் என்றால் அந்த பொருள் யாரிடம் இருக்கும் என்று கேட்டார் புத்தர். உடனே அங்குலி, இது தான் பெரிய கேள்வியா? அது அவனிடம்தான் இருக்கும் என்றான். அதுபோலவேதான் நீர் கோபமாக என்னை பார்த்து கேட்ட வார்த்தைகளை நான் ஏற்கவில்லை அப்போது அது யாரிடம் இருக்கும் என்று எண்ணிப்பார் என்றார். ஒரு விரலுக்காக காத்திருக்கும் உமக்கு என்னுடைய பெரு விரலைக் கொடுக்க வந்துள்ளேன். நீர் ஆயிரம் பேருடைய விரலை மாலையாக ஏன் சேர்க்கிறாய் என்று கேட்டார் புத்தர். நான் என்னுடைய ஆசிரியரிடம் குருக்காணிக்கையாக மனிதனின் 1000 பெரும் விரல்களை மாலைகட்டி குரு காணிக்கையாக செலுத்தினால் மேற்கொண்டு வித்தைகளை கற்க முடியுமாம். அந்த ஆசையால்தான் விரல்களை வெட்டி சேர்க்கிறேன் என்றான். சரி, இந்த விரலோடு இந்த

விரலை பேசவைக்கும் வித்தையை எனக்கு சொல்லிக் காட்டுங்கள் என்று உன் ஆசிரியரிடம் கேட்டுகொண்டு வா. அதுவரையில் நான் இங்கேயே உட்கார்ந்துக்கொண்டு, உனக்காக, உன்னுடைய நன்மைக்காக, பெரும்விரலைக்கொடுக்க காத்திருக்கிறேன் என்றார். அங்குலி அதிர்ச்சி அடைந்தான். ஆச்சரியப்பட்டான். ஓடினான், ஓடினான். குருக்காணிக்கை வேண்டும் என்று கூறிய ஆசிரியரிடம் ஓடினான். ஆசிரியர் காலில் விழுந்தான். இந்த விரலோடு இந்த விரலை பேசவையுங்கள் என்றான். ஆசிரியர் அலறினார். கத்தியோடு நிற்கும் அங்குலியை கண்டு அவன் காலில் ஆசிரியர் விழுந்தார். விரல்களைக்கொண்டு பேசவைக்க முடியாது. உன் நண்பர்கள் என் மனைவியிடம் தவறி முறை நடந்ததாக உன்னைபற்றி கூறினார்கள். ஆகவே அந்த கோபத்தில் சொல்லிவிட்டேன். என்னை மன்னித்துவிடு என்று கெஞ்சினார். அங்குலி ஒன்றுமே பேசாமல் கண்ணீர் மல்க, வீணாக கண்மூடிதனமாக கொலைகள் செய்துவிட்டேனே என்று அழுதுக்கொண்டே தன் வருகைக்காக காத்துக் கொண்டிருக்கும் புத்தருடைய பாதங்களில் வீழ்ந்தான். கண்ணீர்விட்டு அழுது மன்னிப்பு கேட்டான். நடந்த விஷயங்களை கூறிக்கொண்டே, மூடனாக முட்டாளாக, குருவின் குருட்டு நம்பிக்கையால் கொலைக்காரனாக மாறிவிட்டேனே. ஐயா! என்னை மன்னியங்கள். என் அறிவ,கண்களை திறந்துவிட்டாய். நான் திருந்திவிட்டேன். எனக்கு மன்னிப்பு அளிப்பீரா? மன்னிப்பீரா? என்று கதறி அழுதான். எழுந்திரு அங்குலி என்று புத்தர் அவனை சீடனாக சேர்த்துக்கொண்டார்.

Death may call at any time it shows no respect to time.

இறப்பு எந்த நேரத்திலும் வரலாம். இறப்பு நேரத்திற்கு மரியாதை தராது.

மாவிதை இருக்கிறது. முளைக்கிறது. செடியாகி, மரமாகி, காயாகி, கனியாகிறது. மீண்டும் பழமாகியப்பின் விதையாகி மீண்டும் மாஞ்செடிகள் உண்டாகின்றன. இதற்கு மறுபிறப்பு உண்டு அல்லவா? மக்களுக்கும் மறுபிறப்பு உண்டு. என்ன தெரியுமா? நாமும் ஜீவராசிகளும் நிலம், நீர், நெருப்பு, காற்று, ஆகாயம் ஆகிய ஐந்து மூலம் தான்

பிறக்கின்றோம். வளருகின்றோம். வாழ்கின்றோம். இறக்கின்றோம். இவை அனைத்தும் இயற்கையின் செயல்களாகும்.

மரணம் எப்படி, எப்போது உண்டாகும் என்றால் எல்லாம் அவன் செயல். அவர் எப்போது அழைக்கிறாரோ, அப்போதுதான் நாம் இறப்போம். ஆகவே நீங்கள் தினம் பிரார்த்தனை செய்தால் போதும், ஜெபம் செய்தால் போதும், கடவுளை கும்பிட்டால் போதும் என்று தான் மதத்தின் பெயரால் அறிவற்றவர்கள் மக்களுக்கு போதித்துவிட்டார்கள். மக்களும் எல்லாமே கடவுள் செயல் என்றும், எமன் தான் உயிரை எடுத்துக்கொண்டு போவான் என்றும் இந்நாளிலும் நம்பிக்கொண்டு இருக்கிறார்கள். உயிர் எங்கே உள்ளது என்றால் கடவுளிடம் உள்ளது. அந்த உயிர் உள்ள இடம் கடவுளுக்குத்தான் தெரியும் என்று சொல்லுகின்றார்களே தவிர, எப்போது இறப்பு அதாவது மரணம் ஏற்படுகிறது என்று கேட்டால் இதற்கு எந்த மதத் தலைவனும் பதில் சொல்ல மாட்டார். புத்தர் தெளிவாக சுருக்கமாக மரணம் எவ்வாறு எப்போது உண்டாகிறது என்பதையும், எதனை மறுப்பிறப்பு என்று கூறுகிறார் என்பதையும் கேளுங்கள்.

The body of a living being consists of the combination of four elements namely Earth, Water, Fire and Air and when this combination is resolved into four component elements dissolution ensures.

உயிர் வாழும் எந்த உயிர்களின் உடலும் நான்குபெரும் மூலப்பொருள்களின் அதாவது நிலம், நீர், தீ, காற்று ஆகியவற்றின் கூட்டேயாகும். இந்த கூட்டுப்பொருள் இந்த நான்கு மூலப்பொருள்களாக சிதைக்கப்படுமானால் மறைவு நிச்சயமாகிறது. இதுவே கூட்டுப்பொருள்களின் நிலையாமை என்று அழைக்கப்படுகிறது. நமது உடலில் உள்ள பூமியின் சக்தி பூமியோடும் உஷ்ணம் வெளியாகி உஷ்ணத்தோடும் நீர் வெளியாகி நீரோடும் காற்று காற்றோடும் கலந்துவிடுகிறது.

பத்து மாதங்களில் தாயின் மூலம் இயற்கையின் சக்தியாகிய Earth, Water, Fire, Air ஆகியவற்றின் மூலம் உயிர் உண்டாகிறது. உடலை விட்டு நீங்கிய இந்த பூமியின் சக்தியும், நீரும், காற்றும், உஷ்ணமும் அழியாமல் இருந்துக் கொண்டே இருக்கிறது. மீண்டும் தாய் வயிற்றில் குழந்தையாக பிறந்தவுடன் இந்நான்கும் மீண்டும் உடலில் கலந்து விடுகிறது. இதைத்தான் புத்தர் மனிதர்களுக்கு மறு பிறப்பு உண்டு என்கிறார்.

திருடுகிறான். பொய் சொல்லுகிறான். ஏன் என்று எண்ணிப்பார். பிறக்கும் போது எவனும் திருடனாக பிறப்பத்தில்லையே! பசி என்ற நோய் தினம் மக்களை பிடித்து ஆட்டுகிறது. பசி என்ற பிறப்பின் நோய் இல்லாவிட்டால் மருந்தென்று உணவு நமக்கு தேவை படாது. வயிற்றுப்பசி வற்றாமல் இருப்பதால் உழைப்பின் மூலம் உணவு உற்பத்திக்காக அனைத்து மக்களும் உழைக்க வேண்டிய நிலையில் உள்ளார்கள் என்பது அனைவரும் அறிந்த உண்மையாகும். பசி என்பது தீராத வயிற்று நோய். கட்டாயம் பசியை போக்க உணவு உண்டுதான் ஆக வேண்டும். வயிற்றுப் பசியை நீக்க வீட்டில் சமைப்பதற்கு தேவையான உணவு பண்டங்கள் இல்லை. என்ன செய்வாய்? நன்றாக சித்தித்துப் பார். பசியை தீர்க்க பக்கத்து வீட்டில் கேட்டுப் பார்க்கிறான். அவர்களும் உணவு வகைகளை சாப்பிட்டுவிட்டார்கள். உனக்கு அந்த நிலைமை ஏற்பட்டால் என்ன செய்வாய்? அவன் பசியை போக்க அலைகிறான். இல்லாத இடத்தில் தேடிப்பயனில்லை. கேட்டும் பயனில்லை என்று வேகமாக மூன்றாவது தெருவில் போய் உணவுக்கு தேவையான அரிசி, பருப்பு, மிளகாய் போன்றவற்றை கடையில் கேட்கிறான். கடைக்காரன் காசு கேட்கிறான். அவனிடம் பணம் இல்லாததால் கடன் கேட்கிறான். நீ யார் என்று தெரியாதப்பா என்று பதில் வந்தது. எவ்வளவு நேரம் பசியை தாங்கமுடியும். பசி அதிகரிக்க ஓர் இடத்தில் அமருகிறான். யோசிக்கிறான். பசி அதிகரிக்கிறது. இல்லாதவன் வீட்டில் கிடைக்காது. இருப்பவன் வீட்டிற்கு செல்லுகிறான். பசியை போக்க பண்டத்தையோ பணத்தையோ யாருக்கும் தெரியாமல் எடுக்கிறான். தன்னுடைய பசியை போக்கிக் கொள்கிறான். தன் தாய், தம்பியர்களுக்கும் பசியை போக்குகிறான். திருடு எதனால் ஏற்படுகிறது? பசியினால் தான் என்பது தெளிவாக தெரிகிறது அல்லவா? ஆகவே

ஒவ்வொரு ஆணுக்கும் பெண்ணுக்கும் தேவையான உணவு இருந்து விட்டால் அவன் திருட மாட்டான் என்பது தெளிவாக தெரிகிறது அல்லவா. இல்லாத குறை ஏற்பட்டால் தான் திருட வேண்டும் என்ற எண்ணம் ஏற்படுகிறது. திருடியது தெரிந்தால் தண்டனை பெறுகிறான்.

மூன்று புத்தர்கள் - முதல் புத்தர்

புத்தர் கி.மு 543ல் அரச குடும்பத்தில் சித்தோதனர் என்ற தந்தைக்கும் மாயாதேவி என்ற தாயாருக்கும் மகனாக பிறந்தார். வளர்ந்தார். கல்வியில் சிறந்த பயிற்சி பெற்று குருகுலத்தில் தேர்ச்சி பெற்றார். யசோதரை அம்மையாரை திருமணம் செய்தார். இராகுலன் என்ற மகனையும் பெற்றெடுத்தார். துன்பம் இன்னது என்றும் தெரியாமல் வாழ்ந்தார். இக்கால சட்டசபையைப் போல புத்தர் காலத்தில் சங்கத்தார் மூலம் பரிசீலிக்கப்பட்டு எந்த ஒரு தகராறுகளையும் சங்கத்தார் முடிவுப்படிதான் அரசர் ஏற்றுக் கொண்டு செயல்பட வேண்டும். தான் பிறந்த நாட்டில் சாக்கியர்களுக்கும், கோலியர்களுக்கு ரோகினி ஆற்று நீர் பங்கீட்டில் ஏற்பட்ட முறன்பாடுகளால் இரு நாட்டாரும் போரிட தயாரானார்கள். சாக்கிய நாட்டில் இருப்பவர் கோலியர் நாட்டில் வாழ்கிறார்கள். கோலியர் நாட்டில் இருப்பவர் சாக்கிய நாட்டில் இருக்கிறார்கள், வாழ்கிறார்கள். ஆகவே தண்ணீர் பிரச்சனையை பேசி தீர்த்துக் கொள்ளலாம். மக்களுக்குள் போர்வெறியை உண்டாக்க வேண்டாம் என்று சங்கத்தில் உள்ள அனைவரையும் அன்போடு கேட்டுக் கொண்டார் புத்தர். முடியாது முடியாது, போரிட்டே கோலியர்களை அடக்க வேண்டும் என்றும் சங்கத்தார் முடிவு செய்தார்கள். அந்த முடிவை ஏற்காத ஒரே காரணத்தால் புத்தர் சங்கத்தார் அளித்த மூன்று தண்டனையில் ஒன்றை ஏற்க வேணடிய சூழ்நிலை ஏற்பட்டது.

1. தந்தையின் சொத்தை இழக்க வேண்டும்.
2. மரண தண்டனையை ஏற்க வேண்டும்.
3. நாட்டைவிட்டு போக வேண்டும்.

பெற்றோருடைய சொத்து நம்மால் போகக்கூடாது. மரணதண்டனையை ஏற்றால் உண்மையை சொல்ல முடியாது. நாட்டை விட்டு போவதே நல்லது என்று நாட்டை விட்டு சென்றார். ஆனால் திருடர்கள், அய்யோக்கியர்கள், வஞ்சகர்கள், சூட்சியாளர்கள், பொய்யர்கள், சித்தார்த்தர் ஏன் காட்டிற்கு போனார் என்று சொல்கிறார்கள் தெரியுமா? வயதான முடிநறைத்த கிழவனைப் பார்த்தார். இறந்த மனிதனை நான்கு பேர் தூக்கிச் செல்வதைப் பார்த்தார். நமக்கும் இதே கதிதானா? இவற்றிற்கெல்லாம் காரணம் என்ன? என்று கண்டுப்பிடிப்பதற்காக காட்டிற்கு சென்றார் என்று கதை கட்டுகின்றனர். புத்தர் முதலில் காரணங்களைக்காண நாட்டை விட்டு காட்டிற்கு செல்ல ஆத்தீகவாதிகளான குருக்கள், முனிவர்கள், சந்நியாசிகள், மந்திரவாதிகள், தந்திரவாதிகள், யார் யார் எதை சொல்லுகிறார்களோ அதை எல்லாம் செய்து பார்த்தார். சந்நியாசி வேடம் பூண்டார். முனிவர்களின் வார்த்தைகளை எல்லாம் கேட்டு அறிந்தார். உலகில் எப்பொழுதும் அரசர்களுக்கும், பிராமணர்களுக்கும், பிரபுகளுக்களுக்கும், தந்தை மகனுக்கும், தாய், மகன் மகள், சகோதரி, சகோதரர்களுக்கும் பகை ஏன்? கணவனுக்கும் மனைவிக்கும் ஏன் சண்டை? நண்பர்களுக்குள்ளும் மாறுபாடான கருத்துக்களோடு சண்டை ஏன்? ஒற்றுமையின்மை ஏன்? ஏன்? ஏன்? தவரிஷிகளைக் கேட்டார். ஆத்தீகவாதிகளான பல முதிர்ந்த பெரியோர்களையும், முனிவர்களையும், சந்நியாசிகளையும் சந்தித்தார். சந்தேகத்தை கேட்டார். பதில் சொல்ல முடியாமல் எல்லோருமே ஆண்டவன் செயல். அவர் இஷ்டம் போல் தான் நடக்கும் என்று விடை கூறினார்கள். மக்கள் சமூகத்தில் துன்பம், இன்பம், வறுமை, பகைமை, பேராசை, திருடு, கொலை, கொள்ளை, கற்பழிப்பு ஆகியவற்றிற்கெல்லாம் காரணங்கள் காண, ஆண்டியாக, குருக்கள், முனிவர்கள், சன்னியாசிகள், தவமுனிவர்கள் சொல்வதைப்போல் தவமும் இருந்தார். தாடி வளர்த்தார். பட்டினி பசியால் நோன்பு இருந்து பார்த்தார், காரணங்களை மற்றவர்களைக் கேட்டார். தகுந்த பதில் கிடைக்கவில்லை. மக்களுக்குள் சண்டை ஏற்பட காரணங்களை காண முனிவர்கள், தவசிகள், மந்திரவாதிகள் சொல்படி செய்து, பட்டினி பசியாக சிந்தித்துப்பார்த்தார். கடைசியில் மயக்கம் ஏற்பட்டு உடல் மெலிந்து தரையில் படுத்துக்கொண்டார். அந்த வழியாக ஒரு பெண் சொம்பில் பால் எடுத்துக்

கொண்டுபோகும் போது சித்தார்த்தர் மயங்கி படுத்திருப்பதை பார்த்து நாம் தீண்டதகாதவளாயிற்றே, இவர் முகத்தைப் பார்த்தால் உயர் குடியில் பிறந்தவராக தெரிகிறது, பாலைக் கொடுத்தால் பாவம் ஆச்சே என்ற எண்ணம் ஒரு பக்கம். பரிதாபம் ஒரு பக்கம். முடிவில் பாவமாவது, புண்ணியமாவது என அவள் கருதி அருகில் அமர்ந்து பாலை வாயில் ஊற்றினாள். குடிக்க வைத்தாள். சிறிது நேரத்தில் கண்விழித்து சுஜாதா என்ற அந்த பெண்ணுக்கு நன்றியை சொல்லி, முடிவில் முனிவர்கள் பேச்சில் நம்பிக்கை இழந்து உண்மைகள் புலப்பட தனக்கு தானே சிந்தித்தார். அனுபவ அறிவைக்கொண்டு கேள்விகள் மூலம் பதிலை கண்டுபிடிக்க கயா என்ற ஊரில் அரச மரத்தடியில் மீண்டும் கண்களை மூடி அமர்ந்தார். ஏன்? ஏன்? காரணம் என்ன? என்று நினைத்த மாத்திரத்தில் பதில் தெரிந்தது. கண்களை திறந்தார். காரணத்திற்கு பதில் தெளிவாக தெரிந்தது. அந்த எண்ணத்தால்தான் ஞானம் பெற்றார். மெய்யறிவுக் கண்டார். பிரச்சனைகளை நீக்கும் வழிகளைக் கண்டார். அந்த ஞானம் தான் மெய்யறிவு. மக்களுக்கு ஏற்படும் சண்டைகளுக்கு காரணம் போதிய உணவு, உடை, உறைவிடம் கிடைக்காத காரணத்தால்தான். அடிப்படை காரணம் அதுவே என்று முடிவுக்கு வந்து, அதனை உலக மக்களுக்கு எடுத்துரைத்தார். மேற்கூறிய பிரச்சனைகளுக்கு காரணத்தை ஆறு பேரிடம் முதன் முதல் எடுத்துரைத்தார். உலக மக்கள் வீட்டுக்குள், நாட்டுக்குள், பல பிரச்சனைகளால் துன்பங்களிலிருந்து விடுபட வறுமை பிணியை அகற்றும், அருமையான, தெளிவான, உண்மையான, எளிமையான வழிகளை அரசன் முதல் ஆண்டிவரை ஆதரித்து ஏற்றுக் கொள்ளும் முறைகளை போதித்தார். உலக மக்கள், வீட்டுக்குள் நாட்டுக்குள் உள்ள ஒவ்வொரு ஆணுக்கும், பெண்ணுக்கும் தேவையான உணவு, உடை, உறைவிடம் கிடைத்திட செய்தால் திருட மாட்டான், பொய்சொல்ல மாட்டான். கற்பழிக்க மாட்டான். வேள்விகள் செய்து கோயில்களில் பொங்கலிட்டு ஆடுமாடு, கோழி பன்றிகளை துடிக்க துடிக்க கொலை செய்ய மாட்டான். மதியை மயக்கும் மதுபானத்தை அருந்த மாட்டான். We come empty handed on birth. We go empty handed on death. பிறக்கும்போது எதை கொண்டுவரவில்லை. இறக்கும்போது எதையும் நாம்

கொண்டுபோவதில்லை. உலகம் முழுவதும் ஒரே குடும்பம் என்று புரிந்துக்கொண்டு எந்த நிகழ்ச்சிகளும் காரணம் இல்லாமல் காரியம் நடைபெறாது என்றும், இன்பமும் துன்பமும் மக்களின் ஆசையால் உண்டாகும் என்றும் புரிந்துக் கொண்டார்.

1. துக்கா சக்கா. The noble truth of suffering.
   துக்கத்தின் உண்மை அறிதல்

2. சாமுடியா சக்கா. The noble truth of the cause of suffering.
   துக்க உற்பத்தியின் காரணம்

3. நிரோதா சக்கா. The noble truth of end of suffering.
   துக்க நிவாரணம் முடிவை அறிதல்

4. மாகா சக்கா. The noble truth of the path leading to the end of suffering.
   துக்க நிவர்த்திக்கான உயர்ந்த மார்க்கத்தை அறிதல்.

இந்த நான்கு உண்மைகளின் சுருக்கம் தான்,

Purity and impurity depend on self.

No one can purify another.

ஒழுக்கமும் ஒழுக்கமின்மையும் அவரவரைப் பொறுத்தது. யாரும் மற்றொருவரை தூய்மைப்படுத்த முடியாது.

ஆசை என்பது பொதுவானவை. பிறப்புகளை உண்டாக்கக் கூடியவை. மகிழ்ச்சியை தரக்கூடியவை. அனைத்து நிகழ்ச்சிகளுக்கும் ஆசை தான் மூலக்காரணம். நம்மை விட்டு நீங்காதது ஆசை தான்.

பேராசையால் தான் துன்பம், துக்கம், துயரம், பகை, கோபம், ஆணவம், ஆடம்பரம் ஏற்படுகிறது.

Your troubles and difficulties are really self-caused. உன்னுடைய துன்பங்களும் கஷ்டங்களும் உனக்கு நீயே உண்டாக்குவது.

They arise from actions rooted in greed, hatred and delusion. துன்பங்களும், துயரங்களும், கஷ்டங்களும் உண்டாவதற்கு காரணம் பகைமைகளும், மற்றவர்களை ஏமாற்றுவதும் ஆகிய செயல்களாகும்.

Peace of the world is based on peace in the family.

குடும்பத்தில் சமாதானம் இருந்தால் தான் உலகம் சமாதானமாக இருக்கும்.

1. The world is in continual flux and change.

   உலகம் என்பது இடையராது மாறிக் கொண்டும் உள்ளது.

2. The world has no protector or preserver.

   உலகிற்கு பாதுகாவலரோ, பேணுபவரோ ஒருவருமில்லை.

3. We own nothing. We must leave everything.

   நமக்குரியது ஏதுமில்லை. நமக்குப் பின் நாம் அனைத்தையும் விட்டுச் செல்கிறோம்.

இதுப்போன்ற பொது நலக்கொள்கைகளை புத்தர் கால்நடையாகச் சென்று 50 ஆண்டுகள் ஊர் ஊராக அறிவுப் பிரச்சாரம் செய்ததால் தான் பௌத்த மார்க்கம் விஞ்ஞான மார்க்கம் என்று அறிவுள்ள மக்களால் போற்றப்படுகிறது. அல்லும் பகலும் அயராது உடன் இருந்த உத்தம சீடன் மரணப்படுக்கையில் இருந்த புத்தரைப் பார்த்து கண்ணீர் விட்டழும் போது, ஆனந்தா! அழாதே பிறந்தவர் இறக்க வேண்டும என்பது இயற்கையின் விதி. “உன்னை நீ அறி. உனக்கு நீ ஒளியாய் இரு” என்று சொல்லி உயிர் விட்டார்.

புத்தருடைய போதனை நான்கு

1. மதம் இல்லை
2. கடவுள் இல்லை

3. சாதி இல்லை

4. ஆன்மா இல்லை

பௌத்தமார்க்கத்தில் அர்த்தமற்ற சடங்குகள், மூடக்கொள்கைகள் இல்லை.

1. மனித வாழ்க்கை துன்பம் நிறைந்தது
2. பேராசையே துன்பத்திற்கு காரணம்
3. பேராசையை நீக்கினால் துன்பத்திலிருந்து மீளலாம்.

பஞ்சசீலக் கொள்கை

1. யாகங்கள் செய்து உயிர் பலி செய்யாமை என் கடமையாகும் (Not to kill).
2. மற்றவர் பொருளை திருடாமல் இருப்பது எனது கடமையாகும் (Not to steal).
3. தகாத முறையில் காம செயல்களை செய்யாமல் இருப்பது என் கடமையாகும் (Not to rape).
4. பொய் பேசாமல் இருப்பது எனது கடமையாகும் (Not to lie).
5. மதியை மயக்கும் மனுபானத்தை அருந்தாமல் இருப்பது என் கடமையாகும் (Not to drink liquor).

எண்வகை மார்க்கமே பௌத்தம்.

1.	Right Views	-	நன்நோக்கம்
2.	Right speech	-	நற்பேச்சு
3.	Right thought	-	நல்லெண்ணம்
4.	Right action	-	நற்செயல்
5.	Right lively hood	-	நல்வாழ்க்கை
6.	Right efforts	-	நற்முயற்சி
7.	Right mindfulness	-	நற்சிந்தனை
8.	Right concentration	-	நற்தவம்

புத்தர் உண்மையை உரைத்தவர். பகுத்தறிவோடு வாழ சொன்னவர். கடவுளே இல்லை என்று சொல்லாமல் சொன்னவர். ஆசை என்பது இயற்கை. அது மாறாது மறையாது என்று சொன்னவர். பேராசையால்தான் பகைமை துன்பங்கள் ஏற்படும். உனக்கு நீ ஒளியாய் வாழக் கற்றுக் கொள். உன்னை நீ அறிந்து உண்மையை பேசு என்று சொன்னவர்.

தங்க இடம் கொடுத்து முட்டிப்போட்டுக்கொண்டு இல்லாத கடவுளை கண்மூடிதனமாக வணங்குங்கள் என்று பௌத்தம் போதிப்பது இல்லை. தன் மனைவியையோ, மகனையோ நான் பௌத்த மார்க்கத்தில் சேர்ந்துவிட்டேன், நீங்களும் சேருங்கள் என்று கட்டாயப்படுத்தக்கூடாது. நீர் புத்தனாக மாறிவிட்டாய். உன் வீட்டில் உள்ளவர்களை புத்தனாக ஏன் மாறவில்லை என்று கூறுவது அறிவுடையோர் செயலும் ஆகாது.

1. உலக மக்கள் அனைவரும் ஒரே குடும்பம் என்று உலக மக்களுக்கு எடுத்துரைத்த புத்தரே வணக்கம்.

2. உலக மக்கள் அறிவு சுதந்திரத்தோடு வாழ வேண்டும் என்று எடுத்துரைத்த புத்தரே வணக்கம்.

3. உலக மக்கள் சமூக சுதந்திரம் பெற்று வாழ வேண்டும், பொருளாதார சுதந்திரம் பெற்று வாழ வேண்டும், அரசியல் சுதந்திரம் பெற்று வாழ வேண்டும் என்று போதித்த புத்தரே வணக்கம்.

4. உலக மக்கள் அனைவரும் பேராசையை விட்டு வாழ்வீர் என்று எடுத்துரைத்த புத்தரே வணக்கம்.

5. திருடு, பொய், சூது, சோம்பல், ஏமாற்றுவது போன்ற நிகழ்ச்சிகளுக்கு உணவு, உடை, உறைவிடம் மூன்றும் போதாமயே காரணம் என்றுரைத்த புத்தரே உமக்கு வணக்கம்.

6. உலக மக்களுக்கு உணவு, உடை, உறைவிடம் மூன்றையும் அரசுபீடத்தில் அமருவோர் அளிக்க வேண்டும் என்று அறிவுரைக் கூறிய புத்தரே வணக்கம்.

7. இன்றோ நாளையோ நீர் இறக்கப்போவது உறுதி என்ற எடுத்ரைத்த புத்தரே வணக்கம்.

8. காரணம் இல்லாமல் எந்த நிகழ்ச்சிகளும் நடைபெறாது என்று உறுதியோடு உரைத்த புத்தரே வணக்கம்.

9. பேய், பிசாசு, பூதம் உள்ளது என்று மக்களிடம் மதக்குருக்கள் கூறுவது அப்பட்ட பொய் என்று எடுத்துரைத்த புத்தரே வணக்கம்.

10. உலகில் பிறந்த ஆண் பெண் அனைவருக்கும் ஆசை என்பது இயற்கை என்றும், பேராசை தான் துன்பத்தை தரும் என்று போதித்த புத்தரே வணக்கம்.

11. அன்பு, உண்மை, தைரியம், பொறுமை ஆகிய நான்கு குணங்களும் தேவை என்று எடுத்துரைத்த புத்தரே வணக்கம்.

12. உலகம் இயற்கை. இயற்கையின் சக்தி செயற்கையால் செயல்பட உதவுகிறது என்ற கூறிய புத்தரே வணக்கம்.

13. நல்நோக்கம், நல்லெண்ணம், நல்பேச்சு, நற்செயல், நல்வாழ்க்கை, நல்முயற்சி, நல்சிந்தனை, நற்தவம் ஆகிய எண்வகை குணங்கள் தேவை என்று போதித்த புத்தரே வணக்கம்.

14. என்னிடம் கடவுள் உண்டா? இல்லையா? என்று கேட்பது, மலடிக்கு பிறந்த குழந்தை கறுப்பா? சிகப்பா? என்று கேட்பது போன்றது எனறு எடுத்துரைத்த புத்தரே வணக்கம்.

15. (Four elements) நான்கு மூலங்களில் நிலம், நீர், நெருப்பு, காற்று (Earth, Water, Fire, Air) ஆகிய நான்கு மூலங்களின் சேர்க்கையே உயிராகும் நான்கு

மூலங்களும் நம்முடைய உடலை விட்டு நீங்கும் போது மரணம் ஏற்படுகிறது என்ற உண்மை உரைத்த புத்தரே வணக்கம்.

16. தூக்கத்தைப் போன்றதே மரணம் என்ற உண்மையை உரைத்த புத்தரே வணக்கம்.

17. மறுபிறப்பு, மறுஉலகம், மோட்சலோகம், பரலோகம், எமலோகம், நரகலோகம் உண்டு என்று ஏமாற்றும் மதப்பித்தர்களை பொய்யர்களை நம்பாதீர்கள் என்று தெளிவாக எடுத்துரைத்த புத்தரே வணக்கம்.

18. இல்லவே இல்லாத கடவுள் பெயரை சொல்லி உயிர்பலி செய்யாதீர்கள் என்று கூறிய புத்தரே உமக்கு வணக்கம்.

19. மற்றவருடைய பொருள்களை திருடாதே, பலாத்கார காமஇச்சை கூடாது, யாகங்கள் செய்து உயிர்பலி செய்யாதே, பொய்யுரை கூறாதே, மதியை மயக்கும் மதுமதுபானங்களை அருந்தாதே என்று போதித்த புத்தரே வணக்கம்.

20. மதத்தாலும், இல்லாத, காண்பிக்க முடியாத, கடவுள் என்ற பெயராலும், சாதிப்பிரிவுகளாலும் மதகுருக்கள் மக்களுக்குள் போர் வெறியை தூண்டி வாழாதீர்கள் என்றுரைத்த புத்தரே வணக்கம்.

21. மதகுருக்களே! மக்களை மதியற்றவர்களாக மாற்றாதே. இல்லாத கடவுளைக் காண, கடவுள் ஊழியர்கள் என்ற பெயரில், போட்டிகள் போட்டுக் கொண்டு பகுத்தறிவை இழந்து, பக்தியை நம்ப வைக்காதே என்று கூறும் புத்தரே உமக்கு வணக்கம்.

22. ஆண் பெண் இருவருக்கும் சம உரிமைகளை அளித்து பெண்ணடிமை கூடாது என்று கூறிய புத்தரே வணக்கம்.

23. அன்பு, பாசம், காதல் மூன்றும் மதம், கடவுள், சாதிப்பிரிவை நெருப்பிலிடும் என்று கூறிய புத்தரே உமக்கு வணக்கம்.

24. உலகம் இயற்கை என்றும், அழியாது என்றும், மாறுதல் என்பது வாழ்க்கையின் சட்டம் என்றும், ஆதிமனிதன் முதல் எல்லா ஜீவராசிகளுக்கும் பொருந்தும் என்றும் போதித்த புத்தரே உமக்கு வணக்கம்.

2-வது புத்தர் - அசோகர்

கௌடில்யர், நந்தர் மன்னனை எப்படியாவது கொன்று ஆட்சியை பிடிக்க எண்ணம் கொண்டு சந்திரகுப்தருக்கு போர் பயிற்சி தந்து தனநந்தரை தோல்வி அடைய செய்து கி.மு. 324-ல் சந்திரகுப்தர் மன்னன் ஆகிறார். இவருடைய மகன் பிந்துசாரர். இவருக்கு முதல் மகன் சுசிமன். 2வது மகன் அசோகன். பிந்துசாரர் இறந்தப்பின்பு தன் அண்ணனை தோல்வி அடைய செய்து அசோகர் மன்னர் ஆகிறார். நாட்டாசைக் கொண்டு ஆடம்பர வாழக்கை நடத்துகிறார். குதிரை சவாரி, வேட்டை ஆடுதல் போன்ற விளையாட்டில் ஆர்வம் உள்ளவர். மகளிர் இன்பம், மயில் இறைச்சி, மான் இறைச்சி இவற்றில் ஆசை மிக்கவர். போர் வெறி கொண்டவர். ஆகவே கலிங்கநாட்டின் மீது படையெடுத்து வெற்றி அடைகிறார். ஆயிரக்கணக்கில் போர் விரர்கள் இறந்து விட்டனர். வெற்றி விழா கொண்டாட அசோக மன்னன் இறந்த, காலிழந்த, கையிழந்த, தலையிழந்த, இரத்த வெள்ளத்தில் பிணங்களாக வீழ்ந்து கிடந்த போர் வீரர்களை பார்த்துக் கொண்டே ஊர்வலமாக செல்லும் போது, மனைவிகளும், பிள்ளைகளும், பெற்றோர்களும் கண்ணீர் விட்டு அழுகின்ற சப்தத்தை கேட்டார். அதே சமயம் வயதான மூதாட்டியார் அரசன் என்று பாராமல், தைரியமாக, அசோக மன்னா! ஆயிரக்கனக்கான மக்களின் உயிரை வாங்க தெரிந்த உன்னால், இறந்த ஒருவனுக்கு மீண்டும் உயிர் கொடுக்க முடியுமா? சொல். உன்னால் உயிர் கொடுக்க முடியுமா? ஓ மன்னா! உன்னால் உயிர் கொடுக்க முடியுமா? சொல் என்று வாயிலும் வயிற்றின் மேலும் அடித்துக் கொண்டு கண்ணீர் விட்டழுதார். மன்னா! நீ பிறக்கும் போது எதையும் கொண்டு வரவில்லையே! நீ இறந்தாலும எதையும் எடுத்து போக முடியாதே! சிந்தித்துப்பார். வெட்கப்படு. ஏன் விழிக்கிறாய். உயிர் கொடுக்கும் சக்தி உனக்கு இல்லை அல்லவா? இத்தனை மனிதர்களின் உயிரைக்

கொன்றதிற்கு நீ என்ன பதில் சொல்லப் போகிறாய்? இந்த வீரர்களை கொன்று விட்டாய். என்ன லாபம் கிடைத்தது உனக்கு? என்று மூதாட்டியார் கேட்டார். பேராசையால் போர் ஆசைக் கொண்டு கலிங்கநாட்டு அரசன் மீது போர் தொடுத்து வெற்றி அடைந்த அசோக மன்னா! போர் நிகழ்ச்சியால் பெருமை அடைகிறாய், ஆனால் மகிழ்ச்சி அடைகிறாயா மன்னா? மக்களுடைய உயிரை வாங்க தெரிந்த மன்னா! இறந்தவர்களின் தாய், தந்தை, மனைவி, மகன், மகள்களின் முகத்தைப்பாருங்கள். கண்ணீர்விட்டு பிணத்தின் மீது விழுந்து அழும் காட்சிகளைப் பார்த்தாயா? காலிழந்தோர், கையிழந்தோர் உடலிலிருந்தும் இரத்த வெள்ளமாக ஓடியதைப் பார்த்தாயா? மரணத்தின் அழுகுறலை கேட்காத மன்னா! வெற்றியைக் கண்டாயே. இப்போது வேதனைக் குரலை கேள். போய் பார். உன்னால் உயிர் எடுக்க தெரிந்ததே தவிர இந்த மகனின் உயிரை திரும்ப தர முடியுமா? உனக்கு அந்த சக்தி உள்ளதா? அசோக மன்னா! உன்னால் முடியுமா? அசோக மன்னா! நீ ஏன் என்னை பார்க்கிறாய்? நான் பௌத்த மார்க்கத்தை தழுவியவள். ஒருவருடைய உயிரை ஒருவர் கொல்வதற்கு யாருக்கும் உரிமை இல்லை. நீதியோடு நினைத்துப் பார். பதில் கூற முடியுமா? என்று மூதாட்டி கேட்டாள். கேட்ட கேள்விக்கு அசோக மன்னனின் உள்ளம் வாடியது. கண்ணீர்விட்டான். கேட்ட கேள்விக்கு பதில் சொல்ல முடியாமல் கொலையுண்ட மக்களை எண்ணி அழுதான். போராசை கொண்டேன். போர் வெறி கொண்டேன். படையெடுத்து போர் வீரர்களை கொன்றது தவறு என்று தெரியாமல் போய் விட்டதே. புரியாமல், தெரியாமல், அறியாமல் மனிதர்களை கொல்லும் பாவச்செயலை செய்து விட்டேனே. தான் என்ற திமிரில் வாலிப பருவத்தை தீய செயலில் கழித்து இப்படிப் பட்ட மன்னிக்க முடியாத பாவச் செயலை செய்துவிட்டேனே! அம்மா! தாயே! எனக்கு மன்னிப்பு இல்லையா? உன்னுடைய ஒவ்வொரு வார்த்தையும் என்னை வெட்கப்படுத்துகிறதே. நான் உயிரோடு இந்த பாவச் செயலை நினைத்து வாழ்வதை விட தற்கொலை செய்துக் கொள்வதே மேல் என்று சொல்லும் போது, மன்னா! கண்ணீர் விடாதே. கவலைப்படாதே. திருந்திய மனிதன் உயர்வடைவான். நீர் இந்த மூதாட்டியார் கேட்ட கேள்வியை மீண்டும் சிந்தித்துபார். தவற்றை உணர்ந்து திருந்துபவன் தான்

மனிதன். நீ மனிதனாக, உன் குடிமக்களை மனிதர்களாக, மகிழ்ச்சியாக வாழ வழி இருக்கிறது என்று மூதாட்டியார் அசோக மன்னனுக்கு ஆறுதல் கூறினார்.

அப்போது வந்த புத்த பிக்குவை கண்ட அசோக மன்னன் இழந்த பெருமையை மீண்டும் பெற முடியுமா? முடியும் என்றால் எப்படி முடியும்? சொல்லுங்கள் சாமி என்றார். அசோக மன்னா! உலக மக்கள் சமாதானமாக வாழ அறிவுப் புரட்சிகளை தயங்காமல் செய்யக்கூடிய சக்தி பௌத்தமார்க்கத்திற்கு மட்டும் தான் உண்டு. சிந்திக்கும் ஆற்றலை தூண்டும் சக்தி பௌத்த மார்க்கதில் மட்டுமேதான் உண்டு. பொறுமை குணத்தால், பொறாமை எண்ணங்களின் செயல்களை நீக்கும் சக்தி வாய்ந்தது பௌத்தமார்க்கம் தான். ஏற்றதாழ்வு மக்களிடத்திலிருந்து நீக்கிவிட்டு ஒற்றுமை உணர்வுகளை மக்களுக்கு ஊட்டி அறிவு வெளிச்சத்தை தரக்கூடிய சக்தியுடைய மார்க்கம்தான் பௌத்தம், அவரவர் செய்கின்ற செயல்களால்தான் உயர்வும், தாழ்வும் உண்டாகும் என்று போதிப்பதுதான் பௌத்தம். விஞ்ஞான அறிவுகளை அடிப்படையாகக் கொண்டு நடக்கும் நிகழ்ச்சிகளை கூறுவதுதான் பௌத்தம். வேற்றுமை எண்ணங்களை நீக்கி ஒற்றுமை எண்ணங்களை வளர்த்து, சுதந்திரம், சமத்துவம், சகோதரத்துவம் ஆகிய மூன்று கொள்கைகளை மக்கள் ஆட்சியால்தான் நடைமுறைபடுத்த முடியும் என்றும் கூறும் ஒரே மார்க்கம் தான் பௌத்தம். அறியாமை மூடக்கொள்கைகள் நீக்கி, அறிவுச்சுடரை உன்னுடைய உள்ளத்தில் ஏற்றிவைக்கும் சக்தி பௌத்த மார்க்கத்தில் தான் உண்டு. மூடக் கொள்கைகளுக்கு முற்றுப்புள்ளி வைக்கும் ஒரே மார்க்கம் பௌத்தம் ஒன்றே ஆகும். ஆண் இல்லையேல் பெண் இல்லை, பெண் இல்லையே ஆண் இல்லை. ஆகவே சம உரிமை இருவருக்கும் உண்டு என்று போதிப்பதுதான் பௌத்தம். மோட்ச லோகம், நரக லோகம், எமலோகம், பரலோகம் என்பது எல்லாம் சுத்தப்பொய் என்று கூறும் மார்க்கம் தான் பௌத்தம். ஆகவே மன்னா! விஞ்ஞான அறிவால் உண்மைகளை அறிய செய்து மக்களை அறிவு வெளிச்சத்திற்கு அழைத்துச் சென்று, அறியாமை இருளை அகற்றி, மக்களுக்கு சமதர்மபாதைகளை காட்டி, வீட்டுக்குவீடு அறிவுப்போர் தொடங்கிட இன்றே புத்தனாக மாறு. உனக்கு எல்லாமே புரியும் என்று பிக்கு சொன்னார். இப்போதே புத்தனாக

மாறுகிறேன் என்று கூறி உடனே பிக்கு சொன்னது போல் திரிசரணங்களையும் பஞ்சசீலங்களையும் சொல்லி புத்தரானார். புத்தர் அரசர்களுக்கு கூறிய அறிவுரைகளை அசோக மன்னனும் பின்பற்ற ஆரம்பித்தான். புத்தருடைய கொள்கைகளை பௌத்த நெறிமுறைகளை தன் அமைச்சர்கள், மகன் மகேந்திரன், மகள் சங்கமித்ரா ஆகியோர் மூலம் வெளிநாடுகளில் எல்லாம் பரவச் செய்தார். கொடுங்கோல் ஆட்சிபுரிந்து மக்களை கொன்ற அசோகர் ஒரே நாளில் முதல் போரும் கடைசிப் போருமாக கலிங்கப்பேரை உலகம் அறிய செய்துக் காட்டினார். போர்வெறியை விட்டதால் ஆரியர்களால் அழிக்கப்பட்ட புத்த கோயில்களை எல்லாம் புதுப்பித்தார். பஞ்சாயத்து ஆட்சி மூலம் மக்கள் பட்டினி பசி இல்லாமல் மகிழ்ச்சியோடு வாழ ஒவ்வொரு குடி மகனும் குறையேதுமில்லாமல் வாழ தேவை உணவு, உடை, உறைவிடம் மூன்றும் என்று அசோக மன்னன் புரிந்துக் கொண்டான். உலக மக்கள் அமைதியோடு வாழ போர் வெறி அகல வழிகள் பௌத்தத்திலேயே உள்ளது என்று அறிந்து புத்தர் கொள்கைகளை பரவ செய்தார். இன்றும் தெளிவாய் சொல்ல வேண்டுமானால் இந்தியாவில் தோன்றிய பௌத்த மார்க்க கொள்கைகளை வெளிநாடுகளுக்கு பரவ செய்த ஒரே அரசர் அசோக மன்னனே ஆவார். அசோக மன்னன் திருந்திய மனிதனாக மக்களிடம் மன்னிப்பு கேட்டதின் அறிகுறிதான் இன்றும் மறக்காமல் தேசியக் கொடியில் அசோகர் சின்னம் உலக மக்கள் அறிய பொறிக்கப்பட்டிருக்கிறது.

3-வது புத்தர் - அம்பேத்கர்

பம்பாய் மாகானத்தில் ராம்ஜி போலாஜிக்கும் பீம்பாய் அம்மைக்கும் அண்ணல் அம்பேத்கர் 14வது மகனாக 1891-ம் ஆண்டு ஏப்ரல் 14-ம் நாள் பிறந்தார். ஆரிய சாதி இந்துக்களால் சொல்லொண்ணா தீண்டாமைக்கொடுமைகளையும் பட்டார். பள்ளியில் சேர்ந்து தாழ்த்தப்பட்ட மக்கள் படிக்கக் கூடாது. இந்த கொடுமைகள் மத்தியில் தான் டாக்டர் அம்பேத்கர் பள்ளிக்கு வெளியில் கோணிப்பையை போட்டு கல்வி கற்றார். அதோடு தண்ணீர் குடிக்க தடை, குளத்தில் குளிக்க தடை. தாழ்த்தப்பட்ட மக்கள் எல்லா

வகைகளிலும் அவமானப்பட்டதை நேரில் பார்த்தார். தானே அவமானம் பட்டதை எண்ணியெண்ணி படித்து அந்நிய நாடுகளில் பட்டங்கள் பல பெற்றார். புத்தருக்குப்பின் புத்தரின் கொள்கைகளை மீண்டும் மக்களிடம் மறைத்தார்கள். அசோக மன்னருக்குப்பின் அம்பேத்கர் புத்தர் போதனைகளுக்கு புத்துயிர் அளித்தார். இந்திய நாட்டிற்கு சட்டம் எழுதி சட்ட மந்திரியாய் பதவியேற்று, தீண்டாமை கொடுமைகளுக்கு சட்டம் மூலம் முற்றுப் புள்ளி வைத்தார். அறிஞர் அம்பேத்கர் புத்தர், அசோகர் காலத்திற்கு பிறகு உண்மையான பௌத்த கொள்கைகளை உலகறிய 1953ல் சட்ட மந்திரி பதவியை விட்டு, சூறாவளி வேகத்தில் பௌத்த மார்க்க கொள்கைகளை விளக்க Buddha and his Dharma என்ற புத்தகத்தை எழுதி, உலகில் எந்த மதத்தலைவர்களாலும், கட்சி தலைவர்களாலும் செய்துக் காட்ட முடியாத மதமாற்றம் நிகழ்ச்சியை நாக்பூர் நகரில் 14.10.1956-ல் மூன்றாவது புத்தனாக உலக மக்கள் வியக்க 5 இலட்சம் மக்களுடன் பௌத்தரானார். உலக மக்கள் எல்லாரும் சுதந்திரம், சமத்துவம், சகோதரத்துவம் ஆகியவற்றை அறிந்து செயல்பட வழிக்காட்டும் மார்க்கம் பௌத்தமே என்று ஆழ்ந்த ஆராய்ச்சிக்குப்பின் உணர்ந்தவர் டாக்டர் அம்பேத்கர் ஆவார். கடவுள் இல்லை. இல்லவே இல்லை என்று தந்தை பெரியார் மக்களிடம் எடுத்துக் கூறினார் அல்லவா? அவர் புதியதாக ஒன்றும் சொல்லவில்லை. புத்தருடைய கொள்கையை அப்படியே வேகமாக, கோபமாக சொன்னார். தென்னாட்டு தலைவர் தந்தை பெரியாரால் போற்றி புகழப்பட்ட, பாராட்டப்பட்ட இரு பகுத்தறிவாதிகள் புத்தரும், டாக்டர் அம்பேத்கருமே ஆவர். புத்தருடைய கொள்கைகளை யார் எடுத்துச் சொல்கிறார்களோ, அவர்கள் எல்லாம் பெருமை அடைவார்கள். அண்ணாவுக்கு எப்படி புகழ் வந்தது? புத்தரின் கொள்கைகளாகிய பெரியாரின் கொள்கையை மக்களிடம் அடுக்கு மொழியில் பேசி கடவுளுடைய லீலைகளை எடுத்து பேசியும் எழுதியும்தான் பெயர் பெற்றார். தந்தை பெரியார் புத்தருடைய கொள்கைகளை கடவுள் இல்லை, மதம் இல்லை, சாதி இல்லை என்று பக்தர்கள் பீதி அடைகிற வரையில் பிரச்சாரம் செய்தார். ஆத்தீகவாதிகளால் அவரை எதிர்த்து பேச முடியாது. காரணம் பெரியாரை பின்பற்றும் தொண்டர்கள் அதிகம்

இருந்ததால் அவரை எதிர்த்து சண்டையிட முடியவில்லை. பெரியாருக்கு மனபலமும் இருந்தது. தாழ்த்தப்பட்ட மக்களைவிட உயர்ந்த சாதியை சேர்ந்தவர். பேசும் கருத்துக்கள் உண்மையாக இருக்கிறது. ஆகவே இந்து மதத்தினர் அவரை எதிர்த்து பேச முடியவில்லை. உன்னையும் உன் முன்னோர்களையும் எல்லா வகையிலும் இழிவுப்படுத்திய மனிதாபிமானமில்லாத, மிருகதனமுள்ள மதத்தைவிட்டு இன்றே வெளியேறு. வீணர்கள், வம்பர்கள், வஞ்சனையாளர்கள், ஆத்திகவாதிகள், கடவுள் சக்தியால் தான் எல்லாமே நடக்கிறது என்று நாட்டு மக்களை நம்ப வைத்து, வேள்விகள் செய்து, சோம பானம் குடித்து, மூன்று காவுகள் பெயரில் மாடு, ஆடு, கோழி போன்றவற்றை பலியிட்டு, வாழ்ந்த காலத்தில் தான் 2500 ஆண்டுகளுக்கு முன்னால் புத்தர் தோன்றினார். கடவுள் சக்தி அல்ல, இயற்கையின் சக்தி அதாவது நிலம், நீர், நெருப்பு, காற்று, ஆகாயம் ஆகிய ஐந்து மூலங்கள் மூலம் தான் எல்லா நிகழ்ச்சிகளும் நடைபெறுகின்றன. மனிதர்கள் உட்பட எல்லா உயிர்களும் நான்கு மூலங்கள் (Four elements namely Earth,Water, Fire, Air) பூமியின் சக்தி, நீர், நெருப்பு, காற்று மூலம் தான் உயிர் வாழ்கிறோம் என்ற உண்மைகளை எடுத்துரைத்து, மக்களிடம் அறிவுப் புரட்சியை உண்டாக்கி, நாத்தீகவாதி என்ற பட்டத்தை முதல் முதலில் பெற்றவர் புத்தர் தான்.

அன்பிற்கு அடிப்படை ஆதாரம் மகிழ்ச்சியே. அன்பு மக்கள் அனைவருக்கும் மகிழ்ச்சியைத்தான் தரும். அன்பு பொறுமையை தரும். பொறுமை பெருமையை தரும். பொறுமை அன்பிற்கு உறைவிடம். தைரியத்திற்கு ஆடையாக விளங்கும். ஒவ்வொரு ஆணுக்கும் பெண்ணுக்கும் அன்பு, உண்மை, தைரியம், பொறுமை ஆகிய நான்கு தூண்கள் தேவை என்பதை மக்கள் அறிந்துக் கொண்டால் போர்வெறியே தோன்றாது.

பொய் பேசுவது, புறங்கூறுவது, பொறாமை கொள்வது, பிறர் பொருளை திருடுவது, தீயவற்றை செய்தல், துன்புறுத்துவது, களவாடுவது, கன்னியரை கற்பழிப்பது, கொலைசெய்வது, கொள்ளை அடிப்பது, ஏமாற்றுவது, ஏமாற்றி பிழைப்பது, எள்ளி நகையாடுவது, பிறர் துன்பத்தில் இன்பம் காண்பது, இரக்கமின்றி எளியோரை அடிப்பது,

சித்தரவதை செய்வது, சிசுக்கொலை புரிவது, பெண்களை விலைபேசுவது, விலைமாதை வளரவிடுதல், வாக்கு தவறுவது, வம்பு செய்தல், பயனில்லா வார்த்தைகள் பேசுவது, இன்னா செய்தல், சினங்கொள்வது, நாணமின்றி பேசுவது, வாழ்வது, நன்றி மறப்பது, நல்லதை மறப்பது, வேண்டும் என்றே தீங்கு செய்தல், பழிக்குப்பழி கொலை செய்தல், திருடுவதில் இன்பம் அடைதல், பழிக்கு அஞ்சாமை, சான்றோரை வெறுத்தல், பகைமை பாராட்டுவது, இழிவாக பேசுதல், சூதாடுவது. இம்மாதிரி செயல்கள் எல்லாமே ஒவ்வொரு மனிதனிடமும் ஏற்படுவதற்கு காரணம் என்ன? எந்தெந்த பொருள்களின் மீது ஆசை குறைத்துக் கொள்ளுகிறோமோ அதனின்று துன்பத்தை குறைந்துக் கொள்ளலாம். மண் ஆசை, பெண் ஆசை, பொன்னாசை என்பதெல்லாம் உண்மை தான். நிலம் வேண்டும் ஏன்? உழைத்து உழுது பயிரிட்டு பெண்ணை திருமணம்செய்து அவளுக்கு பொன்னால் தாலி செய்து போடவேண்டும். அதுபோலவே பெண்ணுக்கு ஆண் மேல் ஆசை. உணவு சமைத்து போட்டு, பிள்ளைகளை பெற்று தர வேண்டும் என்றும் ஆசை. மூன்று ஆசையும்தான் ஒவ்வொருவருக்கும் தேவை. இந்த ஆசை உலகம் முழுவதும் உண்டு. பேராசையால்தான் ஆடம்பர வாழ்க்கை துவங்குகிறது. பேராசையால்தான், பகை, கொலை, கொள்ளை, திருடுதல், ஏமாற்றுதல், போன்றவை எல்லாம். கொடுக்க கொடுக்க வாங்க வாங்க ஏமாற்ற ஏமாற்ற ஏற்படும் பகையால் தான் இவைகள் ஏற்படுகின்றன. ஆசைக்கும் பேராசைக்கும் வித்தியாசம் தெரியாமல் மக்கள் வாழ்ந்து விட்டார்கள், வாழ்கிறார்கள், இனியும் மக்கள் மதியற்றவர்களாக வாழக் கூடாது. பேராசை பிடித்தவர்கள் தான் உலகத்தை கெடுத்தவர்கள்.

ஆசை அன்பை உண்டாக்குகிறது.
ஆசை ஆணையும் பெண்ணையும் இணைக்கிறது.
ஆசை பிறப்பை உண்டாக்குகிறது.
ஆசை அனைவருக்கும் மகிழ்ச்சியை உண்டாக்குகிறது.
ஆசை பேராசையையும் உண்டாக்குகிறது.

ஆசை உறவினர்களை ஒன்று சேர்க்கும்.

ஆசை நன்மைகளை செய்ய தூண்டும்.

ஆசையின் ஆணிவேர் அன்பு.

ஆசையின் கிளைவேர் துன்பம்.

ஆசையின் கிளைவேரும் ஆணி வேரும் மறையாது.

பேராசையின் விளைவு கொலை, களவு, காமம் உண்டாகிறது.

பேராசையின் விளைவு பொய், கடுஞ்சொல் பயனிலாச் சொல் (நாவால்).

ஆசை திருட செய்யாது.

பேராசை திருட செய்யும்.

ஆசை பொது நலத்தை செய்ய தூண்டும்.

பேராசை சுயநலத்தை வளர்க்கும்.

ஆசை அன்பு நிறைந்த வழியை காட்டும்.

பேராசை துன்பம் நிறைந்த வழியை காட்டும்.

ஆசை மகிழ்ச்சியை அளிக்கும்.

பேராசை பிடிவாதம் செய்யும்.

ஆசையின் இருப்பிடம் அன்பு.

பேராசையின் இருப்பிடம் துன்பம்.

பேராசையின் உறைவிடம் கோபம்.

ஆசையின் உறைவிடம் தைரியம்.

பேராசையின் உறைவிடம் பயம்.

பேராசையின் பிறப்பிடம் பொய்மை.

ஆசை பொது நலத்தை விரும்பும்.

பேராசை சுயநலத்தை விரும்பும்

ஆசை மனநிறைவை தரும்.

பேராசை மனநிறைவை தராது.

ஆசை போதும் என்று சொல்லும்.

பேராசை போதாது என்று சொல்லும்.

எந்த ஒரு பொருளுக்கும் பல தன்மை உண்டு. ஒருதன்மையை எடுத்துக் கொண்டு ஒரு முடிவுக்கு வரக்கூடாது. கங்கை நதி மணலா? அல்லது நீரா? இல்லை என்றால் அந்த இரு கரைகளும் கங்கையா? எதையும் தனித்தனியாக பிரித்துப் பார்த்தால் கங்கை என்று ஒன்று இருப்பதாக சொல்ல முடியாது. நான் என்னும் அகந்தைக்கு பல தன்மைகள் உண்டு. பல தன்மைகள் சேர்ந்து கங்கை உருவாகிறது என்று சொல்வோமானால் தனித்த முறையில் கங்கை என்பது ஒன்று கிடையாது அல்லவா. இருள் x ஒளி, சூடு x குளிர்ச்சி, அன்பு x வெறுப்பு, கோபம் x அமைதி, பயம் x வீரம், சோம்பல் x சுறுசுறுப்பு, சத்தியம் x அசத்தியம் என இருவேறு தன்மைகள் நிலவுகின்றன. இதைப் போலவே இன்பம் x துன்பம் நிலையாய் இருக்கின்றன.

பொய் புரட்டு கதைகள் மூலம் முன்னோர்கள் கற்று தந்தது பொய் என்று போதிக்க வேண்டும். மக்களுக்கு பகுத்தறிவு பாதையைத் தான் காட்ட வேண்டும். துரோகிகள், புத்தருக்கு எதிராக, புத்தர் இறந்த பிறகு புத்தருடைய கொள்கைகளை பின்பற்றுவர்களாக நடித்து, நாளடைவில் தலைமை பீடத்தில் அமர்ந்து, புத்தர் சொன்ன, காட்டிய வழிகளை ஆத்தீக கொள்கைகளோடு அதாவது கடவுள் நம்பிக்கையோடு கற்பனை கதைகள், நாடகங்கள் மூலம் கற்பித்தார்கள். ஆட்சியாளர்களுக்கு மதுவை கொடுத்து, மாதுவின் மடியில் மன்னர்களை மயங்க வைத்து, நிலைக்கெட்ட ஆட்சியால், குடிமக்களை கெடுத்து விட்டார்கள். மன்னன் எவ்வழி அவ்வழி மக்கள் அல்லவா?

புத்தர் கறி சாப்பிடாதே என்று எப்பொழுழுதும் சொல்லவில்லை. Need to kill. Will to kill. தேவையிருந்தால் செய்துக்கொள், தேவையில்லை என்றால் செய்யாதே என்று தான் சொன்னார். விழாக்கள் செய்து, இல்லாத கடவுளின் பெயரால் யாகங்கள் செய்து நூற்றுக்கணக்கில் உயிர்பலி (ஆடு, மாடு, கோழி, பன்றி) பொங்கலிட்டு செய்வது

முட்டாள்தனம். மக்களை மடையர்களாக மாற்ற வேண்டாம் என்று கூறினார். இந்த உண்மையை பாலி மொழியில் தான் அறிய முடியும். உண்மை வரலாறு உள்ளது.

ஹீனயாணம் மகாயாணம் என இருபிரிவுகளாக பிரிக்கவைத்து, புத்தருடைய கொள்கைகளில் கடவுள் இல்லை என்பதை மட்டும் விட்டு, மற்ற அனைத்துக் கொள்கைகளையும் ஏற்றுக்கொண்டு, இந்துகளுக்கும், புத்தர்களுக்கும் வேறுபாடு இல்லாமல், பௌத்தமார்கத்திலும் சாங்கிய சடங்குகளை உண்டாக்கி விட்டனர். பூர்வீக குடிகளாக வாழ்ந்த ஆதி திராவிட மக்கள்தான் பிராமணர், சத்திரியர், வைசியர், சூத்திரர் போன்ற பட்டங்களை ஏற்றுக்கெள்ளாமல் சாதி, மத பேதங்களை வெறுத்து, சமதர்ம பாதையைக் காட்டும் பௌத்தர்களாகவே வாழ்ந்தார்கள். இடையில் மதமாற்றங்களால் ஏற்பட்ட காரணங்களாலும், புத்தருடைய போதனை இந்துமதத்தில் கலப்படமாக சேர்த்துகொண்டதாலும், பௌத்தமார்க்கம் சீரழிந்தது. முஸ்லீம்கள் ஆட்சியின் போது தீண்டப்படாதோர் முஸ்லீம்களாகவும் ஆங்கிலோயர்கள் ஆட்சியிலும் தீண்டாமைக் கொடுமைகளிலிருந்து விடுபட கிறிஸ்துவர்களாகவும் மாறி விட்டார்கள். கி.மு. 1200 க்கு பிறகு தான் இந்தியாவில் இரு மதங்களும் வந்தன. அதற்கு முன்னால் பௌத்தர்கள் இந்தியாவில் இருந்தவர்கள். இவர்கள் அனைவரும் கடவுளையும் மதங்களையும சாதிப்பிரிவுகளையும் நம்பாதவர்கள். ஆரியர்கள் பலவழிகளில் சூட்சி புரிந்து, பௌத்தர்களாக மாறி, இந்து மதக்கொள்கைகளும் பௌத்த மார்க்கத்திலுள்ள கொள்கைளும் ஒன்றே என்று கதைகள் மூலம் சரித்திரத்தை எழுதிவிட்டார்கள். இப்போது கூறுங்கள். அறிவுள்ள மதம் எது? இல்லவே இல்லாத கடவுளை மண், கட்டை, செம்பால் உருவம் செய்து தேரில் சிலைகளை வைத்து இரு வடங்களைக்கட்டி பூசாரியை உட்காரவைத்து 500, 1000 பேர் இழுத்து செல்லும் இந்து மதமா அல்லது இந்துக்கள் வணங்கும் கடவுள்கள் பொய்யானவை, எங்கள் தேவனால் அனுப்பப்பட்ட தேவக்குமாரன் மரியா என்ற கன்னி வயிற்றில் பரிசுத்த ஆவியாக குழந்தையாக பிறந்தவர்தான் உண்மையான கடவுள் என்று கூறும் கிறிஸ்தவ மதமா? அல்லது இந்துக்கள் வணங்கும் கடவுள்கள், கிறிஸ்தவர்கள் நம்பும் தேவக்குமாரன் ஆகியோர் உண்மை கடவுள் அல்ல.

எங்கள் அல்லாதான் தேவதூதனாக அனுப்பப்பட்டவர். அவர் தான் உண்மை கடவுள் என்று கூறும் முஸ்லீம் மதமா? முகமதியர்கள் 5 வேளையும் கிறிஸ்த்தவர்கள் 8 வேளையும் ஜெபம் செய்யும்படி உத்தரவு. இந்துக்கள் எங்கு கோயில்களை பார்க்கிறார்களோ அங்கெல்லாம் இரு கையை கூப்பி வணங்குவார்கள். கருடனைக் கூட ஆகாயத்தில் பார்த்ததற்கு இந்து பக்தர்கள் கையை தூக்கி வருவார்கள். புத்தர் தெளிவாக மதம் இல்லை, மதம் கூடாது, கடவுள் இல்லை, இருப்பதாக வணங்குவது மனித தன்மை ஆகாது. சாதிகள் மனிதர்களால் சூட்சியாளர்களால் உருவாக்கப்பட்டது என்று சொல்லி இருக்கிறார். மூன்று மதத்தாரின் கடவுள்களும் ஒன்று என்றும் சிலர் சொல்லுகிறார்கள். கும்பிடும் கடவுள்கள் அவரவர்களுக்கு பெரியது என்பது இவர்களின் நினைப்பு!

நான் புத்தன்! நீங்கள்!

என்னையும் என் சமுதாய மக்களையும் சாதிவெறி பிடித்து, பல விதங்களில் அவமானப்படுத்தினார்கள். இனியும் நான் இந்து மதத்தில் இருந்துக் கொண்டு செம்மறி ஆடுகளைப்போல் வாழ மாட்டேன். என் மக்களையும் வாழ விட மாட்டேன். இந்தியா ஒரு பௌத்த நாடாக ஆகி விடும். பௌத்த மார்க்கத்தில் சேருபவர்களில் பார்ப்பனர்கள் தான் கடைசியானவர்களாக இருப்பார்கள். அவ்வாரே அவர்கள் கடைசியில் சேரட்டும். ரோம பேரரசு வீழ்ச்சியுற்றதும் கீழ்தட்டில் இருந்த பாமர மக்கள் தான் முதலில் கிறிஸ்த்தவ மதத்தில் சேர்ந்தனர் என்பதை எண்ணி பாருங்கள். என்னை பின்பற்றுவோர் அறியாமை உள்ள மக்களாக இருக்கின்றார்கள் என்பது உண்மைதான். என்னுடைய நூல்கள் வாயிலாகவும், மதபோதனைகள் மூலம் பௌத்த கோட்பாடுகளை அவர்களுக்கு கற்பிப்பேன். நாங்கள் உணவைவிட மானத்தையே பெரிதென மதிக்கின்றோம். கடவுள் அவதாரம் எடுக்கிறார் என்ற தத்துவத்தில் எனக்கு நம்பிக்கை இல்லை. விஷ்ணுவின் அவதாரம் தான் புத்தர் என்று கூறுவது தவறானதும் விஷமத்தனமானதும் ஆகும். இனி நான் எந்த ஒரு கடவுளுக்கோ அல்லது கடவுளச்சிக்கோ பக்தன் அல்ல. இந்து மத கடவுளை தொழ மாட்டேன். கிறிஸ்தவர்களும் கிறிஸ்து அல்லாதவர்களுக்கும் மதம்

என்பது பரம்பரையாக பெறும் ஒன்றாகவே இருக்கிறது. அவர்களுடைய தந்தையின் சொத்துடன் மதத்தையும் அவர்கள் வாரிசு முறையில பெற்று வந்தனர். 14.10.1956ல் பௌத்த மார்க்கத்தில் நீங்கள் என்னோடு சேர்ந்து விட்டதால் உங்களுடைய உரிமைகளை இழக்க மாட்டீர்கள். நீங்கள் இப்போது அரசியல் அமைப்பு சட்டத்தின் மூலம் அனுபவித்து வருபவை என்னுடைய உழைப்பால் பெறப்பட்டவையாகும். எனவே நீங்கள் அவற்றை தொடர்ந்து பெறுவதற்கானவற்றை செய்திட என்னால் முடியும். நான் ஒரு இந்துவாக பிறந்த போதிலும் இந்துவாக இறக்க மாட்டேன் என்று 1935ஆம் ஆண்டு நான் சொன்னதுப்போல் ஒரே நாளில் ஐந்து இலட்சம் மக்களாகிய உங்களுடன் பௌத்தனாக மாறினேன். டாக்டர். அம்பேத்கரின் இந்த விளக்கத்தை நாம் மறக்க கூடாது.

சாதிகளிலே, மதங்களிலே, சமய நெறிகளிலே, சாத்திர சந்தடிகளிலே, தோத்திர சண்டையிலே, ஆதியிலே அபிமானித்து அலைகின்ற உலகில் அலைந்தலைந்து வீணாக நீர் அழிதல் அழகல்லவே என்று புத்தருடைய புரட்சிகரமான வார்த்தைகளை இராமலிங்கம் அவர்கள் கூறுவதிலிருந்து அவர் பௌத்த சீடர் என்பதை சன்மார்க்க நெறியினர் அறிந்து, பௌத்தமார்க்கத்தில் சேர்ந்து, உலக மக்களை திருத்துவோம் வாரீர். மீண்டும் நினைவுபடுத்துகிறேன். புத்தர் தன்னுடைய பேச்சை எப்பொழுதும் வந்து கேளுங்கள், ஆனால் அதனை உடனே நம்பி விடாதீர்கள் என்றுதான் சொல்வார். உற்று கவனித்து, சிந்தித்து, ஆராய்ந்து பார்த்து உங்கள் மனதுக்கு உண்மை என்று தோன்றினால் அதன்படி நம்பிக்கை வைத்து நடந்துக் கொள்ளுங்கள் என்றார் புத்தர். புதிய புரட்சி பாதையில் பௌத்த விதைகளை விதைப்போம். மக்களுக்கு வெற்றிப் பாதையை காட்டுவோம். சாதி மத பேதங்களை காட்டாத, சொல்லாத, ஒரே மார்க்கம் பௌத்தம். புத்தரைப் போல் ஒவ்வொருவரும் புரிந்துக் கொள்ளும் அறிவினை என்று பெறுகிறார்களோ, அன்று தான் முழுஅறிவு பெற்ற மனிதனாக அசோக மன்னனைப் போல் உலக மக்கள் வாழ்வார்கள். ஆத்தீக கொள்கைகளுக்கு அடிமைகளாகி பகுத்தறிவு பாதையை விட்டு விலகாதே என்று எச்சரித்து இன்றே சிந்தித்து வாழக் கற்றுக் கொள் என்று உளமாற வாழத்துகிறேன். எதிர்கால குழந்தைகளுக்காக பகுத்தறிவு பாலை

ஊற்றி, மக்கள் சமுதாயம் மொழியாலும் உணவு வகையாலும் நிறத்தாலும் வேறுபட்டாலும் பிறப்பால் இறப்பால் உடல் உறுப்புகளால் வயிற்று பசியால் மனிதர்கள் எல்லோரும் ஒரே குடும்பம் என்று அறிவோம். வாரீர்.

உள்ளதை உள்ளபடி உரைப்பவன் தான் புத்தன். உண்மையை கூறுபவன் தான் புத்தன். எந்த நிகழ்ச்சிகளுக்கும் காரணத்தைக் கண்டு சொல்பவன் தான் புத்தன். ஆடம்பர வாழ்க்கையை விரும்பாதவன் தான் புத்தன். பலாத்கார காம இச்சை செய்யாதவன் தான் புத்தன். கற்பனைக் கதைகளை எடுத்துக் கூறாதவன் தான் புத்தன். மூடர்களின் மூடநம்பிக்கைகளை மூடக்கொள்கைகளை முறியடித்து, மக்களுக்கு நல்வழி காட்டுபவன் தான் புத்தன். மனிதர்களுக்குள் பகை எண்ணம் ஏற்படக் கூடாது என்பவன் தான் புத்தன். ஏன்? எதற்கு? எப்படி? என்று கேள்விகள் கேட்டு, உண்மை நிகழ்ச்சிகளை வெளிப்படுத்துபவன் தான் புத்தன். சுதந்திரம் ஆணுக்கும் பெண்ணுக்கும் பொதுவானவை என்று கூறுபவன் தான் புத்தன். ஆண்களுக்கு பெண் என்றுமே அடிமை அல்ல என்று கூறுபவன்தான் புத்தன். சமத்துவம், சகோதரத்துவம் மக்களுக்கு என்றென்றும் தேவை என்று கூறுபவன் தான் புத்தன். மதத்தை, கடவுளை, சாதியை நம்பாதவன் தான் புத்தன். மதவெறியர்களை கடவுள் வெறியர்களை சாதி வெறியர்களை திருத்துபவன் தான் புத்தன். மற்றொருவன் சேர்த்து வைத்த பொருளை திருடக்கூடாது என்று கூறுபவன் தான் புத்தன். உலகம் இயற்கை, எவராலும் படைக்கப்பட்டது அல்ல என்று கூறுபவன் தான் புத்தன்.

இரவெல்லாம் தூங்கும் மக்களை அறிவு சம்மட்டியால் புத்தக வாயிலாகத்தான் திருத்த முடியும் என்று அறிந்துக் கொண்டு, Each one Catch one Teach one என்ற முறையில் நீர் ஒருவனுக்கு தினம் சொன்னால் போதும். அவர் மற்றவருக்கு சொல்வார். கேட்டவர் மற்றவருக்கு சொன்னால் போதும். சொல்பவர் ஆசிரியர் கேட்பவர் சீடர். சீடர் மற்றவரிடம் சொல்லும் போது ஆசிரியர் ஆகிறார். இந்த முறையினால் புத்தருடைய கொள்கைகளால் மூடக்கொள்கைகளை அறிவுப் புரட்சிகளை கொண்டு திருத்திடுவோம் வாரீர். மக்களிடத்தில் தேங்கி இருக்கும் மடமை இருளை அறிவு வெளிச்சத்தால் நீக்குவோம் என்று அன்போடு இறுதியாய் அழைக்கின்றேன் வாரீர். மக்களின் உயிரைக்

குடிக்கும் துப்பாக்கி குண்டும், அணு குண்டும் தேவை இல்லை. மக்களின் உயிரை காக்க மக்களுக்குள் அறிவு குண்டு வீசுவோம்.

புத்தங் சரணங்கச் சாமி

தம்மங் சரணங்கச் சாமி

சங்கங் சரணங்கச் சாமி

என்று கூறி, அறிவுலக மாமேதைகளாய், அறிவு மார்க்கத்தை, அன்பு மார்க்கத்தை ஏற்போம் வாரீர்.

இருபெரும் பெரியார்கள்

நான் கடவுள் அல்ல. சாதாரண மனிதன் என்று சொன்னவர் தான் புத்தர். அவர் என்ன கண்டார்? மெய்யறிவு பெற்றபடி பகுத்தறிவு பாதையைக் கண்டார். புத்தர் காலத்தில் ஆத்தீகவாதிகளால் அவர் கொள்கைகளுக்கு எதிர்த்து பேச முடிய வில்லை. அசோக மன்னர் காலத்திற்கு பிறகு பௌத்த மார்க்கத்தில் ஆத்திகர்கள் பார்ப்பனர்கள் சேர்ந்து நாளடைவில் தலைமை பீடத்தில் அமர்ந்து சில தலைமுறைகளுக்குப் பின் புத்தர் கொள்கைகளை இந்து மதத்தில் சேர்த்துக் கொண்டு அரசர்களை ஆத்தீகவாதிகளின் அடிமைகளாக்கி ஆண்டவனுக்கு கோயில் குளங்களை வெட்ட வைத்து பௌத்தர்களை கொன்று குவித்தார்கள். பக்குவமாக முஸ்லீம்களுக்கும் ஆதரவு தந்தார்கள். கஜினி கொள்ளையடித்தான். பொன், பொருள், புத்தர் சிலைகளை ஒட்டகங்களில் ஏற்றி சென்றான். அவனுக்குப் பிறகு கோரிமுகமது படையெடுத்தான். முஸ்லீம் ஆட்சி அமைக்க மருமகன் என்றும் பாராமல் பிரித்விராஜனை காட்டி கொடுத்து கொலை செய்தார்கள். முஸ்லீம் ஆட்சியில் இந்துக்கள் உயர்ந்த பதவிகள் பெற்றுக் கொண்டு தாழ்த்தப்பட்ட மக்களை தீண்ட தகாதவர்களாகவே நடத்த வைத்தார்கள். பிறகு ஆங்கிலேயர்களை

ஆதரித்த ஆரிய கும்பல் முஸ்லீம் ஆட்சியை ஒழிக்க துணை புரிந்தும் ஆங்கிலேயர்கள் ஆட்சியிலும் ஆதிதிராவிட மக்களை அடக்கியே தீண்டாமை கொடுமைகளைக் கொடுத்துக் கொண்டே வந்தார்கள். இந்த சமயத்தில் தான் பம்பாய் மாநிலத்தில் அம்பேவாடாவில் 1891 எப்ரல் 14ம் தேதியில் ராம்ஜி போலாஜுக்கும் பீம்பாய் அம்மையாருக்கும் 14வது மகனாக பீம்ராவ் பிறந்தார். சொல்லொன்னா தீண்டாமை கொடுமையால் துன்பப்பட்டு, தொல்லைகள் பட்டு, அவமானப்பட்டு, பள்ளிக்கு உள்ளே சேர்க்காமல் பள்ளிக்கு வெளியில் கோணிப்பையை போட்டு, ஆசிரியர் சொல்லும் பாடத்தை பழுதற கேட்டு படித்து முதல் மாணவனாய் திகழ்ந்து படிப்படியாய் ஆரம்ப பள்ளி உயர்நிலைப்பள்ளி கல்லூரி படிப்பு படித்து பட்டங்கள் பெற்றார். மேல்நாடு சென்று M.A.,M.Sc.,D.Sc.,Ph.D.,L.L.D.,D.Litt.,Barrister-at-Law { Master Of Arts (Columbia university), Master Of Science (London School of Economics), Doctor of Science (London School of Economics), Doctor of philosophy (Columbia University), Doctor of Laws (Columbia University), Doctor of Literature (Osmania University), Barrister-at-Law (Gray's Inn, London), Highest law qualification in England (At that time)} பட்டம் பெற்று திரும்பி வந்தார். தாழ்த்தப்பட்ட சமுதாய மக்களை தட்டி எழுப்பினார். தலைசிறந்த தலைவனாக சாதி இந்துகளால் கொடுக்கப்பட்ட அவமானங்களை எல்லாம் அடியோடு அழிக்க அணுகுண்டுகளாக மக்களை மாற்றி சாதி ஒழிப்பு போர் மாநாடுகளைப் போட்டு, உரிமைப்போரை ஆங்கிலேயர் அறிய செய்தார்.

டாக்டர் அம்பேத்கர் யார் என்பதை இளைஞர்களே தெரிந்துக் கொள்ளுங்கள். அவர் தான்

Saviour of poor.

ஏழைகளின் பாதுகாவலர்

Father of the weaker.

நலிந்தோர்களின் தந்தை

Leader of the labourer.

தொழிலாளர்களின் தலைவன்

Law maker of India.

இந்திய நாட்டின் சட்டத்தை இயற்றிய சட்ட சிற்பி.

தாழ்த்தப்பட்ட மக்கள் எல்லாம் மற்ற சாதியினர்க்கு அடிமைகாளகவும், பிணத்தை கொளுத்துபவர்களாகவும், மேளங்கள் அடிப்பவர்களாகவும், செத்த மாட்டை தூக்கி புதைப்பவர்களாகவும் இருந்தார்கள். தீண்டாமை அவமானங்கள் எதிர்கால சமுதாய மக்களுக்கு ஏற்படக்கூடாது என்று சட்டத்தின் மூலம் மக்களை சிந்திக்க வைத்தார். அதோடு நான் பிறக்கும் போது இந்துவாக பிறந்து விட்டேன். ஆனால் இறக்கும் போது இந்துவாக சாக மாட்டேன் என்று சொன்னதை போல் உலகில் எந்த மதத்தலைவனும் செய்ய முடியாத செயலை 5 இலட்சம் மக்களுடன் 14.10.1956ல் பௌத்தரானார். நீர் யாரால் கல்விக்கற்றாய்? நீர் யாரால் சூட்டும், பூட்டும் அணிந்துக் கொண்டு வேலைக்கு போகிறாய்? நீ தாராளமாக பள்ளியில் சேர்ந்து படிக்க உரிமைகளை எப்படி பெற்றாய்? உன்னுடைய முன்னோர்களை நினைத்துப்பார். வரலாற்றைப் படித்துப்பார். சூதி இந்துக்களால் அவமானப்படுத்தப்பட்டு உன் முன்னோர்கள் வாழ்ந்தார்களே! அப்படியா நீ இப்போது வாழ்கிறாய். எல்லா உத்தியோகங்களிலும் தாழ்த்தப்பட்ட, ஒதுக்கப்பட்ட மக்கள் கட்டாயம் இருந்தே ஆக வேண்டும். சட்டப்படி எல்லா துறைகளிலும் வேலை செய்யும் உரிமை யாரால் கிடைத்தது. டாக்டராய் நீ போக முடியுமா? யாரால் என்று எண்ணிப்பார். பல கட்சி தலைவர்களுக்கு கொடி தூக்கிக்கொண்டு திரிகிறாயே! கோஷங்கள் போட்டு வாழ்க, வாழ்க என்று ஊர்வலம் சென்று வருகிறாயே! உனக்கு வெட்கமில்லையா! என்று நான் கேட்க போவதில்லை. உனக்கு மனித உரிமை, பதவி உரிமை, சமுதாய உரிமை, கல்வி உரிமை, ஓட்டுரிமை, பெண்களுக்கு சொத்துரிமை கொடுத்தது யார்? எந்த கடவுளும் கொடுக்கவில்லையே! சுதந்திரம் கேட்ட தலைவர்களா தந்தார்கள்? எந்த கட்சி தலைவனாவது நான் தான் உரிமைகளை தாழ்த்தப்பட்ட மக்களுக்கு வாங்கி தந்தேன்

என்று சொல்ல முடியுமா? முடியாது. முடியாது. அப்படி என்றால் உண்மை தலைவன் யார்? டாக்டர் B.R. அம்பேத்கர் தான். டாக்டர் அம்பேத்கர் இல்லை என்றால் உன்னால் இன்று உரிமையோடு கல்விக் கூடங்களில் நுழைய முடியுமா? நீதி துறையில் நுழைய முடியுமா? வக்கீலாக வர முடியுமா? எந்த துறைகளிலும் தாழ்த்தப்பட்ட மகன், மகள் இல்லாமல் இருக்கமுடியாது என்ற அளவுக்கு சட்டத்தை எழுதி இருக்கிறார். நானும் மனிதன் நீயும் மனிதன் என்று சொல்ல உனக்கு தைரியம் கொடுத்தவர் யார்? நீயும் படிக்கிறாய் நானும் படிக்கிறேன் என்று சொல்ல வைத்தவர் யார்? நான் மெத்த வீடு கட்டுவேன. நீர் குடிசை வீட்டை கட்டிக் கொண்டுத்தான் வாழ வேண்டும் என்று சொல்ல எவனுக்காவது தைரியமுண்டா? பொன் நகை போடாதே, தெருவில் சைக்கிள் விடாதே, குளத்தில் தண்ணீர் எடுக்காதே, குடிக்காதே என்று உன்னிடம் யாராவது சொல்ல முடியுமா? உன் பிள்ளைகளை பள்ளிக்கு வெளியில் உட்காந்து படி என்றால் நீ சண்டை போட மாட்டாயா? பறையன் என்று சொன்னால் 6 மாதம் ஜெயில், பல நூறு ரூபாய் அபராதம், ஜாமினில் எடுக்கவே முடியாது. அந்த அளவுக்கு அறிவு ஜோதி டாக்டர் அம்பேத்கர் இந்திய நாட்டின் சட்டத்தில் எழுதியதன் பலன் இன்று வெளிப்படையாக சாதிப்பெயரை சொல்ல பயப்படுகிறார்கள்.

அரசாங்க பணியில் தாழ்த்தப்பட்ட மக்களை சேர்க்க கூடாது என்ற நிலைமையை நீக்கி அனைத்து துறைகளிலும் இட ஒதுக்கீடு என்று நீ வேலை செய்ய உரிமைக் கொடுத்தது யார்? கல்வி பயில, பட்டங்கள் பெற, அரசு அலுவலங்களில் கீழ்நிலை முதல் உயர்ந்த நிலை வரை வேலை செய்ய, தெருவில் நடக்க, வேட்டிகள் கட்ட, ரவிக்கை போட, நகைகள் அணிய, டீ கடைகளில் டீ குடிக்க, தலைமுடி வெட்டிக் கொள்ள, கோவிலுக்குள் நுழைய உனக்கு உரிமை தந்தது யார்? இதையும் கேள். வெள்ளையனே வெளியேறு! என்று அயராது பாடுபட்டவர்கள் திரு. ஜவஹர்லால் முதல் திரு. ராச கோபால், திரு. வல்லபாய், திரு. சுபாஸ் சந்திரர், திரு மோகன்தாஸ் கரம்சந்த் போன்ற தியாக உள்ளம் கொண்ட தலைவர்களாவர். மேல்நாட்டு அறிஞன் பெவர்லி நிக்கோலஸ் Verdict on India (1944) என்ற புத்தகத்தில் இந்தியாவை நான் சுற்றி பார்த்துவிட்டு பல

தலைவர்களை சந்திந்து Who are you? என்றேன். ஒருவர் மோகன் தாஸ் கரம்சந்த் காந்தி என்றார். இப்படியே ஜவஹர்லால் நேரு என்றும், ராஜகோபால் ஆச்சாரியார் என்றும், வல்லபாய் பட்டேல் என்றும், சுபாஸ் சந்திர போஸ் என்றும் பெயரை சொன்னார்கள். காந்தி, நேரு, ஆச்சாரி, பட்டேல், போஸ் என்ற வார்த்தைகள் சாதியின் பெயரை குறிக்கும். டாக்டர் அம்பேத்கரை அந்த தலைவர்களை கேட்டதுப்போல் Who are you? என்ற போது I am an Indian என்றார். முழு இந்தியாவை சுற்றிப் பார்த்தேன். ஒரே ஒரு இந்தியனைத் தான் பார்த்தேன். அவர் தான் டாக்டர் அம்பேத்கர் என்று எழுதி இருக்கிறாா;. Beverly Nicholas wrote: "To compare the average oration of a Congress politician with a speech by Dr.Ambedkar is like comparing a Hindu chant with a fusillade of pistol shots". ஒரு காங்கிரஸ்காரரின் சாதாரண பேச்சுடன் டாக்டர் அம்பேத்கரின் சொற்பொழிவை ஒப்பிடுவது இந்து மதத்தின் அற்ப மந்திர சத்தத்தோடு தொடர் துப்பாக்கி குண்டுகளின் சத்தங்களை ஒப்பிடுவது போன்றதாகும் என்று பெவர்லி நிக்கோலஸ் எழுதியுள்ளார். இதிலிருந்து மகனே! மகளே! இப்போதாவது புரிந்துக் கொள்வாய் என்பதற்காக உலக மக்கள் அறிய நீ சொல்வாய் என்பதற்காகத்தான் எழுதுகிறேன். அந்த அளவுக்கு சாதியை வெளிப்படுத்தும் வார்த்தைகளை பெயருக்கு பக்கத்தில் போட்டே பேசுவார்கள். எழுதுவார்கள். இன்றுள்ள தலைவர்கள் அப்படியே பெயரை வைத்துக் கொண்டுள்ளார்கள். மக்களில் பலபேர் திருமண நிகழ்ச்சிகளில் இந்த சாதியை சேர்ந்தவர்கள் என்பதற்காக விளம்பரம் செய்து மதவெறியையும் சாதி வெறியையும் விடாமல் இருக்கிறார்கள்.

மூடநம்பிக்கையில் மக்களை கொண்டாட வைத்து, மதவெறிகளை உண்டாக்கிக் கொண்டு வருகிறார்கள் என்ற வரலாற்றை ஆராய்ந்தார். அயல் நாடுகளிலும் வேடதாரி வேடங்களில் மதப்பித்து கொண்டு மக்களை மரண வாயிலுக்கு அழைத்துச் செல்வதை தெளிவாக தெரிந்துக் கொண்டார். சூத்திரர் என்றால் தாசி பிள்ளைகள் என்று சமஸ்கிருதத்தில் எழுதப் பட்டதை ஆங்கிலத்தில் டாக்டர் அம்பேத்கர் Who were the

Shudras? (சூத்திரர்கள் யார்?) என்ற புத்தகத்தில் வெளியிட்டார். தந்தை பெரியார் கையில் அப்புத்தகம் கிடைத்தது. சூத்திரன் என்றால் ஆத்திரம் கொண்டு அடி என்றார். குத்தூசி குருசாமி தமிழாக்கம் செய்தார். பார்ப்பனர்களுடைய ஆட்சியும், மதம், கடவுள், சாதி வெறிகளை ஒழித்தே மக்களை திருத்த வேண்டும் என்று அண்ணல் அம்பேத்கர் அவர்களின் புத்தகங்களை தமிழாக்கம் செய்து தென்னாட்டில் தாழ்த்தப்பட்ட மக்களும் பிற்படுத்தப்பட்ட மக்களும் மற்ற இனத்தாருக்கு அடிமைகளாக இருக்கக்கூடாது என்பதற்காக அச்சிடப்பட்டது. டாக்டர் அம்பேத்கர் ஒரு பேரறிஞர். இனி நீங்கள் மனிதர்களாக வாழப் போகிறீர்களா? மிருகங்களைப் போல் அடிமைகளாக வாழப் போகிறீர்களா? மதத்தை நம்பி மடையர்களாகவே வாழப் போகிறீர்களா? கடவுளை நம்பி கழுதைகள் மூட்டைகளை சுமக்க உதவுவதைப் போல சாதிகளை சுமந்துக் கொண்டே வாழ்க்கை நடத்தப் போகிறீர்களா? ஆரியரின் சூட்சியால் ஆயிரக்கணக்கில் சாதிப்பிரிவுகள் தேவையா?

அண்ணல் அம்பேத்கர் பெயரைச் சொல்லிக்கொண்டு, அவர்கள் கொள்கையை மறந்து, அவர் காட்டிய வழியில் செல்லாமல், படித்து பட்டங்கள் பெற்றும், உயர்ந்த உத்தியோகத்தில் அமர்ந்தும், அவர் பிறந்த நாளில் மாலையை மட்டும் போட்டு துரோகி பட்டம் வாங்கிக் கொள்ளாதே. சாதிக் கொடுமைகளால் டாக்டர் அம்பேத்கர் நேரடியாக பாதிக்கப்பட்டார். மனிதனுக்குள் மனிதர்கள் தீண்டக் கூடாது. தொட்டால் தீட்டு. தாழ்த்தப்பட்டோர் பள்ளியில் படிக்கவே கூடாது என்று தடை. குளத்தில் நீர் அருந்தக்கூடாது. தலைமுடியைக்கூட நாவிதர் வெட்ட மறுத்துள்ளார்கள். இந்த கொடுமைகளுக்குள் ஆளான தலைவன் தாங்க முடியாத கோபத்தோடு படித்தார். பட்டங்களைப் பெற்றார். தன்னுடைய உயர்வான படிப்பாற்றலால் பார்ப்பனர்களுடைய ஆட்சிகளை சட்டத்தின் மூலம் சுட்டெரித்தார். தாழ்த்தப்பட்ட மக்களுக்கு எல்லா துறையிலும் இட ஒதுக்கீடு மூலம் பதவிகளை பெற உதவிகள் செய்தார். தவறுகள் செய்வோரை தட்டிக் கேட்க சட்டங்களை இயற்றினார். தன்னை கோணிப்பையை போட்டுக் கொண்டு பள்ளிக்கு வெளியில் உட்கார வைத்த நிகழ்ச்சிகளும், தாகம் எடுக்கும் போது

குளத்தில் நீர் அருந்தியதால் உதைபட்டதும், நீர் வேட்கை எடுக்கும்போது சாதி இந்து மாணவர்கள் கிளாஸில் தூக்கி ஊற்றும் நிகழ்ச்சிகள், தன் தந்தையைக்காண அண்ணனுடன் மாட்டு வண்டியில் வாடகை கொடுத்து செல்லும் போது ஏற்பட்ட அவமானம், தன்னுடைய திருமணம் மீன்மார்கெட்டில் நடந்ததை எல்லாம் நினைத்து வருந்திய நிகழ்ச்சிகளால்தான் மிக தாழ்ந்த குலத்தில் பிறந்து, மிக உயர்ந்த நிலைமையை பகுத்தறிவுப் பாதையால் அமைத்து இந்தியாவில் எந்த தலைவனும் படிக்காத உயர்ந்த கல்விப் பட்டங்களை பெற்று டாக்டர் அம்பேத்கர் தன்னுடைய அறிவுப் புரட்சியினால் மக்களுக்கு அறிவொளி தந்தார். அறிஞர் அம்பேத்கர் தன்னுடைய சமுதாய மக்களுக்கும் தனி ஆட்சிமுறை வேண்டும் என்று வட்டமேஜை மாநாட்டில் ஆங்கிலேயர் முன், காந்தியார் முன், சாதி இந்துக்களின் கொடுமைகளையும், தான்பட்ட கொடுமைகளையும் எடுத்துரைத்தார். சாதி இந்துக்களின் தலைவனாக காந்தியாரை சித்தரித்து தன் நாவன்மையால் காந்தியாரின் வாதத்தை உடைத்தெரிந்தார். அதனுடைய பலன் தான் பூனா ஒப்பந்தம். அதனுடைய பலன் தான் இட ஒதுக்கீடு. அதனுடைய பலன் தான் தாழ்த்தப்பட்ட மக்களுக்கு கொடுத்த கொடுமைகள் சட்டத்தின் மூலம் நீக்கும் உரிமை. அதனுடைய பலன் தான் சாதி இந்துக்களைப் போல் சரிநிகர் சமத்துவம் அடைகிற வகையில் உத்தியோக துறையிலும், கல்வி துறையிலும் தனி சலுகை கொடுக்கப்பட்டது.

மேற்கூறிய சுருக்கமான நிகழ்ச்சியினை ஏன் குறிப்பிட்டேன் தெரியுமா? நானும் என் மனைவியும் பாணாவரத்தில் வசிக்கிறோம். எங்கள் வீட்டு உதவிகளுக்காக என் சிறிய மகனின் சினேகிதன் மகள் தரணி என்ற சிறுமி வீட்டிற்கு வருவாள். அரசு உயர்நிலைப்பள்ளி பாணாவரத்தில் 7ம் வகுப்பு படிக்கிறாள். ஒருநாள் அந்த சிறுமி சார் SC பிள்ளைகளுக்கு மட்டுமே நோட்டு புத்தகம் கொடுக்கிறார்கள். BC பிள்ளைகளுக்கு ஏன் கொடுக்கவில்லை சார் என்று கேட்டாள். நான் சிந்தித்தேன். கண்களில் கண்ணீர் விட்டேன். ஆங்கிலேயர்களின் ஆட்சியின்போது சாதி இந்துக்கள் தாழ்த்தப்பட்ட மக்களுக்கு கொடுத்த கொடுமைகளை எண்ணித்தான் காந்தியாரும் ஒத்துக்கொண்டார்,

பூனா ஒப்பந்தமும் ஏற்பட்டது. சாதி இந்துக்கள் இல்லாமலும் ஆட்சிபுரிய முடியாது. கட்டாயம் இவர்களுக்குள் ஒற்றுமை ஏற்படும். நாளடைவில் சமத்துவ கொள்கை ஏற்படும். சகோதரர்கள் உணர்வு ஏற்படும் என அல்லவா காந்தியாரும் டாக்டர் அம்பேத்கரும் சேர்ந்து கையொப்பம் இட்டனர். டாக்டர் அம்பேத்கர் தெளிவாக குறிப்பிட்டுள்ளார். மற்ற இனமக்களோடு சரி நிகர் சமத்துவம் அடைகிற வரையில் இட ஒதுக்கீடும் கல்வி சலுகைகளும் கொடுத்தாக வேண்டும். இதுவே சட்டம். ஆனால் என்ன செய்கிறார்கள் தெரியுமா? பள்ளிச்சிறுவர் சிறுமிகள் மன வேதனைப்படும்படி பிள்ளைகள் எல்லோருக்கும் அல்லாமல் மிக ஏழை என்று சில மாணவர்களுக்கு மட்டும் சலுகைகள் கொடுக்கிறார்கள். பிறகு BC-ல் சிலருக்கு மட்டுமே கொடுத்தார்கள். மற்ற ஆண் பெண் மாணவ மாணவிகளுக்கு என்ன நேர்கிறது தெரியுமா? தாழ்வு மனபான்மை வருகிறது. சாதிப்பிரிவு தெரிகிறது. ஆட்சியாளர் கையாளும் ஆட்சி சாதி உணர்ச்சியை தூண்டிவிடுகிறது. எங்கள் பிள்ளைகள் அவர்களை விட ஏழ்மையில் வாடுகிறார் என்று SCயை போல BC அனைவருக்கும் சலுகைகள் தேவை என்று சாதி மாநாடு போட்டு கோரிக்கை விடுத்தார்கள். BC ஏழைகள் அதிகம். அவர்களுக்கும் கொடுக்க வேண்டும் என்று போராட்டம் செய்ததின் பலன் BCயிலிருந்து MBC என்று பிரிந்து பார்ப்பனர் சாதிப்பிரித்த முறை சரியே என்பது போல் மேலும் சாதியினை பிரித்து விட்டார்கள். FCயில் MFC என்றும் SC யில் MSC என்றும் பிரித்து பார்ப்பனர்களுக்கு அடிமைகளாகவே வாழும் காலம் வெகுதூரத்தில் இல்லை.

நீ மனிதனா? மிருகமா?

மாணவ மாணவி கண்மணிகளே!

இந்த தலைப்பை பார்க்கும் போதே என் மீது கோபம் வரத்தான் செய்யும். காரணம் மனிதனுக்கும் மிருகத்துக்கும் வித்தியாசம் தெரிகிறது. தெரிந்தும் தெரியாததைப் போல் நீ மனிதனா? மிருகமா? என்று உங்களை மட்டும் அழைத்து சொல்லுகிறாரே என்று நியாயமான எண்ணம் தோன்றத்தான் செய்யும். என் மனநிலை மிகவும் பாதித்ததற்கு

முக்கிய காரணம் டாக்டர் அம்பேத்கர் கல்வி கற்பதற்காக பள்ளிக் கூடத்தில் சேர்க்காமல் போனதால் பள்ளிக்கு வெளியில் கோணிப்பையை போட்டு உட்கார்ந்து படித்த நிகழ்ச்சிகளை எண்ணிப் பார்த்ததே. டாக்டர் அம்பேத்கர் தந்தை இராவணுவத்தில் சுபேதாரராக பணி புரிந்ததால் பள்ளிக் கூடத்தில் ஆசிரியரிடம் என் மகன் பள்ளிக்கு உள்ளே உட்கார வைக்காவிட்டாலும் பரவாயில்லை அவன் எப்படியும் படிக்க வேண்டும் என பணிவோடு கேட்டார். வெளியில் உட்கார்ந்து படிக்க சம்மதம் தெரிவித்தப் பிறகு பள்ளியில் ஆசிரியர் சேர்த்துக் கொண்டார். இளம் வயதில் பிஞ்சு உள்ளத்தில் தீண்டாமை என்ற விஷத்தால் கேவலப்படுத்தப் பட்டார். மாட்டு வண்டிக்காரன் கீழ்சாதி என்று தெரியாமல் வண்டியில் ஏற்றிவிட்டேனே என்று சொல்லி அம்பேத்கரும் அவர் அண்ணனும் தரையில் விழும்படி வண்டியை சாயச் செய்து அவமானப்படுத்தப்பட்டார்கள். மன்னர் உதவியால் மேல் நாட்டில் படித்து வேலை செய்யும் போது பியூன் கூட கீழ்சாதியை சேர்ந்தவர் என்று கருதி கோப்புகளை தூரத்திலிருந்தே வீசி எரிந்தான். அவமானப்படுத்தபட்டார் என்பதற்காக வேலையிலிருந்து ராஜினாமா செய்தார் என்று வரலாற்றை படிக்கும் போதும் மனித ரூபத்தில் இருக்கும் மிருகங்கள், மடையர்கள், முட்டாள்கள் யார் என்று மாணவர்களாகிய நீங்கள் தீர்ப்பு கூற வேண்டும்.

முஸ்லீம்களோடும் கிறிஸ்தவர்களோடும் சேர்ந்து இந்துக்களின் தலைவரான காந்தியார் தலைமையில் ஆங்கில ஆட்சியை அகற்ற அனைவரின் ஒத்துழைப்பை கேட்டு ஆங்கிலேயர்களுக்கு எதிராக சுதந்திரப்போர் துவக்கினார்கள். ஆங்கிலேயர் ஆட்சியை அகற்ற எல்லா சாதிப்பிரிவினரும் ஒன்று சேர்ந்து, காந்தியாரை தலைமை ஏற்க செய்து, அறப்போராட்டம் செய்தார்கள். ஆங்கிலேயர்கள் அடக்கி பார்த்தார்கள். சுதந்திர போராட்டங்கள் அதிகரித்தது. பஸ்ஸை கொளுத்தினார்கள். மறியல் போராட்டம் ரயில் போராட்டம் செய்து வெள்ளையனே வெளியேறுங்கள்! எங்கள் நாடு எங்களுக்கே! என கோஷமிட்டனர். சுதந்திரம் வேண்டும் என்று வாதாடிய தலைவர்கள் சிறையில் அடைக்கப்பட்டார்கள். குண்டாந்தடியோடு குண்டடிப்பட்டார்கள். எல்லோரும் இந்நாட்டு மக்கள், எல்லோரும் இந்தியர்களே, எல்லோரும் இந்நாட்டு மன்னர்கள், எல்லோரும்

ஓரினம், எல்லோரும் ஓர் குலம். எங்களுக்குள் வேற்றுமை இல்லை. நாங்களே எங்கள் நாட்டை ஆள தெரியும். எங்களுக்குள் மதவேறுபாடு இருந்ததாலும் அவர்களும் சகோதரர்களே. எல்லா கடவுளும் ஒரே கடவுள்தான். எங்களுக்குள் சாதி வேறுபாடு இல்லை. நாங்கள் அனைவரும் ஒன்றுபட்டுவிட்டோம். எங்கள் தலைவர் காந்திதான். மிதவாதிகளாகவும், தீவிரவாதிகளாகவும் பிரிந்து சுதந்திரம் பெற்றே தீருவோம் என்று ஆர்பாட்டங்களும், போராட்டங்களும் தினம் தினம் செய்ய, ஆங்கிலேயர்களால் மக்கள் போராட்டத்தை அடக்க முடியாமல் போகவே வட்ட மேசை மாநாடு ராம்சே மெக்டொனல்ட் தலைமையில் அனைத்து சமுதாய தலைவர்களையும் அழைத்து பேசப்பட்டது. இந்திய நாட்டு மக்களுக்கு நான் தலைவன் என்று காந்தியார் சொல்ல, சாதி இந்துகளுக்கு காந்தியார் தலைவராய் இருக்கலாம். தாழ்த்தப்பட்ட மக்களின் தகுதியான தலைவர் காந்தியார் அல்ல. மனிதனை மனிதன் என்று நினைக்காத மாபெரும் துரோகிகள் சாதி இந்துக்கள் என்று அம்பேத்கர் கூறினார். சுதந்திர போராட்டத்திற்கு தலைவர் என்று அமர்ந்திருக்கும் காந்தியாரே! நீர்தான் தாழ்த்தப்பட்ட மக்களின் முதல் துரோகி என்று ஏன் சொல்லக் கூடாது?காந்தியாரை சதிக்கார சாதி இந்துக்களின் தூதன் என்று ஏன் சொல்லக்கூடாது? நீங்கள் (காந்தியாரைப் பார்த்து) எங்கள் எசமானர்களாய் இருக்கவிரும்பலாம். ஆனால் நாங்கள் உங்கள் அடிமைகளாக இருக்க விரும்பவில்லை (It may be your interest to be our masters, but how can it be ours to be your slaves? - Thucydides) என்றும், சாதி இந்துக்களின் தலைமை ஏற்று சுதந்திரம் கேட்கும் காந்திதான் எங்களின் முதல் துரோகி, நாங்கள் இனியும் சாதி இந்துக்களோடு சேர்ந்து அடிமைகளாக வாழ மாட்டோம் என்று அண்ணல் அம்பேத்கர் வீர கர்ஜனை செய்தார். முஸ்லீம்கள் ஆட்சியிலும், ஆங்கிலேயர்கள் ஆட்சியிலும் தாழ்த்தப்பட்ட சமுதாய மக்கள் அடிமைகளாக, நாயினும் கேவலமாகத் தான் நடத்தப்பட்டார்கள். ஆகவே சுதந்திர இந்தியாவில் எங்களுக்கு தனித்தொகுதி முறை தேவை என்றும், நாங்கள் யாருடனும் சேர்ந்து வாழ மாட்டோம் என்றும் மூன்று மணி நேரம் பேசி அமர்ந்தார் அம்பேத்கர்.

1931 முதல் வட்ட மேசை மாநாட்டிலும் 1932ல் இரண்டாவது வட்ட மேசை மாநாட்டிலும் அறிவுலக மாமேதை டாக்டர் அம்பேத்கர் ஆங்கிலேயர்கள் ஆட்சியிலும் சரி, முஸ்லீம்கள் ஆட்சியிலும் சரி, தாழ்த்தப்பட்ட மக்களுக்கு ஏற்பட்டிருக்கும் தீண்டாமை கொடுமைகளை நீக்காமல் இந்துகளுக்கு ஆதரவாகவே இருந்துக் கொண்டு ஆட்சி நடந்ததை தெள்ளத்தெளிவாக ராம்சே மெக்டானல்டு அவர்களுக்கு எடுத்துரைத்தார். காந்தியாரால் மறுத்துக் கூற முடியாமல் விழித்ததால் தாழ்த்தப்பட்ட மக்களுக்கு தனித்தொகுதி முறையை பெற்றார்.

இந்துக்களால் கொடுக்கப்பட்ட தீண்டாமை கொடுமைகளுக்கும், டாக்டர் அம்பேத்கருக்கு கொடுக்கப்பட்ட அவமானங்களுக்கும் நான் சாதி இந்துக்கள் சார்பாக டாக்டர் அம்பேத்கரிடம் மன்னிப்பு கேட்கிறேன். இனி தாழ்த்தப்பட்ட மக்கள் சாதி இந்துக்களிலிருந்து பிரியக்கூடாது. அவர்களும் மனிதர்களே. அவர்களும் கடவுள் பிள்ளைகள் தான் என்று இந்து மதத்தினர் தாழ்த்தப்பட்ட மக்களுக்கு கொடுத்த கொடுமைகள் அப்போது தான் காந்தியாருக்கு தெரிந்து, வேதனைப்பட்டு சாதி இந்துக்கள் கொடுத்த கொடுமைகளுக்காக சபையிலேயே டாக்டர் அம்பேத்கரிடம் மன்னிப்பு கேட்டார். யாருக்கு தனித்தொகுதி கொடுத்தாலும் தாழ்த்தப்பட்ட மக்களுக்கு தனித்தொகுதி கொடுக்கக் கூடாது. அவர்கள் எங்களோடு தான் சேர்ந்து வாழ வேண்டும். இல்லையேல் நான் உயிர் விடுவேன் என்று ஏர்வாடா சிறையில் காந்தியார் உண்ணாவிரதம் இருக்க, அவர் மனைவி டாக்டர் அம்பேத்கர் மனைவியிடம் மாங்கல்ய பிச்சைக் கேட்க, காங்கிரஸ் தலைவர்கள் காந்தியார் உயிரை காப்பாற்றுங்கள் என்று பணிவோடு கேட்க, அம்பேத்கர் ஆழ்ந்து சிந்தித்தார். காந்தியார் இறந்தால் ஆயிரக்கணக்கான தாழ்த்தப்பட்ட மக்கள் உயிர் போக நேரும். என் மீது கடும் கோபத்தினால் கொல்ல முயற்சிப்பார்கள் என்று காந்தியார் உயிரை காப்பாற்றி நம் சமூக மக்களுக்கு ஏழ்மை நிலைமையிலிருந்து விடுபடும் முறைகளையும், தாழ்த்தப்பட்ட மக்களுக்கு எல்லாவற்றிலும் ஒதுக்கீடு தந்து முன்புபோல் சாதிப்பிரிவுகளால் சண்டை ஏற்படாது, தாழ்த்தப்பட்ட மக்கள் மற்ற சாதி இந்துக்களைப் போல் கல்வியிலும், பொருளாதாரத் துறையிலும் சரிநிகர் சமத்துவம்

வரும்வரை சலுகைகள் கொடுத்தே ஆக வேண்டும் என்று அரசியல் சட்டத்தில் எழுதப்பட்டு 15.08.1950-ல் குடியரசு நாடாக மாற்றிக்கொண்டு நமக்கு நாமே ஐந்தாண்டுக்கொருமுறை தேர்தல் மூலம் இந்திய நாட்டை ஆண்டு வருகிறோம். கல்வி அறிவு பெற்று பட்டங்கள் பெற, ஆசிரியர்கள் பணி செய்ய, வட்டாட்சியாளராகவும், மாவட்ட ஆட்சியாளர்களாகவும், ரயில்வே அதிகாரிகளாகவும், வழக்கறிஞர்களாகவும், நீதிபதிகளாகவும், டாக்டர்களாகவும், இப்படி எத்தனையோ துறைகளில் கட்டாயம் தாழந்த பிரிவை சேர்ந்தவர் இருந்தே ஆக வேண்டும் என்று சட்டம் எழுதப்பட்டது. இந்த ஒதுக்கீடு முறைகளை விரைவில் நியாயம் அடிப்படாமல் நீக்கிட அனைவரும் புத்தருடைய எளிமையாக வாழும் முறைகளை அறிந்து ஆட்சியில் அமருவோரும் அதனை மனதில் பதிய வைத்து ஆள வேண்டும்.

மேற்கூறிய சுருக்கமான வரலாறுகளை உங்களுக்கு எழுதியது ஏன் தெரியுமா? அவர்களின் போராட்டங்களால் ஏற்பட்ட விளைவுகளை சிறியவனாக இருக்கும் போது பார்த்தவன் நான். புளி மூட்டைகளாக இல்லாமல் நெல்லி மூட்டைகளாக வாழ்ந்து விட்டார்கள். இன்றுள்ள இளைஞர் சமுதாயம் மறைக்கப்பட்ட உண்மை சரித்திரத்தை சுருக்கமாக தெரிந்துக் கொண்டால் போதும். ஏர்வாடா சிறையில் உண்ணாவிரதம் இருந்த காந்தியாரின் உயிரைக் காப்பாற்ற தந்தை அம்பேத்கர் அவர்கள் தனித்தொகுதி முறையை விட்டுக்கொடுத்தார். டாக்டர் அம்பேத்கர் அவர்களுடன் இரட்டைமலை சீனிவாசன் தாத்தா, அய்யோதி தாஸ் பண்டிதர் ஆகியோரும் தனித்தொகுதிமுறை போராட்டங்கள் செய்தனர். உலக அறிஞர் டாக்டர் அம்பேத்கர் எல்லா மதங்களைப் பற்றிய நூல்களை ஆராய்ந்தார். படித்தார்.

டாக்டர் அம்பேத்கர் மக்களின் அடிப்படை உரிமை பகுதியை ஐக்கிய நாடுகள் அரசியலமைப்பிலிருந்தும், பாராளுமன்ற முறையினை பிரிட்டன் அரசியலமைப்பிலிருந்தும், அரசு நெறிமுறைப்படுத்தும் கொள்கைகள் பகுதியை அயர்லாந்து அரசியலமைப்பிலிருந்தும், குடியரசு தலைவரின் நெருக்கடிக்கால

அதிகாரங்கள் ஜெர்மணி அரசியலமைப்பிலிருந்தும் எடுத்து நமது இந்திய நாட்டு சட்டத்தை எழுதினார்.

இந்திய நாட்டுக்கு சட்டம் எழுத 7 நபர்களை நியமித்தார்கள்

1. திரு. அல்லாடி கிருஷ்ணசாமி ஐயர்.
2. திரு. என். கோபால் சாமி அய்யங்கார்
3. அறிஞர் டாக்டர் B.R.அம்பேத்கர்
4. திரு. K.M. முன்ஷி
5. சய்யத் முகமது சர்துல்லா
6. திரு. B.L. மில்டர்
7. திரு. D.P. கெய்த்தான்

பிறகு என்ன நடந்தது தெரியுமா?

1. ஒருவர் வேறு இடத்துக்கு மாறுதல் ஆனதால் ராஜினாமா செய்தார்.
2. ஒருவர் இறந்து போய் விட்டார். அவருக்கு பதிலாக யாரும் போடவில்லை.
3. ஒருவர் அமெரிக்காவுக்கு போய்விட்டார். அவருக்கு பதிலாக யாரையும் நியமிக்க வில்லை.
4. இன்னொருவர் வேலை அதிகமாக இருந்ததால் கலந்துக்கொள்ள முடியாமல் போய்விட்டது.
5. இருவர் டெல்லிக்கு தூரத்திலிருந்து வந்து தங்க முடியாது என்று அவர்கள் ஊரிலேயே தங்கிவிட்டார்கள். தனி மனிதனாக, எழுத்தரை வைத்து இரவும் பகலுமாக அயராது பாடுபட்டு சட்ட புத்தகமாக எழுதி தந்த பெருமை டாக்டர். B.R. அம்பேத்கர் அவர்களையே சாரும்.

   Sir, my friends would tell me that I made the constitution. But I am quite prepared to say that I shall be the first person to burn it out. It does not suit any body.

இன்னொரு விஷயத்தை நினைவு படுத்துகிறேன். அடுப்பூதும் பெண்களுக்கு படிப்பு எதற்கு என்று பெண்களை கேவலப்படுத்தி பிள்ளை பெறும் இயந்திரம் என்று பெருமைபட வேண்டும் என்ற கொள்கையை அடியோடு நீக்கி புத்தருடைய புனிதமான உரிமை கொள்கையை அதாவது தந்தை சொத்தில் ஆண்களுக்கும் பெண்களுக்கும் சம உரிமை உண்டு என்ற பெண்ணுரிமை சட்டத்தை நேரு கொண்டுவர தாமதம் படுத்தியதால் 1953-ல் சட்ட மந்திரி பதவியை ராஜினாமா செய்தார் என்பதை பெண்கள் சமூகம் மறக்காது. மறக்கக்கூடாது. ராஜினாமா் செய்கையில் டாக்டர் அம்பேத்கர் கோபமாக, என்னுடைய நண்பர்கள் நான் தான் சட்டத்தை எழுதினேன் என்று சொல்வார்கள். சரிவர சட்டத்தை பின்பற்ற வில்லை என்றால் அச்சட்டத்தை கொளுத்துவதாய் இருந்தால் நானே முன்னின்று கொளுத்துவேன் என்று 02.09.1953ல் சொல்லிக்கொண்டே மந்திரி சபையை விட்டு வெளியேறினார்.

முற்காலத்தில் ஆரியர்களுக்கு அடிமைகளாக இருந்த BC மக்கள் தாழ்த்தப்பட்ட மக்களுக்கு கொடுத்து வந்த கொடுமைகளை நீக்க சமுதாயத்தில் கலப்பு திருமணங்கள் செய்து கொள்வோருக்கு 20,000 ரூபாய் கொடுத்து 4% உத்தியோகத்தில் ஒதுக்கீடு தர வேண்டும் என்று சட்டம் எழுதினார் அம்பேத்கர்.

> Tell my people", he said, whatever I have done I have been able to so do after passing through gruesome miseries and endless troubles in all my life and fighting with my opponents.
>
> நான் இதுவரை செய்துள்ள சாதனைகள் என் வாழ்நாள் முழுவதும் கொடிய துன்பங்களுக்கும், முடிவில்லா தொல்லைகளுக்கும், என் விலா எலும்புகளை சாதி என்னும் தீயில் கருகவிட்டு ஆற்றிய செயல்களாகும். எதிரிகளின் எதிர் போரினில் ஈடுபட்டு போராடிப்பெற்ற வெற்றியாகும் என்பதை என் மக்களுக்கு எடுத்துக்கூறுங்கள் என்றுதான் இறப்பதற்கு முன் தன் மெய்காப்பாளனிடம்

சொல்லிவிட்டு 6-12-1956-ல் இறந்தார் அஞ்சாத சிங்கம், அறிவின் சிகரம், டாக்டர் அம்பேத்கர்.

இதே தலைவரை 500 ஆண்டுகள் ஆனப்பிறகோ 1000 ஆண்டுகள் ஆனப்பிறகோ டாக்டர் அம்பேத்கர் கடவுள் தூதன் என்றும், கடவுள் என்றும், அவரை நம்பும் மக்கள் வழிபடுவார்கள். அதேப்போல் காந்தியாரையும் கடவுள் என்று வழிப்படுவார்கள். நீங்கள் இதை இப்போது நம்ப மாட்டீர்கள் அல்லவா? ஆனால் 500 ஆயிரம் ஆண்டுகளுக்குப் பின்னால் வணங்குவார்கள் என்பதில் ஆச்சரியம் இல்லை. இதைப் போல் தான் ஏசுநாதர் பிறந்து, வளர்ந்து, சீர்த்திருத்த கருத்துக்களை எடுத்துக் கூறியதால் மரண தண்டனையால் சித்திரவதைப்பட்டு இறந்தார். பல ஆண்டுகளுக்குப் பிறகு தான் ஏசுநாதரை புகழ்ந்து போற்ற வேண்டி ஏசுநாதர் சாதாரண பிள்ளை அல்ல கடவுள் குமாரன் என்று வணங்கினார்கள். முஸ்லீம்களும் முகமது நபிதான் தேவ தூதன் என்று வணங்குகிறார்கள்.

நான் 1989 ஏப்ரல் திங்கள் 20ம் நாள் ஓய்வு பெற்ற நாள் முதல் குடியாத்ததிலிந்து இருந்து சென்னை வரை மாதத்திற்கு 198 ரூபாய் சீசன் டிக்கெட் எடுத்துக் கொண்டு, அண்ணலின் அறிவுப்பிரச்சாரத்தை பேருந்துகளிலும், ரயிலில் பயணம் செய்வோர்களிடம் தினம் தினம் சொல்லிக் கொண்டே திரு. D.K.S. பௌர்ணமி ஆசிரியர், பாடகர் என். மூர்த்தி அவர்களுடன் பல ஊர்களில் அண்ணல் அம்பேத்கர் காட்டிய பௌத்த நெறியின் அடிப்படைக் கொள்கைகளை விளக்கிக் கொண்டு வருவேன். இருப்பினும் சொற்பொழிவை கேட்கின்ற மக்களால் ஏன் பின்பற்ற முடியவில்லை என்ற காரணத்தை நான் அறிய முற்பட்ட போது,

1. மக்கள் பண உதவியும் வயிற்றுக்கு சாப்பாடு யார் போடுகிறார்களோ அவர்களை புகழ்ந்து போற்றும் மனபக்குவம் உள்ளவர்களாகத்தான் காண முடிகிறது.

2. மதவாதிகள், உபதேசகா்களாகிய குருக்கள் மதநம்பிக்கைகளை குருட்டுதனமான பொய்யும் புரட்டும் கலந்த கற்பனைக் கதைகளை எடுத்துச் சொல்லும் போது ஏன் என்றும் எதற்கு என்றும் எப்படி என்றும் கேள்விகள் கேட்காமல் அவா்கள் கூற்றுகள் எல்லாம் ஆண்டவன் வாக்கு என்று நம்பிக்கை கொண்டவா்களாக இருக்கிறாா்கள்.

3. ஒவ்வொரு குடும்பத்திலும் பற்றாக்குறை இருப்பதால் அறிவு பாதையில் சிந்திக்க அவா்கள் மனம் தடை கற்களாக உள்ளது.

4. மத கொள்கை வேறுபாடுகள் ஒவ்வொரு மனிதனையும் வேற்றுமை உணா்வுக்கு ஆதரவு தந்து ஒற்றுமைக்கு தடையாக இருக்க செய்கிறது என்று நன்றாக தெரிகிறது.

5. உண்மையான கருத்துக்களுக்கு குற்றங்கள் ஏற்பட வழியே இருக்காது. பகுத்தறிவற்ற மக்களை ஏமாற்றி பிழைக்க வழிகள் உள்ளது என்று மதகுருக்கள் அறிந்து இருப்பது பௌத்த சீடனாகிய எனக்கு தெளிவாக தெரிகிறது. உன்னை நீ அறி என்று புத்தா் கூறியுள்ளாா் என்பதை நமது முன்னோா்கள் முதல் ஆசிரியா்கள் வரை நமக்கு போதிக்கவில்லை.

முடிவெட்ட மறுத்த நாவிதனை நினைத்து, அடக்க முடியாத அவமானங்களை எல்லாம் எண்ணியெண்ணி பல பட்டங்களை பெற்று காந்தியாரையே தாழ்த்தப்பட்டோா்களின் முதல் துரோகி என்று ஏசிய தலைவா் டாக்டா் அம்பேத்காா் என்பதை அறிந்து தந்தை பெரியாா் அவரை தலைவராக ஏற்றுக் கொண்டாா். டாக்டா் அம்பேத்கரின் Annihilation of Caste என்ற ஆங்கில புத்தகத்தை முதன் முதலில் தமிழாக்கம் செய்து சாதி ஒழிப்பு மாநாடுகளில் விநியோகித்த பெருமை தந்தை பெரியாருக்கு உண்டு. சமஸ்கிருதத்தில் எழுதி இருந்த கற்பனை கதைகளை ஆங்கிலத்தில் Who were the shudras? என்ற புத்தகத்தில் அம்பேத்கா் வெளியிட்டுள்ளதை தமிழில் மொழிப் பெயா்த்தவா் தான் பெரியாா். பகுத்தறிவுவாதி

தந்தை பெரியார் மூலை முடக்கு எல்லாம் மதம் இல்லை, கடவுள் இல்லை, சாதி இல்லை என்ற கோஷங்களுடன், மோட்சலோகம் உண்டு என்று கூறுபவன் மோசக்காரன், நரகலோகம் உண்டு என்பவன் நாசக்காரன், எமலோகம் உண்டு என்பவன் திருடன் அயோக்கியன், பக்தி உள்ளவனுக்கு புத்தி இல்லை புத்தி உள்ளவனுக்கு பக்தி கிடையாது என்று பிரச்சாரம் செய்தார்.

சூத்திரன் என்றால் தாசிமகன் என்று சாத்திரத்தில் எழுதி இருப்பதை கண்டித்து தான் தந்தை பெரியார்

> No God, No god, No God at all!
> கடவுள் இல்லை. கடவுள் இல்லை. கடவுள் இல்லவே இல்லை என்றும்,
>
> He who invented God was a fool!
> கடவுள் உண்டு என்று சொன்னவன் ஒரு முட்டாள்,
>
> He who propagated God was a scoundral!
> கடவுள் உண்டு என்று விளம்பரம் செய்துக் கொண்டு வருபவன் அய்யோக்கியன்,
>
> He who worships God was a barbarian.
> கடவுள் உண்டு என்று வணங்குபவன் காட்டு மிராண்டி

என்று தைரியமாக சொல்லிக் கொண்டு கடவுள் சிலைகளை உடைத்தும் அவன் படத்தை செருப்பால் அடித்தும் பிரச்சாரம் செய்தார். சாதி வெறியை தூண்டி ஒருவரை ஒருவர் அடித்துக் கொண்டு சாகவோண்டாம். நமக்கு பொது எதிரி பார்ப்பனீயம் என்று கூறினார்.

மீனம்பாள் சிவராஜ் தலைமையில் தான் தந்தை பெரியார் என்ற பட்டம் கொடுக்கப்பட்டது என்று இன்றைய இளைஞர்களே அறிந்துக் கொள்ளுங்கள்.

டாக்டர் அம்பேத்கர் 1927ல் புராணங்களை நெருப்பில் இட்டு கொளுத்தியதைப் போல் தென்னாட்டிலும் கடவுள் இல்லை என்று கடவுள் உருவச்சிலைகளை பெரியார் உடைத்தார். இராமாயணம், மகாபாரதம் புத்தகங்களை தீயிலிட்டனர். பௌத்த மாநாட்டிற்கு பர்மாவில் தந்தை பெரியாரை அம்பேத்கர் அழைத்தார். மாநாட்டில் கலந்துக் கொண்டார். அப்போழுது டாக்டர் அம்பேத்கர், மிஸ்டர் ராமசாமி! என்னைப்போலவே நீரும் தமிழ் நாட்டில் தீண்டாமை ஒழிய பல சமுதாய தொண்டுகளை செய்து வருகிறீர். நாம் ஏன் புத்தனாக மாற முடியாது என்று கேட்டார். தந்தை பெரியார் மிக்க மகிழ்ச்சியோடு புத்தனாக நீர் முதலில் தனியாக சேராமல் உலக மக்கள் வியக்க பெரும் மக்களுடன் சேருங்கள். நானும் புத்தன் தான். புத்தியில்லாத மக்களுக்கு புத்தரின் அறிவு ஊசியை குத்தி, சிலைகளை உடைத்து கடவுள் நம்பிக்கையிலிருந்து விடுதலை செய்கிறேன். நான் புத்தனாக மாறிவிட்டால் இந்து மதத்தின் அக்கிரமங்களையும் பாாப்பனர்களின் கடவுள் சிலைகளையும் ஏன் உடைக்க வேண்டும், உங்களுக்கு என்ன உரிமை உள்ளது என்று நீதிமன்றத்துக்கு போவான். பிற்பட்ட மக்களை செம்மறி ஆடுகளாக செயல்பட செய்திருக்கிறார்கள். அவர்கள் அனைவரையும் திருத்தி தாங்கள் எப்படி தாழ்த்தப்பட்ட மக்களை விடுவித்து இந்து மதத்துக்கு சாவு மணி அடித்து புகழ் பெற்றாயோ, நானும் பிற்படுத்தப்பட்ட மக்களுக்கு தேவடியாள் மகன் என்று சூத்திரன் பட்டத்தை அளித்ததை புரிய வைத்து பிற்படுத்தப்பட்ட மக்கள் அனைவரோடும் புத்தராக மாறுவேன், நான் இறந்துவிட்டால் எனது ஆசையை எனது தொண்டர்கள் பிளோட்டோவைப் போல் பகுத்தறிவு கொள்கைகளை பரப்பி கடவுள் நம்பிக்கையை கைவிட செய்து பௌத்தராவார்கள் என்று டாக்டர் அம்பேத்கரிடம் தந்தை பெரியார் உறுதிமொழி அளித்தார்.

பௌத்த மார்க்கத்தில் தான் சேருவோம் என்று தென்னாட்டு தந்தை பெரியார் 15.10.1956-ல் விடுதலைப்பத்திரிக்கையில் எழுதியதை யாரும் மறுக்கவோ, மறைக்கவோ முடியாது. நானும் புத்தனாக மாறி விட்டேன். நீர் எப்போது மாறப்போகிறாய் என்று பெரியார் தொண்டர்களை உரிமையோடு கேள். மறக்காதே. இன்றே கேள். இந்து

மதத்தின் இழிவிலிருந்து நீக்க புறப்படு. புத்தனாக மாற புறப்படு. வெந்தாடி வீரர் என்று பெயர் பெற்ற தந்தை பெரியார் சாதி ஒழிப்பு மாநாடு போட்டு புத்தருடைய அறிவுப் போரை துவக்கினார். புத்தரையும், டாக்டர் அம்பேத்கரையும் போற்றி புகழ்ந்த ஒரே சீர்திருத்த பேரொளி தந்தை பெரியார் ஆவார். அவர் வழியில் வந்தவர்கள், மீண்டும் சாதி மாநாடுகளை போட்டுக் கொண்டு மறுபடியும் ஆரியர்களின் மூடக்கொள்கைகளுக்கே இழுத்துக் கொண்டு செல்வதும், மக்களும் கோசங்கள் போட்டுக் கொண்டு சாதி தலைவா! நீ வாழ்க! என்று போற்றுவதையும் எண்ணி தான் இந்த புத்தகத்தை வேதனையோடு எழுதுகிறேன். வட நாட்டு பெரியார் அம்பேத்கர் தென்னாட்டு தந்தை பெரியார் என்று போற்றி புகழ்ந்து புத்தருடைய கொள்கைகளை பின்பற்றுவோம் வாரீர் என்று விடுதலை பத்தரிக்கையில் குத்தூசி குருசாமி அடிக்கடி புகழ்ந்து எழுதுவார்.

பார்ப்பானுக்கு பூனூல் எதற்கு? கத்தரிக்கோலால் வெட்டு என்று கூறிய தந்தை பெரியார், தாழ்த்தப்பட்ட மக்கள் கோயில் நுழைய வேண்டும் என்று கேரளாவில் அறப்போர் செய்து வைக்கம் வீரர் என்று பட்டம் பெற்றார். அண்ணல் அம்பேத்கர் வடநாட்டில் இராமாயனத்தையும், மகாபாரதத்தையும் கொளுத்தியதைப் போல் தென்னாட்டிலும் பெரியார் கொளுத்தினார். மாமேதை டாக்டர் அம்பேத்கர் கண்ட பௌத்த மார்க்கத்தை முழுமனதுடன் ஏற்றுக்கொண்ட தந்தை பெரியார் வெண்தாடி வீரர், தென்னாட்டு இங்கர்சால், தென்னாட்டு சாக்ரடீஸ் என்று போற்றப்பட்டவர். பகலவனாக நாட்டு மக்களுக்கு நாத்தீக வெளிச்சத்தை தந்தவர். சாதி ஒழிப்பு மாநாடுகள் போட்டு பௌத்தமார்க்க கொள்கைகளை காலமெல்லாம் விளக்கினார். அவர் வழிவந்தவர்கள் சாதி வளர்ப்பு மாநாடுகள் போட்டுக்கொண்டு, தாழ்த்தப்பட்ட மக்களுக்கு மட்டும் 18 சதவீதம் ஏன் என்று விளக்கம் கூறாமல், பாமர, ஏழை, பாட்டாளி மக்களிடம் சாதி உணர்வு ஊட்டி, சாதி போராட்ட அபேட்சர்களாக களம் இறங்கிட செய்வது யார் என்று எண்ணிப் பாருங்கள்.

ஆரியன் சூத்திரர்கள் யார் என்று எழுதினான் தெரியுமா? அவர்கள் தான் தேவடியாலுக்கு (தாசிகளுக்கு) பிறந்தவர்கள் என்றும், மூன்று இனத்தாருக்கும் அடிமைகள் என்றும் பிரம்மனின் முகத்தில் பிறந்தவன் பிராமனன், தோளில் பிறந்தவன் சத்திரியன், தொப்புளில் பிறந்தவன் வைசியன், காலில் பிறந்தவன் சூத்திரன் என்றும் எழுதி வைத்துள்ளான். உங்களுக்கு மானம் வேண்டாமா? சூடு சுரணை வேண்டாமா? அறிவு கெட்டவர்களே! உங்களுக்குப் பகுத்தறிவு வேண்டாமா? பன்றியா நீங்கள்? கழுதைகளா நீங்கள்? வெட்கம் வேண்டாமா? ரோசம் வேண்டாமா? சூத்திரன் என்று சொன்னால் ஆத்திரம் கொண்டு அடி. பார்ப்பானையும் பாம்பையும் கண்டால் பார்ப்பானை முதலில் அடி. வடநாட்டு பார்ப்பனுக்கு தென்னாட்டில் என்ன வேலை? பூனூலை அறுத்து போடுங்கள். பறையன் என்றும் பறைச்சி என்றும் பள்ளன் என்றும் பள்ளி என்றும் தோட்டி என்றும் வண்ணான் என்றும் அம்மட்டன் என்றும் பிரித்து இவர்களுக்குள் சாதி சண்டைகளை உண்டாக்கிக் கொண்டு திரிகிறான். சூத்திரனாகிய நீங்களும் பறையனும் ஏன் சண்டை போட வேண்டும். புத்தி வேண்டாமா? பார்ப்பான் எவனாவது வந்து சண்டை போடுவானா? உனக்கு அறிவு வேண்டாமா? தந்தை பெரியாருக்கு ஆத்திரம் தீரவில்லை. கடவுள் இல்லை கடவுள் இல்லை கடவுள் இல்லவே இல்லை. கடவுள் உண்டு என்பவன் அய்யோக்கியன். கடவுளை வணங்குபவன் காட்டுமிராண்டி என்று சொல்லி கடவுள் சிலைகளை உடைத்தார். களிமண்ணால் செய்த பிள்ளையார் உருவத்தை உடைத்தார். உடைக்க வைத்தார். சாதிப்பெயரை கொண்டு பிராமணன் ஓட்டல் என்று பலகையில் எழுதக்கூடாது என்று தார்பூசி அழித்தார். வட நாட்டு தலைவர்களை (டாக்டர் அம்பேத்கர் அவர்களை தவிர, புத்தரை தவிர) திட்டி வடநாடு வளருகிறது தென்னாடு தேய்கிறது என்று எழுதினார். பெரியாரின் தொண்டனாக சேர்ந்து அடுக்கு மொழியில் கடவுள்களின் லீலைகளை புத்தகங்கள் மூலம் எழுதி குத்தூசி குருசாமியும், அண்ணாதுரையும் பெரியாருக்கு துணையாக மக்களுக்கு பிரச்சாரம் செய்து பகுத்தறிவை வளர்த்தார்கள்.

ஈ.வே.ரா ஆரியர்களை கண்டு ஆத்திரம் கொண்டார். அரசியல் அதிகாரத்தில் அமர்ந்திருக்கும் ஆரியர்களை அகற்ற தனி நாடு அதாவது திராவிட நாடு

திராவிடர்களுக்கே என்றும், வட நாட்டுப் பார்ப்பான் இங்கே இருக்க கூடாது என்று புரட்சி செய்தார். அண்ணா அழகாக கடவுள் லீலைகளைப் பற்றியும், ஆரியர்கள் எப்படி எல்லாம் சூட்சியால் பக்தியின் மூலம் பகுத்தறிவில்லாமல் ஏழை மக்களை ஏமாற்றும் வித்தைகளை சாமி ஆடுதல், பேய் பிசாசு பிடித்து ஆடும் முறைகளையும், பிள்ளை இல்லை என்றால் பிள்ளை பெறும் முறைகளை குருக்கள் அறிவிப்பார்கள் என்றும், சூன்யம், மந்திரம் ராசிபலன்களை நம்ப வைத்து நாட்டு மக்களையே கெடுத்து விட்டார்கள் என்பதையும். தந்தை பெரியாரின் தலைமகனாய் பகுத்தறிவாதியாக தமிழ்நாட்டு இங்கர்சாலாக அறிவுப் போர் செய்தார். வடநாடு வளருகிறது தென்னாடு தேய்கிறது என்று சொல்லியே மக்களை தூண்டிவிட்டு திராவிட நாட்டை பாகிஸ்தானைப் போல் பிரித்து விடுவார்கள் என்று எண்ணி அதற்குள் ஆந்திராவை தமிழ்நாட்டோடு சேர்க்க வேண்டாம். எங்களுக்கு தனி மாநிலம் தேவை. ஆந்திரா ஆந்திர மக்களுக்கே என்று பொட்டி சீராமுலு 49 நாள் உண்ணாவிரதம் இருந்து இறந்த பிறகு தான் தலைவர்களால் கேரளம், கர்நாடகம், ஆந்திரா என்றும் தமிழ்நாடு என்றும் பிரிக்கப்பட்டது. அப்போது தான், பெரியார் திராவிட நாடு திராவிடருக்கே என்று போராட்டம் செய்தாரே, இப்போது என்ன செய்வார் என்று காங்கிரஸ் கட்சியார் கேட்க, திராவிட நாடாவது? வெங்காய நாடாவது தமிழ்நாடு தமிழருக்கே என்றும் ஆரியர் அதிகார ஆட்சியை ஒழிப்போம் என்றும் பிரச்சாரம் செய்தார். தந்தை பெரியாருக்கு பிள்ளை இல்லை. வாரிசு இல்லை என்றால் தன் சொத்து பூராவும் கோவிலுக்குத்தான் சேரும். ஆகவே வாரிசு தேவை என்று காலமெல்லாம் தனக்கு உதவியாளராக இருக்கும் மணியம்மையை திருமணம் செய்ய தந்தையே! 72 எங்கே? 27 எங்கே? கோடி கோடியாக பணத்தை தொண்டர்கள் மூலம் வசூல் செய்து தருகிறோம். வேண்டாம் இந்த திருமணம் என்று பெரியாருக்கு எதிராக கூக்குரல் இட்டு, பெரியாருக்கு எதிராக பிரச்சாரம் நடந்து வர சுதந்திரா பார்டி என்று இந்திராகாந்தி அம்மையாருக்கு எதிராக ராஜாஜி அண்ணாதுரையுடன் கூட்டு சேர்ந்து காங்கிரஸ் ஆட்சியை (காமராஜர்) நீக்க பெரியாருக்கு எதிராக தேர்தலில் போட்டி இட, பச்சை தமிழர் காமராஜர் வாழ்க என்றும் தமிழர் வாழ காமராஜர் ஆட்சி தேவை என்றும் பெரியார் பிரச்சாரம் செய்ய, அண்ணா காமராஜர் ஆட்சியை நீக்க தேர்தலில் நேரடியாக பெரியாருக்கு எதிராக

தேர்தல் பிரச்சாரம் செய்ய, இறுதியில் அண்ணா ஜெயிக்க, தந்தை பெரியார் அன்றும் தலைவர் இன்றும் தலைவர் என்றும் தலைவர் என்று முதல் மாலையை பெரியாருக்கு போட்டு அவர் பாதங்களில வீழ்ந்து வணங்கி விட்டு அடுத்த மாலையை காமராஜருக்கு போட்டார். மூன்றாவது மாலையை ராஜாஜிக்கும் போட்டார். அண்ணாவுக்கு பின் தமிழ்நாட்டை ஆள கலைஞர் கருணாநிதியும் புறப்பட்டார். ஏதோ ஒரு உட்பகையை வெளியில் காட்டாமல் எம்.ஜி.ஆர் கலைஞருக்கு எதிராக ஆட்சியை பிடித்தார். தனக்குப்பின் யார் என்று கேள்வி எழ, மக்களுக்கு ஜெயலலிதாவை அறிமுகப்படுத்தி மறைந்தார். சொந்த பகையை தீர்த்துக் கொள்ள கலைஞரை நீக்கி அம்மா ஆட்சியில் அமர்ந்தார். பிறகு தான் தெரியுமே! கலைஞர் ஆட்சிக்கும் ஜெயலலிதா ஆட்சிக்கும் இடையில் சமூக துரோகிகளாக எத்தனை தலைவர்கள் கட்சிகளையும் ஏற்படுத்திக் கொண்டு மக்களை கெடுத்து வருகிறார்கள் என்பதை.

ஆத்தீகத்தை ஆதரித்த அத்தனை தலைவர்களையும், மதகுருக்களையும், பகுத்தறிவு இல்லாமலே பக்தியில் மூழ்கி பாமர மக்களை கெடுத்து வரும் துரோகிகளையும் தூக்கில் தொங்க விடுங்கள் என்று சொன்ன ஒரே பகுத்தறிவாதி தந்தை பெரியார். யாருக்கும் அஞ்சாமல் மக்களை விழிப்புற செய்தவர் தந்தை பெரியார். பாமர ஏழை மக்களை சுதந்திர மக்களாக வாழ வைக்க, இல்லாத ஆண்டவன் பெயரை சொல்லாமல், அறிவு சுதந்திரத்தை போதிக்கவேண்டும். மக்களுடைய நல்வாழ்விற்காக உழைத்த பெரியார்களை போற்றி புகழ்ந்திட வேண்டும். விடுதலைப் பத்திரிக்கையில் வடநாட்டு பெரியார் என்ற தலைப்பில் அம்பேத்கரின் கொள்கைகளை எழுதி நாள் தவறாமல் மக்களை விழிப்புற செய்தவர் குத்தூசி குருசாமி. பேனாமுனை மக்களின் மடமை அறிவை நீக்கியது. மக்கள் கூட்டம் அதிகரித்து காங்கிரஸ்காரர்களுக்கும் மற்ற தலைவர்களுக்கும் தலைவலி ஏற்பட்டது. கடவுள் இல்லை என்று சொன்னவர்களால் நாட்டை ஆளமுடியாது. மக்களும் கடவுள் நம்பிக்கை இல்லாதவர்களை தேர்ந்தெடுக்கமாட்டார்கள் என்ற எண்ணத்தில் திரு. காமராசர், திரு. பக்தவச்சலம் போன்றோர் கேள்விகள் கேட்டார்கள். தந்தை பெரியாரோ அரசியல் கூடாது. அது

அய்யோக்கியர்களின் கூடாரமாகும். முதலில் மக்களிடம் பகுத்தறிவைத்தான் போதிக்கவேண்டும் என்று கூறினார். நானும் புத்தன் தான். டாக்டர் அம்பேத்கரும் புத்தன் தான் என சொல்லி புத்தருடைய கொள்கைகளை விளக்கமாக எழுதி புத்தகமாக வெளியிட்டார். உலகறிய செய்தார். புத்தர் அன்பாக மக்களுக்கு போதித்தார். ஆனால் நான் ஆத்திரப்பட்டேன். அவேசம் கொண்டேன். மூடபழக்கத்தால் பக்தியின் பெயரால் ஏமாந்து வாழும் மக்களை திருத்தவே தான் கோபமாக கடவுள் இல்லை என்றேன். அண்ணல் அம்பேத்கரை முழு மனதுடன் ஏற்றுக்கொண்டேன். மூன்றாவது புத்தனாக புவியோர் அறிய அண்ணல் அம்பேத்கர் 14.10.1956ல் பௌத்தனாக மாறியது பெருமை தர வேண்டியது. பகுத்தறிவுள்ள மக்களால் போற்றப்படும் அறிவு மார்க்கம் தான் பௌத்தம் என்று பெருமையாக விடுதலைப் பத்திரிக்கையில் வெளியிட்டேன். ஆனால் 06.12.1956ல் அம்பேத்கர் இறந்த செய்தியைக் கேட்டு திடுக்கிட்டேன். ஆச்சரியப்பட்டேன். மன வேதனைப்பட்டேன். அடங்காத ஆவேசமும் கோபமும் கொண்டேன். ஆத்தீகவாதிகளின் சூட்சிதான் என்று எண்ணினேன். டாக்டர் அம்பேத்கர் விஷம் வைத்து கொல்லப்பட்டார் என்ற அறிக்கையை விடுதலை பத்திரிக்கையில் வெளியிட்டேன். அப்படிப்பட்ட பகுத்தறிவுப் பாதையில் காலமெல்லாம் மக்களை அழைத்து சென்று ஆட்சிப்பீடத்தை பிடிக்க உதவிய பெரியார் கொள்கைகள் இன்று எங்கே போனது? அண்ணா யாருடைய கொள்கைகளை பேசி ஆட்சியை பிடித்தார்? தந்தை பெரியார் பெயரைச் சொல்லி வளர்ந்தவர்கள் அவரது கொள்கையை மறக்கலாமா? சாதியை ஒழிப்போம். நீதியை கேட்போம் மதத்தை மறப்போம். மனிதனாக வாழ்வோம் என்று சாதி ஒழிப்பு மாநாடு போட்டு மக்களுக்கு அறிவுப் புரட்சியால் மனிதனாக வாழ செய்த தந்தை பெரியார் பெயரை சொல்லிக் கொண்டு அண்ணல் அம்பேத்கரை புகழ்ந்து மாலைப்போட்டுக்கொண்டு தி.க.விலிருந்து தி.மு.க, அ.தி.மு.க., ம.தி.மு.க., பா.ம.க., தே.மு.க., தே.க. கட்சிகளாக பிரிந்து, ஆட்சி பீடத்தை பிடிக்க மக்களுக்குள் பிரிவினையை உண்டாக்கி அண்ணன் ஒரு கட்சி, தம்பி ஒரு கட்சி, மனைவி ஒரு கட்சி, மச்சான் ஒரு கட்சி, மாமனார் ஒரு கட்சி, மாமியார் ஒரு கட்சியுமாக பிரிக்க வைத்து ஒருவர் மேல் ஒருவர் குற்றங்களையும் குறைகளையும் தேர்தல் சமயத்தில் கூறி சாதிப்பிரிவுகளாக கூட்டணி

அமைத்து தேர்தலில் போட்டிகள் போட்டு வெற்றியடைந்து சட்டசபையிலும் பாராளுமன்றத்திலும் ஒருவர் மீது ஒருவர் செருப்பு வீசியும் ஒருவருக்கொருவர் அடித்துக் கொள்ளவும் பட்டங்கள் பெற்றும் சட்டங்கள் தெரிந்தும் சபாநாயகர் எதிரில் கூச்சல் போட்டு ஒழிக என்ற ஓசையுடன் சபையை விட்டு வெளியேறவா மக்கள் தேர்ந்தெடுத்து அனுப்பினார்கள். சபா நாயருக்கு மதிப்பே அளிக்காத கட்சி தலைவர்கள் சட்டத்தை படித்தும் முட்டாள்களாக நடந்துக் கொள்ளும் நிகழ்ச்சிகளைப் பார்க்கும் போது இந்திய நாடா அல்லது சுடுகாடா என்று தான் எண்ணி மாணவ சமுதாயத்தை தூண்டி நாட்டை திருத்தும் கேள்விகளை கேட்க சொல்லுகிறேன். மாணவ மாணவிகளே! மறைந்த தலைவர்கள் ஆங்கிலேயர்கள் ஆட்சியை நீக்கிட குண்டடி பட்டு சிறைச்சென்று செக்கிழுத்து உயிர் தியாகம் செய்து அல்லவா சுதந்திர நாடாக 15.08.1947 ல் பெற்று 26.01.1950 முதல் ஜனநாயக குடியரசு நாடாக நம்மை நாமே ஆளும் உரிமைகளை தந்தார்கள். மதவெறி, கடவுள், சாதி வெறி மூன்றையும் உடும்புபிடியாக பிடித்துக்கொண்டு, சாதிப்பெயரால் கூட்டணி தேர்தல் முறை தேவைதானா? தேர்தலில் நிற்கக்கூடியவர்கள் பட்டதாரிகளாக பகல் வேஷம் போட்டுக் கொண்டு ஆத்தீகவாதிகளாக சட்டத்தை மதிக்காமல் இருப்பது சரியா? படிக்காதவன் எல்லாம் எந்த தேர்தலிலும் நிறகக்கூடாது. பணத்துக்கு ஆசைப்பட்டு, கண்ட மனித மிருகங்களை எல்லாம் பொது தொண்டர்கள் என்று நினைத்து வாக்களிக்க வேண்டாம். மறப்போம் மன்னிப்போம். எல்லோரும் புத்தனாக மாறுவோம். வடநாட்டு பெரியார் அண்ணல் அம்பேத்கர், தென்னாட்டு பெரியார் ஈ.வே.ரா ஆகிய இருபெரும் தலைவர்கள் தான் புத்தருடைய கொள்கைகளை புகழ்ந்து உலகறிய செய்தார்கள். இருபெரும் பெரியார்கள் யார் என்று இன்றைய இளைஞர்கள் புரிந்துக் கொள்ள வேண்டும். நாம் அனைவரும் புத்தர்களே! பொது நலவாதியாக மாற முடியும். சுயநலவாதிகளாக பொது நலவாதிகள் போர்வையில் எமாற்றிக்கொண்டு திரிபவன் நரிகள் கதைகளை நம்பிக் கொண்டே நரிவேஷங்கள் போட்டுக் கொண்டு, நாட்டு மக்களுக்குள் போர் வெறியை தூண்டி, மக்களை கெடுப்பவன் புத்தனாக மாற முடியாது. நிம்மதியாக அவன் தூங்க முடியாது. உனக்கு மட்டும் அல்ல எல்லோருக்கும் மனசாட்சி உண்டு. குள்ளநரி தலைவர்கள் தான்

மக்களை கோழிகள் என்று நினைத்து கோழிச் சண்டையை போட வைக்கலாம் என்று எண்ணினார்கள். கோஷங்கள் போட்டார்கள். Fools can be commanded only by an idiot. பத்து முட்டாள்கள் ஒன்று சேர்ந்தாலும் ஒரு மடையனால் தான் தலைமை தாங்க முடியும்.

5000 ஆண்டுக்கு மேலான வரலாறு கொண்ட திராவிட உணர்வு பட்டுப் போகாமல் காப்பாற்றி வந்த பெரியாரின் திராவிட கட்சி மணியம்மை திருமணத்தால் இரு இயக்கமாக, அண்ணா தலைமையில், 1949-ல் பிரிந்தார்கள். ஆட்சியை பிடிக்க பகுத்தறிவு கொள்கைகளை போதிக்கும் கழகமாக இரண்டும் செயல்பட்டது. ஆனால் பண்பாடு காத்திடும் இயக்கமாக தி.மு.க வை விட்டு எம்.ஜி.ஆர் தலைமையில் அ.தி.மு.க உருவானது. இவ்விரண்டையும் அழித்தொழிக்க ஐதீகபடை முயற்சித்தது. அத்தனைக்கும் ஈடுகொடுத்து ஒன்றை ஒன்று வென்றும் ஒன்றால் ஒன்று வீழ்ந்தும் அவ்விரு திராவிட இயக்கங்களும் தேசத்தை ஆளும் சக்தியாக செழித்து வளர்ந்தது. இரண்டும் இதுவரை வலை அருந்திடவும் இல்லை. விலை போகவும் இல்லை. பிரியாமல் இருந்திருந்திருந்தால் இப்படை இமாலய வெற்றியை கண்டிருக்கும். என் தலைவருக்காக இருந்த நாற்காலி காலியாகவே இருக்கிறது என மொழிந்து பெரியாரின் தொண்டரான அவரின் சீடரான அண்ணா வழியில் வந்தவர்கள் இருக்கிறார்கள்.

இன்று ஒருவருக்கொருவர் பதவி ஆசைக் கொண்டு அலைகிறார்கள். சாதி மாநாடு போடுகிறார்கள். இன்றுள்ள தலைவர்களே! அண்ணல் அம்பேத்கர் பட்ட துன்பம் யாருக்காக, தந்தை பெரியார் பட்ட தொல்லைகள் எல்லாம் யாருக்காக என்று எண்ணிப்பார்த்தீர்களா? மதமும் கடவுளும் சாதியும் ஒழிய வேண்டும். வணங்கும் முறை உன்னை விட்டு நீங்க வேண்டும். கோயில் குளங்களை கடவுளை நம்பி உங்கள் அறிவை இழக்காதே. ஊலக மக்கள் ஒன்றே! நினைவில் கொள்ளுங்கள். The whole world is one family. உலகம் முழுவதும் ஒரே குடும்பம். பெரியார் பெயரை சொல்பவர்களுக்கு அறிவு வேண்டும். அண்ணல் அம்பேத்கர் பெயரை சொல்லிக் கொண்டு தலைவனாக திரியாதே. அரசியல் சட்டத்தை படித்தவன் தான் தலைவனாக வரவேண்டும். தொண்டனாக இருக்க

முடியும். அண்ணல் அம்பேத்கா் பிறக்கவில்லை என்றால் இன்னும் ஆத்தீக ஆரியா்களுக்கு அடிமைகளாகத்தான் தாழ்த்தப்பட்ட மக்களும் பிற்படுத்தப்பட்ட மக்களும் இருந்திருப்போம். இன சாதிப்பேரால் மாநாடு போட்டு தலைவா்களாக கூட்டணி ஆட்சி அமைக்க தோ்தலில் இடம் கேட்பதை விட்டு விடுங்கள். பெரியாா் கொள்கைகளுக்கு துரோகிகளாக திரிய வேண்டாம். பெரியாா் பிறக்கவில்லை என்றால் சூத்திரா் பட்டத்தை நீக்கியிருக்க முடியாது. சாதி வெறி நீங்கி இருக்காது. விஞ்ஞான அறிவை வளா்த்துக் கொண்டே போா் செய்யலாமா? மதத்தை நம்புபவன் மடையன், கடவுளை நம்புபவன் கயவன், சாதியை நம்புபவன் சதிக்காரன். இந்த மூன்று வெறிகளால் ஏற்படும் போா் வெறி உலகில் நீங்க வேண்டுமானால் மக்கள் அறிவுப் போா் செய்தாக வேண்டும். ஆரிய ஆத்தீக அடிமை பக்தா்களால் முடியாது. அறிஞா் அம்பேத்கா் அவா்களின் உண்மை கொள்கைவாதிகளாலும் தந்தை பெரியாா் கொள்கைகளை பின்பற்றக் கூடியவா்களாலும் தான் நாட்டை திருத்த முடியும். நாட்டை ஆளமுடியும். தகுதியுள்ள தலைவன் தான் புத்தன். சுதந்திரம் சமத்துவம் சகோரத்துவம் ஆகியவற்றில் அக்கரை கொள்ளாத மனிதன் தின்று கொழுத்த பன்றிக்கு சமம். அவன் உண்மை தலைவன் அல்ல. மனிதனும் அல்ல. புறப்படுங்கள் புதியதோா் இளைஞா் சமுதாயத்தை படைப்போம். மனித சமுதாய முழுவதும் உலகம் முழுவதும் போா்வெறியை நீக்கும் மாா்க்கம் பௌத்தம் என்று ஏற்போம். போா் வெறி அடியோடு நீக்க புத்தனாக மாறுவோம். அண்ணல் அம்பேத்கா் தந்தை பெரியாா் கொள்கைகளை பின்பற்ற இன்றே நீ புறப்படு. எல்லோரும் நல்லோராய் உலக மக்களை வாழவைப்போம். உலக மக்களுக்காக உண்மையை எடுத்துக் கூறுவோம். நீதியை கூறுவோம்.

ஆட்டுவிக்கும் குரங்காட்டி ஆடும் குரங்குகள்

சட்டத்தை இயற்றி முதல் ஜனாதிபதி ராஜேந்திர பிரசாத் அவர்களிடம் புத்தகத்தை கொடுக்கும் போது அம்பேத்கர் கூறிய வரிகள்,

However good a Constitution may be, it is sure to turn out bad because those who are called to work it, happen to be a bad lot. However bad a Constitution may be, it may turn out to be good if those who are called to work it, happen to be a good lot.

சட்ட திட்டங்கள் நல்லதாக இருந்தாலும் அதில் நுழைந்து வேலைச் செய்கிறவர்கள் தீயவர்களாக, முறை தவறி சட்டத்தை பின்பற்றுவர்களானால் நல்ல சட்டங்கள் எல்லாம் மாறி விடும், கெட்டுவிடும். அதைப்போலவே எவ்வளவு தீய சட்டமாக இருந்தாலும் அதில் நுழைந்து வேலை செய்கின்றவர்கள்

நல்லவர்களாக இருந்து வேலை செய்வார்களானால் தவறான சட்டங்கள எல்லாம் நல்ல ஒழுங்கான சட்டங்களாக மாறிவிடும். அவர் சொன்னதை சட்ட சபையிலும், பாராளுமன்றத்திலும் அங்கத்தினர்கள் சரியாக புரிந்துக் கொண்டு செயல்படாத காரணத்தால் தான் மிருகங்களைப் போல சண்டை போட்டுக்கொண்டு குடியரசு நாட்டின் ஆட்சியை குடியாட்சியாய் நடத்துகின்றனர்.

மக்கள் சிந்தனையாளர்கள் காட்டிய வழியில் சுதந்திரம், சமத்துவம், சகோதரத்துவம் ஆகிய கொள்கைகளை பின்பற்ற கூடியவர்களாக இருப்பார்கள். ஏழை என்றும் பணக்காரன் என்றும் பாகுபாடு இல்லாமல் பழகக்கூடிய பண்பு பொது மக்களிடம் காணப்படும். பொது தொண்டு செய்யும் மனப்பான்மை உள்ளவர்களைத்தான் போற்றி புகழ்ந்து மக்கள் வரவேற்பார்கள். விஞ்ஞான காலத்தில் மக்களிடம் ஒழுங்குமுறைகள் வளரும். ஒற்றுமை உணர்வால் மக்கள் மகிழ்ச்சியோடு வாழ்வார்கள் என்று எண்ணினேன். ஆனால் நடப்பது என்ன தெரியுமா? பணத்தை செலவு செய்பவர்களைத்தான் வருக! வருக! நாளைய தலைவா! யானை தலைவா! வெற்றி நமதே! என்று கூச்சல் போட்டு குறுகிய சுயநலம் உள்ளவர்களாய் உள்ளார்கள். அவனிடம் பணம் இருந்து விட்டால் போதும், அவனுக்கு அடிமைகளாகி, வாருங்கள்! வருக! வருக! தேர்தலில் தலைவா! உன்னை தவிர எங்கள் தொகுதியில் யோக்கியன் யாருமில்லை என்று வாழ்த்தி வரவேற்பவனிடம் பணத்தை வாரி வாரி கொடுத்து வெற்றியடைய செருப்பு சின்னத்தை காட்டுகிறார்கள். ஆகவே,

இல்லாரை எல்லாரும் எள்ளுவர் செல்வரை
எல்லாரும் செய்வர் சிறப்பு (குறள்-752)

உன்னிடம் பணம் இல்லை என்றால் (உண்மை இருந்தாலும்) உன்னை இல்லாதவன் கதியற்றவன் என்று எல்லா மக்களும் கேலி செய்வார்கள். பணம் உள்ளது என்றால், வருக! வருக! வருங்கால தலைவா! வருக என்று வணங்கி சிறப்பு செய்வார்கள். வாழ்க்கைக்கு தேவையானது பணமே. பணம் இல்லையேல் பிணம் என்பது எல்லோருடைய வாயிலிருந்து வரும் சொல்லாகும். நீ மனிதன். சிந்தித்துப்பார். இனி நீ

இல்லாதவனை இகழாதே. ஆடம்பர வாழ்க்கையை இன்றே அகற்று. நீ உயிர்வாழும் காலம் வரை தான் இந்த பூமி சொந்தம். நீ சேர்த்த எந்த பணமும் இறப்புக்குப்பின் உன்னால் எடுத்து செல்ல முடியாது. அனைத்து மக்களுக்கும் பயன்படுவது யானை சின்னமா? பானை சின்னமா? என்று பக்குவமாக பகுத்தறிவை பயன்படுத்து.

அமெரிக்க நாட்டில் பிறந்தவர் இங்கர்சால். ஈவாளை மணந்துக் கொண்டு இரண்டு பெண்களை பெற்றேடுத்தார். பைபிளை அப்படியே மனப்பாடம் செய்தவர். குற்றம் புரிந்தவருக்குத்தான் தண்டனை கொடுக்க வேண்டும். ஒருவன் செய்த பாவத்தை தேவகுமாரன் ஏன் ஏற்றுக் கொள்ள வேண்டும் என்று கேட்டவர். இவர் நாத்தீகர் என்று குருமார்களிடம் தெருசீடர்கள் சொன்னதால் ஆசிரியர் பணியை விட்டு இராணுவத்தில் சேர்ந்து பட்டாள தளபதியானவர். இங்கர்சால் வக்கீலாக இருந்த போது ஒரு பசுவை திருடியதற்காக காவல்காரர் ஒருவனை அழைத்துக்கொண்டு வந்தார். திருடியவன் மிகவும் வருத்தமாக நடந்து வந்ததை பார்த்தார். இவர் என்ன குற்றம் செய்தார் என்றார். இவன் பசு ஒன்றை திருடிவிட்டான் என்று சொல்ல, இவனுக்கு யாரும் வக்கீல் இல்லையா என்று கேட்க, இல்லை என்று தெரிந்ததும், பசுவை திருடியவனுக்கு தானே வக்கீலாக நீதிபதி முன் ஆஜரானார். புத்தருடைய கருத்துக்களை அப்படியே பேச, கேள்விகள் மூலம் அவன் ஏன் திருடினான், யாருக்காக திருடினான், திருடுவதற்கு காரணம் என்ன என்று விளக்கினார். முகத்தைப் பாருங்கள். கவலையாக நிற்கிறான். மனைவி, தாயார், பிள்ளைகள் பட்டினியாக இருப்பதைக் கண்டான். அவர்களின் பசி துன்பத்தைக் கண்டான். வேதனைப்பட்டதால் தன் பசியை மறந்தான். பிறர் பசியின் கொடுமையை நீக்க திருடினான். நீதிபதி அவர்களே! அவன் கண்ணிர் விடுவதைப் பாருங்கள். ஆண்டவன் மக்களைப் படைத்தார் என்றால் இவனை ஏன் திருட வைக்க வேண்டும். இவன் மனைவி மகளுக்காகத்தானே திருடினான். ஆகவே அவனை திருடாமல் சோம்பேறிகளாக திரியவிடாமல் அவர்களுக்கு வேலை கொடுப்பது அரசாங்கத்தினர் கடமை. அவன் தப்பு அல்ல! அரசாங்கத்தின் தவறு. அவனை திருடனாக்கியது அரசாங்கமே. ஆகவே இவன் நிரபராதி என்று நீதிபதியின் முன் வாதிட்டார். நீதிபதி வக்கீலின் வார்த்தைகளை கேட்டு

அவனை விடுதலை செய்தார். ஐயா! நீதிபதி முன் நீங்கள் சொல்லிய வார்த்தைகளை கேட்டால், காரணங்களைப் பார்த்தால் நான் பசுவை திருடவில்லை என்ற எண்ணம் எற்படுகிறது என்றான் அவன்.

Poverty is the mother of all crimes.

எல்லா குற்றங்களும் நடைபெற அடிப்படைக் காரணம் வறுமை என்று கூறப்படுகிறது.

கொலை, கொள்ளை, திருடு, மற்றவர்களை ஏமாற்ற வேண்டும் என்ற எண்ணம் ஏன் ஏற்படுகிறது என்று எண்ணிப்பார். ஒவ்வொரு மனிதனுக்கு தேவையான உணவும், உடையும், இருப்பிடமும் இல்லாத காரணத்தால் தான் திருடுகிறான். தன்னை காப்பாற்றிக் கொள்ள கொலை செய்கிறான்.

ஆட்சி பீடத்தில் அமரும் அரசர்கள் (முதல் அமைச்சர்கள்) ஒவ்வொரு ஆணுக்கும் பெண்ணுக்கும் தேவையான உணவு, உடை, உறைவிடம் மூன்றையும் அளித்துவிட்டால், மக்களால் ஏற்படுத்திக் கொண்ட மதவெறியும் கடவுள்வெறியும் சாதி வெறியும் நீங்கி விடும். மதத்தைக்காட்டி குருமார்கள் இல்லாத, அவர்களும் பார்க்காத, காட்ட முடியாத கடவுளை வணங்குகள் என்றும், பிரார்த்தனை செய்வோம் என்றும், பரலோகத்தை அடையலாம் என்றும் மக்களை ஏமாற்ற முடியாது. மண்ணாசைக் கொண்டு மக்களுக்கு தேவையானது உணவு, உடை, உறைவிடம் என்பதை மறந்து, பேராசையால் ஆடம்பர வாழ்க்கையை வாழ்பவன் அதே மண்ணில்தான், பூமியில்தான் புதைக்கப்படுகிறான். ஆட்சியில் அமருவோர் மற்றவர்களுடைய குற்றங்களை சொல்லிக் கொண்டு தங்களுக்கும் தன் மனைவி, பிள்ளைகளுக்கு தேவையானவைகளை வைத்துக் கொண்டு, ஆயிரக்கணக்கில் இலட்சக்கணக்கில், கோடிக்கணக்கில் பணத்தை சேர்த்து வைப்பதால் பயன் என்ன? மக்களுக்கு பயன்படும் அளவுக்கு முதல் மந்திரி செய்து காட்டினால், அவரைப் பின்பற்றி அதிகாரிகள் வரை செய்து காட்டுவார்களானால், திருடர்கள் தோன்ற வாய்ப்பே வராது. ஊழல் வழக்கில் அகப்பட்டுக் கொண்டு, சிறைச்சாலை செல்ல வேண்டிய

அவசியமே ஏற்படாது. மேல் அதிகாரிகள் ஒழுக்கமாக நடந்து ஒழுங்காக நிர்வாகத்தை நடத்தி சென்றால் கீழ் அதிகாரிகளும் நடப்பார்கள். பெரிய அதிகாரியே இலஞ்சத்தை வாங்கினால் அவருக்கு கீழ் இருப்பவரும் இலஞ்சத்தை பெறுவது எப்படி என்று தெரிந்து கொள்கிறார். அவர் ஓய்வு பெற்றதும் அவருக்கு கீழ் உள்ளவர் பதவியில் அமருகின்றார். இப்படி ஒவ்வொரு துறையிலும், ஓய்வு அடையும்வரை குறுக்கு வழியை பிள்பற்றி, மற்றவருக்கு கற்பித்தும் செல்கிறார்கள். அண்ணன் ஒரு கட்சி, தம்பி ஒரு கட்சி என்று பிரித்துக்கொண்டு, சாதி வளர்ப்பு மாநாடு போட்டுக்கொண்டு மக்கள் அனைவரும் மடையர்கள் என்று எண்ணிக்கொண்டு திரிகிறார்கள். இந்த உண்மையை நான் சொன்னால், கன்னியப்பன் கலகக்காரன் என்று சொல்வார்கள்.

ஒன்று ஞாபகம் வைத்துக்கொள். வந்த அரசியல்வாதிகள் ஒருவகையில் பங்காளிகள் ஆவர். மற்றொரு வழியில் அண்ணன் தம்பிகள் ஆவர். அண்ணல் அம்பேத்கர், தந்தை பெரியார் இருவரையும் போற்றுவோம். ஓட்டுகளை அவர் பெயரால் கேட்போம். நாம் இருவரும் அண்ணன் தம்பிகள். வந்தால் நீர் அல்லது நான். மூன்றாவது ஆள் வரக்கூடாது. இப்படிப்பட்டவர்களுக்கு தொண்டன் என்பவன் பணத்தை வாங்கிக்கொண்டு, பல் இளித்துக்கொண்டு, கூலிக்காரனாக கொடிகளை தூக்கிக்கொண்டு, சுவற்றில் நோட்டீஸ் ஒட்டுபவனாக இருந்துவிடுவான். சாராயத்தை ஊற்றி உண்மை கொள்கைவாதிகளை மறைத்துவிடலாம் என்று எண்ணவேண்டாம். வாள் முனையைவிட பேனா முனைதான் வெற்றி பெறும். அந்த நாள்தான் மக்களின் அறிவு கண்ணை திறக்கும் நாளாகும்.

பிரச்சாரம் எப்படி எல்லாம் சூடுபிடிக்கிறது, யார் ஜெயிப்பார்கள், எந்தெந்த தலைவர்களின் தலை எழுத்து மக்களிடம் மாட்டிக்கொண்டு இருக்கிறது என்று ஒவ்வொரு பத்திரிக்கைக்காரர்களும் விமர்சனம் எழுதுவதையே வழக்கமாகக்கொண்டு மக்களை கெடுத்து வருகிறார்கள். இந்த உண்மைகளை எந்த பத்திரிக்கை ஆசிரியர்களும் இல்லை என்று சொல்லமுடியாது. தலைவர்களைப் பற்றி உண்மைகளை எழுதினால் அச்சிடும் கட்டடத்தை தீயிட்டுகொளுத்தும் பழக்கத்தை அறிந்தவர்கள் அவர்கள் தொண்டர்கள்.

ஆதலால் நமக்கு வருமானம் வந்தால்போதும் என்பது பத்திரிக்கையாளர்களுடைய பழக்கமாக உள்ளதால் மக்களை திருத்தமுடியவில்லை.

அரசியல் அய்யோக்கியர்களும், சாதிப்பிரிவுகளை நம்பும் சதிக்கார தலைவர்களும், தொண்டர்களும் பாமர ஏழை மக்களிடம் சாதி உணர்வை ஊட்டி, எல்லா சலுகைகளையும் தாழ்த்தப்பட்ட மக்களுக்குத்தான் அளிக்கிறார்கள். எந்த உத்தியோகத்திலும் அவர்கள் ஆள்தான் இருக்கிறார்கள். தாழத்தப்பட்ட மக்களை விட நாங்கள் மிகவும் ஏழைகளாக இருந்தும் எங்களுக்கு சலுகைகள் இல்லையே. நோட்டு புத்தகம், பாடப்புத்தகம், சைக்கிள் எல்லாமே தாழ்த்தப்பட்ட மக்களுக்குதான் தருகிறார்கள். எங்களுக்கு இல்லை என்று எல்லா பிற்பட்ட மக்களும் தாழத்தபட்ட மக்கள் மீது கோபம், பொறாமை அடையும் அளவுக்கு புகாரை கிளப்பிவிடுகிறார்கள். இட ஒதுக்கீடு என்று ஏன் சட்டத்தில் எழுதப்பட்டது என்று விளக்கங்கள் மக்களுக்கு தாருங்கள். மதங்கள் மக்களை ஒற்றுமைபடுத்தவில்லை. கடவுள்கள் மக்களை ஒற்றுமைபடுத்தவில்லை.

ஆளுங்கட்சிக்கு எதிர்கட்சியாக இருந்து, பாராளுமன்றத்திலும் எல்லா மாநில சட்டசபைகளிலும் ஒழுங்காக விவாதம் நடைபெறுகிறதா? என்று எண்ணிப் பாருங்கள். வெட்கம் வெட்கம் மானங்கெட்டவர்கள் மந்திரி பதவியில் உட்காருபவர்களை மதிப்பது கிடையாது. எந்த கோரிக்கையை எடுத்துக் கொண்டு பேசினாலும எதிர்ப்பு. சட்டத்தை புரியாதவன் எல்லாம் சட்டசபையில் செருப்பை தூக்குகிறான். இது நீதியா? நினைத்துப்பார்? ஆட்சியில் அமரும் தலைவர்கள் எல்லாம், சினிமா நடிகர்களுடன் கூட்டு சேர்ந்து தொண்டர்களை அடிமைகளாக்கி தேர்தல் காலங்களில் மக்களுக்குள் குத்து, வெட்டு, தடி, அடி ஏற்படுத்தி ஜெயிப்பவர் முதலமைச்சராகவும், தோற்றவர் எதிர்கட்சி தலைவராகவும், அடுத்த தேர்தல் வரையில் சட்டசபைகளிலும், பாராளுமன்றத்திலும் அடித்துக் கொள்வதும், சட்டைகளை கிழித்துக் கொண்டும், செருப்புகளை வீசிக்கொண்டும், மேசை நாற்காலியை உடைத்து கொண்டும், சபையை நடத்தவிடாமல், மீண்டும் தேர்தலில் தோற்றவர் வெல்ல, வென்றவர் தோற்க மீண்டும் ஆட்சியில் அமரும்

அமைச்சா்களுக்கு எதிராக கூச்சல், குழப்பம் அடி, தடி, உதை, இப்படி ஆட்சி முறையை நடத்துவதற்காகவா ஆங்கிலேயர்களிடமிருந்து பெற்றோம் விடுதலையை? 15.08.1947ல் ஏற்பட்ட சுதந்திர நாட்டில் எத்தனைக் கட்சிகள் என்று எண்ணிப்பார்? இத்தனை கட்சிகள் ஏன் எதற்கு என்று எண்ணிப் பார்?

இந்திய அரசியல் அமைப்பு சட்டத்தின் சிறப்பு தெரியுமா உனக்கு? உலகின் நீளமான அரசியலமைப்பு சட்டமாகும். The lengthiest constitution in the world. இது 22 பகுதிகளில் 395 ஷரத்துகளையும் 12 அட்டவணைகளையும் கொண்டதாகும். சட்டத்தின் வாசம் தெரியாத தலைவர் எல்லாம் சட்ட சபையிலும் பாராளுமன்றத்திலும் அமருவதனால் தான், சட்டத்தின் பெருமைகளை அறியாமல் ஆணவப்பேச்சும், ஒழுங்கற்ற பேச்சும், ஒழிக என்றும், வாழ்க என்றும் கேடிகள் போல் ரௌடிகள் போல் செயல்படுகிறார்கள். சபையை விட்டு வெளியேறுவதும், சபைகளை சபாநாயகர் ஒத்திவைப்பதும் வழக்கமாய் போய் விட்டது. கற்பூரத்தின் வாசனை கழுதைக்கு தெரியாது என்று நமது முன்னோர் ஏன் சொன்னார்கள் தெரியுமா? சட்டம் இன்னது என்று தெரிந்தும் அதன்படி நடக்காதவன் எல்லாம் மக்களின் தலைவன் என்று சொல்லிக் கொண்டு தேர்தலில் நிற்கலாமா? இனி நாடு சீர்பட என்ன வழி தெரியுமா? அறிவுள்ளவன் தான் தேர்தலில் நிற்கும் தகுதி உள்ளவன் என்ற அறிவு வாக்காள மக்களுக்கு ஏற்பட்டாலே போதும். சட்டசபையிலும் பாராளுமன்னறங்களிலும் நடக்கும் வேதனையான நிகழ்ச்சிகள் செய்திதாள்களில் வெளிவராது. சட்டத்தை தெரிந்தவன் சாதி மாநாடு போட மாட்டான். சாதி பேராலே தலைவனாகி மக்களிடம் வாக்குகள் கேட்க மாட்டான். மக்களிடம் சாதி உணர்ச்சியை வெளிப்படுத்த மாட்டான். மனிதன் மனிதனாக நடக்க வேண்டும். சிந்திக்க வேண்டும். போதிக்க வேண்டும். தற்கால அரசியல் தலைவர்களுக்குத் தான் புத்தி இல்லை. மதத்தை மறந்தவனாகவும், கடவுளை நம்பாதவனாகவும், சாதியை விரும்பாதவனாகவும் இருப்பவர்களை தான் மக்கள் தேர்ந்தெடுத்து அனுப்ப வேண்டும்.

நமது தலைவர்கள் என்ன செய்கிறார்கள். பிறந்த நாளைக்கும், இறந்த நாளைக்கும் காலை முதல் மாலை வரை மாலை அணிவித்து சம்பந்தப்பட்டவரின்

புகழைப் போற்றி புகழ்ந்து பேசுகிறார்கள். ஆடை அவிழ மேடை பேச்சோடு சரி. இறந்த காலத்தை நினைத்து தலைவர்களின் புகழைப் பாடிக்கொண்டும், புகழ்ந்துக்கொண்டும், மேடையில் ஆடை அவிழ பேசுவதில் பயன் இல்லை. அது மக்களுக்கு மட்டும் அல்ல, தலைவர்களின் கொள்கைக்கு செய்யும் மாபெறும் துரோகமாகும். எத்தனை காலம்தான் நாட்டின் பெருமைகளை கூறிக்கொண்டு திரிவது. பொய் புரட்டாக ஒரு தலைவரைப் பற்றி மற்றொரு தலைவர் பத்திரிக்கையில் குற்றங்களை சொல்வதும், அதை அப்படியே பத்திரிக்கையாளர் எழுதுவதும் அதற்கு பதிலாக மீண்டும் அறிக்கை விட்டு பதில் சொல்வதும், இப்படியே பல பத்திரிக்கைகளில் ஒவ்வொரு தலைவர்களைப் பற்றி எழுதுவதும் தலைவர்களுக்குள் பகையைத்தான் தூண்டும். அதாவது 10 மடையர்கள் ஒன்றாக கூடி வெற்றி அடைந்தாலும் ஒரு முட்டாளால் தான் தலைமை ஏற்க முடியும். அதுப்போல முதல் மந்திரியாக தான் வந்து, மந்திரி சபையில் சாதிக்கொரு மந்திரி பதவியை தந்து விடுவது இப்படிப்பட்ட அய்யோக்கியர்களை சமுதாய துரோகிகள் என்று ஏன் அழைக்கக்கூடாது சொல்லக்கூடாது?

மாணவ மாணவி கண்மணிகளே! தேர்தலின் போது ஆளும் கட்சியினரையும், அவர் பணத்தை எப்படி சேர்த்தார் என்றும், அவர் குடும்பத்தினர் எப்படி வசதியோடு வாழ்கிறார்கள் என்றும், அவர்கள் ஆட்சியில் எப்படி எல்லாம் மக்களை ஏமாற்றுகிறார்கள் என்றும் தலைவர்களை பற்றி திட்டும் அபேட்சகரை தேர்ந்தெடுப்பது தான் வழக்கமாக உள்ளது. குற்றங்கள் கூறுபவர்கள் அனைவரும் குற்றங்கள் செய்தவர்களே என்பதை மறந்து மக்களை ஏமாற்றுகிறார்கள். எருமைபுத்தி உடையோர்தான் அவர்களின் தவறு என்பார்கள். முதலில் அவர்கள் அடித்தார்கள் இவர்கள் அடித்தார்கள் என்பார்கள். யார் செய்தது தவறு என்று சொல்வதைவிட இவர்களின் துன்பத்திற்கு காரணம் என்ன என்று கேள்விகள் கேட்டு, சிந்தனைகளை தூண்டிவிட்டு நீதியைக் கூறுவதுதான் பௌத்த நெறியை புரிந்த தொண்டர்களின் வேலையாகும்.

The uncultured man always blames others, the semicultured man blames himself and the fully cultured man blames neither.

நாகரிகம் இல்லாதவன் மற்றவர்களை எப்பொழுதும் குறை கூறுவான். கொஞ்சம் நாகரிகம் உள்ளவன் தன்னைத்தானே குறை கூறுவான். முழு நாகரிகம் உள்ளவன் யாரையும் குறை கூற மாட்டான்.

நல்லவைகளை பார்த்து, நல்லவைகளை கேட்டு, நல்லவைகளை நினைத்து, நல்லவைகளை பேசி, நல்லவைகளை செய்ய வேண்டும். நீ நலம்பெற நாடும் நலம் பெற அனைவரும் வாழ புத்தனாக மாறு. பேராசையால் நீ வாழ, தொண்டர்களுக்கு பணத்தை தந்து, தலைவனாக வந்து, மக்களுக்கு சாதி என்ற மயக்க மருந்தை தந்து, இனியும் ஆட்சியில் அமர துடியாய் துடிக்காதே. மயக்கம் தெளிந்து விட்டால் உண்மை வெளிப்படும். அது உனக்கே ஆபத்து என்பதை மறந்து மக்களை பிரித்து சாதி மாநாடு போடாதே.

மூன்று பிரிவு தேர்தல்களிலும் இலவசமாய், தொலைக்காட்சி பெட்டி தருவோம், கணிணி தருவோம், தங்கம் தாலி தருவோம், ஆடு, மாடு தருவோம், அண்டா, குண்டா வேட்டி, சேலை, பாவாடை தருவோம் என தேர்தல் அறிக்கை வகுத்து பொது மக்களுக்கு பணத்தை கொடுத்தும் உணவு அளித்தும் பிராந்தி குடிக்க கொடுத்தும் இலவச அரிசி தந்தும் பொது நல ஊழியன் போர்வையில் வீடு வீடாக மாதர் குழு மூலம் பணத்தை கொடுத்து தேர்தல் நடத்துவது மறைந்த தலைவர்களுக்கு செய்யும் துரோகமாகும். ஒவ்வொரு பெண்மணிக்கு ஒரு பசுமாடு தருவேன், வேலை இல்லாதவர்களுக்கு வேலை தருவேன் இப்படி வாய்க்கு வந்தபடி எல்லாம் தேர்தல் நேரத்தில் வெற்றிப்பெற வாக்குறுதிகளை தலைவர்கள் அள்ளி அள்ளிக் கொடுப்பது போல் பேசுவார்கள். உண்மையா? பொய்யா?

எல்லா விளக்கும் விளக்கல்ல சான்றோர்க்கு
பொய்யா விளக்கே விளக்கு

கல்வி, அறிவு, ஒழுக்கம், பண்பு இந்த நான்கும் அறிவில் சிறந்த பெரியவர்களுக்கு ஒளி தரும் விளக்காகும். இந்த நான்கு சிறந்த விளக்கிலும் சிறந்த விளக்கு பொய்

பேசாதிருத்தலே. ஆனால் இன்றைய அரசியல்வாதிகள் பணத்தை வைத்துக் கொண்டு பல தொண்டர்களுக்கு கொடுத்து, நான்கு ஒழுக்கங்களையும் மறந்து மக்களிடத்தில் என்னை நீங்கள் தேர்ந்தெடுத்தால், செய்யாததை எல்லாம் நான் உங்களுக்கு செய்வேன் என்று சொல்வார். எவ்வளவுக்கு எவ்வளவு மக்களிடம் பொய் சொல்லி, நம்ப வைத்து, எனக்கு ஓட்ட வாங்கித்தருகின்றீர்களோ அது தொண்டர்கள் சாமர்த்தியம் என்று எல்லா கட்சி தலைவர்களும் பேசுவார்கள்.

மூசாவாதா வேரமணி சிக்காபதம் சமாதியாமி!

பொய்யுரை கூறாமல் இருப்பதே என் கடமையாகும்.

பொய்யுரை எவரிடமும் கூறாமல் உள்ளதை உள்ளபடி உரைப்பதுதான் உண்மை. பொய்மை பேசுவதால் தான், மற்றவர்களிடம் பொய் கூறுவதால் தான், கோபம் உண்டாகிறது. கோபத்தினால் வெறுப்பு உண்டாகிறது. வெறுப்பினால் சண்டை ஏற்படுகிறது. சண்டையினால் பகைமை உண்டாகிறது. பொய்யை எட்டுமுறை சொன்னால் உண்மை என்று அறிவற்றவன் நம்புவான். உண்மை என்றும் சாகாது. உண்மை வெளிபட்டே தீரும். அரசியல்வாதிகள் நடிகையின் மூலம ஆட்சியை பிடிக்க மக்களிடம் பொய்யுரை கூறியே ஒற்றுமை இல்லாமல் வாழக் கற்றுக்கொடுத்துவிட்டார்கள். பொய்யை ஆதரித்து ஏற்போர்கள் தான் குருமார்கள். பொய்யை நம்புகிறவர்கள்தான் கடவுள் பெயரில் பக்தி வேஷம் போடுகிறார்கள். பகல் கொள்ளை அடிக்கும் அரசியல்வாதிகள் உள்ளவரை உலக மக்கள் சமாதானமாக வாழ முடியாது. போர் வெறியால் முதல் உலகப் போராலும், இரண்டாம் உலகப் போராலும் மக்கள் அழிந்ததற்கு பொய்யர்கள் தான் காரணம். ஆகவே அப்படிப்பட்ட பொய்யை சொல்லக்கூடிய, அடக்கக்கூடிய சக்தி, போர் ஏற்படாமல் தடுக்கும் சக்தி உண்மைக்குதான் உண்டு. பொய்யுரை கூறாமல் சிறார்களுக்கு இளமை வயது முதலே உண்மைகளை போதிப்போம்.

உண்மையின் உண்மை:

உண்மை எந்த ரூபத்திலும் மறையாது.

உண்மை எப்போதும் நன்மைகளை தான் செய்யும்.

உண்மையினால் எந்த தீமையும் ஏற்படாது.

உண்மை பொறாமைக்கு எதிரானது.

உண்மைக்கு வஞ்சகம், சூட்சி தெரியாது.

உண்மை புகழை அளிக்கும் அறிவு ஆயுதம்.

உண்மை அன்புக்கு உறைவிடம்.

உண்மை இல்லற வாழ்க்கைக்கு தூண்களாகும்.

உண்மை திருடச் செய்யாது.

உண்மைக்கு போலி வேடம் போட தெரியாது.

உண்மை நீதிக்கு அச்சாணி போன்றது.

உண்மை சமாதானத்தை கற்பிக்கும்.

உண்மைக்கு கற்பனை கதைகள் தெரியாது.

உண்மை உள்ளதை உள்ளபடி உரைக்கும்.

உண்மை பகையை உண்டாக்காது.

உண்மை எப்பொழுதும் பொய்யை வெற்றிக் கொள்ளும்.

உண்மை சுயநலத்தின் எதிரி.

உண்மை பொது நலத்தின் நண்பன்.

உண்மை எதற்கும் தலை வணங்காது.

உண்மைக்கு பரலோகம் தெரியாது.

உண்மைக்கு எதிரிகள் மதவாதிகள்.

உண்மைக்கு எதிரிகள் சாதிவெறியர்கள்.

உண்மைக்கு எதிரிகள் பக்தர்கள்.

உண்மைக்கு மோட்சலோகம், எமலோகம், நரகலோகம் தெரியாது.

உண்மை வழி செல்வோருக்கு நடிக்கத்தெரியாது.

உண்மையை உணர்ந்தவர்க்கு பக்தி கிடையாது.

உண்மையை அறிந்தவர்க்கு ஏமாற்ற தெரியாது.

உண்மையை எவராலும் மறைக்க முடியாது.

உண்மையே என்றும் வெல்லும்.

உண்மையே உன்னை புகழடைய செய்யும்.

உண்மையே உன்னை உயர்வடைய செய்யும்.

உண்மையே உன்னை புத்தனாக்கும்.

உண்மையே உன்னை அறிஞர் அம்பேத்கர் ஆக்கும்.

உண்மையே உன்னை தந்தை பெரியார் ஆக்கும்.

உண்மையின் உண்மையை அறிவீர்.

உண்மையின் எதிரிகள்:

உண்மையின் எதிரிகள் அரசியல்வாதிகள்.

உண்மையின் எதிரிகள் தற்கொலை படையினர்.

உண்மையின் எதிரிகள் சுயநலவாதிகள்.

உண்மையின் எதிரிகள் தீவிரவாதிகள்.

உண்மையின் எதிரிகள் தீயவர்கள்.

உண்மையின் எதிரிகள் சோம்பேறிகள்.

உண்மையின் எதிரிகள் அறிவற்றவர்கள்.

உண்மையின் எதிரிகள் நம்பிக்கையற்றவர்கள்.

உண்மையின் எதிரிகள் ஆத்தீகர்கள்.

உண்மையின் எதிரிகள் சூதாடிகள்.

உண்மையின் எதிரிகள் குடிகுடிப்போர்.

உண்மையின் எதிரிகள் கொலைக்காரர்கள்.

உண்மையின் எதிரிகள் திருடர்கள்.

உண்மையின் எதிரிகள் அதர்மவாதிகள்.

உண்மையின் எதிரிகள் பழமைவாதிகள்.

உண்மையின் எதிரிகள் கடவுள் உண்டு என்றோர்.

உண்மையின் எதிரிகள் மறுவுலகம் உண்டு என்போர்.

உண்மையின் எதிரிகள் மூடபழக்கவழக்கங்களை பின்பற்றுவோர்.

உண்மையின் எதிரிகள் இலஞ்சம் வாங்குவோர்.

உண்மையின் எதிரிகள் பொய்யர்கள்.

உண்மையை எவராலும் கண்டு பிடிக்க முடியாது. காரணம் உண்மை உண்மை தான்.

சுதந்திர தினத்தன்றும் குடியரசு தினந்தன்றும் மறைந்த நமது தலைவர்களின் பெயரையும் நாட்டுப்பற்றுக் கொண்ட தொண்டர்களின் தியாக உணர்ச்சிகளையும் பெருமையாக பேசுகிறோம். இந்த இருநாட்களிலும் மக்களுக்குள் கடவுளால், மதத்தால், சாதியால் மதவெறியர்கள் பிரித்து விட்டு தொழுகை செய்ததின் காரணமாக ஒற்றுமை இல்லாத நிலைமை ஏற்பட்டு பேரரசர்களும், சிற்றரசர்களும், நாட்டாசைக் கொண்டு ஒருவருக்கொருவர் போரிட்டதால், தங்களுக்கு தாங்களே நமது நாட்டைக் காட்டிக் கொடுத்து ஆங்கிலேயர்களுக்கு அடிமையான வரலாற்றையும் நினைவுப்படுத்த வேண்டும்.

ஜாலியன் வாலாபாக் படுகொலைக்கு காரணமாக இருந்த பீட்டர்வில்லிக்கு இங்கிலாந்தில் பாராட்டுக் கூட்டம் நடந்தது. அப்போது பழிக்குப் பழியாக நூறு பேருக்கு மேல் சாகடித்த வெள்ளைக்காரனான வில்லியை மதன் லால் சிங்களார் சுட்டுக்கொன்றான். தீபகரின் சீடரான சாவர்கரை இந்த கொலை வழக்கு தொடர்பாக இங்கிலாந்து அரசு கைது செய்து கப்பலில் இந்தியாவுக்கு அழைத்து வரும்போது தப்பித்தார். பிறகு பிரான்ஸ் போலீசார் சாவர்க்கரை இங்கிலாந்து போலீஸிடம் ஒப்படைத்தார்கள். 1906ல் சிறையில் அடைப்பட்டு 1930ம் ஆண்டு வெளியே வந்தார்.

பல ஆண்டுகளுக்கு முன் அதாவது 1806ல் வேலூர் கோட்டையில் நடந்த கிளர்ச்சிதான் முதல் சிப்பாய் கலகத்திற்கு ஒரு காரணமாக அமைந்தது. முஸ்லீம்

மாதர்களால் மறைமுகமாக ஆயுதங்களை வேலூர் கோட்டைக்கு எடுத்துச் செல்லப்பட்டு ஆங்கில அதிகாரிகள் அனைவரையும் கொன்று சதேஜதர் என்பவரை அரசனாக்கினார்கள். திப்புவின் உறவினர்களையும், மற்றவர்களையும் வேலூர் கோட்டையில் வைப்பது ஆபத்து என்று அறிந்து ஆங்கிலோயர்கள் 1807ல் ஜனவரியன்று 20ம் நாள் அனைவரையும் கல்கத்தாவுக்கு அனுப்பினார்கள். இத்தகைய சிறப்புவாய்ந்த சுதந்திர வேட்கையை தூண்டிய சிப்பாய் கலகத்தில் உயிர் நீத்த வீரர்களின் உடலை வேலூர் கோட்டை எதிரே தமிழக அரசால் நினைவு சின்னமாக 1998 டிசம்பர் 20-ம் நாள் எழுப்பப்பட்டுள்ளது.

கடற்கரை நகரங்களில் ஏற்பட்ட கடும்பஞ்சமும், அதன் காரணமாக ஏற்பட்ட வரிவசூல் பாதிப்பும், மத உணர்ச்சிக்கு ஏற்பட்ட அவமானம், மதக்கோட்பாடுகளில் அனுசரிப்பதில் ஏற்பட்ட மாறுதல்கள், சிப்பாய்களுக்கு அணிவிக்க ஏற்பாடு செய்த புதிய தலைப்பாகை முறை வெள்ளையர்களுக்கே தலைவலியாய் முடிந்தது எனலாம். முகமதியர்கள் தங்கள் மத உணர்வை பாதிக்கிறது என்று எண்ணி மிகவும் வேதனைப்பட்டு ஆங்கிலேயர்கள் மீது வெறுப்பு கொண்டனர். இந்திய சிப்பாய்கள் அனைவரும் தாடி மீசையை வைக்க கூடாது என்பதை எதிர்த்தார்கள். தோட்டாக்களில் பன்றியின் கொழுப்பையும், பசுவின் தோலிலிருந்து செய்யப்படும் பொருளையும் ஏற்க மாட்டோம் என்று எதிர்த்தார்கள். இதனால் இந்துக்களும் முகமதியர்களும் சேர்ந்து ஆங்கிலேயர்களை எதிர்க்க ஆரம்பித்தார்கள்.

ராஜபுத்திர அரசர்களாகிய ஜெயச்சந்திரன் - பிரிதிவிராஜன் ஆகிய இருவருக்கும் ஜெயச்சந்திரனின் மகள் சம்யுக்தையால் பகையேற்பட, ஜெயசந்திரன் கோரிமுகமதோடு சேர்ந்து பிரிதிவிராஜனை தோற்கடிக்க, சம்யுக்தையும் பிரிதிவிராஜனும் இறக்க, மருமகன் என்றும் மகள் என்றும் எண்ணாமல் நீ உன் நாட்டையே காட்டிக் கொடுத்தாயே, என்னை மட்டும் மற்றவர்களுக்கு காட்டிக் கொடுக்க மாட்டாய் என்று எப்படி உன்னை நம்புவது என வெற்றிப்பெற்ற கோரி முகமது வெற்றி பெற துணைபுரிந்த ஜெயசந்திரனையும் விலங்கு

போட்டு சிறைசாலைக்கு அனுப்பினான் என்ற வரலாற்றை சரித்திர ஆசிரியர்கள் மறந்திருக்க மாட்டார்கள்.

வெளிநாட்டு படையினர் யாரால் நாட்டிற்கு வந்திருப்பார்கள் என்று சிந்தித்துப் பாருங்கள். நம் நாட்டின் மூன்று பக்கம் கடல், ஒருபக்கம் இமய மலை. சுலபமாக நமது நாட்டை வெற்றி கொள்ள முடியாது என்று நமது நாட்டின் எல்லைகளின் பெருமைகளை கூறுகிறோம். புலவர்களும், கவிஞர்களும் பாடல் மூலம் வீரத்தையும், கொடை தன்மைகளைப்பற்றியும் போற்றி புகழ்ந்து பேசியும் இருந்தனர். வெளிநாட்டவர்களுக்கு நாம் அடிமையானது ஏன்? என்று எண்ணிப் பார்த்தும் நமக்கு புத்தி வரவில்லை. வெள்ளையர்கள் வியாபாரம் செய்ய வந்தார்கள் என்று அறிகிறோம். போர்சுகீசியர், டச்சுக்காரர், பிரஞ்சுக்காரர் ஆகிய மூவரும் வியாபாரம் செய்ய வந்தவர்கள். அவர்களுக்குள் வியாபாரத்தில் போட்டி ஏற்பட்டது. ஏற்கனவே நமது நாடு சாதிப்பிரிவு ஆகியவற்றால் ஒற்றுமை இல்லாமல் இருந்தது. வந்நதவர்களுக்கு எல்லாம் வாரி வழங்கும் வள்ளல்கள் என்று பெயர் எடுத்தவர்களும் இந்திய மக்கள்தான். ஊரு இரண்டு பட்டால் கூத்தாடிகளுக்கு கொண்டாட்டம் அல்லவா? சிங்கமும் நான்கு எருதுகள் கதைப் போல மக்கள் வாழ்ந்தார்கள். சிந்தித்துப் பாருங்கள். சிங்கமும் நான்கு எருதுகளைப் போலவே வெளிநாட்டார் நம்மீது போர் தொடுக்கும் போது நமக்கு என்ன? எப்படியாவது அவர்கள் போகட்டும் என்று ஒவ்வொருவரும் இருந்து விட்டனர்.

மாணவ மாணவிகளே! நீங்கள் நன்றாக படிக்க வேண்டும். வரலாறுகளை தெளிவாக தெரிந்துக் கொள்ள வேண்டும். சென்ற காலத்தின் நிகழ்ச்சிகளை நினைவில் கொள்ள வேண்டும். மறைந்த தலைவர்கள் நம்மை நாமே ஆளும் உரிமைகளை பெற்று தந்துள்ளார்கள். எல்லா அரசியல் தலைவர்களும் சாதியின் பெயரால் பொது தேர்தல்களில் அபேட்சகர்களாக நிற்க வைத்து மக்களை மடையர்களாக்கி தேர்தலை நடத்திக் கொண்டு வருகிறார்கள் என்பதை நீங்கள் தேர்தல் நேரங்களில் பார்க்கலாம். நாங்கள் யார் தெரியுமா? நாங்களும் நாட்டை ஆண்டவர்கள்தான். கிருஷ்ணர்

பரம்பரையில் வந்தவர்கள். எங்கள் இனத்தை பார். யாதவர் மாநாடு போட்டு மக்கள் தொகையைக் காட்டுவதும், இவர்களைவிட நமது இனமக்கள் தாழ்ந்துவிட்டார்களா? பார், பார் எங்கள் இன மக்களைப் பார். அண்ணா முதலையார் என்பதை மறந்துவிடாதீர்கள் என்று பெரியார் வழியில் வந்தவர்கள் சாதி ஓழிப்பு மாநாட்டை மறந்து, மீண்டும் சாதி வளர்ப்பு மாநாடு நடத்தும் கட்சிகளாய் இருப்பதை எண்ணும்போது பொது மன்னிப்பு கோரிய வீரப்பனே மேல் என்று தோன்றுகிறது. ரோசம் உள்ளவர்களாம். மானம் உள்ளவர்களாம். வீரம் நிறைந்தவர்களாம். வசூல் எப்படியோ எனக்கு தெரியாது. சொன்னால் என்னை துரோகி என்று கோஷம்போட தலைவர்கள் தூண்டிவிடுவார்கள். மாநாட்டு செலவு எவ்வளவு ஏற்பட்டிருக்கும் என்று உங்கள் மனதை தொட்டு சொல்லுங்கள். உண்மையை சொன்னால் தொண்டர்களுக்கு கோபம் அதிகரித்து என்னைப் போல் உருவப்படத்தை வரைந்து தீயிட்டுக் கொளுத்துவார்கள். என்னை கொல்ல துப்பாக்கியை துணைக்கு அழைப்பார்கள்.

இன்றைய அரசியல் தொண்டர்களும் தலைவர்களும் எங்களுக்குத்தான் பேச தெரியும் எழுதத்தெரியும என்றும், ஏமாற்றி மக்களிடம் ஓட்டு வாங்க தெரியும் என்றும் நாங்கள் வைத்ததுதான் சட்டம் என்றும் எப்பொழுதும் எல்லா மக்களையும் ஏமாற்ற முடியாது. அவர்களுக்கு மட்டும் ஏன் ஒதுக்கீடு, தனிச்சலுகை என்றும் அவர்களைவிட நாம் மிகவும் கேவலமாக இருக்கிறோம். ஆகவே நாங்களும் தாழ்த்தப்பட்டவர்களே. எங்களுக்கும் தனிச்சலுகை தாழ்த்தப்பட்ட மக்களுக்கு கொடுப்பதுபோல் தாருங்கள் என்று கேட்டே மூன்று பிரிவாக முற்பட்டவர், பிற்பட்டவர், தாழ்த்தப்பட்ட பிரிவினர் என்று இருந்ததை முப்பது பிரிவு ஜாதிகளாக ஆக்கி விட்டார்கள். M.L.A., M.P, மந்திரிகளாக பதவிவகித்து பின், பதவி இழந்த அரசியல் அய்யோக்கியர்கள் சாதி வெறியை தூண்டிவிட்டு அவர்கள் சாதி மக்களால் அமைச்சர் பதவி கிடைக்கும் என்று எண்ணி, சாதி பேரால் மாநாடுகள் போட்டுக்கொண்டு உள்ளார்கள். இராண்டாவது கூட்டணி ஆட்சி போதாதென்று மூன்றாவது கூட்டணியாக தேர்தலில் போட்டிப் போட தினம் தினம் கூடிக்கூடி நமக்கு 30 சீட்டு போதாது 40 சீட்டு போதாது. நேற்று முளைத்த காளான்

தலைவர்கள் 4 சீட்டு கேட்டு இப்போது அவர்களுக்கு 40 சீட்டாம். அவர்களைவிட நாம் எந்த வகையிலும் தாழ்ந்தவர் அல்ல. டாக்டர் அம்பேத்கர் காலம் வேறு. இந்த காலம் வேறு. இந்தெந்த சாதிக்கு வெற்றியால் 60 சீட்டு வரும் என்பார். எனது சாதி ஓட்டுகள் மூலம் 35 M.L.A.க்கள் வருவோம் என்பார். இதுதான் சமயம் நம்மையும் பிற்பட்டவர் பட்டியலில் யார் சேர்த்துக்கொள்ளுகிறார்களோ அவர்களுக்குத்தான் எங்கள் ஓட்டு என்பார்கள். அரசியலில் நிரந்திர எதிரியும் இல்லை, நிரந்திர நண்பனும் இல்லை என்ற சந்தர்ப்பவாத பதிலை மக்களிடம் சொல்லாதே.

> Many people are afraid of dead bodies but living bodies are more dangerous than dead bodies.
>
> அனேக மக்கள் இறந்த பிணத்தினை கண்டு பயப்படுவார்கள். ஆனால் உயிருடன் வாழும் மனிதர்கள் இறந்த மனிதர்களைவிட அதிக ஆபத்தானவர்கள்.

மகாத்மா காந்தி அவர்களே! உங்களின் ஒரு உயிர் போனால், அப்பாவி தாழ்த்தபட்ட மக்களில் ஆயிரக்கணக்கில் இறக்க நேரிடுமே என்று தான் உங்கள் உயிரை காப்பாற்ற பூனா ஒப்பந்தத்தில் கையொப்பம் இடுகிறேன் என்றார் அம்பேத்கர். தற்போது தேர்தல் நேரங்களில் நடப்பதென்ன? செடியூல்டு இன மக்களில் யார் கல்வி அறிவு குறைவாக பெற்றுள்ளனரோ, யார் யார் சாதி இந்துக்களுக்கு பணிவிடை செய்கிறார்களோ அவர்களையே இச்சமுதாயத்தின் பிரதிநிதிகளாக சட்டமன்றம், பாராளுமன்றம் ஆகிய இடங்களில் நியமிக்கப்படுகிறார்கள். ஒவ்வொரு ஊரிலும் தாழ்த்தப்பட்ட மக்களுக்குள் தேர்தல் முறையால் தான் ஒற்றுமை பலத்தைக் கெடுத்துவிடுகிறார்கள். பொது மக்களுக்காக உண்மையாக ஊழியம் செய்ய துடியாய் துடிக்கும் சுயநலமற்றவனைத் தான் தேர்ந்தெடுத்து அனுப்புங்கள் என்று தேர்தல் அறிக்கை கூறுகிறது. சாதிக் கட்சிகள் என்று சொல்லாமல் அரசியல் கட்சிகள் பெயரில் தேர்தலில் நிற்க வைக்கிறார்கள். வேட்டையாட வேட்டை நாயை அழைத்து சைகை காட்டிவிட்டால் போதும். அந்த நாயோ வேட்டைப் பொருளை கடித்து எஜமானனுக்கு

உதவி செய்வதை பார்த்திருப்பீர்கள், பலர் கேட்டிருப்பீர்கள். நாயின் கொதிப்பும், வேட்டையாடும் செயலும் அப்போது தான் நாம் பார்க்க முடியும். உண்மையும் புலப்படும். அதே நிலையில் தான் இன்றுள்ள தலைவர்களும் வேட்டை நாய்களாக அவர்கள் தொண்டர்களும் உள்ளார்கள். மனித வாழ்க்கையில் எப்படி ஆண் இல்லையேல் பெண் இல்லை. என்பதைப் போல் சாதி இந்துக்கள் இல்லையேல் தாழ்த்தப்பட்ட மக்கள் இல்லை. தாழ்த்தப்பட்ட மக்கள் இல்லையேல் சாதி இந்துக்கள் ஆட்சிமுறை நடத்த முடியாது. இதுதான் இதுவேதான் அரசியல் சட்டம். ஆனால் நடப்பது என்ன? மாணவ மாணவிகளே! உங்கள் காலத்திலாவது அரசியல்வாதிகளில் திருடர்களே இருக்கக்கூடாது. ஏமாற்றும் புத்தி உள்ளவர்களே இருக்கக்கூடாது. சுயநலவாதியை பொது தொண்டு புரிவதில் சேர்க்கவே கூடாது. உள்ளொன்று வைத்து புறம் ஒன்று பேசும் திறமையுள்ளவனை சீர்திருத்தவாதி என்ற பட்டியலில் சேர்க்கக்கூடாது.

ஐயா! அடிக்கடி கட்சிகள் மாறிக்கொண்டே தலைவர்கள் இருக்கிறார்களே, மக்கள் நம்புவார்களா? தம்பி இங்கே வா, நம்மவர் லேசானவர்கள் அல்ல. அந்த ரகசியம் எங்களுக்கு தான் தெரியும். புடவை, ஜாக்கெட், வேட்டி, தாலி, மூக்குத்தி, முட்டை, மிளகாய், அரிசி, பருப்பு எல்லாம் தயார் நிலையில் உள்ளது. நேரம் வரும்போது உங்களுக்கு சொல்வோம் என்கிறார்கள். டேய் என் கணவர் ஒரு கட்சிக்கு போடச் சொல்லுகிறார். என் பெரிய பிள்ளை ஒரு கட்சிக்கு போட சொல்லுகிறான். சிறிய பிள்ளை ஒரு கட்சிக்குப் போட சொல்லுகிறான். வெளியில்தான் ஓட்டுப்போட சண்டை உண்டாக்கிவிட்டார்கள் என்றால் வீட்டுக்குள் வேறு சண்டையை உண்டாக்கிவிட்டார்களே என்று வேதனைப்படுவோர் பலர். மக்களை குரங்குகளாகவும், மாடுகளாகவும் நினைத்துக்கொண்டு, அரசியல் சாதிக்கட்சித் தலைவர்கள் ரூபத்தில் குரங்காட்டிகளாகவும், பூம்மாட்டுக்காரன் வேடங்களையும் போடுகின்றார்கள். மக்களை குரங்குகளாக மாற்றிவிட்டோம். மனிதர்களை மாடுகளாக மாற்றிவிட்டோம். அவர்கள் மனிதர்களாக இருந்தாலும் அவர்கள் அனைவரும் நாங்கள் எப்படி எல்லாம் ஆட சொல்கிறோமோ அவர்களும் அப்படியே ஆடுவார்கள். பாடு என்றால் அவர்களும்

பாடுவார்கள் என்கிறார்கள். சுய அறிவு இல்லாத மனிதர்களாக மக்களை பணப்பலத்தால் அடக்கி வைத்துள்ளார்கள். ஒவ்வொரு அரசியல் சாதி தலைவர்களும், மற்ற தலைவனின் குற்றங்களை கூறிக் கொண்டே, தொண்டர்கள் மக்களுக்குள் கலகத்தை உண்டாக்கிக்கொண்டு திரிகிறார்கள். ஒரு கட்சியில் தொண்டனாக இருந்தவன், எத்தனைக் கட்சிகளில் குரங்கைப்போல தாவி தாவி கட்சிகளில் சேருகிறான். மீண்டும் அதே கட்சிக்குத் திரும்புகிறான்.

மோட்டார் கார்களை கல்லால் அடிப்பதும், கொளுத்துவதும், கடைகளை சூரையாடுவதும் ஏன்? திடீர் என்று மறியல் போராட்டம் ஏன்? யாரோ, எவனோ, எப்படியோ, எப்பொழுதோ என்ன காரணத்தாலே தலைவர் சிலை மீது சாணி போட்டு விட்டான் என்பதற்காக ஆவேசம் கொண்டு, கோபம் கொண்டு, தொண்டர்கள், சாதியின் பெயரால் எங்கள் தலைவனை அவமரியாதை செய்துவிட்டவன் யார்? உடனே கைது செய்? என்று கடைகளை ஓடி ஓடி உடைப்பதும், பஸ்ஸின் மீது கல்லெறிந்து கண்ணாடிகளை உடைப்பதும், டிரைவரை உதைப்பதும், போலீஸ்காரர்கள் தடியால் அடிப்பதும் பிறகு தொண்டர்கள் போலீஸ்காரர்களை கற்களால் அடிப்பதும் போலீஸ்காரர்கள் துப்பாக்கியால் சுடுவதும், கண்ணீர் புகை அடிப்பதும் இன்றா நேற்றா? ஆங்கிலேயர்கள் ஆண்டபோதும் நமக்கு வெட்கமில்லை. நமக்கு நாமே ஆள்வோம் என்று சுதந்திர நாடாக மாற்றி குடியரசு நாடாக ஏற்றும் மக்கள் புரட்சி ஏன்? ஏன்? ஏன்? வெட்கப்பட வேண்டியவர்கள் சிலையை வைப்போரா? சிலையை அவமதிப்பு செய்வோரா? இவர்கள் இருவரில் வெட்கப்பட்டு சாக வேண்டியவர்கள் யார்? மன்னர் ஆட்சியை நீக்கியது குற்றமா? மக்கள் ஆட்சியை விரும்பியது குற்றமா?

அன்பானவர்களே! கடைசியாக உங்களுக்கு ஓர் உண்மையைக் கூற விரும்புகிறேன். உண்மையான சமூக தொண்டனை மக்கள் யாரும் மறக்க முடியாது. அரசியல்வாதிகள் மூலம்தான் மக்களை ஒன்றுப்படுத்தவும் முடியும், ஒற்றுமையில்லாமல் வாழவைக்கவும் முடியும். 100-க்கு 99 பேர் நீதி நம் பக்கம் இருக்கவேண்டும் என்று

நினைக்கிறார்கள். ஆனால் நீதியின் பக்கம் செல்ல பயப்படுகிறார்கள். ஆகவேதான் மத்திய அரசுக்கு உரிமை அதிகாரம் உண்டு என்பவர்களும், இல்லை இல்லை அவர்களுக்கு அதிகாரிகளை தேர்ந்தெடுக்கத்தான் அதிகாரம் உண்டு. வேலையில் அமர்ந்த பிறகு மாநில அரசுக்குத்தான் அவர்களை மாற்றும் அதிகாரம் உண்டு என்றும் சொல்வதால் மக்களுக்குள் யார் சொல்வது உண்மை? யார் சொல்வது பொய்? என்று சந்தேகம் உண்டாகிறது. அதனால் பிரிவு மனப்பான்மையுள்ள எண்ணங்களால் யார் குற்றவாளி என்று ஒருவரை ஒருவர் பேசிக்கொண்டு கட்சிகளாக பிரிந்து, ஊர்வலங்கள் சென்று கூச்சல் போட்டுக்கொண்டு மேடையில் ஒருவரைப்பற்றி ஒருவர் நீதிக்கு புறம்பாக,

Laws has not created man but man has created law.

சட்டம் மனிதனால் மனிதனுக்காக உருவாக்கப்பட்டது. சட்டம் மனிதனை உருவாக்கவில்லை. மனிதன் சட்டத்தை உருவாக்கினான் என்று கூறுகின்றனர். தீக்கோழி ஆற்றுமணலில் கழுத்தை சொருகிக்கொண்டு உடலை மேலே காட்டிக்கொண்டு தன்னை துரத்திக்கொண்டு வந்தவர்களுக்கு நம்மை தெரியாது என்று நினைக்குமாம். அதைப்போல பொய்யர்கள் தான் செய்கின்ற செயல்கள் தவறு என்று தெரிந்தாலும் அவர்கள் செய்தார்களே! அது நியாயமா என்றும் முதலில் யார் தவறு செய்தது என்றும் அப்பாவியாய் கேட்டால் ஆடின ஆட்டங்கள் சரி என்று ஆகிவிடாது. இன்று எந்தெந்த தொகுதியில் எந்தெந்த சாதி மக்கள் அதிகமாக வசிக்கிறார்களோ அந்த சாதி வேட்பாளரை சட்டசபை உறுப்பினர்களாக்க நிற்க வைக்கிறார்கள். இந்த சாதி உறுப்பினரை நிற்க வைப்பதாக தெரிந்தால், அதே இனத்தை சேர்ந்த உறுப்பினரை எதிர்கட்சி தலைவரும் நிற்க வைப்பார். இப்படி பல பிரிவு கட்சி தலைவர்களும் அதே சாதி அபேட்சகராக நிற்க வைத்து தேர்தல் பிரச்சாரம் செய்வது தான் முறை என்று எல்லா சாதி கட்சி தலைவர்களும் பின்பற்றுகிறார்கள் என்று படத்தோடு செய்திதாளில் விளம்பரம் செய்கிறார்கள். இதனை கவனித்து சிந்தியுங்கள்.

அந்நியர்கள் ஆட்சிக்கு நம்மை அடிமையாக்கியது சாதிப்பிரிவே என்பதை அறிந்து வாயளவில் மக்கள் மத்தியில் பேசுவதை விட்டுவிட்டு உண்மை தலைவனாக

நிமிர்ந்து பேசக்கற்றுக் கொள். ஏமாற்றும் தலைவனாக மாற ஆசைப்படாதே. சுயநல சோம்பேறி தலைவனாக மாறாதே. வட்டங்களில், மாவட்டங்களில், மாநிலங்களில் மக்களாட்சி நடத்தி ஆட்சி புரியும் நல்லவா்களே! வல்லவா்களே! நீங்கள் அனைவரும் முதலில் சிந்திக்க வேண்டும். நீங்கள் முதலில் மனிதா்களா? அல்லது மிருகங்களா? என்று எண்ணிப்பார்க்க வேண்டும். டாக்டா் அம்பேத்கா் ஐந்தாண்டுக்கு ஒருமுறை மாநிலங்களுக்கும் கிராமங்களுக்கும் தேர்தல் நடத்த வேண்டும் என்றும், சட்டசபையிலும் பாராளுமன்றத்திலும் ஊராட்சிமன்றத்திலும் கட்டாயம் இடஒதுக்கீடு தர வேண்டும் என்ற சட்டத்தின்படியும் 1950 முதல் தேர்தல் முறை நடைபெற்று வருகிறது. மக்கள் ஆட்சி ஏற்பட்டு பல ஆண்டுகாலமாக பாப்பாபட்டி, கீரிப்பட்டி ஆகிய ஊா்களில் தலைவரை காணாத பஞ்சாயத்தும் உள்ளதென்றால் மானங்கெட்டவா்கள் யாா்? அண்ணல் அம்பேத்கரின் கொள்கைகளையும் தந்தை பெரியாரின் கொள்கைகளையும் மறந்து மக்களை மடையா்களாக்கி ஆட்சி நடத்துவோரை முட்டாள்கள் ஆட்சி என்று ஏன் விளம்பரப்படுத்தக் கூடாது. சாதி மாநாடு போடுபவா்களை ஏன் செறுப்பால் அடிக்கக்கூடாது. குடியரசு நாடாக நடக்கிறதா? குடிக்கார ஆட்சியாக நடைபெறுகிறதா?

பகுத்தறிவுப் பாதையில் அழைத்துச் சென்ற ஆசிய ஜோதி அண்ணல் அம்பேத்கரின் பெயரைச் சொல்லிக் கொண்டே அவா் கண்ட கனவை நினைவாக்க எங்கள் கட்சி பாடுபடும் என்று விளம்பரப்படுத்திக் கொண்டே வருகிறாா்கள். அண்ணல் அம்பேத்கா் வாா்த்தைகளை மறந்து விட்டதின் பயன்தான் ஆட்சிகளின் மாற்றத்திற்கு காரணம் என்பதை அறிந்துக் கொள்ளும் நாள் வெகுதூரத்தில் இல்லை. அன்பு போரையும், அறிவு போரையும் அண்ணல் அம்பேத்கா்வாதிகளால் பெரியாா்வாதிகளால் தான் நடத்திக்காட்ட முடியும் என்பதில் எனக்கு நம்பிக்கை உண்டு. புத்தரின் கொள்கைகளை மக்களுக்கு புரிய வைக்க சாதி ஒழிப்பு மாநாடுகள் மூலம் அறிவுப்பிரச்சாரம் செய்ததின் பலனாக ஆயிரக்கணக்கில் கதை, வசனம், சினிமா மூலம் பகுத்தறிவு கொள்கைகள் பரவிட செய்த தொண்டா்களை, அறிஞா்களை உருவாக்கிய பெருமை தந்தை பெரியாருக்கு உண்டு என்பதை எவரும் மறக்க மாட்டாா்கள். டாக்டா் அம்பேத்கா் அவா்களின் கொள்கைகளை

பின்பற்ற தகுதி இல்லாத தலைவர்களும் தொண்டர்களும் அரசியல் சூதாட்டம் நடத்துகிறார்கள். டாக்டர் அம்பேத்கர் பெயரால் பல கட்சிகள் மன்றங்கள் தேவையா? எதிர் காலத்தில் டாக்டர் அம்பேத்கர் தொண்டர்களும் தலைவர்ளும், தந்தை பெரியாரின் தொண்டர்களும் தலைவர்களும், பல பிரிவுகட்சிகளாக பிரிந்து முட்டாள் தலைவர்களாக வாழ்ந்திருக்கிறார்களே என்று பழி சொல்லி விடுவார்களோ, எழுதி விடுவார்களோ என்று பயப்பட வேண்டும்.

தாழ்த்தப்பட்ட மக்களுக்கு தனிச் சலுகை ஏன் தரப்பட்டது என்ற வரலாற்றை அரசயில்வாதிகள் அவசியம் அறிய வேண்டும். F.C, B.C, S.C யின் வரலாறு இப்படிப்பட்டது என்று நாட்டு மக்களுக்கு தெரிந்திருக்க வேண்டும். சலுகைகள் அனைத்தும் நிரந்தரம் கிடையாது. எது வரையில் என்கிறீர்களா? மக்களுக்குள் சாதி இல்லை. மதம் இல்லை. மக்களுக்குள் ஏற்ற தாழ்வு இல்லை. அனைவருமே கல்வியை கற்கும் வசதி பெற்றவர்களாக இருக்கிறார்கள். யாரும் யாரையும் நம்பி வாழ வேண்டியதில்லை. அசோகர் பௌத்த மார்க்கத்தின் அடிப்படை கொள்கைகளாகிய உண்ண உணவும், உடுத்த உடையும், இருக்க இடமும் பஞ்சாயத்தார் மூலம் ஒவ்வொரு ஆணுக்கும், பெண்ணுக்கு கிடைத்திட செய்திட வேண்டும். அப்படி நடைபெற்றால் யாருக்கும் தனி சலுகை தேவையேபடாது. இட ஒதுக்கீடு என்பது ஏழ்மையை போக்குவதற்கான கருவி அல்ல. நூற்றாண்டுகளாக உரிய வாய்ப்புகள் மறுக்கப்பட்டு சமூகரீதியாகவும் கல்வி நிலையிலும் பிற்படுத்தப்பட்ட வகுப்பினர் உயர்வதற்கான அரசியல் சட்டம் வழங்கிய உரிமையே இட ஒதுக்கீடு என்பதாகும். முதலைக் கண்ணீர் வடித்தும் நடித்தும் தந்தை பெரியார் பெயரையும், அண்ணாவின் பெயரையும் சொல்லிக் கொண்டு அரசியல் சூதாட்டம் ஆடுகிறாய். பகுத்தறிவு பாதையை மறந்துவிட்டு சாதிப்பிரிவை ஏற்றுக்கொண்டு வன்னியர் ஓட்டு அன்னியருக்கு இல்லை என்று சொல்லி யாதவர் தலைவர், நாயுடு தலைவர், முதலியார் தலைவர், மறவர் தலைவர், தேவர் தலைவர், நாடார் தலைவர், அருந்தியர் தலைவர், சிறுத்தை தலைவர் என்றும் சொல்லிக்கொண்டு திரிகிறாய். சிதம்பரம் கோயிலுக்கு உரிமை கொண்டாட,

தீட்சதர்களாய் தங்களை சேர்த்துக்கொள்ள, உயர்நீதிமன்றத்துக்கு சென்றதால் தானே சுப்பிரமணியம் சாமி அரசியல் மத்தியில் வந்தார்.

தலைவியை சட்டபடி குற்றவாளி என்று பதவியைவிட்டு நீக்கும்போது தலைவிக்கும் பாசத்தை காட்டி மண்ணெண்ணைக்கு மரியாதைக்கொடுத்து தீக்குளிக்கலாமா? இதன் காரணம் என்ன? இறந்தால் ஆயிரக்கணக்கில் லட்சக்கணக்கில் பணம் என் மனைவி, மக்களுக்கு கிடைக்கும் என்ற எண்ணத்தில்தான் ஏழை சாகின்றான். தலைவனுக்காகவோ, தலைவிக்காகவோ பணக்கார தொண்டன் இதுவரை இறக்கவில்லை. சட்டமும், மக்களும் அரசியல்வாதிகளை பார்க்கும் விதம் வேறுபடுகிறது. உதாரணமாக செல்வி. ஜெயலலிதா மீது வழக்கு போட்ட போது நீதிமன்றம் சந்தித்த நெருக்கடியை எடுத்துக் கொள்வோம்:

நீதிபதி ஒருவர் -

நாங்கள் சொல்வது நினைப்பது ஒருபுறம் இருக்கட்டும். முதலில் இந்த வழக்கின் பிரச்சனையை கருத்தில் எடுத்துக்கொள்ளுங்கள். இந்த வழக்கைப் பொருத்தவரையில் தலைவிக்கு விதிக்கப்பட்ட தண்டனையை நிறுத்தி வைக்கும்வரை பொறுத்திருக்கவேண்டும். உங்கள் வாதத்தின் பொருளை எடுத்துக்கொள்வதாக இருந்தால் அதற்காக அரசியல் சட்டத்தை தூக்கி எறிந்துவிட்டு செயல்பட முடியுமா? உங்களின் வாதத்தை கேட்கத்தான் நாங்கள் இருக்கிறோமே தவிர மக்களின் வாதத்தை அல்ல. இதுபோன்று ஒப்பிட்டு பேசுவது ஆபத்தானது. தேர்தலில் மக்கள் என்ன தீர்ப்பு அளித்தார்கள் என்பது பற்றி எங்களுக்கு அக்கரை இல்லை. அரசியல் சட்டமே உயர்ந்தது. அரசியல் சட்டத்திற்கு உட்பட்டது என்பதால்தான் நாங்கள் விசாரணை நடத்துகிறோமே தவிர மக்கள் தீர்ப்பின் அடிப்படையில் விசாரணை நடத்தவில்லை. மக்கள் தீர்ப்பையும் அரசியல் சட்டத்தையும் ஒப்பிட்டு பேசமுடியாது. தேர்தலில் மக்கள் ஆதரவை பெற்றுவிட்டார் என்பதற்காகவே அவர் அரசியல் சட்டத்தை மீறலாம் என்பதை அனுமதிக்க முடியாது. தேர்தலில் ஒருகட்சி அதிக பெரும்பான்மை பெற்று ஆட்சியை

பிடித்துள்ளது. அந்த கட்சி ஒருவரை தங்கள் தலைவராக தேர்ந்தெடுத்துள்ளது என்பது உங்களின் வாதமாகும். அதை நாங்கள் மதிக்கிறோம். அதே நேரத்தில் அரசியல் சட்டத்துக்கு முரண்பாடாக இருக்கக்கூடாது. தண்டணை விதிக்கப்பட்டதையும் மீறி ஜெயலலிதா தேர்தலில் வெற்றிப்பெற்றுள்ளார் என்றும் அவர் முதல் அமைச்சராக நீடிக்கக்கூடாது என்று கூறினால் அது மக்களின் தீர்ப்புக்கு எதிராக அமையும் என்று வாதாடுகிறீர்கள். நாளைய தினம் இதுவே கொலை வழக்கில் தண்டனை பெற்றவரும் முதல் அமைச்சர் ஆகலாம் என்று கூறப்படலாம். எனவே இந்த பிரச்சனை எந்த முறைக்கும் உட்பட்டதில்லை என்றும் இதை அப்படியே விட்டுவிட முடியுமா?

நீதிபதி பட்நாய்க் -

நீங்கள் சொல்வது வாதம் செய்வதற்கு வேண்டுமானால் சரியாக இருக்கமுடியும். உங்கள் வாதத்தின்படி குற்றவாளியாக இருந்தாலும் சரி யார் வேண்டுமானாலும் சரி தேர்தலை சந்தித்து வெற்றிப்பெற்று பதவியை வகிக்க முடியும் என்றாகிவிடுமே.

நீதிபதி சபர்வால் -

ஜெயலலிதா கீழ்கோர்ட்டில் அநீதியாக தண்டிக்கப்பட்டுவிட்டார் என்பது மக்களின் எண்ணம் என்றால் மேல் கோர்ட்டுகளின் தீர்ப்புகளையும் அதே போலத்தானே கருதுவார்கள். இது எங்களை கவலைக்கொள்ள செய்கிறது.

நீதிபதி பருச்சா -

ஊழல் தடுப்பு சட்டத்தின் கீழ் தண்டனைப் பெற்ற ஒருவரை முதல் மந்திரியாக கவர்னர் எப்படி நியமித்தார் என்ற பிரச்சனைக்கு நீங்கள் வரவில்லை. பல வழக்குகளை நாங்கள் விசாரித்து தீர்ப்புக்கூறி இருக்கிறோம். ஆனால் இது போன்ற பிரச்சனையை இதுவரை சந்தித்ததில்லை. ஊழல் செய்த, தண்டனை அடைந்த ஒருவர் அரசியலில் மிக உயர்ந்த இடத்தில் இருந்தால் அவர் சம்பந்தமாய் உரிய நடவடிக்கை எடுக்கும் அதிகாரம் சுப்ரீம் கோர்ட்டுக்கு உண்டு. சட்டத்தில் 2 ஆண்டுகளுக்கும் மேல் ஜெயில் தண்டனை பெற்ற ஒருவர் தேர்தலில் போட்டியிட முடியாது என்று குறிப்பிடப்பட்டுள்ளது. ஒருவரை

பதவி ஏற்க அழைக்கும் முன்பு அந்த பதவி வகிக்க அவர் தகுதி உடையவரா? இல்லையா? என்பதை சட்டபடி கவர்னர் ஆராய்ந்து இருக்கவேண்டும். மக்கள் பெரும்பான்மையாக ஆதரவு அளித்துவிட்டார்கள் என்பதற்காக நாட்டில் நிலவும் ஊழல் பிரச்சனைகளை எல்லாம் எளிதாக ஒதுக்கிவிட முடியாது. இவ்வாறு நீதிபதிகள் கூறினர்.

சட்டப்புத்தகத்தை படிக்காதவன் எல்லாம் நிறக்கலாமா? தகுதியுள்ள தலைவன் யார்? தேர்தலில் நிற்பவனுக்கு தகுதி என்ன? நேர்மையான, உண்மையான, ஒழுக்கமான, உள்ளொன்று வைத்து புறம் ஒன்று பேசாத அறிவுள்ள, தொண்டுள்ளம் கொண்ட சிந்தனையாளர்களாக, சூதாடிகளாக இல்லாமல், பிறர் பொருளை திருடாதவனாக, பொய்யுரை கூறாதவனாக, மதியை மயக்கும் மதுபானங்களை அருந்தாதவனாக, பேராசை இல்லாதவனாக, ஆடம்பர வாழ்க்கையை விரும்பாதவனாக, மதம், கடவுள் சாதிப்பிரிவுகளை மனிதன் தான் பிரித்தான் என்பதை தெளிவாக எடுத்து கூறுபவனாக, சுயநலத்தை வீட்டிலும் பொது நலத்தை சினிமாவிலும் நடித்துக் காட்டி நாட்டு மக்களை கெடுக்கும் நடிகர்களை ஆட்சி பீடத்தில் அமர வைக்காத மனஉறுதி உள்ளவனாகவும் இருக்க வேண்டும். சுயநலத்திற்கும் பொது நலத்திற்கும் வித்தியாசத்தை அறிந்தவனாக இருக்க வேண்டும். பேராசையை விட்டவன் தான் பொது தொண்டன் ஆவான். அவனே தலைவனாவான். அன்புள்ளவன், உண்மை உள்ளவன், தைரியம் உள்ளவன் தான் தான் தேர்தலில் நிற்க தகுதியுடையவன். கடமையை ஒழுங்காக செய்பவன் தான் தலைவன். பொறாமை குணம் இல்லாதவன் தான் தலைவன். மதப்பித்து இல்லாதவனாக இருக்க வேண்டும். இல்லவே இல்லாத கடவுளை நம்பாதவனாய் இருக்க வேண்டும். சாதிப்பிரிவை நம்பாதவனாய் இருக்க வேண்டும். கலப்பு திருமணங்களை ஆதரிப்பவராய் இருக்க வேண்டும். மூடக்கொள்கைகளை அடியோடு மறந்தவராய் இருக்க வேண்டும். நீதியின் பக்கம் தலைநிமிர்ந்து பேசுபவராய் இருக்க வேண்டும். மனித சமுதாயம் ஒன்றே! பிறப்பு இறப்பு ஒன்றே! என்ற எண்ணைத்தை மக்களிடம் கூறுபவனாக இருக்க வேண்டும். தலைவன் என்பவன் ஊர் மக்களுக்கு உண்மை ஊழியனாக உழைக்க வேண்டும். சுயநலமற்றவனாகவும், உண்மை பேசும் தொண்டுள்ளம் கொண்டவனாகவும், பேராசை

பிடித்து சொத்து சேர்க்கும் குணம் இல்லாதவனாகவும் இருக்க வேண்டும். பொறாமை குணம், பழிக்குப்பழி வாங்கும் குணமில்லாதவனாக, மக்களுக்காக நாடு, நாட்டிற்காக மக்கள் என்ற எண்ணம் உள்ளவன்தான் தேர்தலில் நிற்க தகுதி உள்ளவன். சாதியில் இழிவு கொண்ட மனிதர் என்போர் இந்தியாவில் இல்லையே என்ற எண்ணம் உள்ளவர்கள் தான் தகுதியுள்ள நாட்டை ஆளும் தலைவர்கள் ஆவார்கள் என்பதை இளைஞர்களே நீங்கள் அறிந்துக் கொள்ள வேண்டும்.

ஆனால் நடப்பது என்ன? இஷ்டத்திற்கு தகுதி இல்லாதவர் எல்லாம் தலைவனாகவும், வார்டு மெம்பராகவும் நிற்கிறார்கள். மேடையில் ஒருவர் மேல் ஒருவர் நாய்களைப் போல், எங்கள் யானைத் தலைவர், பானைத் தலைவர் வெற்றி பெற்றால் சாலைகள் போடுவேன் பஸ்கள் ஓட செய்வேன் பள்ளிக்கூடங்களை கட்டி தருவேன் 1 படி அரிசி அவர்கள் போட்டால் நான் 10 கிலோ அரிசி போடுவேன், ரூ. 100 கொடுப்பேன என்கிறார்கள். உண்மை பேசினால் அவனை மதிக்க மாட்டார்கள். வறுமையில் வாழ்பவனையும் யாரும் மதிக்கமாட்டார்கள். பகுத்தறிவோடு பாடல்களை பாடினாலும் பயன் ஏதுமில்லை. பொய் பேசும் திறமை கொண்ட தொண்டன் தலைவனாகிறான். பணம், பங்களாவோடு, கார், மங்கை, மது, ஆடு, பண்ணை, மாடு, வீடு வாசல்களோடு அரசியல்வாதிகள் வாழ்வது சாத்தியம் என்று எண்ணுகிறான். பீடு நடை போட்டு நடக்கிறான். எல்லா கட்சிகளும் தலைவர்களின் பிறந்த நாளைக்கும், இறந்த நாளைக்கும் வரிசையாக மாலையை மட்டும் தனித்தனியாகப்போட்டு வணக்கம் செலுத்துவதை செய்திதாளில் பெரிய எழுத்துகளில் படத்தோடு காண்கிறோம். அந்நியர்கள் ஆட்சியை அகற்ற உயிர் தியாகம் செய்த உத்தம தலைவர்களின் பிறந்த நாளையும், இறந்த நாளையும் கொண்டாடுகிறோம். ஆனால் இந்த நாட்டை ஆளும் தலைவர்கள் மக்கள் துரோகிகளாக மாறி விட்டார்கள். வேடதாரி தலைவர்களாக மாறிவிட்டார்கள் என்று நான் எழுதுகிறேன். மாலைகள் போடும் போது சிலைகளாக இருக்கும் தலைவர்களுக்கு கண்கள் மட்டும் தெரிந்திருந்தால் தலைவர்கள் முகத்தில் காரி துப்பி இருப்பார்கள்.

அருமை இருபால் இளைஞர்களே உங்களை அன்போடு சிந்திக்க அழைக்கின்றேன். இன்று நாம் மனிதர்களாக வாழ்கின்றோமா? மிருகங்களாக வாழ்கின்றோமா? என்று நீங்கள் எண்ணிப் பாருங்கள். மிருகங்களுக்கு சிந்திக்கும் அறிவு கிடையாது. மனிதன் சிந்தித்து, பகுத்தறிவோடு பேசும் சக்தி உள்ளவன் என்று விஞ்ஞானக் காலத்திலும் பேசிக்கொண்டு வருகிறோம். உண்மை என்ன தெரியுமா? மிருகங்கள், பறவைகளை பழகிட செய்து, நாம் என்ன கற்றுக்கொடுக்கிறோமோ அதன்படி அவைகளும் செய்யும். காரணத்தை காணும்போது பழக்கத்தின் பேரில்தான் மிருகங்களும் செயல்படுகின்றன. இதிலிருந்து மிருகத்தை திருத்தலாம். ஆனால் மனிதனை திருத்த முடியாது என்று சொன்னால் பலருக்கும் மிகவும் கோபம் வரும். என்ன? இந்த கன்னியப்பனுக்கு புத்தி தடுமாற்றமா? வயது வீடுக ஆக புத்தியும் தடுமாறுவதுப்போல் தெரிகிறது என்றும் சொல்லலாம். நீ மனிதன் ஆச்சே. காரம், புளி, உப்பு போட்டு சாப்பிடுகிறாய். நாம் நாய்கள் அல்லவே. தெருநாய்களை பார்க்கின்றோம். ஒரு தெரு நாய் இன்னொரு தெரு நாயை சேர்க்காது. குறைக்கும். கடித்து சண்டைபோட்டு விரட்டும். ஏன் தெரியுமா? நாய்கள் அதாவது மிருகங்களுக்கு பகுத்தறிவு கிடையாது. இருக்காது. நல்லது எது கெட்டது எது என்று தெரியாது. நாளைக்கு நமக்கு உணவு தேவை என்று சேமித்து வைக்காது. கிடைத்தவரையில் பசியை தீர்த்துக்கொள்ளும். தெருவெல்லாம் திரியும். வீட்டுக்கு வீடு போய் பார்க்கும். பெண் நாயை சுற்றி சுற்றி சண்டை போட்டுக்கொண்டு ஒடும். நாய் எதை தந்தாலும் சாப்பிடும். வயறு நிறைந்தால் போதும் என்று படுத்துக்கொள்ளும். நாட்டு மக்களும் நாய்கள் குணத்தில்தான் வாழ்ந்து வருகிறார்கள். அந்த நாய்களைக்கூட பழக்கத்தினால் திருடனை கண்டுபிடிக்க செய்யலாம். நாய்கள் சுத்தமாக வீட்டை காவல் காக்கும். ஆனால் நாம்?

இருபால் மாணவர் சமுதாயமே!

1. ஓட்டு போடுகிறவன் முட்டாள் என்றால் ஓட்டுக்கு நிற்பவன் அய்யோகியனாகத் தான் இருப்பான்.
2. The politics is the last refuge of scoundrals.

அயோக்கயர்களின் கடைசி புகலிடம் அரசியல்.

Good ideals are good. But one must not forget that it is often dangerous to be too good.

நல்லவராய் இருப்பது நல்லது தான். ஆனால் நல்லது எது? கெட்டது எது? என்று தெரியாமல் நல்லவராய் இருப்பது தான் மிகவும் ஆபத்தானது.

மக்களுடைய நன்மைக்காக பொதுவான வேலைகளை செய்வதற்காக ஒரு ஆள் தேவை. அந்த ஆள் தான் தலைவன். தலைவனுக்கு பக்கபலமாக உதவி செய்வதற்குத்தான் அங்கத்தினர்கள். தேர்தல் ஏன் நடத்தப்படுகிறது என்று பொது மக்களுக்கு தெளிவாக தெரிவிக்காதது படித்தவர்களுடைய தவறாகும். வேலை வாங்குவதற்காக கையூட்டுப் பணம் கொடுப்பது போல், வாக்களிப்பவர்கள் தேர்தல் காலங்களில் பணத்தை எதிர்பார்க்கிறார்கள்.

நாட்டின் நல்லாட்சியைக் கெடுப்பது தலைவர் தலைவிகளா? வாக்காள பெருமக்களா? இட ஒதுக்கீட்டில் பொதுதொகுதி வாக்காளர் நிற்கமுடியாது. தாழ்த்தப்பட்டவர்கள் தான் நிற்க முடியும். இத்தொகுதிகளில் டாக்டர் அம்பேத்கர் கொள்கைளை பின்பற்ற கூடியவர்களைத்தான், உண்மை தொண்டர்களைத்தான் ஒரு மனதாக தோந்தெடுக்க வேண்டும்.

இது நம் நாடு. நாட்டுக்காக நாம். நமக்காக நாடு என்ற உணர்வு ஒவ்வொர ஆணுக்கும் பெண்ணுக்கும் இருக்க வேண்டும். வர வேண்டும். எண்ணங்கள் செயல்பட தோன்ற வேண்டும். மக்களுக்காக மக்களுடைய நலனுக்காக கிராமங்கள் தோறும் நகரங்கள் தோறும் தேவையான மின்வசதி, குடிநீர் வசதி உள்ளதா? விவசாயிகள் தேவையான உதவிகளை பெறுகிறார்களா? கல்வி வசதி சீராக உள்ளதா? கிராம தலைவர்கள், ஆணையாளர்கள், வட்டார ஆட்சியர்கள், கிராம மணியக்காரர்கள் எல்லோரும் முறைபடி வேலை செய்கிறார்களா? யாருக்காக தேர்தல் நடைபெறுகிறது?

தேர்தலில் நிற்பவர்கள் அலைவதை நீங்கள் பாருங்கள். இரு கைகளை கூப்பி ஒவ்வொருவரையும் வணங்கவேண்டும். காலில் விழுந்து ஆசீர்வாதம் வாங்க வேண்டும். இப்படி எல்லா அபேட்சர்களும் வணக்கம் செய்துக்கொண்டே வாக்குகளை கேட்பது வேடிக்கையாக இருக்கும். தேர்தல் நேரங்களில் பதவி ஆசைக் கொண்டு, நீதிக்கு புறம்பாக போட்டிகள் போட்டுக் கொண்டு வட்டிக்கு பணம் வாங்கியும், நிலத்தை விற்றும், வாக்காளர்களுக்கு லஞ்சமாக மூன்று வேளை சாப்பாடும், மதியை மயக்கும் மது பானங்கள் கொடுத்தும், உறவினர்களுக்குள்ளேயே பிரிந்து வாக்குகள் கேட்டால் அண்ணன் சொல்லை கேட்பதா? தம்பி சொல்லை கேட்பதா? மாமன் பேச்சை கேட்பதா? கணவன் பேச்சை கேட்பதா? இந்த புனிதமான ஓட்டை ஆளாளுக்கு போடம்மா போடு, அக்காமாரே போடு, தங்கைமாரே போடு, தம்பிமாரே போடு, சாதி ஓட்டு போடு (ரகசியமாக) மறக்காதே! மறக்காதே! மாங்கா சின்னத்தை மறக்காதே! கழுதை சின்னத்தை மறக்காதே! இப்படி ஒவ்வொரு சின்னத்தின் பெயரைச் சொல்லி வாக்குகள் கேட்டால் வாசகர்களாகிய நீங்களே சொல்லுங்கள். எப்படி போட்டாலும் ஒருவருக்கு தானே போட முடியும். யாருக்கு போட? தேர்தலுக்குப் பின்னும் யோக்கியர்களை போல் தோல்வியை ஒப்புக் கொள்ளாமல் கூலிப்படைகளை ஏற்படுத்திக் கொண்டு கோஷ்டிகளாக பிரிந்து மாறி மாறி கொலை செய்வதும், கொலை செய்தவர்கள் கைதியாகிய பின் ஜாமினில் வெளிவருவதும், ஜாமினில் வெளிவரும் போதே கோர்ட்டுக்குள் நீதிபதி எதிரிலே கோஷ்டிகளாக அரிவாளால் துடிக்க துடிக்க வெட்டும் காட்சியை செய்திதாளில் பார்த்து படிக்கும் போது எவ்வளவு வேதனை ஏற்படுகிறது. நீதிபதியின் முன்னாலே அரிவாளால் வெட்டும் அளவுக்கு துணிவு யாரால் உண்டானது? கொலை செய்வதற்காக ஐந்து லட்சம், இருபது இலட்சம் என்று கூலிப்படையினருக்கு கொடுத்து கொலை செய்ய தூண்டுபவன் எல்லாமே தலைவன்தானே! விவசாயிகளுடைய உள்ளத்தில் வெறுப்புணர்ச்சியை ஏற்படுத்தியதால் ஏற்பட்டது தோல்வி என்போரும், சாதிக் கூட்டணிகளை நம்பியதால் தோல்விகள் கண்டார்கள் என்று சமாளித்து பேசுவோரும் உண்டு. முடிவாக இளைஞர் சமுதாயமே! யார் முட்டாள்? என்று எண்ணி பாருங்கள். அனுபவ அறிவைக் கொண்டு தலைவர்கள் ஒன்று சேராவிட்டால் தொண்டர்களுக்கு லாபம்

உண்டு. தினம் சாப்பாடு கிடைக்கும். உயிர்பாதுகாப்புக்காக தலைவரை சுற்றி ஆட்களை வைத்துக் கொள்ள வேண்டும்.

குடியரசு நாடு என்றால் என்ன? என்ற கேள்விக் கேட்டால் பதில் சொல்ல வேண்டாமா? பதில் சொல்ல தெரியாதவன் எல்லாம் தலைவன். தலைவன் என்றால் தெருவில் திரியும் தெரு நாயல்ல. அறிவுள்ள பொதுநலவாதி. சாதி சண்டையை தூண்டுபவன் எல்லாம் எப்படி தலைவனாக வரமுடியும். பதவிக்காக சாதி மக்கள் தொகையை வைத்து கணக்கு போட்டு, பித்தலாட்டம் செய்பவன் எல்லாம் தலைவன் என்று சொல்லலாமா? தலைவனே! நீ பிச்சைக்காரனா? ஒரு காலத்தில அம்மா! சோறு போடுங்கள் என்று பிச்சை கேட்பார்கள். அதைப்போல் அல்லவா வாக்கு பிச்சை கேட்கிறாய். உனக்கு வெட்கமில்லையா? மக்களெல்லாம் ஒன்று கூடி உன் சமூதாய உழைப்பை பார்த்து ஒருமனதாக அல்லவா தேர்ந்தெடுக்க வேண்டும். சமூக தொண்டனுக்குத் தான் சட்ட சபையில் உட்கார தகுதி உண்டு. பணத்தைக் கொடுத்து வாக்காளர்களை மடையனாக்குபவனா தலைவன்? மந்திரிகள் எல்லாம் அரசப்பீடத்தில் அமர்ந்ததும் மக்களுடைய பணத்தை கொள்ளையடித்து ஆட்சி மாறியதும் குற்றவாளிகளாக சிறையில் செல்லவா மக்கள் தொண்டன் என்று தேர்தலில் தேர்ந்தெடுக்கிறார்கள்? பொதுநலவாதிகளாக மக்களிடையே நடமாடும் அரசியல்வாதிகளுக்கு உள்ள உண்மையான பொதுத் தொண்டு எவ்வாறு உள்ளது என்பதை கூறுகிறேன் கேள்.

சுதந்திரம் பெற்ற நாள் முதல் இந்திய மக்கள் அனைவரும் ஒரு தாய் மக்கள் மட்டும் அல்ல. எல்லோரும் இந்நாட்டு மன்னர்களின் மைந்தர்களாக பிரகடனம் செய்யப்பட்டோம். தியாக சீலர்களும் தலைவர்களும் கண்ட கனவு என்ன ஆனது தெரியுமா? ஆண்டுதோறும் ஆட்சி தலைவர்கள் சுதந்திரத்தன்று கொடி ஏற்றி நாட்டின் முன்னேற்றம் பற்றி சொல்லும் செய்திகள் அலங்கார சொற்களாகி விட்டன. அகிம்சை, சத்தியம், தூய்மை மூன்றையும் மக்கள் கடைபிடிக்க வேண்டும் என்று காந்தியார் மிகவும் ஆசைபட்டார். நிலைமை என்ன ஆனது? ஊழல், மோசடி, கொலை, கற்பழிப்பு,

தற்கொலை, சாலை மறியல், மரங்களை வெட்டுதல், மோட்டார்களை தீயிட்டு கொளுத்துவது போன்ற செயல்கள் நடைபெறுகின்றன. சாதி வெறியர்களால், எல்லோரும் இந்நாட்டு மன்னா் என்பதை மறந்து, முதலில் எந்த வழியிலாவது ஆட்சியை பிடிக்க வேண்டும். குற்றவாளிகள், அரசியல்வாதிகள், சமுதாயத்திலுள்ள பெரியவர்கள் இவா்களை ஒன்று சோ்த்து எப்படியாவது அபாயகரமான கூட்டணி ஆட்சி ஏற்பட வேண்டும் என எதிா்பாா்க்கிறாா்கள்.

அதிகாரம் ஊழலை உண்டாக்கும். அதிக அதிகாரம் அதிக ஊழலை உண்டாக்கும் என்பதை மாணவா்களாகிய நீங்கள் முதலில் தெரிந்துக் கொள்ள வேண்டும். ஆள்பலத்தை, பணபலத்தை, அதிகாரத்தை சோ்ப்பது ஒவ்வொரு கட்சியின் நோக்கமாக இருக்கிறது. லட்ச ரூபாய்கள் முன் லட்சியங்கள் மறக்கப்படுகிறது. திறமையான, நேர்மையான தீர்க்கமான நல்லவர்கள் எப்போது கிடைப்பார்கள்? பணபலத்தை உடையவா்களால்தான் பதவிப் போட்டியில் வெற்றிப் பெற முடிகிறது. வெள்ளையா் ஆட்சி நமக்கு தேவையில்லை. கொள்ளையா் ஆட்சி நமக்கு கூடாது. அவா்களை விரட்டினால் அரசியல் அபாயம் நீங்கும் என எதிா்பாா்த்தாா்கள். ஆனால் பழைய அரசியல் அபாயங்கள் மீண்டும் 1947க்கும் பின் நுழைந்து விட்டது. 11.01.1948ல் ஹரிஜன் வார இதழில் சுதந்திரம் கிடைத்ததும் முன்னிருந்த நெறிமுறைகள், ஒழுக்கங்கள், சுயநலமற்ற பொதுப்பணி எல்லாம் கைவிடப்பட்டு பதவி வைத்து பணம் சம்பாதிக்கும் முறைகளில் அமைச்சா்களும், சட்டசபை உறுப்பினா்களும் போட்டி இட்டதால் காங்கிரஸ் கட்சியின் மீது மக்களுக்கு வெறுப்பு உண்டாகி இருப்பதைப்பற்றி முதுபெரும் தியாகி தோண்ட வெங்கமடையா சோகமாக குறிப்பிட்டு காங்கிரஸ் ஆட்சியை விட வெள்ளையா்கள் ஆட்சியே மேல் என்று எழுதி இருந்ததை உங்களுக்கு நினைவு படுத்துகிறேன். முதிா்ந்த தியாகி காந்தியாா் ஊழல் என்பது ஒரு மாநிலத்துக்கு மட்டும் உரிய ஏக போக சொத்தல்ல. அதுதான் மற்ற மாநிலங்களிலும் உள்ள ஆபத்தான நிலைமை என்று எழுதினாா்.

மாணவா்களே! நமது நாடு சோதனையும், வேதனையுமாக உள்ளது. ஆட்சியை அமைக்கலாம் என்று அரசியல் சுயநல சாதி வெறியா்கள், சாதி மாநாடுகள் மூலம் தலைவா்களாகி மந்திரிகளாக வரலாம் என்றும் நினைப்பதும், பொது மக்கள் அனைவரும் சாதிப்பேரால் பிரிந்து நமக்கு தான் ஓட்டுபோடுவார்கள் என்றும் மனப்பால் குடிக்காதீர்கள். இன்று ஆட்சிப் பீடத்தில் அமருவோர் அனைவரும் நீதிமன்றத்தில் குற்றவாளிகளாக விசாரிக்கப்படுகிறார்கள். தலைவன் என்றால் என்ன? தொண்டன் என்றால் யார்? இவா்கள் மக்களுக்கு என்ன செய்தார்கள்? என்ன செய்கிறார்கள்? என்று எண்ணிப் பாரக்கும் போது மனவேதனைதான் உண்டாகிறது. இக்காலத்தில் தலைவன் என்று அழைக்கின்றோம். அக்காலத்தில் அரசன் என்று அழைத்தார்கள். அரசன் அல்லது தலைவனது கடமை என்ன என்று எண்ணி பார்க்கும் போது, தன் மக்களையும் செயல் முறையில் அழைத்துச் செல்லும் பகுத்தறிவு பெற்றவராக அவன் இருக்க வேண்டும். அறிவிருந்தும், அறிவில்லாத மூடர்களை போல் வாழக்கூடாது. தலைவா்கள் பழிக்குபழி என்ற குற்றங்கள் செய்யக்கூடாது. வெள்ளையரை நம் நாட்டை விட்டு வெளியேற்ற தொண்டர்கள் முதல் தலைவா்கள் வரை இந்திய மக்களிடம் குறிப்பாக ஏழை எளிய மக்களிடம் கூறிய வார்த்தைகள் என்ன? புண்ணிய பூமி என்றும் பாரத மாதா என்றும் போற்றும் நம் நாடு என்றென்றும் அடிமைப்பட்டு இருப்பதா? நமக்கு மானம் இல்லையா? ரோஷமில்லையா? வெட்கம் இல்லையா? நமக்கு நாமே ஆள வேண்டாமா? ஏழை என்றும் அடிமை என்றும் எவனும் இல்லை, சாதியில் இழிவுக்கொண்ட மனிதா் என்பவா் இந்தியாவில் இல்லையே என்று கோஷங்கள் போட்டு, மதங்கள் வேண்டாம், சாதிகள் வேண்டாம், எல்லோரும் இந்நாட்டு மன்னா்கள் என்று மேடைகள் தோறும் ஆடைகள் அவிழ பேசிய தலைவா்களையும், தொண்டர்களையும் ஒவ்வொரு சுதந்திர நாள் அன்றும் நினைவு கூறி வந்திருக்கிறீர்களே! வெள்ளையா் ஆட்சியை வெளியேற்ற மக்களிடம் கூறிய வார்த்தைகளையே தான் பகுத்தறிவாதியாகிய நான் உங்களிடம் கேட்கின்றேன்.

சுதந்திர நாடு என்றால் என்ன? விளக்கம் தராமல் அறிஞா்களான தலைவா்கள் நாட்டைக் கெடுத்து விட்டு போய் விட்டார்கள். மானம், ஈனம், ரோசம், சூடு, சுரணை

இருந்திருந்தால் சுதந்திரம் பெற்று இத்தனை ஆண்டுகள் கழிந்தும் மதச்சண்டை, சாதிச்சண்டை மக்களை விட்டு நீங்கவில்லை என்பது எங்கள் குற்றம்தான் என்று அரசியல் தலைவர்கள் ஏற்றிருப்பார்கள். அப்படி இல்லையேல் இது யாருடைய தவறு? விஞ்ஞானிகள் விளக்கம் தருவார்களா? பட்டங்கள் பெற்ற அறிஞர்கள் வரிசையில் டி.வி. மூலம் பட்டிமன்றம் நடத்தும் நயவஞ்சகர்களால் பதில் சொல்ல முடியுமா? அக்கால ஆரியர்கள் சாதிகள் பிரித்தார்கள் என்ற குறை கூறினோம். குறை கூறியவர்களே சாதிக் கட்சிகளை வைக்கலாமா? எத்தனைக் கட்சிகள் என்று எண்ணிப்பாருங்கள். மதமும் சாதியும் ஏன் இன்னும் ஒழிக்கப்படவில்லை. வேலியே பயிரை மேய்ந்த கதையாக தலைவர்களும், தொண்டர்களும் மக்களை வேறுபடுத்தியே, மதத்தையும், சாதியையும் ஒழிக்க தைரியம் இல்லாமல் இருந்துவிட்டார்கள் என்பதை ஏழையாக இருக்கும் பகுத்தறிவாதி தைரியமாக எடுத்துச் சொல்வான். அரசியலை நடத்தும், நடத்தப் போகும் அரசியல்வாதிகளே! நீங்கள் மதத்தையும் சாதியையும் கடவுளையும் நம்புகின்ற வரையில் உங்களால் சுதந்திர நாட்டை சுபிட்சமாக அழைத்துச் செல்ல முடியவே முடியாது. திரையரங்குகள், வானொளி, தொலைக்காட்சி ஆகிய மூன்றையும் மதப்பித்தும், சாதிப்பித்தும், கடவுள் பித்தும் உள்ளவர்களைக் கொண்டு நடத்தி வருவதால் நல்வழியில் செல்வதற்கு பதிலாக தீயவழிகளை பின்பற்றும் மக்கள் கூட்டம் அல்லவா பெருகி வருகிறது.

குடி பழக்கம், சீட்டாட்டம், பரிசு சீட்டு ஆகியவற்றை நம்பிக் கொண்டிருப்பவனால் சுதந்திர நாட்டை எப்படி காப்பாற்ற முடியும்? எண்ணிப் பாருங்கள். வயிற்றுப் பசிக்காக தெருதெருவாக வலம் வந்து அம்மா பசி சோறு போடுங்கள் என்ற குரலை கேட்டதில்லையா? எண்ணில் அடங்கா ஏழை மக்கள் வானத்தை கூரையாகவும், பாதை ஓரங்களை படுக்கை இடமாகவும் பயன்படுத்தி தூங்கும் நிலைமையையும் சென்னை போன்ற நகரங்களில் சென்று பாருங்கள். உண்மை புரியும். சிந்தனைச் சிற்பிகளாக குழந்தைகளை உருவாக்கும் முறைகளை ஒருவருக்கொருவர் பகுத்தறிவு பாதைகளில் கலந்து பேசுவதற்குப் பதிலாக சீட்டாட்டத்திலே ரயிலில் பயணம் செய்யும் வேலை

செய்வோர் மூழ்கியிருப்பதை எண்ணிப்பார். பரிதாபம். குடி குடியை கெடுக்கும் என விளம்பரப்படுத்திக் கொண்டே குடி ரகங்களை விற்பனை செய்வதை யோசித்துப்பார். குற்றங்களை கூறிக்கொண்டும், குறைகளை சொல்லிக்கொண்டும், அரசியல்வாதிகள் மக்களை திசைதிருப்பிக் கொண்டே காலத்தை கழித்தும், தேசிய ஒருமைப்பாட்டிற்காக கூக்குரல் கொடுத்து கொண்டு வந்தும் பயன் என்ன ஏற்பட்டது என்று எண்ணிப்பாருங்கள். காட்டுமிராண்டிகள் என்றும், நமது முனனோர்கள் செய்தார்கள் என்றும் சொல்லுகின்றார்களே தவிர, ஆயிரக்கணக்கான ரூபாய்களை செலவு செய்து, கடவுள்களை அலங்கரித்து தெருத்தெருவாக வானவேடிக்கைகளை விட்டுக்கொண்டு வணங்கும் மக்கள் உள்ள நாடு எப்படி முன்னுக்கு வரும் என்பதை எண்ணிப்பாருங்கள். குற்றத்தை சொன்னால் கோபம் வரும். கோபம் வந்து விட்டால் பயன் இல்லை. நம் குற்றத்தை மறைத்தால் அல்லவா நம்மை பெரிய ஆட்களாக மற்றவர் மதிக்க முடியும். அப்பொழுது தான் நமக்கு தொண்டர்கள் மூலம் உயர்வான பதவிகளை மக்கள் தருவார்கள். வாக்காள பெருமக்களே! எங்களது கூட்டணி வெற்றி பெற்றால் என்று ஆரம்பிக்கின்றார்கள். எல்லா கூட்டணி தலைவர்களின் சொற்பொழிவை இலட்சக்கணக்கான மக்கள் கேட்கிறார்கள். மழை என்றும் வெய்யில் என்றும் பார்க்காமல் தலைவர்களின் பேச்சை எவ்வளவு மகிழ்ச்சியோடு, எவ்வளவு நம்பிக்கையோடு கேட்கிறார்கள். ஒரு கூட்டணியில் தலைவர் உள்பட தொண்டர்களும் தேர்தலில் போட்டிகள் போடுகின்றனர். அடுத்த கூட்டணியில் தலைவர்கள் என்ற பதவியை பெற்றுக் கொண்டு, தாங்கள் போட்டி போடாமல், தொண்டர்களை நிற்க வைத்து எங்கள் கூட்டணியை மறந்துவிடாதீர்கள் என்று அறிக்கை விடுகின்றனர். நாங்கள் ஆட்சிக்கு வந்தால் எங்களை இந்த ஒருமுறை தேர்ந்தெடுத்தால் நன்றி உள்ள நாய்களைப் போல் நாட்டு மக்கள் முன்னேற்றத்திற்கு பாடுபடுவோம். நாங்கள் திருட மாட்டோம். பொய் சொல்ல மாட்டோம். எங்கள் ஆட்சியில் பெண்களுக்கு பாதுகாப்பு அளிப்போம். கொலைக்குற்றங்கள் நடக்காமல் மக்களுக்கு பாதுகாப்பு தருவோம். எல்லோருக்கும் வேலை வாய்ப்பு தருவோம். ஆடம்பர வாழ்க்கையை நடத்தி, வீணாக பாட்டுக் கச்சேரியை

நடத்தி, பணத்தை விரயம் செய்ய மாட்டோம். இப்படிதான் எல்லா தலைவர்களும் பேசி காலத்தை தள்ளுகிறார்கள்.

வாக்காள பெருமக்களே! உங்களுடைய சிந்தனைக்காக கூறுகிறேன். கவனத்தோடு சிந்தித்துப் பாருங்கள். தமிழகத்தில் நல்லாட்சி என்பதே நமது நோக்கம். நல்லாட்சியின் இலக்கணம் என்ன? யாரால் நல்லாட்சி தர முடியும்? கடந்த கால ஆட்சிகளை ஒப்பிட்டுப் பாருங்கள். கடந்த கால அனுபவங்களை நாம் மறந்து விடக்கூடாது. எதிர்கால திட்டங்களைப் பற்றி யார் பேசுகிறார்கள்? என்ன பேசுகிறார்கள்? யாருடைய கைகளிலே ஆட்சிப் பொறுப்பைக் கொடுத்தால் நல்லாட்சி அமைவதற்கு வாய்ப்பு ஏற்படும்? முதல் அமைச்சர் பதவி என்பது முக்கியமான பதவி. அரசு தேரின் அச்சாணியே முதலமைச்சர்தான். முதலமைச்சர் பதவியை வகிப்பதற்கு தகுதி, தகுதியின்மை என்பவை இருக்கின்றன அல்லவா? மூத்த அறிஞர் இராஜாஜி, பெருந்தலைவர் காமராஜ், பேரறிஞர் அண்ணா ஆகியோர் வகித்து வந்த பதவி அல்லவா? இந்த பதவிக்கு நீங்கள் தேர்ந்தெடுப்பவரால் தலைகுனிவு ஏற்பட்டு விடக்கூடாது என்பதை நினைவில் கொள்ளுங்கள். அரசியல் மரபு, நெறி, ஒழுக்கம் ஆகியனவையும் முக்கியம். உங்கள் வாக்கு அரசியல் சாசனத்தில் சிக்கலை ஏற்படுத்தி விடக்கூடாது என்பதில் கவனமாக இருக்க வேண்டும். ஒரு நல்லாட்சிக்கு மாற்று இன்னும் சிறந்த நல்லாட்சியே! ஒரு நல்லாட்சிக்கு மாற்று பொல்லாத ஆட்சி அல்ல. வாக்கு என்பது விதை. எதிர்காலத்தை எண்ணி விதையுங்கள். எதிர்காலத்தை எண்ணி வாக்களியுங்கள். ஆயிரமாயிரம் கனவுகளை தேக்கி வைத்துள்ள இளைய தலைமுறையினர் பொல்லாத ஆட்சி மீண்டும் வந்து விடாமல் தடுத்து, நல்லாட்சி அமைவதற்கு வாக்களியுங்கள். ஏனென்றால் உங்கள் எதிர்காலத்தை நீங்கள் மட்டுமே தீர்மானிக்க முடியும்

ஒன்றியத்திற்கு தலைவரை தேர்ந்தெடுக்க தேர்தல் தேதி அறிவித்து விட்டால் போதும். உண்மை தொண்டர்கள் ஒதுக்கப்படுகிறார்கள். தொண்டு மனப்பான்மை உள்ளவன் தள்ளப்படுகிறான். எல்லா வேட்பாளர்களும் பணம் படைத்தவர்களாகவும்

இருக்க வேண்டும். மக்களை ஏமாற்றி பேசும் திறமை வேண்டும். பொருத்தமாக பொய் சொல்லி மேடையில் பகிரங்கமாக ஒரு கட்சியை திட்டும் திறமையும் திட்டிய கட்சியுடன் கீழே இறங்கியதும் கூட்டு சேர பேரம் பேசும் திறமையும் வேண்டும். தலைவர் பதவியில் இருந்து விட்டால், மீண்டும் அந்த பதவியை விட முடியாதாம். காரணம் தலைவர் பதவியை பெற்று விட்டால் போதும் அதிகாரத்தோடு பணம் சம்பாதிக்கும் வழிகள் எல்லாமே தெரிந்து விடும். வட்டம், மாவட்டம் என்று எங்கும் உள்ள அத்தனை தலைவர்களும் பணம் சம்பாதிக்க முடியுமாம். இரண்டு பேர் தேர்தலில் நிற்பார்களானால் வாக்குப்போட தகுதியுள்ளவர்கள் 200 பேரை பஸ்ஸில் ஏற்றிக் கொண்டு, 50-100 மைல் தூரத்தில் மண்டபம் ஒன்று எடுத்து, மூன்று வேளையும் சாப்பாடு, சாராயம், பிராந்தி போன்றவற்றை சாப்பிட்டு விட்டு படுத்து தூங்க வேண்டியது. வாக்குப்பதிவு அன்று மட்டும் அழைத்து வரப்படுவார்கள். ஓட்டு போடுபவருக்கு ரொக்கம் ரூ. 500/- இரண்டு தலைவர்களும் செலவு செய்து வர வேண்டும். இருவரில் ஒருவர் பதவிக்கு வருவார். தோற்றவர் வேதனையுடன் வெளியேறுவார். வெற்றி அடைந்த தலைவருக்கு கான்ட்ராக்ட் மூலம், கட்சி மூலம் வருமானம் வரும். அதைப்போலவே வட்டத்து தலைவர் மாவட்டத்திற்கு தலைவர் என பணத்தை வைத்திருப்பவன் தான் தேர்தலில் நிற்க முடியும். குடிக்காரன், கொள்ளை அடிப்பவன், ஏமாற்றுக்காரன், சுயநலமுள்ளவன் தான் தேர்தலில் நிற்க தகுதியுடையவன்.

We are law makers not law breakers.

நாம் சட்டத்தை உருவாக்குகிறவர்கள். உடைப்பவர்கள் அல்ல.

என்று டாக்டர் அம்பேத்கர் ஏன் கூறினார் என்று இனி முதலாவது அரசு ஊழியர்கள், ஆசிரியர் பெருமக்கள், காவல்துறையினர், வழக்கறிஞர் நீதிபதிகள் அனைத்து பிரிவு அலுவலர்களுமே சிந்தித்துப் பார்க்க அன்போடு அழைக்கின்றேன்.

தேர்தலில் ஜெயித்தாலே பெரிய பணக்காரனாக ஆகலாம் என்றும், பல பேர் தன்னை புகழ்ந்து துண்டுகள் போட்டு மரியாதையைப் பெறலாம் என்றும் அரசியல்வாதிகள் நடந்துக் கொள்ளுகிறார்கள். தேர்தலில் தலைவர்களின் மூலம் இடம்

கிடைத்து விட்டாலே, தன்னால் மக்களை எப்படி எல்லாம் ஏமாற்ற முடியும் என்ற அறிவு உண்டாகி விடும். கல்வி அறிவு இல்லாதவர்களை, ஏழை மக்களை, ஓட்டு போடும் மக்களை, சாதி பேரால் ரகசியமாக பிரித்துவிடும் நிகழ்ச்சிகள் அனைவரும் அறிந்ததே. புடவையுடன் ரூபாய் கொடுத்து உங்கள் குடும்பத்தார் ஓட்டுகள் எல்லாம் எங்களுக்குத் தாருங்கள் என்று வணக்கங்கள் செய்துக் கொண்டே செல்வார்கள். அதிகம் படிக்காவிட்டாலும் மக்களின் பேராதரவு பெற்ற தலைவர்கள் தான் தேர்தலில் நிற்கிறார்கள். வெற்றியும் பெறுகிறார்கள். ஓட்டு போடுகிறவன் முட்டாள் என்றால் ஓட்டுக்கு நிற்பவன் அய்யோக்கியனாக தான் இருப்பான். இந்த வார்த்தையை எதற்காக சொல்கிறேன். ஓட்டு போடுகிறவர்களை முட்டாள் என்கிறாரே என்ற சந்தேகம் வரலாம். அரசியல் நடத்துவோர் சட்டசபையில் சட்டைகளை கிழிப்பதும் முதல்வர் பட்ஜெட்டை வாசிக்கும் போது ஓடி போய் அதை பிடுங்கி இழுப்பதும், கழுதைகள் கத்துவதைப் போல் ஒழிக ஒழிக என்றும், வாழ்க வாழ்க என்றும் ஆளுங்கட்சியினரும் எதிர்கட்சியினரும் ஒருவரை ஒருவர் அடித்துக் கொள்வதும், போலீசார் தலையிட்டு கூச்சல் குழப்பத்தை தடுக்க, அவர்களை சட்டசபையை விட்டு வெளியேற்றுவதும் பார்த்துக் கொண்டு இருக்கிறோம். வெற்றிப்பெற்று சட்டசபைக்கு சென்று மக்களுடைய குறைகள், அவர்களுக்கு நன்மைகள் எவை என்று மந்திரி சபையில் ஒப்புதல் பெற்று நமக்கு உதவுவார்கள் என்றல்லவா ஓட்டு போட்டோம். இனி வரும் தேர்தலின் போது ஏமாறக்கூடாது. சென்ற காலத்தை மறப்போம்.

நமது முன்னோர்களின் பொய் புரட்டு புராண இதிகாசங்களாகிய இராமாயணம், மகாபாரத கதைகள் தான் இந்நாள் வரை மக்களிடம் பேசப்பட்டு வருகிறது. ஆரிய ஆத்தீகவாதிகள் நாரதர் வேடத்தில் கலகங்கள் செய்து சண்டைகள் போட தூண்டிவிட்டார்கள். இன்றைய அனைத்து கட்சி தலைவர்களும், தொண்டர்களும், அரசியல்வாதிகள் அனைவரும் நாரத வேஷத்தை போட்டுக் கொண்டு நாட்டு மக்களுக்குள் ஒற்றுமைகளை உண்டாக்காமல் எப்படி ஏமாற்றி, எப்படி எல்லாம் பிழைக்க வேண்டுமோ அந்த வழியில் நடமாடிக் கொண்டு இருக்கிறார்கள். பணம் படைத்தவன்

பொய் சொன்னால் அது மக்களுக்கு பொய் என்று தெரிவதில்லை. உண்மையானவன், நாட்டு மக்களுக்கு நல்வழிக்காட்டி சமூக சேவை செய்ய துடியாய் துடிக்கும் எண்ணங்கொண்ட ஊழியனுக்கு, அறிவுப் பிரச்சாரம் செய்பவனுக்கு, பணம் இல்லாத காரணத்தால் அவருடைய பேச்சை கேட்பதும் கேட்டு தலை ஆட்டிக் கொண்டு இருப்பதும் ஒரு டீக்குக் கூட நமக்குக் கதியில்லை என்று சிலர் நினைக்கிறார்கள்.

இளைஞர்களே! தேர்தல் ஏன் நடத்த வேண்டும்? அதனுடைய பயன் என்ன? என்று வாக்காள பெருமக்களுக்கு தெரியாது. தெரிவிக்க யாரும் முன் வருவதில்லை. நமக்கு நாமே நாட்டை ஆளவேண்டும். யார் ஆளவேண்டும் தெரியுமா? நல்லவர்கள், வல்லவர்கள், பொது நலவாதிகள், நல்லொழுக்கம் உள்ளவர்கள், தீய பழக்கங்கள் இல்லாதவர்கள், சுய நலமற்றவர்கள் நாட்டை ஆளவேண்டும். உண்மையை பேசி நீதியோடு நடந்து நல்லாட்சி நடத்த பகுத்தறிவுள்ளவர்கள் தேவை. அவர்களைத்தான் மக்கள் தேர்ந்தெடுக்க வேண்டும். அந்த தகுதி உள்ளவரையா மக்கள் தேர்ந்தெடுக்கிறார்கள்? இல்லை என்பது அறிவுள்ள வாக்காள பெருமக்களுக்கு தெரியும். தேர்ந்தெடுக்கப்பட்டவர்களின் வேலை என்ன? மக்களுக்கு தேவையான நன்மைகளை பூர்த்தி செய்தலே. பொதுவாக ஒவ்வொரு தொகுதியில் உள்ள பஞ்சாயத்துக்கும் ஊராட்சி ஒன்றியத்தின் மூலம் ரூபாய் ஒதுக்கப்படுகிறது. நீர்வசதி, தெருக்களில் விளக்குகள் போட, பாதை வசதி சரிபடுத்த என்று ரூபாய் செலவு செய்ய தலைவர் மூலம் ஒப்படைக்கப்படுகிறது. ஆயிரக்கணக்கில், இலட்சக்கணக்கில் ரூபாயை செலவு செய்து, தேர்தலின் போது மக்களுக்கு சாராயம் ஊற்றினேன், சாப்பாடு போட்டேன், கையில் ரூபாய் கொடுத்தேன். கொடுத்த ரூபாயை நான் எப்படி எடுக்கமுடியும். கிராமத்துக்கு பாதிவேலை செய்து மிச்ச பணத்தை தக்க வைத்தால்தான் செலவு செய்த ரூபாயை மீட்க முடியும். இப்படி பஞ்சாயத்து ரூபாய்களுக்கு தலைவர்கள் பங்கு போடுகிறார்கள். மின்சார பல்ப் அடிக்கடி பீஸ் போய் விடுகிறது. போர் வெல் இரண்டு இடத்தில் போடப்பட்டது. மூன்றாவது இடத்தில்தான் நீர் கிடைத்தது. மிஷின் ரிப்பேர் ஒன்றியத்திலிருந்து வந்தவருக்கு ரூபாய் கொடுக்கவேண்டும். இப்படி எத்தனையோ செலவுகள் என்று சமாளித்தும் விடுகிறார்கள்.

இன்னா தலைவரே? தேர்தலில் நான் ஜெயித்தால் அதை செய்வேன். இதை செய்வேன் என்றாய். தெருவுக்கு சொன்னதுப்போல் விளக்கே போடவில்லையே என்று கேட்டால் அட போப்பா மின்சாரம் குறிப்பிட்ட அளவுதான் வருகிறது. பல்பு வாங்கிப்போட்டாலும் மின்சாரம் வராது. அது மட்டுமா என் நிலைமையில் இருந்து நீயே யோசி. எனக்கும் மனைவி, குழந்தைகள் உண்டு அல்லவா? எனக்கு வேறு ஏதாவது பென்ஷன் உண்டா? இல்லையே! என்று கேட்டவர்களுக்கு விளக்கம் தருகிறார்கள். சனியன் பிடித்த தலைவர் பதவிக்கு ஏன் வந்தேன் என்று தெரியவில்லையே! கண்டவர்களுக்கு எல்லாம் பதில் சொல்ல வேண்டி உள்ளதே என்று சொல்லுகிற தலைவர்கள் நிறைய பேர் உண்டு என்பது பலருக்கும் தெரியும்.

8-ம் வகுப்பு படித்திருந்தால் கல்யாணத்திற்காக 5000 ரூபாய் அரசு தருவதாக தலைவர் சொல்ல, ரேஷன் கார்டை காட்டியும், கல்யாண பத்திரிகை காட்டியும் மணியக்காரருக்கு முதலில் ரூபாய் 2000 செலவு செய்ய வேண்டும். கணவன் இறந்தால் 10 ஆயிரம். மணியக்காரர் முதல் சம்பந்தபட்ட அதிகாரிகள் வரையில் முதலில் செலவு செய்யவேண்டும். முதலில் பணம் வரட்டும். ஆளுக்கு ஏதாவது மறக்காமல் கொடுக்கிறேன் என்றால் ரூபாய் வந்தால் நீ வரமாட்டாய் கொடுக்கமாட்டாய். ஆகவேதான் முதலில் கேட்கிறோம். நீ ஏழையாய் இருந்தால் என்ன? எங்களுக்கு தெரியாது. சும்மா வர பணம்தானே. எங்கேயாவது கடன் வாங்கி முதலில் தாருங்கள் என்பார்கள். இப்படி கல்யாணத்திற்கும், மாங்கல்யம் அறுந்த மங்கையர்களுக்கும் அரசு உதவித்தொகை 5000 ரூபாயை பெற 2000 ரூபாய் செலவு செய்யவேண்டுமாம். 10000 ரூபாய் பெற 4000 ரூபாய் செலவு செய்தாக வேண்டுமாம். இது யாருடைய தவறு என்றால் எல்லோருக்கும் கோபம் வரும். ஆகவே வாசகர்களாகிய நீங்கள் தீர்ப்புக்கூறுங்கள். சும்மா கொடுக்கிற கருணை உதவித்தொகைத்தானே என்று அலுவலர்கள், உதவியாளர்கள் பாதிக்கப்பட்டவர்களிடம் பணம் கேட்க கூடாது.

எங்கே நீதி? எங்கே நீதி? அரசயில் சட்டத்தை படித்து, வழக்கறிஞர்கள் பட்டத்தை பெற்றுக் கொண்டு நீதிமன்றங்களில் மக்களுடைய குறைகளை நீதிபதி முன்பு எடுத்துரைத்து வாதாடும் வழக்கறிஞர்கள் போலீஸ்காரர்களை கல்லால் அடித்துக் கொண்டு, ரத்தம் வழிய ஓடிய போலீஸ்காரர்கள் வக்கீல்களை அடித்துக் கொண்டே கார்களை உடைப்பதும் இரண்டு சக்கர வண்டியை அடித்து நொறுக்குவதும் சரிதானா? 19.02.2009-ல் உயர்நீதிமன்றம் முன்பு வரலாறு காணாத முறையில் கல்வீச்சு, தடியடி ஏற்பட்டு வழக்கறிஞர்களும், காவல்துறையினரும் போர்கோளம் பூண்டது சரியா? இரு பிரிவினர்களுக்கும் பயங்கர மோதல் தேவை தானா? மக்களை நல்வழியில் திருத்துவோர் செயலா இது? ஜெயில் தண்டைனை பெற்றவர்களுக்கு அரசியலில் நுழைய இடமே இல்லை என்று வாதாடுவதும், தண்டனைப பெற்ற M.L.A மக்கள் ஆதரவு பெற்று மீண்டும் முதல் மந்திரியாக தேர்ந்தெடுக்கப்பட உரிமை உண்டு என்று 164 பிரிவை காட்டுவதும், பின் 174, 169 சட்டப்பிரிவை காட்டி, தகுதி இல்லை என்று கூறி பதவியை விட்டு நீக்குவதும், எது சரி, எது சரி இல்லை, யார் சொல்வதில் உண்மை உள்ளது என்று விழித்துக்கொண்டு மக்கள் இருக்கிறார்கள்.

ஆட்சியில் அமர்ந்தால் நான் மணலை கயிராக திரிப்பேன். தண்ணீரை எடுப்பேன். ஆறாக ஓட வைப்பேன். மக்களுடைய கண்ணீரை துடைப்பேன். என்னை நம்புங்கள். இப்படி ஆட்சியின் அதிகாரத்தில் அமர எவ்வளவு உண்மை இல்லாத பொய்களை சொல்ல முடியுமோ அவற்றை எல்லாம் மக்களிடம் சொல்ல அடியாட்களையும், தொண்டர்களையும் பயன்படுத்திக் கொண்டு குறிப்பிட்ட தொண்டர்கள் மூலம் பணத்தை தந்து கட்சிகளை அமைத்து மன்றங்களை அமைத்து பிரச்சாரம் செய்வதை பார்க்கிறோம். துப்பாக்கி குண்டுகளுக்கு தொண்டர்கள் இறப்பதும், தடி அடிப்பட்டு, தலை, கை, கால்கள் வெட்டுப்பட்டு, மருத்துவமனையில் படுத்திருப்போரை சந்தித்து இரு கட்சி தலைவர்களும் ஆறுதல் கூறி, இறந்தவர் குடும்பத்தினருக்கு ஒரு லட்சம் வீதமும், அடி, உதை, ரத்தகாயம் பட்டவர்களுக்கு 50 ஆயிரம், 20 ஆயிரம், 10 ஆயிரம் வீதம் பணமுடிப்பு கொடுப்பது வழக்கமாகிவிட்டது. நன்றியுள்ள நாயாக தலைவனை சுற்றி சுற்றி வர

வேண்டும். வணங்க வேண்டும். டேய் அவனை அடி என்றால் உடனே அடித்துவிட வேண்டும். உதை என்றால் உதைக்க வேண்டும். கடி என்றால் கடிக்க வேண்டும். தாமதப் படித்தினால் அடிப்பது சரியா என்று யோசனை வந்தால் அடிக்க மாட்டான். ஆகவே உடனே செய்திட வேண்டும். அப்போதுதான் அவன் உண்மை தொண்டன் என்றும் தலைவனின் ஆசிபெற்ற வீரத்தொண்டன் என்றும் பரிசு கொடுக்கப்படும். தலைவன் ஆணையிட்டால் போதும் கல்லெறிய வேண்டும் அடிக்க வேண்டும் உதைக்க வேண்டும் மரத்தை வெட்ட வேண்டும் பள்ளம் தோண்ட வேண்டும் பஸ்ஸை கொளுத்த வேண்டும். தயங்காமல் தடியை தூக்க வேண்டும். கத்தியை நீட்ட வேண்டும். வெட்ட மறந்துவிடக்கூடாது. அரசியல்வாதிகள் எப்பொழுதும் அறிஞர்களாக இருக்கக்கூடாது. அய்யோக்கியர்களாகத்தான் இருக்க வேண்டும். தேர்தலின் போது மக்களை மயக்கி ஓட்டு வாங்கும் சக்தி உள்ளவனை தான் ஒன்றிய தலைவன் மாவட்ட தலைவன் செயற்குழு உறுப்பினர்களாக தேர்ந்தெடுக்க வேண்டும். பொது மக்களிடம் பேசுவதில் மட்டும் அறிஞர்களாகவும் நீதியோடு நடப்பவர்களாகவும் நடிக்கத்தெரிந்தவன் தான் என் கட்சியின் தொண்டன். சிந்திக்கத் தெரிந்தவன், சட்டத்தை பார்ப்பவன், நீதிக்கு பயப்படுபவன் எல்லாம் தொண்டனாக என் கட்சியில் இருக்கக்கூடாது என்று விளக்கம் தருகிறார்கள் தலைவர்கள். மாணவ மாணவிகளே! உங்கள் காலத்திலாவது அரசியல்வாதிகளில் திருடர்களே இருக்கக்கூடாது. ஏமாற்றும் புத்தி உள்ளவர்களே இருக்கக்கூடாது. சுயநலவாதியை பொது தொண்டு புரிவதில் சேர்க்கவே கூடாது. உள்ளொன்று வைத்து புறம் ஒன்று பேசும் திறமையுள்ளவனை சீர்திருத்தவாதி என்ற பட்டியலில் சேர்க்கக்கூடாது.

தென்னாட்டு சிங்கமே! புலியே! சிறுத்தையே வாழ்க! என ஊர்வலத்தில் லாரிகள், பஸ்கள், வேன்கள் செல்ல கோஷங்கள் எழும்பும். காரில் தலைவர் நின்று கொண்டு கையை அசைக்க, போதுமா, போதுமா? இந்த படை போதுமா? இன்னும் கொஞ்சம் வேண்டுமா? என்று கூச்சலிடும் பரிதாபமுள்ள தொண்டர்களை கண்டால் வேதனை வருகிறது. நெருப்பை நெருப்பால் அணைக்க முடியாது, பொய்யை பொய்யால் வெல்ல

முடியாது. பகையை பகையால், கோபத்தை கோபத்தால், வெறுப்பை வெறுப்பால் வெல்ல முடியாது. ஆகவே அருமையானவர்களே! அரசியல்வாதிகளே! மதவாதிகளே! இல்லாத கடவுள் பெயரால் மக்களுக்குள் கலகங்களை தூண்டிவிடுபவர்களே! நெருப்பை தண்ணீரால், பொய்யை உண்மையால், பகையை பாசத்தால், கோபத்தை சாந்தத்தால் வெறுப்பை அன்பினால் வெற்றிக்கொள்ளுங்கள். ஆகவே பலமுறை உங்களுக்கு எழுத்து மூலம் எழுதி இருக்கிறேன். ஒவ்வொரு ஆணுக்கும் பெண்ணுக்கும் இல்லற வாழ்க்கை நடத்த சொந்தமாக உணவும், உடையும், உறைவிடமும் கிடைக்கும் அளவுக்கு அரசாங்கம் அவர்களுக்கு வேலை வசதியை செய்துக் கொடுக்க வேண்டும்.

இன்றைய அரசியல்வாதிகள் மக்களுக்கு அரசியல் சுதந்திரம், சமூக சுதந்திரம், அறிவு சுதந்திரம், பொருளாதார சுதந்திரம் ஆகிய நான்கு சுதந்திரங்களையும், மதப்பித்து கொண்டும், கடவுள் பித்து கொண்டும், சாதிப்பித்து கொண்டும் கொடுக்க மறுக்கிறார்கள். ஆத்தீகவாதிகளுக்கு ஆட்சியில் அமருவோர் அடிமைகளாக இருப்பதால் நல்ல ஆட்சி நடத்த முடியாமல் எதிர்கட்சியினர் வெளிநடப்பு செய்துக்கொண்டு இருக்கிறார்கள். நெருப்பு முதலில் பிறரையும் பிறகு தன்னையும் சாப்பிடும். நடு நிலைமையிலிருந்து விலகி ஒரு செயலை செய்திட நெஞ்சில் நினைத்தாலே போதும் இதனால் நான் கெட்டழிய போகிறேன் என அவனே அறிய வேண்டும். உண்மையான கொள்கைவாதியாக உள்ளவனை நம்மால் ஏமாற்ற முடியாது. பணத்தைக் கட்டுக்கட்டாக கொடுத்தாலும் கொள்கையை விட்டுக்கொடுத்து கடவுளை வணங்க மாட்டான். மதக் கொள்கைகளை பின்பற்றமாட்டான். சாதி மாநாடு போட வழிவிடமாட்டான். மாணவர் சமுதாயமே! இப்பொழுது உங்களுடைய தீர்ப்பு எது? மக்களாட்சியா? மடையர்கள் ஆட்சியா? உங்கள் எதிர்காலத்தில் எதை ஏற்படுத்தப் போகிறீர்கள். உண்மையுள்ள பார்வையாளராக நானே பார்க்கிறேன். கொடியவர்களின் ஆட்சி நீங்க வேண்டும். கொள்ளையர்களின் ஆட்சி மாற வேண்டும். கொலைக்காரார்களின் ஆட்சி மறைய வேண்டும். சர்வாதிகாரியாக மக்களை அடக்கி ஆளும் ஆட்சியாளர்களை திருத்த வேண்டும். அந்நாள் தான் உலக மக்களுக்கு பொன் நாளாகும்.

தற்காலத்தில் தலைவர்களின் கொள்கைகளை ஆராய்ந்து பார்த்தேன். எல்லோருமே, தலைவர்கள் முதல் தொண்டர்கள் வரை, மதகுருக்களுக்கு அடிமைகளே! பக்தர்கள் பெயரால் இல்லவே இல்லாத கடவுள் நம்பிக்கையில் அவர்களும், அவருடைய பிள்ளைகளும் மூடக்கொள்கைகளில் மூழ்கி வாழத்தான் கற்றுக் கொண்டுள்ளார்கள். தந்தை பெரியார், அண்ணல் அம்பேத்கர் பெயரை சொல்லி, வாழும் வழிகளை தெரிந்துக் கொண்டு அவர்களுடைய கொள்கைகளை மறந்து சுயநலவாதிகளாக போலி வாழ்கையில் வாழ, ஏழை எளிய மக்களையும் கெடுத்து விட்டார்கள். பெற்றோர் பிள்ளைகளுக்கு மதப்பித்தும் கடவுள் பித்தும் சாதிப்பித்தும் தான் உண்மை என்று நம்ப வைக்கிறார்கள்.

எல்லோருமே புத்தர் ஆகலாம். எல்லோருமே டாக்டர் அம்பேத்கர் ஆகலாம். எல்லோருமே தந்தை பெரியாராகலாம். எல்லோரும் திருவள்ளுவர் ஆகலாம். எப்படி என்று பயப்படாதே? அவர்கள் எடுத்துக் கூறிய வார்த்தைகளை கொண்டு மூடக்கொள்கைகளுக்கு முற்றுப்புள்ளி வைத்து, புத்தரின் கோட்பாடுகளை புரிந்துக்கொண்டு செயல்முறையில் செயல்பட்டால் எல்லோரும் புத்தர்களே! எல்லோரும் அறிஞர்களே! பகுத்தறிவை ஆயுதமாக பயன்படுத்துவபர்கள் அனைவரும் அறிஞர்களே! போர் வெறியை விட்டவர்கள், திருடாதவர்கள், கொலை செய்ய எண்ணாதவர்கள், பகைமை எண்ணம் கொள்ளாதவர்கள், பேராசைப் பிடித்து அலையாதவர்கள், சுயநலவாதிகளாக திரியாதவர்கள், மதங்களை நம்பாதவர்கள், இல்லவே இல்லாத கடவுளை இல்லை என்று தைரியமாக சொல்பவர்கள், உலகம் முழுவதும் ஆண் பெண் இரண்டு இனம் தான் உண்டு என்று அறிந்தவர்கள், பொய் புரட்டு சொல்லாதவர்கள், மனிதர்களுக்குள் சாதிப் பிரிவே இல்லை என்று எண்ணுபவர்கள், நாம் கண்களால் காணும் இயற்கை நிகழ்ச்சிகள் தான் உலகம் (நிலம், நீர், நெருப்பு, காற்று, ஆகாயம்) என்று நம்புபவர்கள் எல்லோரும் புத்தர்களே! வயிற்றுப்பசி அடங்கிய போது தான் போதும் என்று சொல்கின்றோம். உலக மக்கள் சமாதானமாக வாழ அடிப்படை ஆயுதமாக ஒவ்வொரு ஆணுக்கும் பெண்ணுக்கும் தினம் உணவு, உடை, உறைவிடம் மூன்றும்

போதிய அளவு ஆட்சியில் அமருவோர் மக்களுக்கு அளித்திட்டால் மனிதர்களுக்கு பொறாமை குணத்தால் போர் வெறியே தலைக்காட்டாது. யாரால் முடியும் என்று எண்ணாதே, பயப்படாதே, தயங்காதே. உனக்கு நீயே அறிவாளியாக வாழ்ந்துக் காட்டு.

Today or tomorrow you are going to die so try to lead life of a hero but not as a zero.

இன்றோ நாளையோ நீர் இறக்கப்போவது உறுதி. ஆகவே ஒரு பயனும் இல்லாமல் சாவதைவிட ஒருசமுதாய விடுதலை வீரனாக ஒரு நாளாவது வாழ்ந்து இறந்து விடு.

சாந்தக்கேண்மின்!

ஐந்தில் வளையாதது ஐம்பதில் வளையாது என்ற பழமொழியின் உண்மை கருத்துக்கள் தான் மக்களிடம் உள்ளது. நானும் ஓட, நீயும் ஓடு என்ற மூடக்கொள்கையை எண்ணி கொண்டு மக்கள் பின்பற்றுகின்றார்கள். இனி முதல் நீ மூடனாய் முட்டாளாய் இருக்காதே. யார் என்றும், எப்படி என்றும், என்ன என்றும், எங்கே என்றும், எப்பொழுது என்றும், ஏன் என்றும் கேள்விகள் கேள். இன்று உலக மக்களுக்குள் சமாதானம் இல்லை. ஏன் என்று எண்ணிப்பார். வீட்டுக்குள் சமாதானம் இல்லை. உறவு முறையில் ஒற்றுமை இல்லை. படித்தவனும் திருடுகிறான். படிக்காதவனும் திருடுகிறான். தகாத முறையில் பெண்களை கற்பழித்து கொலை செய்பவனை நெருப்பிலிட்டு கொளுத்த வேண்டாமா? என்று கேட்கலாம். பெண்கள் கழுத்தில் உள்ள தங்கச் செயினை தங்கு தடையின்றி அறுத்து கொண்டு ஓடி ஒளித்துக் கொள்ளுகிறான். அவனுடைய கைவிரல்களை வெட்ட வேண்டாமா? என்று தான் செயினை இழந்தவர் சொல்வார். இரவிலும் பகலிலும் சமயம் பார்த்து பூட்டை உடைக்கிறார்கள். பேங்கில் திருடுகிறான். சேர்ந்து கொலை செய்து விட்டு பணத்தை பங்கு போட்டுக் கொள்பவர்களை ஆயுள் கைதியாக சிறையில் அடைக்கலாமா? அல்லது அவர்களுக்கு தூக்கு தண்டனை கொடுக்கலாமா?

கோயில்களில் நுழைகிறான். காவலாளியை அடித்து கொலை செய்து கடவுள் சிலையையும் தங்க நகைகளையும் கொள்ளையடித்து செல்லுகிறான். அவனுக்கு என்ன தண்டனை கொடுக்கலாம்? மாத சம்பளம் ரொக்கமாக வாங்கிக் கொண்டு மக்களிடமும் இலஞ்சம் வாங்கிக் கொண்டு வேலை செய்பவர்களுக்கு என்ன தண்டனை கொடுக்கலாம். பசுவை திருடுகிறான். எருதை திருடுகிறான். ஆடுகளை திருடுகிறான். ஏன்? ஏன்? ஏன்? பிரச்சனைகள் இல்லாத குடும்பமே இல்லை. துன்பங்கள், துயரங்கள், துக்கங்கள், மகிழ்ச்சி இவைகள் மக்களால் மக்களுக்குள் மாறி மாறி நடைபெற்று வருகின்றன. மனிதனுக்கு மனிதன் திருடுகிறான். பொய் சொல்லுகிறான். சூட்சி செய்கிறான். கொலை செய்கிறான். கணவன் மனைவியை கொல்கிறான். மனைவி கணவனை வெறுக்கிறாள். கத்தியால் வெட்டுகிறாள். கணவன் மனைவி இருவருமே விவாகரத்துக்காக வழக்கறிஞர்கள் மூலம் நீதிமன்றங்களுக்கு செல்லுகின்றார்கள். ஏன்? ஏன்? எண்ணிப்பாருங்கள். தற்கொலை செய்துக் கொள்கிறார்கள். தூக்கு கயிற்றில் தொங்குகிறார்கள். விஷத்தை பிறருக்கு கொடுத்தும் தானும் குடித்து தற்கொலை செய்துக் கொள்கிறார்கள். ஏன்? ஏன்? நீங்கள் தான் இனி எனக்கு பதில் சொல்ல வேண்டும். சந்தேகம் என்ற வியாதியினால் சண்டை அதிகரிக்குமே தவிர குறையாது. அடி, உதை, வெட்டு, குத்து, கடைசிக் காட்சி மரணம்.

சந்தேகம்

சந்தேகம் தொழு நோயாக மாறும்.
சந்தேகம் துன்ப தீயை உண்டாக்கும்.
சந்தேகம் கணவன் மனைவியை பிரிக்கும்.
சந்தேகம் எப்பொழுதும் மகிழ்ச்சியை தராது.
சந்தேகம் எப்பொபதும் உண்மையின் எதிரி.
சந்தேகம் ஒற்றுமையை விரும்பாது.
சந்தேகம் மகிழ்ச்சியை சுட்டெரிக்கும்.

சந்தேகம் உறவுகளை முறிக்கும்.

சந்தேகம் கணவனை மிரட்டும் ஆயுதம்.

சந்தேகம் தீராத நோயாகும்.

சந்தேகம் மன நோயாகும்.

சந்தேகம் என்ற நோய்க்கு மாமருந்து நம்பிக்கையாகும்.

சந்தேகம் கோபத்தை உண்டாக்கும்.

சந்தேகம் அன்பை உடைத்துவிடும்.

சந்தேகம் தற்கொலை செய்துக் கொள்ள தூண்டும்.

சந்தேகம் பழிவாங்க துடிக்கும்.

சந்தேகம் குற்றங்களை அதிகரிக்க செய்யும்.

சந்தேகம் குழந்தைகளின் எதிர்காலத்தை பாதிக்கும்.

பகைமை உணர்வு ஏற்படுவதால், கவலையோடும், கண்ணீரோடும், மனம் நொந்து மகிழ்ச்சியோடு வாழ தெரியாத குடும்பங்கள் ஏராளம் உண்டு என்று எல்லோருக்கும் தெரியும். பெரியோர் எவ்வழி அவ்வழி சிறியோர் என்பதெல்லாம் மாறிவிட்டது. விஞ்ஞானக் காலத்தில் சிறியோர் எவ்வழி அவ்வழி பெரியோர் என்பது பொய் அல்ல. டி.வி. நிகழ்ச்சிகளில் எது சிறுவர்களுக்கு பிடிக்கும் தெரியுமா? பொம்மைகள் விளையாட்டு, அடி உதை குத்துச்சண்டை ஆகியவைகளை பார்ப்பதற்கு அடம்பிடிப்பார்கள். ஆகவே பெற்றோருக்கு ஒரு டி.வி பிள்ளைகளுக்கு ஒரு டி.வி. பிள்ளைகள் விரும்பும் கேட்கும் அத்தனையும் இல்லை என்று சொல்லாமல் கடனாவது வாங்கி, பிள்ளைகள் சந்தோஷத்திற்காக கடன்பட்டாலும் பரவாயில்லை தன் மகன் கேட்டதை வாங்கிக் கொடுத்து, கடன் தொல்லையிலிருந்து மீளாமல் துன்பப்படுவதை காண்கின்றோம். கடன் தொல்லைகளை தாங்க முடியாமல், தந்தை, தாய் தங்களுடைய பிள்ளைகளுக்கு விஷத்தைக் கொடுத்து தாங்களும் குடித்துவிட்டு இறக்கும் கோரநிகழ்ச்சிகள் ஏன்? செலவுகளை வரவுக்கு மேல் செய்யாமல் இருந்தால் அல்லவா கடன் இல்லாமல் இருக்கலாம். மீண்டும் உங்களுக்கு நினைவுப்படுத்துகிறேன். உலகில்

மக்களுக்கு துன்பங்கள் கொடுக்கக்கூடியவை ஏழ்மையும் கடனும் தான். ஏழ்மையும் கடனும் இல்லை என்றால் திருடு இருக்காது. பொய் பேச வேண்டிய அவசியம் இருக்காது. ஒவ்வொரு குடும்பத்திலும் தேவையான பொருட்கள் இருந்து விட்டால் மாமியார் மருமகள் பிரச்சனை இருக்காது. கணவன் மனைவி சண்டைகள் இருக்காது. வீட்டில் டி.வி வாங்கினால் பிள்ளைகள் சந்தோஷமாக பார்ப்பார்கள் என்றல்லவா பெற்றோர்கள் நினைக்கிறார்கள். மிகுதியான வீட்டில் டி.வி பார்பதில் பிள்ளைகளுக்குள் சண்டை ஏன் தெரியுமா? பல சேனல்களில் சிறுவர்கள் விரும்பும் நிகழ்ச்சிகள் போடப்படுகிறது. தம்பி விரும்பும் சேனலில் வரும் நிகழ்ச்சிகள் அண்ணனுக்கு பிடிக்காது, அண்ணன் விரும்பும் சேனலின் நிகழ்ச்சிகள் தம்பிக்கு பிடிக்காது. சிலபேர் விளையாட்டு நிகழ்ச்சிகளை விரும்புவர். சிலபேர் நாடகங்கள், சினிமா கதைகளை விரும்புவார்கள். குடி குடிப்பதும். சூது ஆடுதலும், ஆடம்பர வாழ்க்கையில் வாழ விரும்புவதும், தேவைக்கு மேல் பட்டு துணிகள், நகைகள் வாங்கி பீரோவில் பூட்டி வைக்க ஆசைபடுதலும் இவையாவும் பல குடும்பத்தில் இல்லாமல் இல்லை. கடன்பட்டு ஆடம்பர செலவு செய்ய கூடாது என்ற எண்ணம் உள்ளவர்களும் உண்டு. கடன் பட்டாவது தன் பிள்ளைகளுக்கு ஒரு குறையும் வைக்காத பெற்றோர்களும் உண்டு. பெற்றோர் சீரான வழியில் வளர்க்கும் முறைகளை அறிந்தால் நல்ல பிள்ளைகள் நல்ல பாதையில் நடப்பார்கள். நல்ல பெற்றோர்களின் பிள்ளைகள் கூட, சூழ்நிலையின் காரணமாக மாறுதலான வாழ்க்கையில் வாழ்தலும் உண்டு. ஒவ்வொரு மனிதனுக்கும் பல சிக்கல் உண்டு. மக்கள் மகிழ்ச்சியோடு வாழும் வழிகள் அனைத்துமே சுலபமானவை. சிந்தித்து செயல்படக் கூடியவை. கடவுளும், மதமும், சாதியும் தான் மக்களை ஒற்றுமையுடன் வாழ விடாமல் போர்வெறியை உண்டாக்கிக் கொண்டும், வறுமை என்ற நோயினால் ஏழை மக்களாக வாழ்கின்ற காரணத்தால் திருடு, பொய், சூது, மற்றவரை எப்படியாவது ஏமாற்றி பிழைக்க வேண்டும் என்ற எண்ணம் ஏற்படுவதாக புத்தர் கூறினார். புத்தருடைய போதனை மிகவும் கடினமானது. மக்களால் அது ஏற்றுக் கொள்ள முடியாதவை என்று ஆத்தீகவாதிகள் புத்தருடைய கொள்கைளுக்கு எதிர்பிரச்சாரம் செய்து பார்த்தார்கள். தோல்வியைக் கண்டார்கள். உண்மைகளை பொய்யுரை மூலம் பள்ளந்தோண்டி புதைத்தாலும் அது

என்றும் சாகாது. எப்படியாவது வெளியில் வந்தே தீரும். புத்தருடைய பாதையை மூடக்கொள்கையால் முறியடிக்க பார்த்தார்கள். புத்தருக்குப்பின் அசோகருடைய ஆட்சியால் உலகில் பல இடங்களில் பௌத்தமார்க்கம் பரவி இருக்கிறது.

தாயும் தந்தையும் அதாவது ஆணுக்கும் பெண்ணுக்கும் ஆக இருவருடைய சேர்க்கையால் தான் குழந்தையாக பிறக்கின்றோம். இருவரால் பிறந்த குழந்தை யாருக்கு சொந்தம் என்று கேட்டால் இருவருக்கும் தான் சொந்தம். பிரித்துக் கூற முடியாது. தாய் சொல்லலாம். என்னுடைய வயிற்றில் பத்து மாதங்கள் சுமந்து வளர்ந்து பிறகு அல்லவா குழந்தை பிறக்கிறது என்று. இருவரின் மூலங்களால் தான் பிறப்பு உண்டாகும். ஆகவே இருவருக்குமே தான் உரிமையாகும். வீம்புக்காக, பிடிவாதத்தோடு தாயின் வயிற்றில் பிறந்தது என்பதற்காக தந்தையை தள்ளிவிட்டு எனக்குத்தான் சொந்தம் என்று வாதாட முடியாது. யாருக்கு சொந்தம் என்று நீதி தேவை என்று நீதிபதியிடம் சென்று கேட்டால் என்ன பதில் சொல்வார். நீதிபதி சிந்திப்பார். தாயை நினைத்து பார்த்தார். குழந்தையை பெற்றுதரும் சக்தி தாயுக்குத்தான் உண்டு. அதே நேரத்தில் தாயுடன் தந்தை சேர்ந்தால் அல்லவா குழந்தை பிறக்கிறது. தனிமையில் குழந்தை பிறக்க முடியாதே. ஆகவே நீதிபதி ஆண் இல்லையேல் பெண் இல்லை. பெண் இல்லையேல் ஆண் இல்லை. இருவரும் இல்லையேல் குழந்தை இல்லை. இது தான் உண்மை. இந்த உண்மையை நீங்கள் தெரிந்துக் கொள்ளலாம். என்னிடம் வந்து, என்னால் அல்லவா குழந்தை பிறந்தது என்றும், இல்லை இல்லை நான் இல்லையேல் உனக்கு எப்படி குழந்தை பிறக்கும் என்றும் வாதாடுவதில் பயன் இல்லை. குழந்தையோடு நீங்கள் ஒன்று சேர்ந்து வாழ்க்கை நடத்தாமல் விவாகரத்து செய்துக் கொண்டு என் குழந்தை எனக்குத்தான் சொந்தம் என்று இருவருமே வாதாடுவதில் பயன் இல்லை. தந்தையும் தாயும் ஏன் பிரிந்தார்கள்? கணவனும் மனைவியுமாக ஒற்றுமையாக வாழாமல் பிரிந்துக் கொண்டு சண்டைகள் போட்டுக்கொண்டு வாழ்க்கை நடத்துவது கேவலம் அல்லவா என்று மகனும் மகளும் நினைக்காமலா போவார்கள்?

கணவன் மனைவி என்று முன்னோர்கள் கற்றுக் கொடுத்த, காட்டிய வழிகளில் தான் வாழ்க்கை துவங்குகிறோம். சீராட்டி, பாலூட்டி வளர்த்த குழந்தைகளுக்கு அன்பையும், பாசத்தையும் கொடுத்து பெற்றோர் வளர்க்கும் முறைகளையும் கவனிக்கிறோம். அக்குழந்தைக்கு உடல் சரியில்லாமல் போனால் அன்போடும், பாசத்தோடும் கருணையோடும் தன் உயிர் போனாலும் பரவாயிலலைல் என் பிள்ளை பிழைத்துக் கொண்டால் போதும் என்று இறைவனை வேண்டுகின்றனர். எல்லா தாய்குலமும் தந்தைகுலமும் குழந்தைகள் மழலை பேசும்போதும், தன் குழந்தை தனக்கு முத்தமிடும் போதும் அவர்களுக்கு ஏற்படும் மகிழ்ச்சி அனைவரும் அறிந்ததே. பருவத்தின் கோளாறுகளால் ஆண் பெண் எப்படி எல்லாம் காதல் செய்கிறார்கள் என்பதையும் பார்க்கிறோம். நாம் பார்க்கும் போது குழந்தைகளும் அதனை பார்க்கிறார்கள். அதன் விளைவாய் அதே குழந்தைகள் வளர்ந்து ஆளாகி பருவத்தின் கோளாறுகளால் தன்னுடைய பெற்றோர் என்ன காண்பித்தார்களோ அதே போல் தன்னுடைய சினேகிதர்கள், அதாவது பள்ளியில் படிக்கும் மாணவர்களுடன் மனமுவந்து பெற்றோர்களுக்கு தெரியாமல் காதல் செய்வதும், அந்த காதலை பெற்றோர் ஒத்துக்கொள்ளாததால் வீட்டை விட்டு வெளியேறுவதையும் பார்க்கிறோம். இளமைப் பருவம் இன்பத்தை நாடி இல்லற வாழ்க்கைக்கு துணவியாகவோ, துணைவராகவோ ஏற்றுக் கொண்டு வாழ்க்கையை நடத்த மதங்களும் தடுப்பதைக் காண்கிறோம். தூய்மையான உள்ளத்துடன் காதல் ஜோடிப் புறாக்களாக பறக்கும் உரிமைகள், கடவுள் வெறி, மதவெறி, சாதி வெறி பிடித்த பெற்றோர்களால் தடைப்படும்போதுதான், கூட்டைவிட்டு வெளியேறும் பறவைக்குஞ்சுகள் போல் வீட்டைவிட்டு வெளியேறி உல்லாசமாக இருந்து பணமில்லாமல் வறுமையில் சிக்கும்போது காதலர்களுக்கு தூக்குகயிறும், விஷமருந்துகளும் துணைபுரிகின்றன. ஒவ்வொரு பெற்றோர்களும் குழந்தைகளை ஈ, எறும்பு கடிக்காமல் பாலூட்டி, சீராட்டி வளர்த்து, பருவம் வந்ததும் திருமணம் செய்வித்து, சில நாட்களிலிலேயே மகனையும், மருமகளையும் வெறுத்துப்பேசி, பிரிந்த குடும்பமாக மட்டும் அல்லாமல் ஒருவரையொருவர் திட்டுவதும், அடிப்பதும் பல குடும்பங்களில் இன்றும் நடந்து வருகின்றன. காரணம் என்ன? வயது வந்த

பிள்ளையை பார்த்து உனக்கு புத்தி வரவில்லையே என்று கூச்சலிட்டு பேச கோபம்கொண்ட மகன் குடிபோதையில் தந்தையை அடிக்க, உதைக்க இப்படி எத்தனையோ குடும்பங்களில் தந்தைக்கும் மகனுக்கும், தாயுக்கும் மகனுக்கும் தினசரி நடக்கும் செயல்களில், சிலநேரம் அப்பனை சாகடித்தால்தான் அந்த வேலை நமக்கு கிடைக்கும் என்று எண்ணிக்கொண்டு அப்பனை குடிபோதையில் சாகடித்து தற்கொலை செய்துக்கொண்டார் என்ற பழியை சுமத்தி அப்பனுடைய வேலையை வாங்கிக்கொண்டு குடும்பத்தை நடத்தும் மகன்களும் இல்லாமல் இல்லை. திருமணம் செய்வித்து சில நாட்களிலேயே கூட்டுக்குடும்பத்தை விரும்பாமல் தனிக்குடும்பம் தேவை என்று சிற்றின்ப பாசத்தினாலும் பெற்றோரை கண்கலங்கவிட்டு பிரிந்து தனிக்குடும்பம் நடத்தும் திரு, திருமதி குமாரசாமிகளும் உண்டு. ஐயோ நான் என்ன செய்யமுடியும். நான் யார் பக்கம் பேசுவது. திருமணம் செய்துக் கொண்டதே பெரிய தப்பாபோச்சே. பருவத்தின் கோளாறு. அவசரப்பட்டுவிட்டேன். யாரை வெறுப்பது? தாயையும் தந்தையையும் வெறுத்தால் அக்கம் பக்கம் உள்ளவர்கள் என்ன நினைப்பார்கள்? மனைவிக்கு அடிமையாகி நேற்று வந்தவளை நம்பி பெற்றோர்களை வாய்க்கு வந்தபடி பேசுகின்றானே என்று சொல்லுவார்களே? சோகத்தில் தலைமேல் கையை வைத்து கண்களை தரையை நோக்கி பார்த்து கண்ணீர்விடும் கணவன்மார் ஏராளம். இருதலைகொள்ளிப்போல் யார் ஜெயிக்கிறார்களோ ஜெயிக்கட்டும் என்று செவிடு கணவனாகவும், செவிடு மகனாகவும் இருக்கின்ற ஆண்களும் உண்டு.

கல்லூரியில் படிக்கும் மாணவ மாணவிகளை பார். பருவத்தின் கோளாறு. சூழ்நிலையின் காரணமாக பழக்கவழக்கங்கள் மாறுபாடுகளுடன் பல நிகழ்ச்சிகளுக்கு அடிமையாகிறார்கள். காதல் வலையில் பலர் சிக்குண்டு வெற்றியடைகிறார்கள். சிலர் தோல்விகள் அடைகிறார்கள். எப்படியும் வாழ்ந்து தானே ஆகவேண்டும் என்பதற்காக துணை தேவை என்பதை அறிந்து வாழ்கின்ற ஆண்களும் உண்டு. பெண்களும் உண்டு. எதையும் தாங்கும் இதயத்தோடு வாழ முடியும் என்பதற்கு வெற்றிபாதை போட உதவிபுரிவது பணமே! பணம் இல்லாத குறையினால்தான் காதலர்கள் கண்ணீரை

காணிக்கையாக தந்து, வறுமை பிணியால் சிக்குண்டு உண்மை காதலை வெளிப்படுத்த முடியாமல் தூக்கு கயிற்றுக்கு அடிமைகளாகி இறந்து விடுகிறார்கள். காதல் திருமணம்தான் மகிழ்ச்சியான மனவாழ்கையை உண்டாக்க முடியும். மதத்தை நம்பாத, கடவுளை நம்பாத பெற்றோர்களால்தான் காதல் ஜோடிகளை வாழவைக்க முடியும். குறிப்பிட்ட காலம் வரை தான் பெற்ற பிள்ளைகளுக்கு ஆலோசனையும், அவர்களின் மேல் அதிகாரத்தையும் செலுத்த முடியும். பால் உணர்ச்சி ஏற்பட்டு, தான் செல்லும் பாதை தான் சரியானது, பெற்றோர்கள் பழைய பல்லவியே பாடிக்கொண்டிருக்கிறார்கள் என்று பிள்ளைகள் பெற்றோர்களையே குறை சொல்வார்கள். மரியாதை, பணிவு, நீதி, நேர்மை, அன்பு, பாசம், ஆசை, இன்பம், ஒழுக்கம் இவையாவும் எல்லா மக்களும் விரும்பும் செயல்களாகும். இவை அனைத்தும் பொதுவானவை. இவைகள் செயல்பட சூழ்நிலைகளுக்கு ஏற்ப மனதை மாற்றிக் கொள்ளாமல் நேர்மை, நீதி ஆகிய இரண்டு வழிகளை இருகண்களாக நினைத்து பெரியவர்கள் செயல்படுவார்களானால் அச்செயலே மற்றவர்களுக்கு வாழக் கற்றுக் கொடுக்கும் பாடமாகும். "பல் உடைவதும் நாவாலே பல்லக்கு ஏறுவதும் நாவாலே" என்ற வார்த்தையின் உண்மையை நன்றாக புரிந்துக் கொண்டு ஆண் பெண் இருவருமே நடந்தும் கொள்வார்களானால் நல்வாழ்வு வளரும். நாம் பிள்ளைகளுக்கு வாழ கற்றுக் கொடுத்து வாழ்ந்துக் காட்டுங்கள் என்று அறிவுரைக் கூறவேண்டும். எத்தனையோ குடும்பங்களில் வரதட்சனைக் கேட்கப்படுகிறது. எனக்காக ஒன்றும் கேட்கவில்லை. பிற்காலத்தில் அவர்களின் நன்மைக்காகத்தான் கேட்கிறோம். 38 சவரன், கையில் ரொக்கப்பணம் 10 ஆயிரம், இரண்டு சக்கர மோட்டார் ஒன்றும் போதும் என்று சொல்ல, பெண் வீட்டாரும் ஒத்துக் கொண்டு, நாள் குறிப்பிட்டு, பெண்ணையும் மண்டபத்துக்குள் அழைத்து மணமகனையும் உட்கார வைத்து, பூமாலை அணிய வைத்து இருவரும் ஜோடியாக உட்காரும்போது பாதியிலேயே நகையை கழற்றச் சொல்லி, 38 சவரன் சரியாக உள்ளதா என்று எடை போட 3 சவரன் குறைவாக உள்ளது, மோட்டார் வண்டியும் இல்லை. மூன்று சவரன் பொன்னும், இரண்டு சக்கர மோட்டார் வண்டியும் கொடுக்காமல் பெண்ணின் கழுத்தில் என் மகன் தாலி கட்ட மாட்டான் என்று முடிவாக

சொல்லி விட்டார்கள். மணமகள் கண்கலங்கினாள். வேதனைப் பட்டாள். நகை ஆசையும், பண ஆசையும் பிடித்த கணவனை திருமணம் செய்து கொண்டு காலமெல்லாம் வாழ்வதைவிட அதே திருமண மேடையில் ஏழையாக உள்ள ஏகாம்பரத்திற்கு மனைவியாக வாக்கப்பட்டு மண்டபத்தில் இருந்தவர்களுக்கு வரதட்சனை கேட்கக் கூடாது என்ற பாடத்தை பார்வதி புகட்டியதை பருவப் பெண்கள் மறக்கக்கூடாது. வரதட்சனையை விரும்பாத மாப்பிள்ளையைத்தான் பெண்கள் திருமணம் செய்துக் கொள்ள சத்தியவாக்கு எடுத்துக் கொள்ள வேண்டும். பெற்றோர்களும் ஆதரவு தர முன்வர வேண்டும். வருவார்களா? செய்வீர்களா?

இல்லற வாழ்க்கை நடத்த லாரி நிறைய சாமான்கள் தேவையா? செம்பு, பித்தளை, எவர் சில்வர் என எத்தனை தேவை? ஆணும் பெண்ணும் சேர்ந்து வாழ்க்கை நடத்த வரதட்சணை தேவையா? அறிவு வேண்டாமா? வயிற்றுக்கு உணவு தான் சாப்பிடுகிறோம். பிறக்கும் போது எதையும் கொண்டு வருவதில்லை. இறக்கும் போது நாம் எதையும் கொண்டு போக போவதில்லை. மகளுக்கு பருவம் வந்ததும் திருமணம் செய்து கொடுக்கும் கட்டாயத்தில் பெற்றோர் தள்ளப்படுகிறார்கள். வரதட்சனை கொடுத்துதான் திருமணம் செய்ய வேண்டும் என்று மணமக்களின் பெற்றோர் இருப்பது ஏன்? மகனுக்கு வரதட்சனை கேட்கிறாயே வெட்கம் இல்லையா? மணம் செய்து கொள்ளப்போகும் மகனே! உனக்கு ஆபரணங்களை அளித்தா இன்பம் பெற போகிறாய்? உனக்கு அறிவு வேண்டாமா? வெட்கமில்லாமல் பெற்றோரை வரதட்சனை கேட்க வைக்காதே. ஒருவரால் இன்பம் தரமுடியாது. இருவரால்தான் இன்பத்தை பெற முடியும். பெருமை அடைய முடியும். குழந்தைகளை பெற்றுதர முடியும். இது தான் உலக நியதி. வரதட்சனை வாங்குபவனும் முட்டாள். கொடுப்பவனும் முட்டாள். இரு வீட்டாரும் மணமக்களை மகிழ்ச்சியோடு வாழ்த்தி வாழ விடுங்கள். உண்மை அம்பேத்கர்வாதிகாளகவும், தந்தை பெரியார்வாதிகளாகவும் மாறுங்கள். சீர்திருத்த திருமணங்களாக செய்வீர். சாதி பேதங்களுக்கு சவக்குழி வெட்டி புதையுங்கள். கடவுளும், மதமும், சாதி பேதங்களும் மக்களை ஒற்றுமை இல்லாமல் வாழ வைத்தது போதும். பெற்றோர்களே! காதல்

திருமணத்திற்கும், கலப்பு திருமணத்திற்கும் அனுமதி தாருங்கள். கடனில்லாமல் வாழ மணமக்களுக்கு வாழ்த்து கூறி இரு வீட்டாரும் மூடக்கொள்கைகளுக்கு முற்றப்புள்ளி வைத்து, மகிழ்ச்சியோடு வாழுங்கள். வரதட்சனை யார் அதிகம் தருகிறார்களோ அப்படிப்பட்ட பெண்களை தேடுகிற மக்களும் இருக்கிறார்கள்.

அவரவர் பிள்ளை அவரவர்களுக்குத் தான் சொந்தம் என்று நினைக்கிறார்களே தவிர, மருமகளை சொந்த மகளைப்போல் நினைப்பது இல்லை. பெரியோர்களே! அன்னம்மாள் அவரைக்காய் கொடுத்தால் தான் பொன்னம்மாள் புளியங்காயை கொடுப்பாள். மாமியார், மாமனார் ஒரு பெண்ணை நடத்தும் முறையை அறிந்துக் கொள்ள வேண்டும். நீர அன்பு கொடுத்தால் மற்றவர்கள் உனக்கு அன்பு தருவார்கள். பெற்றோர்களுக்கு சோறுபோடும் மகன்களும் மருமகள்களும் எத்தனைப்பேர்? யார் மீது குற்றத்தை சொல்வது? சோறு போடவில்லை என்று சொன்னால் குடும்ப கவுரவம் போகுமே. அவர்கள் நம்மை பற்றி பெருமையாக நினைத்து வந்தார்கள். மகன்கள் ஏன் அப்படி செய்கிறார்கள் என்று கேட்டால் பதில் சொல்ல வேண்டுமே. மகனின் குற்றமா? மருமகளின் குற்றமா? என்று சொன்னால் யாருக்கு கேவலம். அவர்களுக்கா? நமக்கா? என்று தனக்குத்தானே மெல்லவும் முடியாமல் விழுங்கவும் முடியாமல் சிந்தனை செய்து வருத்தத்தோடு வாழ்க்கை நடத்தும் பெற்றோரும் உண்டு. பையனை பெற்றெடுத்தோம். வளர்த்தோம், படிக்க வைத்தோம், வேலையில் அமர்த்தினோம். வாழ்க்கை துணைவியையும் தேடி வைத்தோம். மணமாகிய பிறகு மகன் அவன் மனைவியின் பேச்சைக் கேட்டுக்கொண்டு தனிக்குடுத்தனம் போக தயாராக இருந்துக்கொண்டு, நேரடியாக எடுத்து கூறமுடியாமல், தம்பி மனைவியோ, அண்ணன் மனைவியோ எனது மனைவியிடம் போட்டி போடுகின்றார்கள். எது செய்தாலும் என் மனைவிதான் செய்யவேண்டும். அவர்கள் செய்வது கிடையாது. இப்படி அப்பா அம்மாவிடம் சாக்கு சொல்லிக்கொண்டு தனி குடும்பம் நடத்த கிளம்பிவிடுகிறார்கள். பெற்றெடுத்த குழந்தைகளின் மேல் எவ்வளவு பாசம் அன்பு வைத்து கண்ணிமைப்போல் காத்து, ஈ, எறும்பு கடிக்காமல் பாலூட்டி சீராட்டி வளர்க்கும் முறைகளை ஒவ்வொரு குடும்பத்திலும்

பார்க்கிறோம். அதே சமயம் வயது வந்த பெற்றோர்களை பிச்சை எடுத்து வீடு வீடாக அம்மா தாயே! ஒரு கை சாப்பாடு போடுங்கமா! என்ற குரல்கள் நகரங்கள் வீடுகள்தோறும் இரவில் கேட்கலாம். ஒரு சான் வயிற்றை எப்படியும் நிரப்பவேண்டுமல்லவா? ஆகவே எப்படியும் உயிர் வாழ்ந்து ஆகவேண்டும் என்ற எண்ணத்தில் ஆண்டவன் விட்ட வழி என்று கோயில்களுக்கு சென்று விடுகிறார்கள். பிச்சை எடுத்து சாப்பிடுகிறார்கள்.

ஆண்களுக்கு உறவு முறைகள் இருக்க வேண்டும் என்பது ஆசை.

பெண்களுக்கு தன் கணவன் தனக்கு மட்டும்தான் சொந்தம் என்ற நினைப்பு.

மருமகளையும் மகளாக மாமியார் நினைத்துவிட்டாலே அந்த குடும்பம் என்றும் மகிழ்ச்சியோடு வாழும். பெற்றோர்களை விட்டு கணவன் வீட்டில் வாழ பயம். பொறுப்பறிவு புரியாது. தெரியாது. தாய் வீட்டில் வளர்ந்த முறை சுதந்திரமாக இருக்கும். இங்கு அடிமையாக அவர்கள் சொல்வதுப்போல நடந்துக் கொள்ள வேண்டும். ஒருவரை ஒருவர் புரிந்துக் கொள்ளாமல் சண்டைகள் ஏற்படும். ஆகவே 18 வயதுக்கு மேல் தான் திருமண வயது சரியானது என்று எல்லோரும் ஏற்றுக் கொண்டார்கள். நாளடைவில் சில குடும்பங்களில் ஒருவரை ஒருவர் புரிந்துக் கொள்ளாமல் வரதட்சணைப் பெயரால் பிரிவதும், சேர்வதும், தற்கொலை செய்துக் கொள்வதும், விஷம் குடித்தும், தூக்குப் போட்டு சாவதும் என பல பெண்கள் தானே தன் வாழ்க்கைக்கு முற்றுப்புள்ளி வைத்துக் கொள்கிறார்கள். காதல் திருமணத்தை ஏற்காத பெற்றோருக்கு இடையில் பெண்கள் வேதனைப் படுகிறார்கள். அதுமட்டுமா? பெண்கள் தனியாக இரவில் நடமாட முடியாது. பலாத்கார காம இச்சையால் பெண்களை கற்பழித்து, கத்தியால் குத்தி சாகடிப்பது முறையா? மனித இனத்திற்கு அறிவில்லையா? இருவர் மனம் ஒன்றுபட்டு திருமணம் செய்துக் கொள்ளும் உரிமைகள் தந்து விட்டால் மதம் இருக்காது. கடவுள் இருக்காது. சாதிப் பிரிவுகள் இருக்காது. ஒருவரை ஒருவர் விரும்பி திருமணம் செய்துக்கொள்ளும் உரிமை பெண்களுக்கு அளிக்க வேண்டும். பெண்கள் சமுதாயம் தங்களுக்கு செய்து வைத்த கட்டாய திருமணத்திலிருந்து விடுபட்டு, பெருமை அடையும் நன்நாளே பெண்களின் விடுதலை பொன்நாளாகும்.

அவரவர் பருவத்தில் சுயமாக வாழ்க்கை துணைவர்களாகவோ, வாழ்க்கை துணைவிகளாகவோ தேர்ந்தெடுக்கும் உரிமையை கொடுத்தாக வேண்டும். பெற்றோர்கள் தன் பிள்ளைகளையும் பெற்றோர்களாக்க திருமணம் செய்து வைக்கிறார்கள். எல்லா பிள்ளைகளும் திருமணமான பிறகு தனிவாழ்க்கையில் வாழ விரும்புகிறார்கள். பிள்ளைகளுக்கு போதுமான வருமானம் இல்லாத காரணத்தால் இல்லாமை, போதாமை ஏற்படுகிறது. ஆகவே பற்றாக்குறை ஏற்படும் சூழ்நிலையால் தேவைகள் தடைபடும். நேரங்களில் மனகுழப்பத்தால் ஒருவர் மேல் ஒருவர் குற்றங்களை சொல்ல வேண்டிய நிலைமை ஏற்படும் போது ஒற்றுமை எண்ணம் மறக்கப் படுகிறது. பெற்றோர்களால் பாசத்தால் வளர்க்கப்படுகின்ற பிள்ளைகளுக்குள், திருமணங்கள் ஆனபிறகு ஒற்றுமையாக வாழ முடியாமல், இல்லாமையும், போதாமையும் கணவன் மனைவிக்கு ஏற்படும் நிலைமையால், வறுமை வருத்தத்தையும், பெற்றோர் மீது கோபத்தையும், கூட்டுக்குடும்பம் தேவையில்லை, தனிக் குடும்பம் தான் நமக்கு நல்லது என்று நினைக்கிறார்கள். பிரிகிறார்கள். தன் மனைவி தன் பிள்ளைகளை வாழ வைக்க தேவைக்கு அதிகமாக கடன்பட்டாவது ஆடம்பர வாழ்க்கையில் வாழக் கற்றுக் கொள்ளுகிறார்கள்.

பசியாய் இருக்கிற நாய் எலும்பை கடித்து தின்று திருப்தி அடையாததைப் போல மனிதாகள் எவ்வளவு தான் மகிழ்ச்சியாக இருந்தாலும் திருப்தி அடைவதில்லை. அரசாங்கம் குடும்பத்திற்கு தேவையான அளவுக்கு சம்பளம் கொடுக்கிறது. வரவுக்கு தகுந்த செலவு செய்துக் கொள்ள மக்களுக்கு புத்தி இருக்க வேண்டும். தேவையான நகை போதாதா? தேவையான உடை போதாதா? வீட்டின் முன்பே சுற்றத்தாருடன் செய்த திருமணங்கள் எல்லாம் இப்போது மண்டபங்களில். ஆடம்பரமான உணவு வகைகளை மகள் மகன் திருமணங்களுக்கு போடுவதோடு, ஆயிரக்கணக்கில் புடவைகளையும், எவர்சில்வர், பித்தளை சாமான்கள், கட்டில், பீரோ, இரண்டு சக்கர வண்டியும் போதாகுறைக்கு வரதட்சனையாம். இப்படி திருமணங்களை ஏழைகள் கடன் வாங்கி செய்கிறார்கள். பணக்காரர்கள் லஞ்சம் வாங்கி திருமணம் செய்கிறார்கள். இப்பொழுது

நீங்கள் சிந்தித்து பதில் கூறுங்கள். பற்றாக்குறை சம்பளத்தில் ஏற்படுவதால் இலஞ்சம் கேட்டாக வேண்டும். வேலைக்காக இலஞ்சம் கொடுத்தாக வேண்டும். மீண்டும் உங்களுக்கு நினைவுப்படுத்துகிறேன். நீர் 1000 ரூபாய் சம்பளம் வாங்குகிறாய் என்றால் 900 ரூ செலவு செய்ய கற்றுக் கொள்ள வேண்டும். மனைவிக்கு தேவையான நகை போதும். 10 புடவைகளுக்கு மேல் வேண்டாம். பேண்ட், சா்ட், வேட்டி 10க்கு மேல் வேண்டாம். சாப்பிட ஒரு ஆளுக்கு 1 பிளேட் விதம் இருந்தால் போதுமே. வரவுக்கு தகுந்த செலவு செய்ய வேண்டும் என்ற எண்ணத்தை ஒவ்வொரு ஆணும் பெண்ணும் கற்றுக் கொள்ள வேண்டும். திருமண மண்டபத்திற்கு 20 ஆயிரம் 30 ஆயிரம் வாடகை, சமையலுக்கு 50 ஆயிரம், கலை நிகழ்ச்சிக்கு 20 ஆயிரம், கார், பஸ்க்கு 20 ஆயிரம் என கடன் வாங்காமல் செலவு செய்வதை நான் வரவேற்கிறேன். கடன் இலஞ்சம் வாங்கத்தான் செய்யும்.

The sorrowful in the world is poverty and debts.

உலகத்தில் துன்பத்தைக் கொடுக்கக் கூடியது ஏழ்மையும் கடனுமே ஆகும்.

Your troubles and difficulties are really self-caused.

உன்னுடைய துன்பங்களும் கஷ்டங்களும் உனக்கு நீயே உண்டாக்குவது.

ஏழ்மையை பாா்த்து சிரிக்கிறவன் அதை தன் பக்கத்தில் இழுக்கிறான். வறுமையில் நிறைவு காண்பவனே மிகப் பெரிய பணக்காரன்.

படித்த முட்டாள்கள்

அன்புள்ள இளம் சிறாா்களே! இந்த தலைப்பை பாா்த்ததும் என் மீது படித்தவா்கள் எல்லோரும் கோபமடையலாம். 23.7.2009-ல் செய்திதாளில் வந்த செய்தி இது. கணவன் மனைவி இருவரும் டாக்டா்கள். வீட்டில் இரு குழந்தைகள். மனைவி கணவனிடம் பேசிவிட்டு பாத்ரூம் சென்று கதவை தாளிட்டு சன்னல் கம்பியில் துணியை கட்டி தூக்கு

போட்டுக்கொண்டுள்ளார். இன்னும் பாத்ரூமில் இருக்கிறாரே என்று கணவன் கதவை தட்டி கூப்பிட்டுள்ளார். மனைவியின் பதில் இல்லை. கதவை திறந்து பார்த்ததும் அதிர்ச்சி. மனைவி தூக்கில் தொங்குகிறாள். சந்தர்ப்ப சூழ்நிலை, குடும்ப சூழ்நிலை, கணவனுக்கும் மனைவிக்கும் அன்பு விலகியதால்தான் மரண நிகழ்ச்சி ஏற்பட்டு இருக்கவேண்டும். வாழ்க்கையின் நிகழ்ச்சிகளை புரிந்தவர்கள் மக்களின் மனநிலையை அறிந்தவர்கள் படித்தவர்கள். ஆனால் இவர்கள் மக்களால் கேவலமாக பேசும் நிலைமைக்கு ஏன் நடந்துக்கொள்ள வேண்டும். இரண்டு குழந்தைகளை தாயில்லா குழந்தைகளாக விட்டு விட்டு இறந்தாள் என்றால் வாழ்க்கையில் கணவனின் அன்பு இல்லை என்று, தன் இஷ்டத்திறகு மாறாக கணவன் இருந்திருக்கவேண்டும் என்று இறந்ததற்கு எத்தனையோ காரணங்களை மக்கள் அனைவரும் ஒருவருக்கொருவர் பேசிக்கொள்வார்கள். யாராவது இறந்துவிட்டால் அவரைப்பற்றி பேசும்போது ஏன் இறந்தார்? எப்படி இறந்தார்? என்று தான் கேட்பார்கள். மனித சமுதாயத்தில் உண்மைகளை ஏற்றுக்கொள்ளாமல் பொய்மையை அதிகமாக விரும்புகிறார்கள். ஏன் என்று எண்ணிப்பார்த்தால் உண்மை விளங்கும். தன்னலவாதிக்கு எப்பொழுதுமே உண்மை பிடிக்காது. பிறர் நலவாதிக்கு என்றும் பொய்மை பிடிக்காது. மனித வாழ்க்கையையும் குடும்பத்தையும் சீர்குலைய செய்வதும் சுயலநலமே. சுயநலம் என்ற நெருப்பு முதலில் மற்றவர்களையும், பிறகு தன்னையும் சுடும் ஆற்றல் உடையது. இருவருடைய எண்ணங்கள் ஒன்றுபட்டு இருக்கவேண்டும். இரு காளை மாடுகளால் மேடான இடத்தில் பளுவான மூட்டையை ஒரே சீராக முட்டிப்போட்டுக் கொண்டு ஒரே மாதிரியாக செயல்பட்டு இழுத்துக்கொண்டு போவதை சிறிதுநேரம் பாத்தாலே புரியும். கோபம் வருகிறது என்றால் எதற்காக? தனக்கு தெரிந்த முறையில் தனக்கு சரி என்று செயல்படும்போது அவருக்கு அவர் செய்யும் முறை தவறு என்று தெரிவதால் நீங்கள செய்வது தவறு என்று சுட்டிக்காட்டும்போது, இல்லை நான் சொல்வதுதான் சரி என்று சொல்லும் போதுதான் கோபம் வருகிறது. இந்த நேரத்தில்தான் இருவரில் யாராவது ஒருவர் அந்த சிறு ரகசியத்தை அறிந்துக்கொள்ளவேண்டும். அடக்கிப்பார். இல்லையேல் அடங்கிப்பார். குடும்பத்தில் கணவன் மனைவி மட்டும் அல்ல பொதுவாக எல்லோருக்கும்

மேற்கூறிய வார்த்தைகளால் நன்மைதான் ஏற்படும் என்பதை எண்ணி நாம் பெற்ற பிள்ளைகள் முன்பு வாழ்ந்துக்காட்டுவோம். அப்பொழுதுதான் பிற்காலத்தில் அவர்களும் பெருமையோடும் வாழ்ந்துக்காட்டுவார்கள். ஒவ்வொரு குடும்பமும் சீர்பட்டால் நாடே சீர்படும். நாடே சீர்பட்டால் உலகமே சீர்படும். ஒற்றுமைப்படும். ஒருவர் அடங்கி போகும் நல்ல குணம் இல்லாத ஒரே காரணத்தால் எத்தனைக் குடும்பங்களில் கோபத்தினால் மனைவியை அடிப்பதும், உதைப்பதும், திட்டுவதும், மாங்கல்யத்தை அறுப்பதும், மனைவியை கொல்வதும், கோர்ட்டுக்கு போவதும், வேறொரு மனைவியை தேடுவதும், ஜீவனாம்சம் கேட்பதும் நடக்கிறது. பெற்றெடுத்த குழந்தைகளின் வாழ்க்கையை பார்க்காமலே புத்தி கோளாறுகளால் மனைவியை இழந்தோம் என்று கணவன் அழ, கணவனை பிரிந்து, பிள்ளையைவிட்டு வந்துவிட்டோமே என்று மனைவி அழ, இவர்கள் மத்தியில் தகப்பன் ஒரு வழி அம்மா ஒரு வழியும், இருவர் வழி சரி இல்லாததால்தான் அல்லவா பாதிக்கப்பட்டோம் என்று கண்ணீர்விடும் குழந்தைகளை நாட்டில் நாம் பார்த்துதான் வருகிறோம். ஐந்து வயது வரை தான் அண்ணன் தம்பி, பத்து வயதில் பங்காளிகள் என்று கற்றுக் கொடுத்ததின் பலன் தான் இன்று ஒவ்வொரு குடும்பத்திலும் திருமணம் முடிந்த உடனே அண்ணன் தம்பி பாசம் மறைகிறது. பகைமை உணர்வு ஏற்படுகிறது.

பெண்கள் கொடுமை

அடுப்பூதும் பெண்களுக்கு படிப்பெதற்கு என்று சொல்லி
இடுப்பொடிய வயல்வேலை செய்ய சொல்லி
அடிக்கடுக்காய் கதைகளை எடுத்துச் சொல்லி
கெடுத்து விட்டார் தாய்குலத்தை என்றறிவீர்.
முன்னோரின் மூடச் செயலை முறியடிக்க
சிந்தனையாளர்கள் சீறி எழுந்தனர்.
சீர்திருத்த ராஜாராம் மோகன் ராய்

சக மனதை சந்தி சிரிக்க செய்துவிட்டார்.

ஆண்களுக்கு பெண்கள் அடிமை என்பதை கேட்டு பெரியார் சீரி எழுந்தார். எழுத்து மூலம் அறிவுப்போர் தொடுத்தார். உரிமைப் போரை பெண்களை தொடுக்க செய்தார். சமஉரிமை கல்வியால் பெற செய்தார். வரதட்சனை வேண்டாம் என்று ஆணும் பெண்ணும் நினைத்திட வேண்டும் என்றார். தந்தை சொத்தில் மகள்களும் பாகம் பெற வேண்டும் என்றார். பெண்ணுரிமை சட்டத்தால் பெருமை பட வாழ்ந்து நாட்டை காப்போம் என்றார். ஆண் தான் வேலைக்கு சென்று உழைக்க வேண்டும். பெண்கள் வீட்டு வேலைகளையும் சமையல் வேலையையும் செய்ய வேண்டும் என்று அனைத்து ஆண்களும் நினைக்க கூடாது.

Intellectual freedom

அறிவு சுதந்திரம்

Social Freedom

சமூக சுதந்திரம்

Political freedom

அரசியல் சுதந்திரம்

Economic freedom

பொருளாதார சுதந்திரம்

இவையாவும் ஆண் பெண் இருபாலருக்கும் தேவை. Equality (சமத்துவம்) ஆண் பெண் இருவருக்குமே இருந்தாக வேண்டும். கல்லானாலும் கணவன் புல்லானாலும் புருஷன் என்பதும் நியாயம் தானா? தினம் குடித்து விட்டு வருவதோடு உன் அம்மா வீட்டு சீர்வரிசை சரி இல்லை. இன்னும் கொஞ்சம் வாங்கி வா என்று கேட்டு, அடிப்பதை தாங்க முடியாமல் விவாகரத்து செய்துக்கொண்டு பிரிந்து வாழும் பெண்களும் இல்லாமல் இல்லை.

ஆண்கள் எத்தனை மனைவியாவது திருமணம் செய்துக் கொள்ளலாம். பெண்கள் அடிமையாக இருக்க வேண்டும். அவர்களுக்கு சுதந்திரம் இல்லை. பெண்களின் உடம்பை யாரும் பார்க்க கூடாது. கறுப்பு துணியால் அங்கி அணிய வேண்டும். இப்படி பல மூடக்கொள்கைகளை பின்பற்றும் மதப்பித்தர்களும் உண்டு. ஆகவே தான் கூறுகிறேன். புத்தர் காட்டிய மார்க்கம் தான் பகுத்தறிவுக்கு முதல் இடம் தரும் மார்க்கமாகும். நாங்கள் எல்லாம் மதத்திற்கு அடிமையானவர்கள். எங்கள் மதச்சாரத்தை விட்டுக் கொடுக்கமாட்டோம். எத்தனை மனைவிகளையும் நாங்கள் திருமணம் செய்துக் கொள்ள மதம் இடம் தருகிறது. பெண்களை ஆண்களுக்கு அடிமைகள் என்று கூறும் மதங்கள் உங்களுக்கு தேவையா? சாதி பேதங்களையும், தீண்டாமை கொடுமைகளையும் ஆதரிக்கும் மதங்கள் தேவைதானா? இந்திய நாட்டின் தலைவர்கள் அத்தனைப்பேரும் மதங்களுக்கும், மதகுருக்களுக்கும் அடிமைகள் தானே!

பெண்களுக்கும் ஆண்களுக்கும் சம உரிமை உண்டு என்றும், அதனை கொடுத்தாக வேண்டும் என்றும் இன்னும் கோரிக்கைகளாக சட்ட சபையில் கேட்டுக் கொண்டிருப்பது மனித சமுதாயம் தகுந்த வேகத்தில் வளர்ச்சி அடையவில்லை என்பதை காட்டுகின்றது. ஆண் இல்லையேல் பெண் இல்லை. பெண் இல்லையேல் ஆண் இல்லை. இதுதான் உண்மை. உலக மக்களுக்குள் ஆண்களுக்கு மட்டும்தான் உரிமை அல்ல. பெண்களுக்கும் சம உரிமை உண்டு என்று 2500 ஆண்டுகளுக்கு முன்னாரே புத்தர் கூறியிருக்கிறார். ஆகவே ஆண்களுக்கு பெண்கள் அடிமைகள் இல்லை என்ற எண்ணத்தை அனைத்து ஆண் குலமும் அறிந்திட வேண்டும். அன்று முதல் இந்நாள் வரை பெண்களாக பிறந்திட கூடாது என்ற எண்ணத்தில் கவலைப்படுவார்கள். இதனை மாற்ற வேண்டும். பட்டிமன்றங்களை வருமானத்துக்காக மக்களை மகிழ்விக்கும் எண்ணத்தோடு நடத்தக் கூடாது. மற்றவர்களின் குற்றங்களை சொல்லி கொண்டே கல்லாதவர்களைப் போல் கற்றவர்களும் காலத்தைக் கழிக்கக் கூடாது.

இலஞ்சம் கொடுப்பதும் தவறு. வாங்குவதும் தவறு. தண்டனை உண்டு என்று அறிந்தும் என்ஜினியரிங் கல்லூரியில் சேருவதற்கும், மருத்துவ கல்லூரியில்

சேருவதற்கும், ஆயிரக்கணக்கில் அல்ல இலட்சக்கணக்கில் பணம் நிர்வாகிகளுக்கு புரோக்கர்கள் மூலம் நன்கொடை பெயரில் ரகசியமாக கொடுப்பவர்களுடைய பிள்ளைகளுக்குத்தான் இடம். மகன் மகள் படிக்க வேண்டும் எப்படியும் படிக்க வைக்க வேண்டும் என்பதற்காக நிலத்தை, வீட்டுமனைகளை விற்று படிக்க வைக்கிறார்கள். இது இரண்டும் இல்லாதவர்கள், அவர்கள் சுற்றதார்களிடம் உறவினர்களிடம் ஒரு லட்சம், இரண்டு லட்சம், மூன்று இலட்சம் இப்படி கேட்பதும், எங்களால் அவ்வளவு முடியாது என்று சொன்னவுடன் மனஸ்தாபம் படுவதும், உறவுமுறையை லஞ்சப் பணம் பறித்துவிடுகிறது. பணக்காரன் லட்சக்கணக்கில் நன்கொடை பெயரில் இடத்தை வாங்கி தருகிறார்கள். நடுத்தரமக்களால், ஏழை மக்களால் முடியுமா? அனைத்து தனியார் கல்லூரிகளிலும் நன்கொடை வாங்க கூடாது என்று உத்தரவு போட வேண்டும்.

மதியை மயக்கி, தீய சொற்ளையும் பேச, தீய செயல்களையும் செய்ய தூண்டும் மதுபானங்களை அருந்தாமல் இருப்பது எனது கடமை. கூலி தொழிலாளி முதல் கோடீஸ்வரன் வரை குடியை (மது) குடித்து, கெட்டு அலைவதும், மனைவியை அடிப்பதும், உதைப்பதும், குடிக்க பணம் இல்லாத போது மனைவியின் நகையை அடமானம் வைத்து குடித்து, வீடடிலுள்ளவர்களிடம் சண்டைப்போடும் காட்சியை பார்க்கிறோம். ஆகவே மதியை மயக்கக்கூடிய மதுபானங்களை அருந்தாமல் மனித இனம் வாழக் கற்றுக்கொள்ள வேண்டும்.

நாட்டின் எல்லையை காரணம் காட்டி, விட்டுக் கொடுக்காமல் நூற்றுக்கணக்கான மனிதர்கள் துப்பாக்கி குண்டுகளினால் இறந்தார்கள். இறந்தவர்கள் இராணுவ மரியாதையுடன் பொது மக்களின் மாலை மரியாதையுடன் புதைக்கப்படுகிறார்கள். இராணுவ குடும்பங்களுக்கு பணம் அமைச்சர்கள் மூலம் நன்கொடையாக கொடுக்கப்படுகிறது. தேசம் காப்பதில் வீரம், சண்டை என்பதும் போர் என்பதும் மக்களிடம் பேசப்படுகிறது. எதிரி படையை விரட்டிடுவோம். இந்தியாவுக்கு வெற்றியை தேடிடுவோம். இமயம் முதல் குமரி வரை இந்தியரின் எழுச்சிகளை காட்டுவோம். எதிரிகளை

வீழ்த்துவோம் வெற்றி காணுவோம் என்று நாம் பேச, அதே வீர உணர்ச்சியோடு பாகிஸ்தான் மக்களும் வெற்றி நமக்கே என்று பேசுகிறார்கள். முடிவு என்ன? இரு நாட்டார் இராணுவ வீரர்கள் சாவதை தவிர வேறு என்ன காண முடியும். எல்லைக் கோடு என்பது அங்கே தான் இருக்கிறது. இருக்க போகிறது. காஷ்மீர் பிரச்சனை என்பது இரண்டு நாய்களுக்கு இடைப்பட்ட எலும்பு துண்டை போன்றது என்று அறிவுலக மாமேதை டாக்டர் அம்பேத்கர் அவர்கள் ஆங்கிலேயர்கள் இந்தியாவுக்கும், பாகிஸ்தானுக்கும் சுதந்திர நாடாக பிரித்துக் கொடுக்கும் போதே சொன்னார். அந்த வார்த்தை இன்றும் செயல்படுத்தி மக்களை சாகடித்து வருகிறார்கள். அரசியல் தலைவர்கள் மக்களை தூண்டி விட்டு போர் வெறியை உண்டாக்கி மக்களை சாகடிப்பது வடிக்கட்டிய முட்டாள்களின் செயலாகும் என்பதை போதிப்பது தான் பௌத்தம். ஆகவே பௌத்த மார்க்கத்தின் உண்மை நெறிகளை அறிந்துக் கொண்டால் வாழ்க்கையில் நடைமுறைப் படுத்த புரிந்துக் கொண்டால் உலக மக்கள் சமாதானமாக வாழ்வார்கள் என்பது திண்ணம். பௌத்த நெறியின் நன்மைகளை நாட்டு மக்கள் தெளிவாக அறிந்துக் கொண்டால் அணுகுண்டுக்கு வேலை இருக்காது. தன் நடத்தையை அறிவோடு ஒருவன் உயர்த்திக் கொள்கிறான். ஆயிரம் நூல்களிலிருந்து பெற முடியாத ஞானங்களை அனுபவ சம்பவங்கள் மூலம் அறிகிறார். அனுபவம் உள்ளவரிடம் நாம் கேட்காததால் அனேக கஷ்டங்களை வாழ்க்கையில் அனுபவிக்கிறோம். நடைமுறை அனுபவம்தான் உண்மை. அதன் முதிர்ச்சியே அறிவியல் அறிவு. இந்த வெளிப்படையான உண்மைகளை அறிய எந்த கல்லூரிகளுக்கும் போக தேவையில்லையே! விஞ்ஞான அறிவு எந்த மனித உயிர்களையும் அழிக்கக்கூடாது. விஞ்ஞான அறிவை மனித சமூகம் மகிழ்ச்சியோடு ஏற்று வாழ்ந்து காட்ட வேண்டும்.

சுதந்திரம் (Liberty)

தங்களை தாங்களே நல்ல நெறியில் வாழ்ந்துக் காட்ட, இல்லறத்தை இனிதே நடத்திட ஆண் பெண் இருவருமே மனபூர்வமாக தேர்ந்தெடுக்கும் உரிமையே சுதந்திரமாகும். நல்வழியில் செல்ல உரிமைகள் கொடுத்தாக வேண்டும். அதிகாரத்தால்

பருவம் அடைந்த ஆண் பெண் இருபாலர்களையும் அடக்கும் முறை ஏற்படும் போது தான் கோபம், பணியாமை, எதிர்த்து பேசுதல், அடங்காமை எண்ணங்கள் ஏற்பட்டு தன் காலில் எப்படியும் வாழ முடியும் என்று பெற்றோர்களின் பாசத்திலிருந்து விலகுகிறார்கள். சுதந்திரம் வேண்டுமானால் கடமைகள் செய்து தான் ஆக வேண்டும். ஒவ்வொருவரும் கடமைகளை ஒழுங்காக நேர்மையாக நீதியாக செய்வார்களானால் அந்நிகழ்ச்சியே சுதந்திரம் ஆகும். பகுத்தறிவு பாதையை பின்பற்றுபவர்களால் தான் சுதந்திரமாக வாழ முடியும். பகுத்தறிவு பாதையைவிட்டு விலகி வாழ்கின்ற யாராக இருந்தாலும் மற்றவர்களின் கேள்விக்கு பதில் சொல்ல முடியாமல் விழிப்பவர்களை சுதந்திரம் பெற்றவர்கள் என்று எப்படி சொல்ல முடியும். இல்லறத்தை நடத்தும் ஒவ்வொரு ஆணுக்கும், பெண்ணுக்கும் உணவு, உடை, உறைவிடம் கிடைக்க செய்வதே மக்கள் சுதந்திரமாகும்.

சுதந்திரம் பெற்ற மனிதன் யார்?

1. எவன் காலத்திற்கேற்ப மாற்றங்களை ஏற்றுக்கொள்ளுகின்றானோ அவன்.

2. எவன் ஒருவன் சூழ்நிலை கைதியாக இல்லாமல் பொறுப்புணர்ந்து கடமை ஆற்றுகின்றானோ அவன்.

3. எவன் ஒருவன் கிளர்ந்து எழுகின்ற மன தின்மையை பெற்றிருக்கின்றானோ அவன்.

4. எவன் ஒருவன் முன்னோர்களின் தொன்றுதொட்டு வரும் பழக்கவழக்கங்களுக்கு அடிமை ஆகாமல் இருக்கின்றானோ அவன்.

5. எவன் ஒருவன் பழைய போதனைகள் என்பதற்காக அவற்றை அப்படியே ஏற்காமல் அறிவுப்பூர்வமாக செயல்படுகின்றானோ அவனையே நான் சுதந்திரம் பெற்ற மனிதன் என்பேன்.

6. எவன் ஒருன் தானே சரணடையாமல், மற்றவர்களின் விருப்பப்படி செயல்படாமல், எதனையும் சோதனைக்குட்படுத்தி அறிவு வெளிச்சத்தில் அலசி ஏற்கின்றானோ அவன்.

7. யார் ஒருவன் உரிமைகளை தற்காத்துக்கொள்ள தயாராக இருக்கினறானோ அவன்.

8. யார் ஒருவன் அடுத்தவன் கைபாவையாய் இராமல் போதிய சிந்தனையும், சுய மரியாதையையும் பெற்று இருக்கின்றானோ அவன்.

9. யார் ஒருவன் மற்றவர்களைப்போல் வாழ்க்கையை நடத்தாமல், தன் சுய சிந்தனைப்படி வாழ வழியறை செய்துக்கொண்டு வாழ்க்கை நடத்துகின்றானோ அவனையே நான் சுதந்திரம் பெற்ற மனிதன் என்பேன்.

சமத்துவம் (Equality)

உலக மக்களுக்கு இன்று சமத்துவம் வேண்டும். தொழிலாளர் முதல் சாதாரண ஏழை எளிய மக்கள் வரை சமத்துவம் வேண்டும். முதலாளிகள் போடுகின்ற மூலதனத்திற்கு தகுந்த ரூபாயும் தொழிலாளர்களுக்கு கொடுக்க வேண்டிய கூலியையும் கொடுத்துவிட்டு இலாபத்தில் முதலாளியும் தொழிலாளியும் சமமாக பங்கீடு செய்துக் கொள்வதே சமத்துவ கொள்கைக்கு அடையாளமாகும். ஆண்டாண்டு காலமாய் சமத்துவம் இல்லாத ஒரே காரணத்தால் அல்லவா தலைவர்களும், தொண்டர்களும் போராட்டங்கள் செய்த வண்ணமாக உள்ளனர். சமத்துவம் வேண்டும் என்று உலகில் அனைத்து மக்களாலும் ஒத்துக் கொள்வதிலும் அனைத்து தலைவர்கள் அதைப்பற்றி பேசும் போதும் மாறுப்பட்ட கருத்தை யாரும் சொல்வதில்லை. சமத்துவத்தைப் பற்றி பேசுகின்றவர்கள் செயல்படும் பகுத்தறிவு இல்லாத ஒரே காரணத்தால் இன்று முழுமையான சுதந்திரம் பெற்றும் சமத்துவம் இல்லாமல் இருக்கிறது. பல போதனைக்கு இடையில் பல வேதனைகளைக் கொடுக்கும் வழிகளை மக்களுக்கு காட்டி வருகிறார்கள். மதம், இனம், சாதி, மொழி ஆகியவற்றில் உள்ள வேற்றுமை உணர்வுகளை

உடும்புப்பிடியாக பிடித்துக் கொண்டு சமத்துவ கொள்கைகளுக்கு எதிராக மூடக்கொள்கைகளுக்கு அடிமைகளாகி மத குருக்கள் வாழ்ந்து விட்டார்கள். அரசியல் தலைவர்களும் பணக்காரர்களும் சமத்துவ கொள்கைக்கு இடையூராக தொண்டர்களை உண்டாக்கிக் கொண்டு வாழ்கிறார்கள். சமத்துவ கொள்கைகளை விரும்பும் ஏழை எளிய மக்கள் சாதிக்கும், மதத்திற்கும் அடிமைகளாக உள்ள அரசியல்வாதிகளை நம்பி விட்டார்கள். சமத்துவ கொள்கைகளுக்கு எதிரிகள் யார் என்று அறிவுலக மேதை டாக்டர் அம்பேத்கர் காட்டிய பௌத்த நெறியை அறிந்தவர்களால் தான் அறிந்துக் கொள்ள முடியும். எல்லா மக்களின் உள்ளத்திலும் சமத்துவம் என்றால் என்ன என்பதை புரிந்துக் கொண்டால் சுதந்திர நாட்டை காப்பாற்ற முடியும். எல்லோரும் ஏற்ற தாழ்வற்ற சமத்துவ கொள்கையில் வாழ முடியாது. எல்லோரும் பல்லக்கில் ஏறி உட்கார்ந்துக் கொண்டால் பல்லக்கை தூக்குவது யார்? என்று கேள்வியை கேட்டும், எல்லோருமே ஒரே துறையில் வேலை செய்ய ஆசை பட்டால் சாக்கடையை சுத்தம் செய்வது போன்ற தொழிலை செய்வது யார் என்ற கேள்விகளைக் கேட்டுக்கொண்டும் காலத்தைக் கழித்து வருகிறோம். மதத்தாலும், சாதியாலும் மக்களுக்குள் உயர்வு, தாழ்வு ஏற்பட்டு குறிப்பிட்ட இனம் மற்ற இனத்தவர்களுக்கு அடிமை என்றாகி விட்டது. மேலவர் சொல்வதுப் போல் தான் நடக்க வேண்டும். மேல்வரப்பு, கீழ்வரப்பு உள்ளது போல் மக்களுக்குள் பிரிவுகள் அவசியம் தேவை. இதில் தவறில்லை. கடவுள் செயலால்தான் ஏழை என்றும், பணக்காரன் என்றும் படைக்கப்பட்டிருக்கிறார்கள். புரியாதவைகளும், தெரியாதவைகளும் உண்டு. இவ்வாறு காட்டுமிராண்டிகள் காலத்தில் சொல்லிய வார்த்தைகளை விஞ்ஞானக் காலத்திலும் எடுத்து சொல்லுகின்றார்கள்.

மகிழ்ச்சியோடு வாழ வேண்டும். மகிழ்ச்சியோடு மக்கள் வாழ வேண்டுமானால் மக்களுக்கு தேவையான, அடிப்படையான உணவு, உடை, உறைவிடம் ஆகியவைகளை கிடைத்திட செய்ய வேண்டும். மக்கள் உழைத்து உணவை உற்பத்தி செய்கிறார்கள். இயற்கை மக்களின் முயற்சிக்கும் உழைப்பிற்கும் எப்போதும் உதவி செய்கிறது. உயிர் வாழவும் வயிற்றுப் பசியை நீக்கவும் உணவு தேவைப்படுகிறது. தேவைப்படும் உணவு

கிடைக்காத போது வயிற்றுப் பசியை போக்கும் சிக்கலான வழிகளை பின்பற்ற வேண்டிருக்கிறது. பசியை நீக்கிவிட்ட பிறகு தான் போதும் என்ற வார்த்தை வருகிறது. படுக்க இடம் வேண்டும். ஆடையில்லாதவன் அரைமனிதன் அல்லவா? மானத்தை காக்க ஆடை அவசியமாகிறது என்பதை அனைவரும் அறிந்ததே. பிறந்த நாள் முதல் இறக்கும் நாள்வரை உணவு, உடை, இருப்பிடம் ஆகிய மூன்றும் அத்தியாவசியமாகிறது. இவை மூன்றையும் கிடைக்கச்செய்வது யார் கையில் உள்ளது? மக்களால் மக்களுக்காக உழைக்கும் பொது தொண்டர்களாகிய ஆட்சிப் பீடத்தில் அமரும் தலைவரும் அவரைச் சேர்ந்த உறுப்பினர்களும் அல்லவா வழிக்காட்ட வேண்டும்.

வாயளவில், மேடையில் மக்களின் கைத்தட்டுதலுக்காக பேசி விட்டால் போதுமா? செயல் படுத்துவது யார்? வழிக்காட்டிகள் யார்? வறுமைப் பிணியில் சிக்குண்டு, பசி பிணியை போக்க எண்ணங்களினால் தவியாய் தவிக்கும் ஏழைகளின் எண்ணிக்கையை பார். என்னை போன்றவர்கள், அண்ணல் அம்பேத்கர் காட்டிய பாதையில் பகுத்தறிவுள்ள பௌத்த நெறியின் இருட்டடிக்கபட்ட உண்மை கருத்துக்களை எல்லாம் கொண்டு ஆத்தீகவாதிகளால் அறியாமை நோயில் சிக்கப்பட்டவர்களை விடுவிக்க முயல்கிறார்கள். எங்களிடம் அறிவு பலம் உண்டு. அதே நேரத்தில் பணம் பலமில்லை. உண்மை கருத்துக்கள் ஏழையின் வாயிலிருந்து புறப்பட்டால் பொய்யாகி விடுகிறது. பொய்யும் புரட்டும் கலந்த கருத்துக்கள் அரசியல்வாதி சொல்வானானால் அது அரசியல் தந்திரம் என்றும் அதே பொய்யை கவிஞர் எழுதுவானானால் அது கவிதை என்றும் ஆகிவிடுகிறது. அனுபவ அறிவைக்கொண்டு நீங்கள் ஆராய்ந்து பார்ப்பீர்களானால் உண்மையை உணர்ந்துக் கொள்வீர்கள். நானும் வாழ வேண்டும். நீயும் வாழ வேண்டும். மற்றவர்களும் வாழ வேண்டும். அனைவரும் வாழக் கற்றுக் கொள்ள வேண்டும். வாழ்ந்து காட்டுகிறவர்கள் வழிக்காட்டிகளாக இருந்தால் தானே வாழ வேண்டியவர்களுக்கும் தகுந்த உணவும், உடையும் வற்றாத ஊற்றைப்போல் கிடைக்கும். அப்போது வறுமை என்பது மக்களிடம் தலைக்காட்டாது. வறுமை இல்லையேல் சமத்துவ கொள்கை, சமதர்ம பாதை தானாகவே உண்டாகும்.

சமத்துவ கொள்கைக்கு எதிரியாக, இடையூராக, தடைகற்களாக இருப்பவை மதம் சாதி ஆகிய இரண்டும். ஆண் பெண் இருபாலரையும் சமத்துவ கொள்கையில் வாழக்கற்றுக் கொடுக்காமல் ஆணுக்கு ஒரு நீதி பெண்ணுக்கு ஒரு நீதி, பெண் ஆண்களுக்கு அடிமையாகத்தான் வாழ வேண்டும் என்ற கொள்கைகளையும் நான்கு வகை சாதி நம்பிக்கையையும் சதிக்காரர்கள் நடைமுறையில் ஆழ பதிய வைத்துவிட்டனர். மதத்தையும், சாதி முறைகளையும் பார்த்து, சாஸ்த்திர சமபிரதாயத்தை நம்பிக் கொண்டு, ஜாதகத்தை பார்த்து பெயர் பொருத்தம் சரியாக உள்ளதா என்று பார்த்து பார்த்து திருமணம் செய்துக் கொண்ட நீங்கள், மகிழ்ச்சியாக இருக்கிறீர்களா? வரதட்சனை என்ன என்பது தெரியாமல் இருக்கின்றீர்களா? உங்கள் மனைவிக்கும் உங்களுக்கும் மனப்பொருத்தம் உள்ளதா? மகிழ்ச்சியோடு வாழ்கின்றீர்களா? வறுமை இல்லாமல் வாழ்கின்றீர்களா? நீங்கள் குடியிருக்கும் ஊரில் அனைவரும் ஒற்றுமையாக உள்ளார்களா? இல்லை என்றால் இவற்றிற்கெல்லாம் அடிப்படையான காரணங்கள் என்ன என்பதை எண்ணிப்பார்க்க வேண்டாமா? மதவெறிகளையும் ஜாதிவெறிகளையும் நம்பி கொண்டிருக்கிற வரையில் சுயநல சோம்பேறிகள் தன்னலவாதிகளாக அரசியல் அதிகாரத்தில் அமர்ந்து மதத்திற்கு அடிமையாகி, சாதிப்பித்தை விட்டவர்கள் போல் வேடம் போட்டு, உண்மையான சமத்துவ கொள்கைகளை வளர தடையாகத்தான் இருப்பார்கள். மதம், இனம், சாதி, மொழி வெறிகள் நீங்கிட, நீக்கிட பௌத்த நெறியே சிறந்தது என்று சிந்திக்கும் சீர்திருத்தவாதிகள் மக்களின் அறியாமை மூடக்கொள்கைகளை என்று நீக்குகின்றார்களோ அன்று தான் சுதந்திரம் என்றால் என்ன சமத்துவம் என்றால் என்ன என்று அறிந்துக் கொள்ள வழி பிறக்கும். ஆட்களை வைத்துக் கொண்டு ஆட்சி நடத்தாமல் அறிவாயுதம் கொண்டு அனைவரையும் சமத்துவப்பாதையில் அழைத்து செல்ல வேண்டும்.

சகோதரத்துவம் (Fraternity)

உரிமைகளை அறிந்துக்கொண்டு சமத்துவ பாதையில் செல்லும் அறிவுள்ள மக்களை பெற்றுவிட்டால் மக்களுக்குள் சகோதர பாசம் தன்னாலே உண்டாகும என்பதை பட்டிமன்றங்கள போட்டுத்தான் விளக்க வேண்டியதில்லை. அக்கால ஆரியர்களைப் போல் கடவுள், கடவுளச்சி நம்பிக்கையை கொண்டவர்களுக்கு என்னைப்போன்று பௌத்த நெறியின் உண்மைகளை அறிந்தவர்கள் பேசினாலும், எழுதினாலும் வெறுப்பார்கள். எப்போது பார்த்தாலும் புத்தர், புத்தர் என்று சொல்லிக்கொண்டு மற்றவர்களை எல்லாம் குழப்பி விடுகிறாயா? உனக்கு என்ன தெரியும்? சித்தர்களை எல்லாம் விட்டுவிட்டு எப்போதோ எங்கேயோ பிறந்த புத்தரைப் பற்றி பேசுகிறாயே. புத்தரைப் பற்றி பேசாதே. இல்லாத கருத்தை எல்லாம் சொல்லி, மக்களை கெடுக்க வேண்டாம் என்று என்னைப் பார்த்து கேட்கலாம். குழப்பவாதி என்று அவர்கள் பார்வைக்கு நான் தெரியலாம். ஐயா, நீர் பேசாதே! சொல்லாதே! என்று என்னை பார்த்து சொல்வதற்கு யாருக்கும் உரிமை கிடையாது. என் மனைவியையோ, என் பிள்ளைகளையோ நான் செல்லும் மார்க்கத்தைத்தான் பின்பற்ற வேண்டும் என்று நான் கட்டாயப்படுத்தவில்லை. நீ உன்னை மட்டும் யோக்கியனாக்கிக் கொண்டால் போதும். அதனால் உலகில் ஒரு அய்யோக்கியன் குறைந்திருக்கிறான் என்பதை நீ உணர்வாய் என்ற புத்தரின் வார்த்தைகளை தான் நான் சொல்லி கொண்டு வருகிறேன். நல்லதை நினை, நல்லதை செய் என்று சொல்வதா தவறு?

> They blame him who sits silent. They blame him who says too much. There is no one on the earth who is not blamed.
>
> மௌனமாய் அமாந்திருப்பவனையும் குறை கூறுகிறார்கள். அதிகம் பேசுகிறவனையும் குறை கூறுகிறார்கள். உலகில் குறை கூறப்படாதவன் ஒருவனும் இல்லை.

அறிவுலக மேதை டாக்டர் அம்பேத்கர் அவர்கள் இதைத்தான் சொல்கிறார். சுதந்திரம், சமத்துவம், சகோதரத்துவம் ஆகியவற்றில் அக்கரை கொள்ளாத மனிதன் தின்று கொழுத்த பன்றிக்கு சமம். ஏனென்றால் பன்றி எப்போதும மேல் நோக்கி பார்க்காது. அது எப்போதும் கீழான பார்வையைத்தான் பார்க்கும். ஆகவே சென்றது, கடந்தது எல்லாம் நடந்ததாகவே இருக்கட்டும். இனிமேலாவது பன்றியைப்போன்று புத்தியை வளர்த்துக் கொள்ளாதீர்கள்.

சகோதரத்துவம் என்பது இன்று இல்லை என்பதால் தான் அதனைப்பற்றி பேசவும் எழுதவும் வேண்டியுள்ளது. இதனை வேறு விதமாகவும் அதாவது மதம் என்று ஒன்று உள்ளதால் தான் சகோதரத்துவத்தைப் பற்றி அடிக்கடி நினைவுப்படுத்த வேண்டியுள்ளது என்றும் சொல்லலாம். மதவெறி தலையை விரித்துக் கொண்டு ஆடுவதால் தான் இந்து, இஸ்லாம், கிறிஸ்தவ மதத்தினருக்கு அடிக்கடி நீங்கள் சகோதரர்கள் என்று நினைவுப்படுத்த வேண்டியுள்ளது. ஆனால் என்னைப் போன்றவர்கள் சகோதரத்துவம் காட்ட வாருங்கள் என்றால் அவர்களின் ஆத்தீக சகோதரர்கள் அதனை தடைசெய்கிறார்கள். அன்றும் இன்றும் என்றும் ஆத்தீகம் என்று மதத்தை பிடித்துக்கொண்டு அலைகிறார்கள். இதயமற்ற மத நம்பிக்கை உள்ளவர்கள் தான், உள்ளதை உள்ளபடி உரைத்து உலக மக்களை வாழக் கற்றுக்கொள்ளுங்கள் என்ற தெளிவான வழியை போதிக்காமல், பகுத்தறிவுக்கு எதிர்மாறாக நடக்கும் வழிகளை காட்டுகின்றனர். சகோதரத்துவத்திற்கு மதமும் சாதியும் குறுக்கிடுவதோடு மக்களை ஒன்றுபடுத்த வறுமையும் தடையாக உள்ளது. பகுத்தறிவு கொண்டு சிந்திக்கும் ஆற்றலும், சகோதர மனப்பான்மை வளர தடைகற்களாகவும் உள்ளவை எவை என்பதை அறிந்து எதிர்கால சமூகமாவது சீரும் சிறப்போடு வாழும் வழிகளை அறிந்துக்கொள்ள நாம் வழிகாட்டிகளாக இருக்க வேண்டாமா?

முன்னோர்கள் மதத்தின் பெயரால் கணக்கற்ற கடவுளின் பெயர்களை சொல்லிக் கொண்டு, சண்டைகள் போட்டுக் கொண்டு, நல்வாழ்வுகளை மறக்க வைத்தது போதும். நால்வகை சாதி கூறி நம் நாட்டு மக்களுக்குள் சகோதரத்துவத்தை மறக்க வைத்தது

போதும். சாதி வெறிக்கும், மதவெறிக்கும் அடிமைகளாகி கடவுள் பெயரால் கலகங்கள் செய்து, கோயில்களை கட்டியும், இடித்தும், மக்களின் மனதை போர்வெறிக்கு தூண்டுதல் செய்து, மக்களை மடிய வைத்த வரலாற்றை அறிந்தும் நமக்கு பகுத்தறிவு இன்னும் வரவில்லையானால் சகோதரத்துவம் எப்படி வளரும் என்று எண்ணிப்பாருங்கள். பௌத்த நெறி தான் உலக மக்களிடம் சுதந்திரம், சமத்துவம், சகோதரத்துவம் ஆகிய பண்புகளை வளர்த்து நாட்டைக் காக்கும் என்பதை அறிந்து இனிமேலாவது சாதி, மதம், இனம், மொழி, தேசம் என்று பார்க்காமல் உலக மக்களின் நல்வாழ்விற்காக கற்பிக்கும் பௌத்த நெறியை ஏற்போம். மக்களுக்கு கற்றுக் கொடுத்து வாழ்ந்து காட்டுவோம் வாரீர்.

நீயும் வாழ வேண்டும். நானும் வாழ வேண்டும். மற்றவர்களும் வாழ வேண்டும். ஒவ்வொரு குழந்தைக்கும் யார் கடவுள்? பெற்றோர் தானே. பெற்றோர் கடமைகள் என்ன? மகனின் கடமை என்ன? பெற்றோரை திட்டுவதும், அடிப்பதும், உதைப்பதும், வயதான சமயத்தில் அவர்களை பிச்சை எடுக்கும் அளவுக்கு வீட்டை விட்டு வெளியேறும் அளவுக்கு பேசுவதும் ஏன்? ஏன்? ஏன்? நீ மனிதனா? மிருகமா? சிந்திக்கும் ஆற்றல் படைத்தவன் தான் மனிதன். முன்னோர் சமுதாயத்தில் செய்த குற்றங்களை மறந்துவிடு. கொல்லும் ஆயுதங்களை மண்ணோடு மண்ணாக மறைத்துவிடு. கொலைவெறியை மறந்துவிடு, துறந்து விடு. இல்லாத, காணாத, காண்பிக்க முடியாத கடவுள் பெயரால், ஆடுகளையும் மாடுகளையும், பன்றி, கோழிகளையும் பதைக்க பதைக்க வெட்டவும். அறுக்கவுமா உன்னை தாய்தந்தையர் பெற்றெடுத்தார்கள்? மதியை மயக்கக் கூடிய மது பானங்களை அருந்தி குடிக்காரனாகவும், கூச்சலிட்டு மனைவியையும் பிள்ளைகளையும் அடிக்கவும், வெட்டவுமா உன்னை பெற்றெடுத்தார்கள்? முடிவாக கூறுகிறேன். வீட்டு ஆட்சி நலம் பெற்றால் தான் நாட்டு ஆட்சி நலம் பெறும். நாட்டு ஆட்சி நலம் பெற்றால் உலக மக்கள் ஒரே குடும்பம் என்ற உணர்வு ஏற்படும். வெட்கப்படு, வேதனைப்படு, கண்ணீர்விட்டு அழு. கண்ணிவெடி தேவையா? அணுகுண்டு தேவையா? துப்பாக்கி தேவையா? உனக்கு வெட்கமில்லையா? எந்த ஆயுதத்தால் மனிதனை அழிக்கின்றாயோ அதே ஆயுதத்தால் இறந்த உயிரை தர முடியுமா? நீ மனிதனாக இருந்தால் அல்லவா

சிந்திப்பாய். நீ மிருகம். அதனால் எவன் செத்தால் என்ன? எவன் கொலை செய்தால் என்ன? மதுவும் மாதுவும் கிடைத்தால் போதும். அந்த மகிழ்ச்சியே போதும். அதிகமாக மக்களை கொன்ற அந்த நாட்டை ஆள்வது தான் ஆண்மை என்றும், வீரம் என்றும் சொல்லிக்கொண்டு, கடவுளை வணங்கிக் கொண்டு சண்டை போடுவதும், சண்டைக்கு போவதும் கேவலமாக இல்லையா?

உனக்கு உயிரை கொடுப்பது பெற்றோர் தானே? தாய்தந்தையால் வளர்க்கப்படுகிறாய். பருவம் வந்ததும், வாழ்க்கை நடத்த வழியை காட்டுகிறார்கள். இயற்கை உன்னை வாழ வைக்கிறது. இந்த உண்மைகளை கல்லூரி சென்றா கற்றுக் கொள்ள வேண்டும்? மதத்தை மற! இல்லாத கடவுளை மற! சாதி இல்லவே இல்லை என்று நினை. உலகில் ஆண், பெண் இரண்டு தான். மனிதனுக்கு மனிதன் குத்துவதும் வெட்டுவதும் சரியா? நீதியா? எண்ணிப்பார்? நீ எருமை அல்லவே? மனிதன் என்பதை மறக்காதே. உன்னுடைய பகுத்தறிவை இழக்காதே. தனிமரம் தோப்பாகாது. கூடி வாழ்ந்தால் கோடி நன்மை அல்லவா. உலகில் போர்வெறிக்கொண்டு மக்களை தூண்டும் தலைவர்களை கேள். பயமில்லாமல் கேள். சண்டை போடாதே ஒருவரை ஒருவர் கொல்லாதே என்று கூறு. நீ பிறக்கும் போது எதையும் கொண்டு வரவில்லை, இறக்கும் போது எதையும் கொண்டு போவதில்லை என்று மக்களுக்கு எடுத்து கூறி உலகில் வாழும் ஒவ்வொரு மனிதனுக்கும் தேவையான உணவு, உடை, உறைவிடம் ஆகிய மூன்றையும் அளிக்க வேண்டியது ஆட்சியில் அமரும் தலைவர்களின் கடமை என்று கூறு. முடிவாக உனக்கு கூறுகிறேன். பெற்றோரால் தான் பிள்ளைகளுக்கு பெருமை கிடைக்கிறது. பிள்ளைகளால் தான் பெற்றோர் பெருமை அடைகிறார்கள். யார் தந்தை? யார் தாய்? யார் மகன் தெரியுமா? யார் யார் தெரியுமா? இவர்களின் வேலை என்ன தெரியுமா? மிருகங்கள் கூட பெற்றோர் வேலைகளை செய்கிறது. இது இயற்கை. There will be no difference between animals and parents if they don't keep their children in better position than their own position. பெற்றோரே! உங்கள் வேலை என்ன தெரியுமா? குழந்தையை பெற்று

விட்டால் போதாது. பாலூட்டி சீராட்டி வளர்த்து விட்டால் மட்டும் போதாது. உங்களை விட உங்கள் பிள்ளைகளை சிறந்தவராய் ஆக்க வேண்டும்.

Do all the good you can.

உன்னால் இயன்ற நன்மைகளை எல்லாம் செய்.

In all the ways you can.

உன்னால் முடிந்த வழிகளிலெல்லாம் செய்.

In all the places you can.

உன்னால் இயன்ற இடங்களில் எல்லாம் செய்.

To all the people you can.

உன்னால் இயன்ற மக்களுக்கு எல்லாம் செய்.

As long as ever you can.

உன்னால் எவ்வளவு காலம் முடியுமோ அதுவரை நன்மைகளை செய்துக் கொண்டே இரு.

புத்தரின் வழியில் வாழ்வோம்

கற்பனை, பொய்புரட்டு புராண கதைகளை போதிக்கக்கூடாது. ஏமாற்றுக்காரர்கள் ஏன் ஏற்பட வேண்டும்? கொலைக்காரர்கள் ஏன் ஏற்பட வேண்டும்? சொல்லிக் கொண்டே இருக்கிறார்கள். இருக்கிறோம். சமுதாயம் திருந்தவில்லை. எல்லா குடும்பங்களிலும் ஊர்களிலும் எல்லா நாடுகளிலும் பெற்றோர், பெரியோர், ஆசிரியர்கள் அனைவரும் அன்புடையவர்களாக இருக்க வேண்டும். ஆசை என்பது எல்லோருக்கும் பொதுவானது. நீக்க முடியாதது. ஆனால் அதிக ஆசை, அதிக பேராசை கூடாது. ஆகவே சென்ற காலத்தை மறப்போம். பொய் புரட்டு புராணங்களால், கற்பனைக்கதைகளால் ஆத்தீகவாதிகளின் குருட்டு பழக்கவழக்கத்தால் உலகில் பொறாமையால், போர்வெறியால், மனித சமுதாயம் அழியக்கூடாது என்பதற்காக, அன்பு என்ற அறிவுப் பாதையில் செல்வோம். வறுமைப் பிணியை விரட்டலாம். ஏழை என்றும் அடிமை என்றும் பணக்காரன் என்றும் எவனும் இல்லை. உலகிலே மொழியால் வேறுபட்டு, உணவு வகை உண்பதில் மாறுபட்டு, பழக்கவழக்கங்களில் மாறுபட்டு அவரவர் வாழும் இடங்களுக்கு தகுந்தார் போல் மனிதர்கள் வாழ்க்கையை அமைத்துக் கொள்ளுகிறார்கள். பயிர் செய்ய

மனிதர்கள் தேவை. கல்வியை போதிக்க ஆசிரியர்கள் தேவை. கல்வியை கற்க மாணவர்கள் தேவை. குற்றங்களை தடுத்து நல்லவர்களாக வாழ வழிகளை சொல்வதற்காக காவல் துறையினர் இருக்கிறார்கள். மனிதர்களுடைய நன்மைகளுக்கு மருத்துவர்கள். இப்படி மக்களுடைய நன்மைகளுக்காகத்தான் எல்லா மக்களும் உழைக்க வேண்டும். பகையை பகையால் வெல்ல முடியாது. நெருப்பை நெருப்பால் அணைக்க முடியாது தீமை செய்வரிடத்தும் நட்புக் கொள்ளாமல் இருப்பது பண்பாகாது. இழிவாகும். சிரித்து பழக வேண்டும். சிரித்து பழக தெரியாதவர்களுக்கு பகலும் இருளாகும். ஆட்சி பீடத்தில் அமரும் அரசர்கள் (தலைவர்கள்) வழிகாட்டிகளாக இரு சோடிகளுக்கு மேல் உடை வைத்துக்கொள்ளக் கூடாது. தனக்கு வேண்டியது உணவு, உடை, உறைவிடம் மூன்றும் தான் அல்லவா? இவற்றினை உலக மக்கள் அனைவருக்கும் கிடைத்திட செய்தால் மதம் இருக்காதே, கடவுள் இருக்காதே, சாதி இருக்காதே. பிறப்பு இறப்பு எப்படி மக்களுக்கு பொதுவாக மனித சமுதாயத்தில் இயங்கி வருகிறதோ அதைப் போலவே தான் ஆசையும். இதனை பேராசையுடன் கலப்படம் செய்யாதீர். ஆகவே புத்தரின் அன்பு மொழியே மக்களை மகிழ்ச்சியோட வாழ வைக்கும் முறைகள் என்று குறள் மூலம் குரல் கொடுத்து அழைக்கிறேன் படியுங்கள்.

உள்ளுவ தெல்லாம் உயர்வுள்ளல் மற்றது
தள்ளினும் தள்ளாமை நீர்த்து. (குறள்-596)

நினைப்பு எல்லோருக்கும் எப்பொழுதும் உண்டு. நினைவுகள் பரந்த நோக்கத்தோடு உயர்ந்த நிலைக்கு கல்விமானாக, அதிகாரிகளாக, சிறந்த ஆசானாக மாவட்ட அதிகாரியாக வர வேண்டும் என்ற நோக்கத்தின்படி உணர்வுகளை தூண்ட வேண்டும். நினைத்தவை கைக்கூடாமல் போனாலும் உயர்வான எண்ணங்களை ஒருபொழுதும் கைவிடக்கூடாது என்று போதிக்க வேண்டும்.

இல்லாத குறையால் கிடைக்காத நிலையில் மனிதன் மனமாற்றம் அடைகிறான். ஆகவே ஒவ்வொரு மனிதனும் அறநெறியில் வாழ வேண்டுமானால்,

அழுக்காறு அவாவெகுளி இன்னாச்சொல் நான்கும்
இழுக்கா இயன்றது அறம் (குறள்-35)

பொறாமை, பேராசை, கோபம், கடுஞ்சொல் ஆகிய நான்கு குற்றங்களையும் நீக்கி தலைவர்கள் வாழ்ந்தால் தீயோர் பட்டியல் வராது.

கடன் தொல்லை ஏன் ஏற்பட வேண்டும் என்று எண்ணிப்பார். கடன் கொடுத்தோர் கேட்கின்ற கேள்விகளை நினைத்து அவமானத்தை தாங்க முடியாமல் இறந்தோர் பட்டியல் இனி நீளக்கூடாது என்றால் ஆடம்பர வாழ்க்கையை நீக்க வேண்டும். உன்னுடைய வருமானம் எவ்வளவு என்று உனக்கு நன்றாக தெரியும். அளவோடு வாழ்ந்து வளமோடு வாழ வேண்டும்.

அளவறிந்து வாழதான் வாழ்க்கை உளபோல
இல்லாகித் தோன்றாக் கெடும். (குறள்-479)

தனக்குள்ள பொருளின் அளவை தெரிந்து, அதற்கேற்ப செலவு செய்யாதவனுடைய வாழ்க்கையானது முதலில் வசதி உள்ளது போல் தோற்றமளித்து பிறகு இல்லாமல் கெட்டுப்போகும். இப்பொழுதாவது புரிகிறதா? காரணம் கடவுளா? நீயா? இல்லாத கடவுளின் எண்ணம் தேவையா? என்று எண்ணி வாழக் கற்றுக் கொள். இவ்வளவு தெளிவாக வாழக்கைக் குறிப்புகளை கேட்டும் முடியாது நான் ஆடம்பர வாழ்க்கையில் வாழ்வேன். இறந்தால் எதை எடுத்து போகப்போகிறோம். கடன் பட்டாவது மனைவி மக்களுக்கு துணி எடுத்து நகைகளை வாங்கி தர வேண்டும் என்று எண்ணி வாழ வேண்டும் என்பவன் வாழ்க்கை எப்படி பட்டது தெரியுமா?

வருமுன்னர்க் காவாதான் வாழ்க்கை எரிமுன்னர்
வைத்தூறு போலக் கெடும். (குறள்-435)

குற்றம் ஏற்படுவதற்கு முன்னாலேயே தன்னை காத்துக் கொள்ள வேண்டும். அப்படி வாழ தெரியாதவன் வாழ்க்கை எரிகின்ற நெருப்பின் முன்னால் வைக்கும் வைக்கோல் போர் போல அழிந்து போய் விடும்.

நீ உன்னை மட்டும் யோக்கியனாக்கிக் கொண்டால் போதும். அதனால் ஒரு அய்யோக்கியன் குறைந்திருக்கிறான் என்பதை திருவள்ளுவரும்,

தன்குற்றம் நீக்கிப் பிறா்குற்றம் காண்கின்பின்
என்குற்றம் ஆகும் இறைக்கு (குறள்-436) என எழுதியுள்ளாா்

முதலில் தன்னிடமுள்ள குற்றத்தை தெளிவாக கண்டறிந்து நீக்கி, பின் பிறா் குற்றத்தை காண முற்படுவானாயின் அத்தலைவனிடம் யாதொரு தீமையும் இராது.

நீங்கள் எதை காக்காவிட்டாலும் நாக்கை மட்டும் காத்துவிட்டால்போதும். ஏனென்றால் திருவள்ளுவா்,

யாகாவாா் ஆயினும் நாகாக்க; காவாக்கால்
சோகாப்பா் சொல்லிழுக்குப்பட்டு (குறள்-727) என்று கூறி இருக்கிறாா்.

சினத்தை அறவே துறந்தவா்கள் முனிவா்களாகக் கருதப்படுவா். சினத்தை அடக்கக்கூடிய சக்தி அன்புக்கு மட்டும் உண்டு. மனிதனாக பிறந்துவிட்டால் மட்டும் போதாது. அன்பு இருக்க வேண்டும். ஏன் தெரியுமா? அன்பு இரும்பை விட உறுதியானது. சுற்றத்தாா் மனைவி மக்களுடன் அன்பாக வாழ்க்கை நடத்த வேண்டும். அப்படி வாழ்க்கை நடத்தாதவன் இறந்தவனுக்கு சமம். சினத்தை கொண்டு தீய செயல்களோடு கொலை செய்பவன் எல்லாம் இறந்த மனிதனுக்கு ஒப்பானவன் என்பது தான் உண்மை. புத்தா் வழியில் திருவள்ளுவா்

இறந்தாா் இறந்தாா் அனையா் சினத்தைத்
துறந்தாா் துறந்தாா் துணை (குறள்-310) மூலம் அறிவிக்கிறாா்.

பல் உடைவதும் நாவாலே பல்லக்கு ஏறுவதும் நாவாலே. இனிய வாா்த்தைகள் மூலம் அதாவது அன்பான வாா்த்தைகள் மூலம் அனைவருக்கும் நல்லதே நடக்கும்.

கடுஞ்சொல் பயன் தராது. இனிய சொற்கள் இருக்கும்போது கடுஞ்சொற்களை பயன்படுத்துவது பழம் இருக்கும் போது பழத்தை விட்டு காயை விரும்பி சாப்பிடுவதைப் போல் ஆகும்.

இனிய உளவாக இன்னாத கூறல்
கனியிருப்பக் காய் கவர்ந்தற்று (குறள்-100)

என்பதை மனிதர்கள் மறக்கக்கூடாது.

மனிதா! நீ பொய் மட்டும் சொல்லாதே. தம்பி! பொய் சொல்லாமல் இருந்தால் உனக்கு எந்த ஆபத்தும் ஏற்படாது என்பது தான் உண்மை. மக்களுடைய வாழ்க்கையில் பொய் சொல்பவர்கள் யார் யார் என்பதை அறிந்து அவர்களை பற்றியும், பொய் பேசுவதால் ஏற்பட்ட சண்டைகள் பற்றியும் அறிகிறோம். ஆகவே பொய் பேசுவதால் தீமைகள் தான் எற்படும். தீமைகள் நடக்காமல் தடுக்கக் கூடிய சக்தி உண்மைக்குத் தான் உண்டு. பொய்யுரையை மறப்போம். பொய் பேசாதவர்கள் தர்மம் கூட செய்ய வேண்டியதில்லை என்று 297வது குறளில்,

பொய்யாமை பொய்யாமை ஆற்றின் அறம்பிற
செய்யாமை செய்யாமை நன்று என்று கூறுகிறார்.

தனக்கு தொல்லைகள் நேரிடும் சமயத்தில் ஆபத்து நேரங்களில் உதவி செய்ததவர்களை மறக்காதே. பிறர் செய்த தீமையை அப்பொழுதே மறந்து விட வேண்டும். மறக்காமல் இருந்தால் மனவியாதி தான் கிடைக்கும். நன்றி மறவேல் என்பதை திருவள்ளுவர் கீழ்வருமாறு கூறியுள்ளார்,

நன்றி மறப்பது நன்றன்று நன்றல்லது
அன்றே மறப்பது நன்று. (குறள்-103)

இருப்போர் சிலராகவும் இல்லார் பலராகவும் இருக்கிறார்கள். பச்ச மண்ணும் சுட்ட மண்ணும் ஒட்டாது அல்லவா? பணக்காரனும் ஏழையும் இருக்கின்ற வரையில் ஒற்றுமையாய் எப்படி வாழ முடியும். நல்லவர்களாக இருந்த போதிலும் கூட பொருள் இல்லாத ஏழைகளை எல்லோரும் இகழவே செய்வாாகள். தீயவர்களாக இருந்த போதிலும் பொருள் மிகுந்த செல்வர்களை எல்லோரும் மரியாதை தந்து போற்றி புகழவே செய்வார்கள்.

> இல்லாரை எல்லாரும் எள்ளுவர்; செல்வரை
> எல்லாரும் செய்வர் சிறப்பு (குறள்-752)

> நெருப்பின்உள் துஞ்சலும் ஆகும் நெருப்பின்உள்
> யாதுஒன்றும் கண்பாடு அரிது. (குறள்-1049)

நெருப்பின் உள்ளேயும் தூங்கலாம். ஆனால் வறுமை நிலையில் பசியுடன் தூக்கமே வராது. பிச்சை போடுவதின் மூலம் வறுமையை ஒழிக்க முடியாது. பிச்சை எடுப்பது இழிவான செயல் என்று திருவள்ளுவர் போதித்துள்ளார். துன்பத்தின் இருப்பை உணர்ந்து, துன்பத்தை களைவதற்காக வழியைக் காட்டுவதுமே அவருடைய தம்மத்தின் அடித்தளமும் அடிப்படையாகும்.

எந்தெந்த பொருளில் பற்று இல்லாதனாக இருக்கிறானோ அந்த பொருள்களால் அவனுக்கு துன்பம் இல்லை.

> யாதனில் யாதனில் நீங்கியான் நோதல்
> அதனில் அதனில் இலன்.

உயர்ந்த நிலையில் குடியரசு தலைவர் இருந்தாலும் உயர்வான தன்மைகள் இல்லை எனில் சிறியர். கீழ்நிலையிலிருந்தாலும் (ஏழை) இழிவான எண்ணம் இலலாதவர் பெரியோர் என்று சொல்வர்.

மேலிருந்தும் மேலல்லார் மேலல்லர்; கீழ்இருந்தும்
கீழலல்லார் கீழ்அல் லவீர். (குறள்-973)

இவ்வளவு தெளிவாக அவ்வையாரும், இட்டார் பெரியோர் இடாதவர் இழிகுலத்தோர் என கூறியுள்ளார்.

பெருந்தன்மை உடையோர் பிறர் குற்றம் மறைத்துப் பேசுவர். குற்றமே கூறுவது சிறுமையின் இயல்பு.

அற்றம் மறைக்கும் பெருமை சிறுமைதான்
குற்றமே கூறி விடும். (குறள்-980)

ஏழை என்றும் அடிமை என்றும் எவனும் இல்லை. அவனவன் செய்கின்ற செயலை கொண்டு உயர்வு தாழ்வு அடைகிறான். வாழ்கிறான். இந்த உண்மைக்கு மாறாக, இல்லாத பார்க்காத கடவுள் செயலால் தான் மனிதனுடைய வாழ்க்கை அமைகிறது. எல்லாம் அவனவன் விதி என்பது பொய். கடவுள் தான் பணக்காரனாகவும், பிச்சைக்காரனாகவும் படைத்தான் என்றால் பிச்சைகாரன் உணவுக்காக அலைவதைப் போல் தெரு தெருவாக அந்த கடவுளும் பிச்சை எடுத்து கெடட்டும் என்று கோபத்தோடு வள்ளுவர்,

இரந்தும் உயிர்வாழ்தல் வேண்டின் பரந்த
கெடுக உலகுஇயற்றி யான் (குறள்-1062)

என்று கூறுவதை நாம் நன்றாக பிள்ளைகளுக்கு கற்று தர வேண்டும்.

இலர்பலர் ஆகிய காரணம் நோற்பார்
சிலர்பலர் நோலா தவர் (குறள்-270)

உலகில் பகுத்தறிவுள்ளோர் இல்லாமைக்கு காரணம் நல்ல ஒழுக்கங்களில் ஈடுபடுவோர் சிலராகவும் ஒழுக்கமற்ற மூடநம்பிக்கையை நம்பும் மக்கள் பலராகவும் இருப்பதே.

ஆத்தீகர்களே! நாத்தீகர்களே!

எப்பொருள் யார்யார்வாய்க் கேட்பினும் அப்பொருள்
மெய்ப்பொருள் காண்பது அறிவு. (குறள்-423)

என்று புத்தரின் வாக்கை திருவள்ளுவர் தெளிவாக யார் யார் எதை எதை சொன்னாலும் அவற்றை கவனமாக கேட்டுக் கொண்டு அவர்கள் சொல்லிய வார்த்தைகள் உண்மையாக நடைமுறை நிகழ்ச்சிகளில் நடக்கிறதா அல்லது நடத்திக்காட்ட முடியுமா என்பதை ஆராய்வது பகுத்தறிவுள்ள மக்களுடைய கடமையாகும்.

தந்தை, மகன், தாய் எப்போது மகிழ்ச்சி அடைவார்கள் என்பதையும் கூறுகிறேன் கேள். தாய் தந்தையர்கள் தங்களை விட உயர்ந்த நிலைமைக்கு வர பிள்ளைகளுக்கு கல்வி அறிவை தர வேண்டும். இது தந்தை மகனுக்கு செய்ய வேண்டிய நன்றி கடனாகும். அதோடு தன் மகன் சான்றோர் அவையில் முதல் நிலையில் அமர செய்தல் வேண்டும் என்று ஒவ்வொரு தந்தையும் செயல்பட்டால் எல்லா மகன்களும் கல்வி அறிவில் சிறந்து விளங்குவார்கள் அல்லவா.

தந்தை மகற்காற்றும் நன்றி அவையத்து
முந்தி இருப்பச் செயல் (குறள்-67)

பையன் படித்துவிட்டு தன் இஷ்டம் போல் ஆடலாம், பாடலாம், பொய் பேசலாம், வஞ்சகனாக வாழலாம், கொலை செய்யலாம், பலாத்கார காம இச்சையோடு வாழலாம் என்பதற்காகவா கல்வி கற்க பள்ளிக்கு அனுப்பினர் பெற்றோர்? இல்லை மகனே! நீ நல்லவனாய், வல்லவனாய், பொய் சொல்லாதவனாய், மற்றவர்களிடம் அன்பாக பேசுபவனாய் இரு. கொலைகுற்றம் செய்யாதவனாய் இரு. இன்சொல் பேசுபவனாய் இரு. சூதாட்டம் இல்லாதவனாய் இரு. நன்றிக்கெட்ட மகனாக வாழக்கூடாது மகனே! நீர் சான்றோர் அவையில் முதல் நிலையில் அமர செய்யும் அளவிற்கு கல்வியை பெற வேண்டும்.

மகன்தந்தைக்கு ஆற்றும் உதவி இவன்தந்தை
என்நோற்றான் கொல் எனும் சொல். (குறள்-70)

மகன் நன் நடத்தை உள்ளவனாக உள்ளான். பேச்சாற்றல் உள்ளவனாய், உண்மை பேசுபவனாய் உள்ளான். இப்படிப்பட்ட மகனாக அல்லவா பிறக்க வேண்டும். இப்படிப்பட்ட மகனை பெற்றெடுக்க தந்தை என்ன தவம் செய்தாரோ என்று மற்றவர்கள் போற்றி புகழும் அளவுக்கு மகன் வாழ்ந்து காட்ட வேண்டும்.

அப்படிப்பட்ட மகனை பெற்றெடுத்த தாய் எப்படி அதிக மகிழ்ச்சி அடைவாள் தெரியுமா? பெற்றெடுக்க பிரசவவலி ஏற்படும். அந்த வலியை வாய்விட்டு அம்மா! பொறுக்க முடியவில்லையே! ஐயையோ! என்று உறக்க கண்ணீர் விட்டு அழுத பிறகு தான் குழந்தை பிறக்கும். குழந்தை பிறந்த உடன் குழந்தையை பார்த்ததும் எல்லா வலியும் நீங்கி அளவுக்கடந்த மகிழ்ச்சி அடைந்து, அவர் எங்கே! குழந்தையை பார்த்தாரா! என்று தன் கணவனை பற்றி கேட்பாளாம். குழந்தை பிறந்து விட்டதே என்று மிகவும் மகிழ்ச்சியும் அடைவாளாம் தாய். குழந்தையை பெற்ற போது அடைந்த மகிழ்ச்சியை விட அதிக மகிழ்ச்சி அடைவாளாம் தாய். எப்போது தெரியுமா? தன் மகன் நல்லவன். சான்றோன், ஒழுக்கமுள்ளவன், அறிவாற்றல் மிகுந்தவன் என்று அறிவில் சிறந்த பெரியோர்கள் இவனை புகழ்ந்து பேசும்போது அந்த வார்த்தைகள் தாய் காதில் கேட்கும் போது பிள்ளையை பெற்ற போது அடைந்த மகிழ்ச்சியைவிட மிகவும் மகிழ்ச்சி அடைவாளாம்.

ஈன்ற பொழுதின் பெரிதுஉவக்கும் தன்மகனைச்
சான்றோன் எனக்கேட்ட தாய் (குறள்-69)

அறிவுக்கெட்ட மக்களே! கோயில் குளம் சென்று நெற்றியில் பட்டை, திருநீரு பூசி கண்ணுக்கு தெரியாத கடவுள் உண்டு என்று கற்பனை செய்து கண்மூடிதனமாக

வணங்காதே. உன் கண்ணெதிரில் உள்ள தந்தையும் தாயும் தான் கடவுள். கண்கண்ட தெய்வம் பெற்றோரே. உன்னை உருவாக்கியவர்கள் தான் கடவுள் என்று நீ நம்பு.

தாயின் சிறந்ததொரு கோயிலும் இல்லை
அன்னையும் பிதாவும் முன்னறி தெய்வம்.

69, 67, 70 (முறையே தாய், தந்தை, மகன்) இந்த மூன்று குறளையும் படி, நான்றாகப்படி, பொறுமையாகப்படி, பெருமை அடைய படி, ஆழ்ந்துபடி. புகழ்பட வாழ்வாய்.

இருட்டடிக்கப்பட்ட

கபிலர் அகவல்

1. உலகம் இயற்கை

நான் முகன் படைப்பில் நானாவகை உலகில்
ஆன்ற சிறப்பின் அரும்பொருள் கூறுங்கால்
ஆண் முதிதோ? பெண் முதிதோ? அன்றி அலி முதிதோ?
நாள் முதிதோ? கோள் முதிதோ? நல்வினையோ?
தீவினையோ? செல்வஞ்சிறப்போ? அறிவுச்சிறப்போ?
தொல்லை மாஞாலத் தோற்றமோ? படைப்போ?
எல்லா பிறப்பும் இயற்கையோ? செயற்கையோ?
காலத்தாற் சாவரோ? பொய் சாவு சாவரோ?

நஞ்சுறு தீவினை துஞ்சுமோ? துஞ்சாதோ?
துஞ்சும் போதந்தப் பஞ்சேந்திரியம்
என் செய்யா நிற்குமோ? எவ்விடத் தேகுமோ?

விளக்கம்:

பிரம்மனால் படைக்கப்பட்ட பலவகையான உலகில் பெரியோர்கள் சிறப்பித்துக் கூறுகின்ற பெருமை வாய்ந்த பொருள்களை கூறும்போது ஆண் முதலில் பிறந்தானா? பெண் முதலில் பிறந்தாளா? அல்லது ஆணும் இல்லை பெண்ணும் இல்லையா? பூமி முதிதா? சூரியன் முதிதா? நற்செயலா? தீச்செயலா? அறிவு சிறப்பு பெற்றதா? துன்பங்கள் நிறைந்த இந்த பெரிய உலகம் தோற்றமா? அல்லது படைக்கப்பட்டதா? இவ்வுலகில் உள்ள உயிர்கள் இயற்கையா? செயற்கையா? காலம் வந்ததால் மரணம் அடைகிறார்களா? அல்லது சாவது பொய்யா? நச்சுப் போன்ற தீவினைகள் தூங்குகிறதா? தூங்காதா? தூங்கும் போது ஐம்புலன்கள் (மெய், வாய், கண், மூக்கு, செவி) என் செய்யாமல் இருக்குமோ? என்று மனிதர்களாகிய நம்மை பார்த்து கேள்விகள் கேட்டு சிந்திக்க வைக்கிறார் கபிலர்.

2. மக்கள் இயற்கை

ஆற்றலுடையீர்! அருந்தவம் புரிந்தால்
வேற்றுடம்பாகுமோ? தமதுடம் பாகுமோ?
உண்டியை உண்குவ (து) உடலோ? உயிரோ?
உலகத்தீரே! உலகத்தீரே!
நாக்கடிப்பாக வாய்ப்பறையறைந்து
சாற்றக்கேண்மின்! சாற்றக் கேண்மின்!

மனிதற்கு வயது நூறல்ல தில்லை
ஐம்பதிரவிலகலுந் துயிவினால்
ஒட்டிய இளமையா லோரைந்து நீங்கும்
ஆக்கை இளமையாலைம் மூன்றும் நீங்கும்
எழுபது போக நீக்கிருப்பன முப்பதே.

விளக்கம்:

சக்தி வாய்ந்தவரே! கடிய தவம் செய்தாலும் வேறு உடம்பு ஆகி விடுமோ? அல்லது தனது உடம்பு ஆகிவிடுமோ? உணவை உண்பது உடலுக்காகவா? உயிருக்காகவா? உலக மக்களே! நாக்கை தடியாக்கிக் கொண்டு அடித்துச் சொல்லுகிறேன். சொல்வதைக் கேளுங்கள்! சொல்வதைக் கேளுங்கள்! மனிதர்கள் நூறாண்டு காலம் வாழ்வது இல்லை. அப்படி நூறாண்டு காலம் உயிர் வாழ்ந்தாலும் ஐம்பது ஆண்டுகள் தூக்கத்தினால் கழியும். குழந்தை பருவம் ஐந்தாண்டுகள் நீங்கும். வாலிப பருவம் (இல்லற வாழ்க்கையில்) பதினைந்து ஆண்டுகள் கழிகிறது. மீதி இருப்பது முப்பது. அவற்றுள் இன்பம் அடைகிற நாட்கள் சில தான் என்று கூறுகிறார்.

3. நிலையாமை

இன்புறு நாளும் சிலவேயதா அன்று
துன்புறு நாளுஞ்சிலவே யாதலால்
பெருக்கா (று) ஒத்தது செல்வம் பெறுக்காற்று
இடிகரை யொத்த(து) இளமையிடிகரை
வாழ்மர மொத்த(து) வாழ் நாளாதலால்.

விளக்கம்:

இவ்வுலகில் வாழும் மனிதர்களாகிய நமக்கு இன்பம் பெறுகின்ற நாட்கள் சில, துன்பம் அடைந்து வாழ்கின்ற நாட்களும் சில. வெள்ளம் எப்படி செல்லுகிறதோ அதைப் போல் தன்னிடமுள்ள பணம் சென்று கொண்டே இருக்கும். அதைப் போல் நம்முடைய இளமை பருவம் மாறி கொண்டே வரும். நம்முடைய வாழ்நாள் நிலையற்றது. ஆற்றக்கரையின் ஓரத்தில் வளர்ந்து நிற்கும் மரங்கள் ஆற்று வெள்ளம் பெருக்கெடுக்கும் போது நிலைத்து வாழும் என்பதே சந்தேகமல்லவா! நமது வாழ்க்கையும் அத்தகையதே என்று சிந்திக்கும் வழியை சொல்லுகிறார்.

4. அறிவுரை

ஒன்றே செய்யவும் வேண்டும், ஒன்றும்
நன்றே செய்யவும் வேண்டும், நன்றும்
இன்றே செய்யவும் வேண்டும், இன்றும்
இன்னே செய்யவும் வேண்டும், இன்னும்
நாளை நாளை யென்பீராகில்
நம்முடைய முறை நாளாவதும் அறியீர்!
நம்முடைய முறை நாளாவதும் அறியீர்!

விளக்கம்:

ஒரே ஒரு நன்மை பயக்கின்ற செயலை செய்தால் மட்டும் போதும். அந்த நன்மை செய்கின்ற செயலை நினைத்த மாத்திரத்தில் செய்ய வேண்டும். நினைத்த செயலை நாளைக்கு செய்யலாம் என்பது நினைப்பீராகில் நம்முடைய நிலைமை நேற்று இருந்தவன் இன்று இல்லை என்பதாக இருப்பதை அறிந்திடுவீா.

5. கூற்றுவன் கொடுமை

எப்போதாயினும் கூற்றுவன் வருவான்
அப்போதந்தக் கூற்றுவன் தன்னைப்
போற்றவும் போகான் பொருளோடும் போகான்
நல்லாரென்னான் நல்குரவறியான்
தீயாரென்னான் செல்வரென்னான்
தரியானொரு கணம் தருகணாளன்!
உயிர் கொடுபோவான் உடல் கொடுபோகான்.

விளக்கம்:

நம்முடைய உயிர் எப்பொழுது நமது உடலை விட்டு நீங்கும் என்பது தெரியாது. நம்முடைய வாழ்க்கையின் நிலைமை எந்த நேரத்தில் என்ன ஆகும் என்று தெரியாது. கூற்றுவன் எப்போதாவது வந்து விடுவான். அப்போது அந்த கூற்றுவன் பெருமையாக பேசிவிட்டு போக மாட்டான். பொருளை எடுத்துக் கொண்டு போகமாட்டான். நல்லவன் என்றும், தீயவன் என்றும், ஏழை என்றும், பணக்காரன் என்றும் நினைக்க மாட்டான். ஒரு நிமிடம் வட காத்துக் கொண்டிருக்காமல் தாமதிக்காமல் உடலை விட்டு உயிரை மட்டும் எடுத்துச் செல்வான். கூற்றுவன் என்பது ஐந்து மூலங்களை குறிக்கும். எமனை அல்ல.

6. மக்கள் அறியாமை

ஏது கழுவீர்? ஏழை மாந்தர்காள்!
உயிரினையிழந்தோ? உடலினையிழந்தோ?
உயிரிழந்தழுமென்(று) ஓதுவீராகில்
உடலினையன்றலா(து) இன்றும் காண்கிலீர்!
உடலினையிழந்த உடலது தன்னைக்

களவுக் கொண்ட கள்வனைப் போல
காலு மார்த்துக்கையு மார்த்துக்
கூரைகளைந்து கோவனுங் கொளுவி
ஈமைத் தீயை எரியெழு மூட்டிப்
பொடிப்படச்சுட்டுப் புனலிடை மூழ்கிப்
போய்தமரோடு புந்தினைந்தழுவது
சலமெனப்படுமோ? சதுரெனப்படுமோ?

விளக்கம்:

மக்களே எதற்காக அழ வேண்டும்? உயிரை இழந்தோம் என்றும் உடலை இழந்தோம் என்றும் சொல்வீர்களானால் சற்று சிந்தியுங்கள். உடலை நாம் காண்கின்றோம். உயிர் நீங்கிய உடலினை, திருடிய திருடனைப் போல காலையையும் கையையும் கட்டிவிட்டு, தான் உடுத்தியிருந்த துணிகளை எல்லாம் எடுத்துவிட்டு, கோவணத்தை மட்டும் கட்டி, கடைசியாக விறகை அடுக்கி, உடலை விறகின் மீது வைத்து, தீ மூட்டி, உடலெல்லாம் சாம்பலாகும்படி சுட்டு, பிறகு தண்ணீரில் மூழ்கி விட்டு வீட்டிற்கு சென்று தமது சுற்றத்தாருடன் உட்கார்ந்து அழுவது பொய் என்று சொல்வதா? உண்மை என்று சொல்வதா?

7. பார்ப்பனர் சூழ்ச்சி

பார்ப்பன மாந்தர்காள்! பகர்வது கேண்மின்!
இறந்தவராயுமை யிவ்விடையிறுத்திப்
பாவனை மந்திரம் பல பட உரைத்தே
உமக்கவர் புத்திரரூட்டின போது
அடும் பசியாற் குலைந்தாங்கவர் மீண்டு

கையேந்தி நிற்பது கண்டதார் புகலீர்!
அருந்திய உண்டியலார் பசிக்கழிந்தது?
ஒட்டியர் மிலேச்சர் ஊணர் சிங்களர்
இட்டிடைச் சோனகர் யவனர் சீனத்தவர்
பற்பலர் நாட்டிலும் பார்ப்பாரிலையால்
முற்படைப்பதினில் வே(று) ஆகியமுறைமைப் போல்.

விளக்கம்:

பார்ப்பன மக்களே! சொல்வதைக் கேளுங்கள். இறந்தவர்கள் உங்களை இந்த இடத்தில் இருக்க வைத்து பாவனை மந்திரங்கள் சொல்வதைக் கேட்டு, உமக்கு அவர்கள் புத்தியை சொல்லும் போது கையை ஏந்திக் கொண்டு நிற்பதைக் கண்டது யார் என்று சொல்வீர்களா? ஆங்கு (அதாவது பரலோகம், மோட்ச லோகம், எமலோகம், நரக லோகம்) என்று சொல்லுகிறார்களே அவ்விடத்தில் இருந்து சாப்பிட்ட உணவால் பசியை நீக்கிக் கொண்டதுண்டா? பல நாடுகளில் ஓட்டியர், மிலேச்சர், ஊணர், சிங்களர், இட்டிடைசோனகர், யவனர், சீனத்தவர் என பற்பல இருப்பினும் பார்ப்பனர்கள் இல்லையே. முற்படைப்பில் (கடவுள் உங்களை மட்டும்) உற்பத்தி செய்தவர்களைப் போல் அல்லவா சொல்லுகிறீர்கள்? மக்களை நம்பிட செய்து ஒருவன் இறந்த பிறகு காரிய கருமாந்திரம் செய்ய வைத்து நூற்றுக்கணக்கில் ரூபாயை செலவு செய்யும் புத்தியை வளர்த்து விட்டார்கள். மக்கள் இன்றும் உங்களை நம்பி பகுத்தறிவற்றவர்களாக வாழ்கிறார்கள். இது நீதியாகுமா? சிந்தித்துப் பாருங்கள்?

8. சாதி வரலாறு

நால்வகைச் சாதி யிந்நாட்டினில் நீர் நாட்டினீர்
மேல் வகை கீழ்வகை விளங்குவது ஒழுக்கால்

பெற்றமும் எருமையும் பிறப்பினில் வேறே
அவ்விரு சாதியாலாண் பெண் மாறிக்
கலந்துக் கருபெறல் கண்டதுண்டோ?
ஒருவகை சாதியாம் மக்கட் பிறப்பில்
ஈரிரு வகையாக நீரியம்பிய குலத்து
ஆண் பெண் மாறி அணைதலும் அணைந்தப் பின்
கருப்பொறை உயிர்ப்பதும் காண்கின்றிலிரோ?
எந்நிலத்தெந்த வித்(து) அங்குரிதிடுமலால்
மாறி வேறாகும் வழக்க யொன்றிலையே?

விளக்கம்:

As you are seeing, the cow and the buffalo are different breeds. Among these two groups have you ever seen that the male and female had interchanged and gave birth to a kid? You will find the answer No.

But among the four varnas which you established among the human race, will it be possible that the inter change of male from the lowest varna and a female from the highest varna uniting to give birth to a child.

மதத்தாலும் இனத்தாலும் நான்கு வகை சாதிகளாக (பிராமணர், வைசியர், சத்திரியர், சூத்திரர்) பிரித்து செயல்பட செய்தீர்கள். கபிலர் மிகவும் மனம் நொந்து சாதியால் உயர்ந்தவன் தாழ்ந்தவன் யார்? என்பதை மக்களிடம் தெளிவாக கேள்விகள் கேட்டு எடுத்துரைப்பதைக் கேளுங்கள். பசுவும் எருமையும் பிறப்பினில் வேறு. இரண்டும் ஆண், பெண் மாறி கன்று போட்டதைப் பார்த்திருக்கிறீர்களா? இல்லை என்று தான் பதில் கூறுவீர்கள். மக்கட் பிரிவில் மிக தாழ்ந்த குலத்தில் பிறந்த ஆணுடன் உயர்ந்த சாதி என்று சொல்லக் கூடிய பெண்ணும் வாழ்க்கை நடத்த செய்வோமானால் குழந்தை

பிறப்பதை பார்த்திருக்கிறோம் அல்லவா? எந்த நிலத்தில் எந்த விதை விதைக்கின்றோமோ அந்த விதை தான் முளைக்கும் அல்லவா? நெல் விதைத்தால் கேழ்வரகு விளையுமா? துவரை விதைத்தால் காராமணி விளையுமா? சோளம் விதைத்தால் கம்பு விளையுமா? இவ்வாறு மாறுதலான நிகழ்ச்சிகள் ஏற்படாதல்லவா? சாதி வெறி பிடித்தோரே! சாதிகள் உள்ளது என்று வீணாக சண்டைகள் போடுவோரே! அறிவற்றவர்களே! ஆண்டவன் தான் சாதிகளைப் பிரித்தார் என்று நம்பிக் கொண்டு பகுத்தறிவற்ற பாதையில் செல்வோரே! சிந்தியுங்கள்! என்று கபிலர் அவர்கள் கூறுகிறார்.

9. கலப்பு மணம்

பூசரர்ப் புணர்ந்து புலைச்சிரீன்ற
புத்திரராயினோர் பூ சுரரல்லரோ?
பெற்றமும் எருமையும் பேதமாய் தோன்றல்போல
மாந்தரிற் பேதமாம் வடிவவர் கண்டுளார்?
வாழ் நாளுறுப்பு மெய்வண்ணமோடறிவினில்
வேற்றுமையாவதும் வெளிப்படலின்றே
தென்திசைப் புலையன் வடதிசைக்கேகின்
பழுதற வோதிப் பார்ப்பானாவான்.
வடதிசைப் பார்ப்பான் தென்திசைக்கேகின்
நடையதுக் கோணி புலையானாவான்.

விளக்கம்:

பார்ப்பானுடன் புலைச்சியர் சேர்ந்து பிறந்த குழந்தை பார்ப்பனர் குழந்தை அல்லவா? பசுவும் எருமையும் பேதமாக தோன்றுவதைப் போல் மக்களுள் பேதமாக எவர் உருவத்தில் தோன்றியுள்ளார்கள்? மக்களுடைய உறுப்புகளின் உண்மையான உருவம்

வேற்றுமை இல்லாமல் இருப்பது வெளிப்படையாக தெரிகிறதல்லவா? தென் திசையிலுள்ள புலையன் வடதிசைக்கு சென்று குற்றமில்லாமல மந்திரத்தை சொல்வானால் பார்ப்பனனாகக் கருதப்படுவான். வட திசைப் பார்ப்பான் தென்திசைக்குச் சென்று பழக்கவழக்கங்களில் மாறுபட்டு நடப்பானானால் புலையனாக கருதப்படுவான் அல்லவா.

சேற்றிற் பிறந்த செங்கழுநீர் போல்
பிரம்மருக்குக் கூத்தி வயிற்றிற் பிறந்த வசிட்டரும்,
வசிட்டருக்குச் சண்டாளி வயிற்றிற் பிறந்த சத்தியரும்,
சத்தியருக்குப் புலைச்சி தோள்சேர்ந்து பிறந்த பராசரரும்,
பராசரருக்கு மீன் வாணிச்சி வயிற்றிற் பிறந்த வியாசரும்,
வேதங்களோதி மேன்மைப்பட்டு மாதவராகி வயங்கினாரன்றோ?

விளக்கம்:

சேறு நிறைந்த நீரில் பூக்கும் செந்தாமரை பூப்போல் பிரம்மருக்கு கூத்தியா் வயிற்றில் பிறந்த வசிட்டர், வசிட்டருக்கும் மிகத் தாழ்ந்த குலபபெண்ணுக்கும் சோ்ந்து பிறந்த சத்தியரும், சத்தியரும் தாழ்ந்த குலம் என்று சொல்லப்பட்ட புலைச்சியுடன் கலந்து பிறந்த பராசரரும், பராசரரும் மீன் வாணிச்சியும் கலந்து அவா்களுக்கு பிறந்த வியாசரும், ஆக இவா்கள் நான்கு பேரும் (பிரமா், வசிட்டா், சத்தியா், வியாசா்) வேதங்கள் ஓதி மற்றவா்களால் மாபெரும் தவமுனிவா்கள் என்று போற்றப்பட்டு மேன்மையோடு இன்றும் மக்களால் பாராட்டப்பட்டு விளங்குகிறாா்கள் அல்லவா? அவா்கள் பிறந்த வரலாற்றை எடுத்துக் கூறிய கபிலா் அவா்கள் தன்னுடைய வரலாற்றைக் கூறுகிறாா் கேளுங்கள்.

10. கபிலர் வரலாறு

அருந்தவ மாமுனியாம் பகவற்குக்
கருவூர்ப் பெரும்பதிக்கட்பெரும்புலச்சி
ஆதிவயிற்றினி லன்றவதரித்த
கான் முளையாகிய கபிலனும் யானே,
என்னுடன் பிறந்தவர் ரெத்தனைப் பேரெனில்
ஆன்பாலர் மூவர் பெண்பால் நால்வர்
யாம் வளர்திறஞ் சிறிதியம் புவல் கேண்மிண்!
உற்றுக்காடெனும் ஊர்தனிற்றிகியே
வண்ணாரகத்தில் உப்பை வளர்ந்தனள்
காவேரிப்பூம் பட்டினத்தில் கல்விலைஞர் சேரியில்
சான்றார்ரகந்தனில் உறுவை வளர்ந்தனள்
நரப்புக் கருவியோர் நண்ணிடுஞ் சேரியில்
பாணரகத்தில் ஔவை வளர்ந்தனள்
குறவர் கோமான் கொய்தினைப் புனஞ்சூழ
வண்மலைச் சாரலில் வள்ளி வளர்ந்தனள்
தொண்டை மண்டலத்தில் வண்தமிழ் மயிலைப்
பறையரிடத்தில் வள்ளுவர் வளர்ந்தனர்
அரும்பார் சோலைச் சுரும்பார் வஞ்சி
அதிகனில் விடை அதியமான் வளர்ந்தனன்
பாரூர் நீர் நாட்டாரூர் தன்னில்
அந்தணர் வளர்க்க யானும் வளர்ந்தேன்

விளக்கம்:

அறிவில் சிறந்த கருத்துக்களை இருட்டடிக்கப்பட்ட வரலாறுகளை தெள்ளத் தெளிவாக சிந்தனையைக் கிளறி பகுத்தறிவோடு ஆழ்ந்து சிந்தித்து, மறைக்கப்பட்ட உண்மைகளை மறுத்துக் கூற முடியாத கருத்துக்களை உரைத்தவராகிய கபிலரைப் பார்த்து நீர் யார்? உன்னுடைய வரலாற்றை சொல்லுங்கள் என்று கேட்கும் போதுதான் கபிலர் கூறுகிறார், என்னை பிராமணர்களில் ஒருவர் எடுத்து வளர்த்து, பூனூல் போடும் சடங்கின் வயது வந்த போது எனக்கு பூணூல் அணியக்கூடாது. அவன் ஒரு தாழ்ந்த சாதி, நம்முடைய ஆச்சாரக் கருத்துக்கு மாறுபட்டு செயல்பட்டால் நமக்கு மகா பாவம் வரும், நாம் இறந்தால் அனைவரும் நரகலோகம் தான் போய் சேருவோம். ஆகவே கபிலருக்கு பூணூல் அணியக்கூடாது என்று எதிர்ப்பு தெரிவித்ததால் கபிலர் மிகவும் வருந்தி, மக்கள் எப்படியெல்லாம் மடமையில் பீடிக்கப்பட்டு, சாதி வெறியால் துன்பப்படுவதை எண்ணி கண்ணீர் விட்டு, தவத்தில் சிறந்த மனிதராகிய பகவற்கும், ஆதி என்ற புலச்சிக்கும் பிறந்தவன் தான் நான் (கபிலர்) என்றும், என்னுடன் பிறந்தவர் ஆண்கள் மூவர், பெண்கள் நால்வர் என்று தான் வளர்ந்த வரலாற்றை சொல்லுகிறார்.

ஊற்றுக்காடெனும் ஊரில் வண்ணார் வீட்டில் உப்பையும், காவேரிப் பூம்பட்டினத்தில் கல்விலைஞர் சேரியில் உறுவையும், நரப்புக்கருவியோர் நன்னிடும் சேரி பாணர் வீட்டில் ஔவையும், வண்மலைச்சாரலில் குறவர்களின் தலைவரிடம் வள்ளியும், தொண்டை மண்டலத்தில் மயிலையில் வள்ளுவரும், அதிகனில் அதியமானும், பாரூரில் அந்தணர் வளர்க்க நானும் (கபிலர்) வளர்ந்தேன் என்று கூறுகிறார்.

கபிலர் வரலாற்றை எல்லாம் மறைக்கப்பட்டதின் காரணமாக நமது நாட்டு மக்களிடம் சந்தேகங்களை உண்டாக்கி வளர்ந்த இடம் பிறந்த இடம் வேறுபடுத்தி எழுதிவிட்டக் காரணத்தால் உண்மை வரலாறுகள் மக்களிடம் பக்குவமாக மறைக்கப்பட்டது. வரலாறுகளை வருங்கால இளம் மாணவ மாணவிக்கண்மணிகள் மனப்பாடம் செய்து கொண்டு, எவராலும் மறுத்துப் பேச முடியாமல், உண்மைக்

கருத்துக்களை உணா்ந்து, சாதி மத வேறுபாட்டால் அன்பற்ற ஏற்றத்தாழ்வு மனம் கொண்டு, நாட்டை கெடுத்து வரும் நயவஞ்சகக் கூட்டங்களின் சதியை சந்தி சிரிக்கவும், குருட்டு நம்பிக்கைகளை தூள் தூளாக்கிடும் வழிகளை பின்பற்றவும் வேண்டும் என்று கபிலா் கூறுகிறாா்.

11. இயற்கையின் பொதுமை

மாரிதான் சிலரை வரைந்து பெய்யுமோ?
காற்றுஞ் சிலரை நீக்கி வீசுமோ?
மானிலஞ் சுமக்கமாட்டே னென்னுமோ?
கதிரோன் சிலரைக் காயே னென்னுமோ?
வாழ் நான்கு சாதிக்(கு) உணவு நாட்டிலும்?
கீழ் நான்கு சாதிக்(கு) உணவுக் காட்டிலிமோ?
திருவும் வறுமையும் செய்தவபேறும்?
சாவதும் வேறில்லை தரணியோா்க்கே

விளக்கம்:

மழை சில சாதி மக்களை நீக்கி பெய்யுமா? காற்று சில சாதி மக்களுக்குத்தான் வீசுவேன், மற்ற மக்களுக்கு வீச மாட்டேன் என்று சொல்லுமா? இப்பூமி உயா்ந்த சாதி மக்களைத் தான் சுமப்பேன், தாழ்ந்த சாதி மக்களை சுமக்க மாட்டேன் என்று சொல்லுமா? சூரியன் இன்ன சாதி மக்களுக்குத் தான் சூரிய ஒளி கொடுப்பேன், ஓதுக்கப்பட்ட சாதி மக்களுக்கு ஒளியை கொடுக்க மாட்டேன் என்று சொல்லுமா? உங்கள் சூட்சியால் பிரிக்கப்பட்ட உயா்ந்தவா்களுக்கு உணவு நட்டிலும் தாழ்த்தவா்களுக்கு காட்டிலுமா விளைகிறது? பிறந்தவா் இந்த பூமியில் செல்வத்தோடும் நல்ல பெயரோடும் வாழ்ந்தாலும் சாவதை தவிர வேறு வழி இல்லை அல்லவா? என்று விளக்கமாக பொது நோக்கத்தோடு

எடுத்துக் கூறுகிறார் கபிலர் அவர்கள். மேலும் குருட்டு நம்பிக்கையை இனியாவது அடியோடு நீக்கி விட்டு, நல்வாழ்க்கையை மக்கள் நடத்துவார்கள் என்ற எண்ணத்தில் கபிலர் கூறுவதைக் கேளுங்கள்.

13. மக்கள் கடமை

குலமும் ஒன்றே! குடியுமொன்றே!
இறப்பு மொன்றே! பிறப்புமொன்றே!
வழிப்படும் தெய்வமும் ஒன்றேயாதலால்
முன்னோருரைத்த மொழிதவறாமல்
எந்நாளாயினும் இரப்பவர்க்கிட்டுப்
புலையுங் கொலையுங் களவுந்தவிர்ந்து
நிலை பெற அறத்தில் நிற்பதையறிந்து
ஆணும் பெண்ணும் நல்லதையுணர்ந்து
பேணியுரைப்பது பிழையெனப்படாது
சிறப்பும் சீலமு மல்லது
பிறப்பு நலந்தருமோ பேதையிரே?

விளக்கம்:

அறிவில் சிறந்த பெரியோர்கள் சொல்லிய வார்த்தைகள் தவறாமல், எந்த நாளிலும் தன்னிடம் வந்து இரப்பவர்களுக்கு கொடுத்து, கொலை செய்து யாகம் செய்வதை நீக்கி, திருடுவதை விட்டு, நிலையான தரும வழியில் செல்வதை தெரிந்து, ஆண்களும் பெண்களும் நல்லதை அறிந்து பேணியுரைப்பது தவறு என கருதாமல் பெருமை வாய்ந்த பஞ்சசீலக் கொள்கைகளை பின்பற்றாமல் வாழ்ந்தால் பிறப்பும் நலம் பெறுமோ அறிவில்லாத மக்களே? என கபிலர் கேள்வி கேட்கின்றார் சிந்தியுங்கள்.

CPSIA information can be obtained
at www.ICGtesting.com
Printed in the USA
LVHW100324120121
676231LV00009B/432

9 789354 371509